AF819996

पॉली ओ'कीफ तिच्या कनेक्टिकटमध्ये राहणाऱ्या आजी-आजोबांच्या घरी राहायला गेलेली असताना तिची भेट तीन रहस्यमय अनोळखी व्यक्तींशी होते. या व्यक्ती तीन हजार वर्षांपूर्वीच्या काळातल्या असतात आणि पॉली त्यांच्या जीवनातील घडामोडींमध्ये गुंतत जाते. ती काल-प्रवास करून तीन हजार वर्षांपूर्वीच्या काळात जाते आणि त्या लोकांमधील संघर्षाचा हिस्सा बनते. त्यांची समस्या सोडवून दोन गटांमधला वाद संपुष्टात आणण्यासाठी पॉली महत्त्वाची भूमिका बजावते.

या पुस्तकाद्वारे लेखिका लेन्गल यांच्या 'कालपटलावरील सुरकुती' या पुस्तकाच्या पारितोषिकप्राप्त लेखनशैलीचं दर्शन पुन्हा घडून येतं. हे पुस्तक जरूर वाचावे अशी आग्रहाची शिफारस.

–व्होया (VOYA) नियतकालिकातील परीक्षण

'THE TIME QUINTET' या पंचकडीतील इतर पुस्तके

A Wrinkle in Time : मराठी अनुवाद - कालपटलावरील सुरकुती
A Wind in the Door : मराठी अनुवाद - दारातील वादळ
A Swiftly Tilting Planet : मराठी अनुवाद - वेगाने कलणारा ग्रह
Many Waters : मराठी अनुवाद - अमाप पाणी

'THE TIME QUINTET' या पंचकडीतील पाचवे पुस्तक

'AN ACCEPTABLE TIME' या इंग्रजी पुस्तकाचा अनुवाद

अनुकूल काळ

मॅडेलिन लेन्गल

अनुवाद
मुग्धा गोखले

मेहता पब्लिशिंग हाऊस

© +91 020-24476924 / 24460313 / Mob. No. 9545000513
Email : production@mehtapublishinghouse.com
Website : www.mehtapublishinghouse.com

AN ACCEPTABLE TIME by MADELEINE L'ENGLE

Translated into Marathi Language by Mugdha Gokhale

अनुकूल काळ / अनुवादित कादंबरी

अनुवाद : मुग्धा गोखले

Email : author@mehtapublishinghouse.com

मराठी अनुवादाचे व प्रकाशनाचे हक्क : मेहता पब्लिशिंग हाऊस, पुणे.

प्रकाशक : सुनील अनिल मेहता, मेहता पब्लिशिंग हाऊस,
१९४१, सदाशिव पेठ, माडीवाले कॉलनी, पुणे – ४११०३०.

मुद्रक : ट्रिनिटी ॲकॅडमी फॉर कॉर्पोरेट ट्रेनिंग लिमिटेड

मुखपृष्ठ : चंद्रमोहन कुलकर्णी

प्रथमावृत्ती : एप्रिल, २०२१

किंमत : ₹ ४००

P Book ISBN 9789353175498

E Book ISBN 9789353175504

E Books available on : amazonkindle Apple Books Google Play Books

---

डेना, बर आणि एडी
रॉन, ॲनी आणि जेक
यांच्यासाठी

प्रकरण १

ती फळबागेतून चालत जात होती. जमिनीवर लालबुंद सफरचंदं विखुरली होती. काही सफरचंदं मातीत पडून आंबली होती, त्यातून रस पाझरत होता. फळबागेची दगडी भिंत ओलांडून ती पलीकडच्या रानात गेली. रानातल्या पायवाटेवर गळून पडलेल्या रंगीत पानांचा जणू गालिचा पसरला होता. त्या लाल, केशरी, सोनेरी अशा विविधरंगी पानांमुळे हवेत खास सुगंध दरवळत होता. पॉली त्या तजेलदार पानांमध्ये तिच्या बुटांची टोकं खुपसत, पाय घासत चालली होती. न्यू इंग्लंडमध्ये आल्यानंतर हा तिचा पहिलाच शरद ऋतू होता. झाडांवरची रंगीबेरंगी पानं गळून पडत होती, आणि ते बघून तिला खूप गंमत वाटत होती, खूप आनंदही होत होता. तिच्या तांबूस केसांवरही झाडांवरची काही पानं घरंगळून येत होती. मंद निळ्या आभाळात सूर्याचं सोनेरी तेज पसरलं होतं. पानं जमिनीवर पडून जणू मातीशी कुजबुजत बोलत होती. हवा थंडगार नसून, छान ताजी होती. प्रसन्न वाटून ती समाधानानं स्वत:शीच गुणगुणू लागली.

झाडं अजूनही तशी तरुणच होती, अजून पन्नाशीदेखील गाठली नव्हती त्या झाडांनी. त्यांचे बुंधे अजूनही बारीकसे होते. नुकतीच, जेमतेम आठवड्यापूर्वीच ती इथे येऊन पोचली होती. ती आधी जिथे राहायची त्या ठिकाणी दिसणारे तळ्याकाठचे अवाढव्य ओक वृक्ष, त्यांच्या फांद्यांवर लटकलेलं स्पॅनिश मॉस, अशा मोठमोठ्या झाडांच्या तुलनेत इथली झाडं कोवळी वाटत होती. पायवाटेवरही जंगली सफरचंदं विखरून पडली होती. तिनं एक सफरचंद उचलून घेतलं. लालसर तपकिरी रंगाचं, जराशा वेड्यावाकड्या आकाराचं होतं ते. तिनं त्याचा लचका तोडला, छान कुरकुरीत आणि रसाळ होतं ते. ते खात खात ती पुढे चालू लागली.

ती पायवाट जास्त जुनी झाडं असलेल्या रानाकडे जात होती. त्या रानात मेपल, स्प्रूस आणि पाइनसारख्या उंचच उंच वृक्षांची दाटी होती. या सगळ्या झाडांपेक्षा उंच असलेला एक पुरातन ओक वृक्षही होता तिथे. त्याच्या फांद्यांवर

अजूनही काही मोठमोठी, दातेरी कडांची, गर्द तपकिरी पानं कशीबशी लटकलेली होती. तिच्या ओळखीच्या दक्षिण भागातल्या ओक वृक्षांपेक्षा खूप वेगळं होतं हे झाड. आधी तर तिला तो ओक वृक्ष आहे, हेच ओळखता आलं नव्हतं. एकदा आईनं आणि जुळ्या मामांनी, तिच्यासमोर त्या झाडाचा उल्लेख 'ओक आजोबा' असा केल्यानंतर, तो ओक वृक्ष असल्याचं तिच्या लक्षात आलं होतं. ते सगळे नेहमीच त्या वृक्षाला 'ओक आजोबा' म्हणायचे.

तिच्या आजीनं सांगितलं होतं, ''आम्ही जेव्हा इथे पहिल्यांदा राहायला आलो नं, तेव्हा कुठल्याशा रोगामुळे इथले सगळे ओक वृक्ष मरून गेले होते, पण हा वृक्ष मात्र बचावला. आता तर इथली जमीन ओकच्या नवीन रोपांनी भरून गेली आहे. या 'ओक आजोबांच्या' कृपेनं सगळ्या झाडांना रोगप्रतिकार शक्ती प्राप्त झालीय.''

तिनं त्या प्राचीन वृक्षाकडे नजर टाकली, आणि ती दचकलीच. त्या झाडाच्या सावलीत एक तरुण उभा होता. त्याचे स्वच्छ तेजस्वी निळे डोळे तिच्यावरच रोखलेले होते. त्यानं कसलंसं पांढरं वस्त्र परिधान केलं होतं, आणि एक हात एका कुत्र्याच्या डोक्यावर ठेवून तो उभा होता. तपकिरी रंगाचा कुत्रा होता तो, त्याचे कान मोठे आणि ताठ उभे होते. त्याच्या कानांच्या कडा काळसर रंगाच्या होत्या. त्या तरुणानं तिच्याकडे बघून हात हलवला आणि मग वळून भरभर चालत तो रानात निघून गेला. ती त्या भव्य वृक्षापर्यंत पोचेतोवर तो दिसेनासा झाला होता. तो बहुतेक तिच्याशी काहीतरी बोलेल, असं तिला वाटलं होतं. तिला अत्यंत कुतूहल वाटू लागलं.

आता पाइनच्या झाडांमधून वारा वेगानं वाहू लागला होता. इथे येण्याआधी, ती तिच्या आई-बाबांसोबत, दक्षिण कॅरोलायनाच्या समुद्रकिनाऱ्यालगत असलेल्या, बेन सीड या बेटावर राहत असे. आत्ता झाडांझाडांतून सळसळत वाहणाऱ्या वाऱ्याचा आवाज, त्या बेटाच्या सागरी किनाऱ्यावर मोठी फेसाळती लाट आदळल्यावर येणाऱ्या आवाजासारखाच वाटत होता. तिचे आई-बाबा अजूनही बेन सीड या बेटावरच राहत होते. ती काही दिवसांपूर्वीच ते बेट सोडून इथे आली होती. अंगात घातलेल्या लाल रंगाच्या ॲनोरॅकची (बर्फाळ थंडीत घालायचं, टोपीवालं जाडजूड जॅकेट) दुमडलेली कॉलर तिनं सरळ करून वर ओढली. हे ॲनोरक जॅकेट तिच्या आजी-आजोबांच्या घरातील स्वयंपाकघराच्या दारामागे खुंटीला लटकावून ठेवलेलं असायचं. त्या दाराच्या खुंटीला इतरही अनेक जॅकेट्स अडकवलेली असायची, पण हे तिचं आवडतं जॅकेट होतं. ते तिच्या अंगात अगदी व्यवस्थित बसायचं. खूप उबदार आणि आरामदायक होतं ते जॅकेट. तिला ते फार आवडायचं कारण त्याला बरेच खिसे होते, आणि ते खिसे अनेक

वेगवेगळ्या वस्तूंनी भरलेले असायचे : एक भरपूर प्रकाश देणारा छोटासा टॉर्च, कात्री, चामड्याचं आवरण असलेली एक डायरी आणि सोबत असलेलं जांभळं पेन, विविध प्रकारच्या पेपरक्लिप्स, सेफ्टीपिना, रबरबँड्स, एक गॉगल; कुत्र्याचं बिस्कीट (कुठल्या कुत्र्यासाठी? कोण जाणे) अशा विविध वस्तू त्या ॲनोरॅकच्या खिशांमध्ये नेहमी असत.

ती एका हिमनदीमुळे बनलेल्या भव्य सपाट खडकापाशी पोचली आणि त्या खडकावर बसली. त्याला 'तारे बघायचा खडक' असं नाव पडलं होतं. तिनं वर पाहिलं. आकाशात पांढऱ्याशुभ्र ढगांची पळापळ चालू होती. अचानक कानांवर सूर आदळू लागल्यानं ती ताठ झाली. तो एखाद्या बारीकशा बासरीचा आवाज वाटत होता. कुठल्याशा लोकसंगीताचे उच्च पट्टीतले, जरासे कर्कश सूर ऐकू येत होते. नेमकं काय होतं ते? या निर्जन रानात असे सूर कोण वाजवत होतं? त्या सुरांचा वेध घेत ती त्या दिशेनं चालायला लागली. 'ओक आजोबांच्या' पलीकडच्या रानात जाऊ लागली, तो कुत्रेवाला तरुण ज्या दिशेनं निघून गेला होता, त्याच दिशेला गेली ती.

ओक वृक्षाच्या पलीकडे गेल्यावर तिथे एका दगडी भिंतीवर बसलेला दुसराच एक तरुण तिला दिसला. काळेभोर चमकदार केस असलेल्या त्या तरुणाची अंगकांती मात्र जरा जास्तच गोरीपान होती. तो एक पत्र्याची लहानशी बासरी वाजवत होता.

प्रचंड आश्चर्यचकित होऊन ती म्हणाली, "झॅकरी! झॅकरी ग्रे! अरे, तू इथे काय करतोयस?"

त्यानं ती बासरी आपल्या कातडी जॅकेटच्या खिशात ठेवून दिली. दोन्ही हात पसरून तो तिच्याजवळ आला, आणि तिला मिठीत घेत म्हणाला, "मिस पॉली ओ'कीफ, दिवसाढवळ्या भेटलीस हे फार छान झालं! झॅकरी ग्रे आपल्या सेवेसाठी सज्ज आहे!"

त्याच्या मिठीतून दूर होत ती म्हणाली, "पण मला तर वाटलं होतं की आत्ता तू यूसीएलए (युनिव्हर्सिटी ऑफ कॅलिफोर्निया, लॉस अँजेलिस) मध्ये असशील!"

त्यानं तिच्या कमरेभोवती हात वेढून तिला जवळ ओढत म्हटलं, 'मला बघून तुला आनंद नाही झाला का ग?'

"तसं नाही, मी अर्थातच खूश झाले आहे रे. अरे, पण तू इथे कसा आलास? म्हणजे फक्त न्यू इंग्लंडमधेच नाही हं, माझ्या आजी-आजोबांकडे कसा आलास तू?"

तो तिला त्या दगडी भिंतीपाशी घेऊन गेला. शरदातल्या उन्हामुळे ती भिंत

अजूनही चांगली उबदार होती. "मी तुझ्या आई-बाबांच्या, दक्षिण कॅरोलायनातल्या घरी फोन केला होता. तू आजी-आजोबांकडे राहायला गेल्याचं त्यांनीच मला सांगितलं. म्हणून मग मी गाडी घेऊन तुला भेटायला इथे आलो. तू फिरायला गेल्याचं आजी-आजोबांनी सांगितलं. तू इथे, या रानातच सापडशील असंही त्यांनी सांगितलं." त्याचा आवाज अगदी शांत होता. हा भूभाग सवयीचा असल्यागत अगदी आरामात वागत होता तो.

"यूसीएलए पासून चारचाकी गाडी चालवत इथे आलास तू?"

हसत हसत तो म्हणाला, "अग, मी हार्टफर्ड इथल्या एका लॉ फर्ममध्ये इंटर्नशिप करतोय. विशेषत: विम्याच्या दाव्यांबाबत काम करण्यासाठी ही संस्था प्रसिद्ध आहे." त्याची तिच्या कमरेवरची पकड अधिकच घट्ट झाली. तिच्या ओठांवर ओठ टेकवण्यासाठी त्यानं चेहरा झुकवला.

ती मागे हटली, आणि म्हणाली, "नाही हं झॅक"

"आपली घट्ट मैत्री आहे, असं मला वाटलं होतं."

"हो आहे नं. आपण फक्त मित्र आहोत."

"तुला मी आवडतो असंही वाटलं होतं ग."

"हो, आवडतोस नं. पण... एवढ्यात नाही. आत्ता नको. तुलाही कळतंय ते."

"ठीक आहे गं पॉल, पण फार जास्त वेळ वाट बघणं परवडणार नाही हं मला." त्याच्या डोळ्यात अचानक उदासवाणी छटा उमटली. त्यानं ओठ घट्ट मिटून घेतले. मग जरा वेळानं मुद्दाम छानसं हसून तो म्हणाला, "निदान मला भेटून तुला आनंद तर झाला... तेवढं तरी चांगलं झालं."

"हो रे, खूप आनंद झाला." खरंच खूश झाली होती पॉली, पण त्याहूनही आश्चर्यानं थक्क झाली होती. त्यानं तिला भेटण्यासाठी एवढे कष्ट घेतल्याचं जाणवून ती सुखावली. मागील वर्षीच्या उन्हाळ्यात ती त्याला अथेन्समध्ये भेटली होती. सायप्रसमधील एका वाङ्मय आणि साक्षरतेसंबंधीच्या परिषदेमध्ये पॉली एक सामान्य कार्यकर्ती म्हणून सहभागी होणार होती. तिथे जाण्याआधी ती अथेन्समध्ये काही दिवस राहिली होती. फार सुंदर आणि समृद्ध करणारा अनुभव होता तो, खूप आनंददायक आणि त्रासदायकही. झॅकरीला अथेन्सची अगदी सगळी छान माहिती होती. त्यानं तिला ते शहर दाखवलं, आसपासची आणखीही काही ठिकाणं दाखवायला गाडीतून घेऊन गेला. खूप छान वागला तो. परिषद संपल्यानंतर तो तिचा निरोप घेण्यासाठी विमानतळावरसुद्धा आला होता. तेव्हा पुन्हा त्याच्याशी काही संबंध येईल, असं तिच्या ध्यानीमनीदेखील आलं नव्हतं.

ती त्याच्याकडे हसून बघत म्हणाली, "माझा तर विश्वासच बसत नाहीये!"

"ए... लालिमा, कशावर विश्वास बसत नाहीये ग?"

ती पट्‌कन म्हणाली, "मला लालिमा म्हणू नकोस हं. तू इथे आलायस याच्यावर विश्वास बसत नाहीये माझा."

'मग बघ नं माझ्याकडे, मला स्पर्श कर. मीच आहे गं. झॅक. बरं, पण तू इथे काय करतीयेस?'

"मी फिरायला आले आहे."

"अगं, तसं नाही, तू तुझ्या आजी-आजोबांकडे का राहते आहेस?"

"मी त्यांच्याकडून शिकते आहे. काही महिने इथेच राहून, माझ्या गतीने शिकणार आहे. ते फारच महान आणि छान आहेत रे."

"ते दोघे सुप्रसिद्ध शास्त्रज्ञ आहेत नं? त्यांच्याबद्दल ऐकलंय मी."

"हो, आजी नोबेल पारितोषिक विजेती आहे. ती अतिसूक्ष्म कणांबद्दल संशोधन करते... म्हणजे अणूहूनही अतिसूक्ष्म कण. आजोबा खगोलवैज्ञानिक आहेत. माझ्या आजोबांना स्पेस/टाइम कन्टिन्युअमबद्दल जेवढं ज्ञान आहे नं, तेवढं आइन्स्टाईन किंवा हॉकिंग सोडले तर बाकी कुणालाच नाहीये."

तो म्हणाला, "तू आधीपासूनच खूप बुद्धिमान होतीस. तुला ते सगळं समजतं का ग?"

तिला हसू आलं. "अगदी थोडंथोडं समजतं." तो भेटल्यानं तिला खरंच आनंद झाला होता. आजी-आजोबा कितीही छान असले, तरी तिला तिच्या वयाचं कोणी भेटलं नव्हतं, आणि भेटण्याची आशाही नव्हती.

"पण हे सगळं तुझ्या घराकडच्या शाळेत शिकण्याऐवजी तू इथे का राहते आहेस?"

"अरे माझ्या 'काऊपर-टाउन हाय' या शाळेत जेवढं विज्ञान शिकवलं जातं नं, त्यापेक्षा मला खूप जास्त शिकायचंय. बेन सीड या बेटावरून दक्षिण कॅरोलायनात रोज ये-जा करणं त्रासदायक होतं रे."

"फक्त हे एवढंच एक कारण नाहीये."

"पण तेवढं पुरेसं नाही का?" निदान आत्ता तरी झॅकरीसाठी एवढंच पुरे... तिच्या मनात आलं. नजर वळवून ती तारे पाहायच्या खडकापलीकडे बघू लागली. संध्याकाळ होऊ लागली होती. तिरप्या सूर्यकिरणांमुळे ढगांवर गुलबट सोनेरी छटा झळकू लागली होती. पानांचे तजेलदार रंग गडद दिसू लागले होते. दूरच्या डोंगरांवरून जांभळट सावली सरकून गेली.

झॅकरीनंही त्या दिशेला नजर टाकली. तो म्हणाला, "मला फार आवडले इथले डोंगर. कॅलिफोर्नियातल्या डोंगरांपेक्षा किती वेगळे दिसतात नं."

मान डोलावून पॉली म्हणाली, "हे खूप पुरातनकालीन डोंगर आहेत.

पावसामुळे, वाऱ्यामुळे आणि शिवाय सरलेल्या काळानुरूप त्यांची झीज झालीय. एक वेगळाच दृष्टिकोन देतात ते.''

''तुला दृष्टिकोनाची गरज आहे का?''

''अरे, आपल्या सगळ्यांनाच ती गरज नसते का?'' एक पान तरंगत येऊन पॉलीच्या केसात स्थिरावलं.

झॅकरीनं त्याच्या लांबसडक, फिकुटलेल्या बोटांनी ते पान काढलं. ''तुझ्या केसांसारखाच रंग आहे हं या पानाचा. किती सुंदर आहे.''

एक सुस्कारा टाकून पॉली म्हणाली, ''ए बाबा, मी आत्ता कुठे माझ्या केसांचा रंग कसाबसा स्वीकारला आहे. माझ्या हातात असतं नं, तर मी असे तांबूस-नारिंगी केस मुळीच निवडले नसते.''

''नारिंगी नाहीयेत गं. हा तर शरद ऋतूचा रंग आहे,'' असं म्हणून झॅकरीनं ते पान जमिनीवर सोडून दिलं.

तिच्या मनात आलं, 'चांगलं आहे... आणखी किती चांगला वागणार आहे हा.' ती उघडपणे म्हणाली, ''शरद ऋतूतले पानांचे बदलणारे रंग मी पहिल्यांदाच पाहते आहे. मी नेहमीच उष्ण हवामान असलेल्या ठिकाणी राहत आले आहे. हे तर... माझ्याकडे वर्णन करायला शब्दच नाहीयेत. मला वाटायचं समुद्राच्या सौंदर्याला तोड नाहीये, आणि खरंच नाहीये... पण हे मात्र...''

''या पानांना, शरद ऋतूला स्वतःचं असं सौंदर्य आहे' झॅकरी म्हणाला. ''आता माझे बाबा सॉसलिटोमध्ये राहतात. त्यांच्या घरातून बाहेरचं अत्यंत अप्रतिम दृश्य दिसतं. विस्तीर्ण पसरलेला अद्‌भुतरम्य पॅसिफिक महासागर... फारच सुंदर दिसतो. पण हे मात्र... खरंच तू म्हणालीस तसंच... दृष्टिकोन आणि शांति बहाल करतं.''

तो पुढे बोलतच होता, ''मी तुला शोधून परत घरी आणल्यावर, मला चहा आणि लोणी-साखर-दालचिनीपूड लावून लोण्यावर भाजलेले टोस्ट देण्याचं तुझ्या आजी-आजोबांनी कबूल केलंय.''

''हो, नक्की मिळेल,'' तिनं भिंतीवरून खाली उडी मारली. ते दोघे 'ओक आजोबांच्या' जवळून पुढे जात असताना तिनं विचारलं, ''ए... अरे मी इथे काही मिनिटांपूर्वीच एक निळ्या डोळ्यांचा माणूस पाहिला होता. तो कोण होता रे?''

तिच्याकडे बघत तो म्हणाला, ''मला तर वाटलं, तो तुझ्या आजी-आजोबांकडे काम करणारा कुणीतरी असेल, म्हणजे बागकाम करणारा माळी, घराची देखभाल करणारा, किंवा असंच कुणीतरी.''

तिनं नकारार्थी मान हलवली.

"म्हणजे? या एवढ्या मोठ्या जागेची देखभाल ते दोघे स्वत: करतात?"

"अं... हो. शेजारचा एक शेतकरी फळबागेची, शेताची देखभाल करतो, पण तो तर म्हातारा आहे. मला दिसलेला माणूस तरुण होता, आणि मला तरी तो शेतकरी वाटला नाही."

मोठ्यानं हसून झॅकरी म्हणाला, "मग तुझ्या मते शेतकरी कसा दिसतो? मी सांगतो तुला, हा माणूस चांगला उमदा, उच्च कुलीन वाटत होता."

"तू बोललास त्याच्याशी?"

"नाही, आणि मला ते जरासं विचित्रच वाटलं होतं हं. त्यानं माझ्याकडे आणि मी त्याच्याकडे पाहिलं, आणि मी बोलायला सुरुवात करणारच होतो, तेवढ्यात त्याच्या चेहऱ्यावर आश्चर्यचकित झाल्यासारखे भाव उमटले... म्हणजे अगदी पूर्णत्वानं हं... आणि मग तो वळून रानात निघूनच गेला. त्याच्यासोबत एक मोठ्या कानांचा कुत्रा होता, आणि ते दोघे सरळ निघूनच गेले. धावत नाही, चालत चालतच गेले. मी पुन्हा बघितलं, पण मला ते नंतर दिसलेच नाहीत." खांदे उडवून तो पुढे म्हणाला, "मी आधी सांगितलं नं, त्याप्रमाणे मला तो तुमच्याकडे देखभालीचं काम करणारा असेल असंच वाटलं होतं. असं काम करणारे खूप लोक असतात नं. तो एखादा शिकारी असेल का गं? तुला काय वाटतं? तुमच्या इथे, तीतर किंवा लावा असे शिकार केले जाणारे, पक्षी आहेत का?"

"हो, दोन्ही प्रकारचे आहेत. आमच्या जमिनीवर शिकार करायची मनाई आहे. तसं सूचित करणाऱ्या आणि ठळकपणे दिसतील अशा पाट्याही लावलेल्या आहेत, आणि शिकारीसाठी राखीव ठेवता यावी एवढी मोठी जमीन नाहीये ती... आजूबाजूची शेतं साधारणपणे शंभर एकर किंवा त्याहून थोडीशी कमीच आहेत. माझ्या आजी-आजोबांना वन्य जीवाचं जतन करायला आवडतं."

"जाऊ दे. त्या माणसाला विसरून जा. मी इथे तुला शोधत आलो होतो आणि तू मला सापडली आहेस," झॅकरी म्हणाला.

"मलाही खूप आनंद झालाय, अगदी खराखुरा आनंद," त्याच्याकडे बघत, छानसं हसून तिनं विचारलं, "चल, जाऊ या?"

"हो. तुझे आजी-आजोबा आपली वाट बघत असतील."

"हो. आपण परत मागे जाऊन तारे पाहायच्या खडकापलीकडे जाऊ या. त्याच दिशेला आमचं घर आहे."

"तारे पाहायचा खडक?"

चालता चालता दोघे त्या खडकापाशी पोचलेही. ती त्या सपाट खडकावर चढली. त्याच्या फटींमध्ये काही ठिकाणी शेवाळं उगवलं होतं. मावळत्या सूर्याचे

तिरपे किरण पडून खडकातल्या अभ्रकाचे कण चमकत होते. तिनं सांगितलं, ''या खडकाला पूर्वीपासूनच ते नाव पडलंय. इथे आडवं पडून तारे पाहायला खूप मज्जा येते. अगदी लहानपणापासून हा माझ्या आईचा आवडता खडक आहे.''

त्यांनी तो खडक ओलांडला आणि घराच्या दिशेनं चालू लागले. झॅकरी चांगलाच हळूहळू चालत असल्याचं तिच्या लक्षात आलं. तिनं आपला वेग कमी केला. त्याला जोरात धावल्यागत दम लागला होता. एका रानटी सफरचंदाच्या झाडाखाली, कुजून सुरकुतलेली तपकिरी सफरचंदं विखुरली होती, आणि त्यामुळे जमीन निसरडी झालेली होती. तिच्याही नकळत ती पुन्हा झॅकरीच्या पुढे चालत गेली आणि एका बुटक्याशा दगडी भिंतीपाशी आली. ती भिंत म्हणजे घराच्या उत्तरेला असलेल्या एका मोठ्या शेतजमिनीची सीमारेषा होती. त्या भिंतीवर एक मोठा काळा नाग अंगाची गुंडाळी करून सरत्या उन्हाच्या उबेत निवांत पहुडला होता. पॉली खूश होऊन हसत म्हणाली, ''ए..! ही तर मोठी लुईस आहे!''

झॅकरी एकदम जणू गोठल्यागत, जागीच थांबला अन् म्हणाला, ''अग काय बडबडते आहेस? साप आहे तो! दूर हो गं!''

''अरे ती आपल्याला मुळीच इजा करणार नाही. लुईस आहे रे ती. अगदी निरुपद्रवी काळी नागीण आहे ती,'' झॅकरीला समजावत पॉली पुढे म्हणाली, ''माझे दोन्ही मामा, सँडी आणि डेनीस, जेव्हा लहान होते नं ए, तू अथेन्समध्ये सँडीला भेटला होतास नं...''

''त्यांना मी फारसा पसंत पडलो नव्हतो,'' झॅकरी आणखी मागे सरत म्हणाला.

''तू नाही रे, तुझ्या बाबांचे उद्योग-समूह. बरं ते जाऊ दे, मी काय सांगत होते... हां, तर माझे दोन्ही मामा लहान असताना या भिंतीत एक नागीण राहत होती. माझ्या मामांनी तिचं नाव 'मोठी लुईस' असं ठेवलं होतं.''

आणखी एक पाऊल मागे सरकत झॅकरी म्हणाला, ''मला सापांबद्दल फारशी माहिती नाहीये. मला त्यांची अतिशय भीती वाटते. अग, पण म्हणजे हा साप कितीतरी म्हातारा असेल नं?''

''नाही. ही बहुतेक ती जुनी नागीण नाहीये. एक दिवस आजीला आणि मला ही उन्हात बसलेली दिसली. ती अगदी हुबेहूब त्या पूर्वीच्या मोठ्या लुईससारखी दिसत होती. माझे मामा घराबाहेर पडल्यापासून मोठ्या लुईससारखा दुसरा काळा साप दिसलेलाच नव्हता असं आजीनं मला सांगितलं.''

''विचित्रच नाव आहे,'' झॅकरी म्हणाला. तो अजूनही पुढे येत नव्हता. पायवाटेच्या कडेला असलेल्या एका ओकच्या झाडाला टेकून उभा राहिला होता.

धाप लागली होती त्याला.

'सगळ्या कुटुंबीयांचा विनोदाचा विषय आहे तो,' पॉलीच्या मनात आलं. झॅकरीला तिच्या कुटुंबाविषयी फारशी माहिती नव्हती. तिचं कुटुंब चांगलंच मोठं आहे, एवढंच माहीत होतं त्याला. तिलाही त्याच्या कुटुंबाची माहिती नव्हती. त्याच्या आईचं निधन झालंय आणि त्याचे बाबा कल्पनाही करता येणार नाही इतके श्रीमंत आहेत, एवढंच फक्त तिला माहीत होतं. ती म्हणाली, "चल, जायचं का?"

कापऱ्या आवाजात तो म्हणाला, "त्या सापाच्या जवळून मी जाणार नाही."

"अरे ती काही करणार नाही रे. खरंच, ती अगदी निरुपद्रवी आहे. तिला पाहून तर माझ्या आजीला आनंद झाला होता. तिनंच सांगितलं मला," पॉली त्याची मनधरणी करू लागली.

"मी इथून हलणार नाहीये," झॅकरीचा आवाज अजूनही कापत होता.

"अरे खरंच काही होणार नाही..... आणि तुला माहीत आहे का... साप असले की तिथे उंदीर येत नाहीत. उंदरांमुळे प्लेग होतो, आणि..." ती पुढे बोलणार, तेवढ्यात त्या सापानं आरामात आपलं वेटोळं अगदी सावकाश सोडवलं आणि सरपटत खाली येऊन त्या दगडी भिंतीत गेला. झॅकरी त्याचे हात जॅकेटच्या खिशात खुपसून एकटक बघत होता. सापाच्या शेपटीचं अखेरचं टोक भिंतीत गडप होईपर्यंत तो एकटक बघतच राहिला. मग पॉली त्याला म्हणाली, "गेली ती निघून. चल आता."

"ती परत बाहेर येणार नाही नं?"

"नाही रे. ती आता झोपायला गेली आहे," पॉलीनं अगदी अधिकारवाणीनं त्याला सांगितलं. खरंतर तिला सापांबद्दल फारच थोडी माहिती होती. बेन सीड या उष्णकटिबंधातल्या बेटावर असलेले बरेचसे साप विषारी होते, त्यांच्यापासून लांब राहणंच योग्य होतं. इथे आजीनं मोठी लुईस अगदी मवाळ आणि कनवाळू असल्याची ग्वाही दिल्यावर तिचा त्यावर विश्वासही बसला होता. तिनं ती भिंत ओलांडली आणि मग झॅकरीसाठी हात पुढे केला. त्यानं तिचा हात पकडला, आणि अगदी बिचकत ती भिंत ओलांडली.

"ठीक आहे रे, घाबरू नको. चल जाऊ या," त्याचा हात ओढत पॉली म्हणाली.

ते दोघे तिच्या आजोबांच्या घराकडे चालू लागले, तिला ते घर आपलंसं वाटायला लागलं होतं. शेकडो वर्षं जुनं पांढऱ्या रंगाचं फार्महाउस होतं ते. इतक्या वर्षांत त्याच्यात वेळोवेळी केलेल्या बदलांमुळे, नवनवीन सुधारणांमुळे ते घर अजूनही सुस्थितीत होतं. तिथली जवळजवळ सगळीच घरं साधारणपणे

दोनशे वर्षांपूर्वी बांधलेली होती. इथल्या भागात सोसाट्याचे वारे वाहतात आणि हिवाळाही खूप कडक आणि खूप जास्त काळ असतो, म्हणून इतर घरांसारखंच हे घरही दक्षिणमुखी होतं. नेहमी वायव्येकडून वाहणाऱ्या वाऱ्यापासून त्यामुळे संरक्षण मिळायचं. गॅरेजपासून स्वयंपाकघरात येताना मध्ये कोठीघर होतं. त्या कोठीघराला जोडून पॉलीच्या आजीची प्रयोगशाळा होती. बांधून झाल्याझाल्या, अगदी सुरुवातीला, हे घर दुग्धव्यवसायाचं केंद्र होतं. तेव्हा या प्रयोगशाळेच्या ठिकाणी दूध आणि दुग्धजन्य पदार्थ, तसेच अंडी वगैरे पदार्थ ठेवले जात, त्या अंड्यांची मेणबत्तीच्या उजेडात निगा राखली जाई, साय घुसळून लोणी काढलं जाई.

पॉलीची आई आणि मामा घर सोडून दुसरीकडे गेल्यानंतर घराच्या पूर्वेकडील बाजूस एक नवीन जागा बांधली होती. त्या जागेत एक पोहण्याचा तलाव बनवलेला होता. खूप जास्त मोठा नव्हता तो तलाव, पण व्यवस्थित पोहता येण्याइतपत मोठा होता. तिच्या आजोबांना संधिवाताचा त्रास असल्याने त्यांच्यासाठी पोहण्याचा व्यायाम अतिशय गरजेचा होता. लहानपणापासून बेटावर राहत असल्याने, त्या बेटावरच्या इतर मुलांसारखंच, पॉलीलाही उत्तम पोहता येत होतं. तिचे आजी-आजोबा त्या तलावात सकाळच्या न्याहारीच्या आधी पोहण्याचा व्यायाम करत असत, म्हणून मग इथे आल्यानंतर पॉली रोज संध्याकाळी नियमितपणे पोहत असे. तिनं तशी सवयच लावून घेतली होती. दोन माणसांना एक वेळी मोकळेपणानं पोहता येईल इतपत तो तलाव मोठा होता, पण त्यात एकावेळी तीन माणसं नीट पोहू शकत नसत.

त्या घराच्या खालच्या मजल्यावरच्या खोल्या मोकळ्या केल्या होत्या. त्यामुळे तिथे एक 'एल' आकाराचा प्रशस्त दिवाणखाना तयार झाला होता, आणि शिवाय एक छान ऐसपैस स्वयंपाकघरही होतं. ते खूप मोठं असल्याने स्वयंपाकघराचा जेवणघर म्हणून किंवा गप्पा मारत बसण्याची जागा म्हणूनही वापर करता येत असे. पॉली अन् झॅकरी उत्तरेकडून घरापाशी आले. तिथल्या टेरेसच्या पायऱ्या चढून वर आले. टेरेसवर थोडंसं फर्निचर तसंच पडलेलं होतं. पॉली म्हणाली, "हे फर्निचर आतल्या खोलीत नेऊन ठेवण्यासाठी आजोबांना मदत करायला हवी. हिवाळा सुरू होईल. आता थंडीमुळे बाहेर टेरेसवर बसून खातापिता येणार नाही."

ती झॅकरीला घेऊन स्वयंपाकघरात गेली. छान चवदार सुगंध दरवळत होता. शेकोटीत सफरचंदाच्या झाडाची लाकडं जळत होती. तिथल्या जेवण्याच्या लंबगोलाकार टेबलापाशी चार लोक बसले होते. त्यांच्या पुढ्यात चहाचे कप होते आणि एका मोठ्या बशीत दालचिनीपूड भुरभुरलेले, लोण्यावर खरपूस

भाजलेले टोस्ट होते. पॉली अन् झॅकरीला पाहून आजी खुर्चीतून उठून म्हणाली, "अरे वा. तुम्ही एकमेकांना भेटलात तर. चला, या. चहा तयार आहे. झॅकरी, मी ओळख करून देते हं. ही माझी जुनी मैत्रीण डॉ. लुईस कोलुब्रा, आणि तिचा भाऊ बिशप नेसन कोलुब्रा."

बिशप नेसननं उभं राहून झॅकरीशी हस्तांदोलन केलं. त्यांनी अरुंद जीन्स आणि रग्बी खेळणारे खेळाडू घालतात तसा लांब बाह्यांचा पट्टेरी शर्ट घातला होता. अतिशय बारीक अंगकाठी होती त्यांची, त्यामुळे ते जास्तच उंच भासत होते. पॉलीला ते लांब पायवाल्या बगळ्यागत भासले. त्यांचे हात चांगले लांबसडक आणि मजबूत होते. त्यांनी बोटात एक मोठी सोन्याची अंगठी घातली होती, आणि त्या अंगठीत एक सुंदर पुष्कराज रत्न जडवलेलं होतं. त्यांच्या अगदी सामान्य खेडवळ कपड्यांशी ते रत्न अगदीच विजोड वाटत होतं. ते हस्तांदोलन करत म्हणाले, "आता मी निवृत्त झालोय आणि माझ्या छोट्या बहिणीसोबत राहायला आलो आहे."

खरंच, भावाच्या तुलनेत डॉ. लुईस कोलुब्रा अगदीच छोट्याशा होत्या. त्यांनी लोकरीचा जाडजूड स्कर्ट आणि स्वेटर घातला होता. त्या अगदी छोट्याशा, नाजूक, तपकिरी रंगाच्या थ्रश पक्ष्यागत भासत होत्या. त्यांनीही झॅकरीशी हस्तांदोलन केलं, आणि त्या म्हणाल्या, "केट मरी जेव्हा मला 'जुनी मैत्रीण' असं म्हणते नं, तेव्हा 'जुनी' या शब्दातून तिला नक्की काय म्हणायचं असतं ते मला कळतच नाही."

"अगं म्हणजे आपली मैत्री खूप जुनी आहे," पॉलीची आजी म्हणाली.

पॉली टेबलापाशी तिच्या नेहमीच्या खुर्चीत बसली आणि झॅकरीला शेजारच्या खुर्चीत बसायची खूण करून म्हणाली, "डॉ. लुईस! आम्हाला ती तुमचं नाव ठेवलेली दिसली हं!"

"ती पूर्वीची लुईस नक्कीच नसेल, हो नं?" डॉ. लुईसनं खमंग दालचिनी-टोस्टची बशी झॅकरीपुढे ठेवली.

त्यांच्याकडे निरखून पाहत झॅकरीनं विचारलं, "माफ करा हं, तुमचं नाव काय आहे?"

"लुईस कोलुब्रा."

"आत्ता समजलं मला!" विजयी सुरात झॅकरी उद्‌गारला, "सापाला लॅटिन भाषेत कोलुब्रा म्हणतात!"

"अगदी बरोबर!" त्याच्याकडे कौतुकानं बघत पॉली म्हणाली. झॅकरीपाशी सामान्यज्ञानाचा जणू आश्चर्यकारक खजिनाच होता. तिला आठवलं, त्यानंच तिला सांगितलं होतं की त्या काळी ग्रीक लोकांना कमानींचा शोध लागलेला

नव्हता, आणि त्यामुळेच त्यांची वास्तुरचना फार मर्यादित स्वरूपाची होती. कपाटापाशी जाऊन स्वत:साठी आणि झॅकरीसाठी कप काढत तिनं सांगितलं, "डॉ. लुईस यांच्याच नावावरून माझ्या मामांनी त्या सापाला नाव दिलं होतं."

"पण मोठी लुईस असं नाव का ठेवलं?"

हसत बिशप नेसन म्हणाले, "ही लुईस मुळीच मोठी नाहीये, मात्र ती इतर सापांच्या मानाने चांगलीच मोठी आहे."

कप टेबलावर ठेवत पॉली म्हणाली, "आपण त्या दगडी भिंतीपाशी होतो तेव्हा तुझ्या नीट लक्षात आलं नसेल, पण आता डॉ. लुईस समोरच आहेत, त्यांना पाहून 'मोठी लुईस' हे नाव का ठेवलं, ते नीट कळेल तुला."

लाकडी चुलीवरची किटली शीळ घालू लागली. तिचं झाकण थडथडायला लागलं. पॉलीच्या आजोबांनी ते झाकण फडक्यानं धरून उचललं आणि त्यात थोडं पाणी ओतलं. ते म्हणाले, "चहा फारच कडक झालाय, त्यात थोडं पाणी मिसळून सौम्य केला." त्यांनी पॉली अन् झॅकरीच्या कपांमध्ये चहा ओतला आणि किटली पुन्हा चुलीवर ठेवून दिली.

बिशप नेसन टेबलावर ओणवले आणि त्यांनी हात लांबवून एक दालचिनी-टोस्ट घेतला. "आम्ही इथे न कळवताच आलो, त्याचं कारण म्हणजे, मला तसाच आणखी एक सापडला आहे." आजोबांच्या कपाशेजारी ठेवलेल्या एका वस्तूकडे बोट दाखवत ते म्हणाले.

"हा तर दगड वाटतोय," पॉली म्हणाली.

ते कबूल करत बिशप नेसन म्हणाले, "हो गं, तो दगडच आहे. कुठल्याही सामान्य दगडी भिंतीत असतो तसाच दगड आहे असं वाटतंय नं? पण तसं नाहीये. हे बघ."

'पॉलीला त्या दगडावर असलेल्या रेघा दिसल्या, पण तिला वाटलं की जुन्या भिंतीतल्या दगडांना बर्फामुळे, वाऱ्यामुळे चरे पडतात, तसंच काहीसं असेल हेसुद्धा.'

झॅकरीनं मात्र त्या दगडावर हळुवारपणे बोटं फिरवत विचारलं, "अरेच्च्या! अहो, ही ओगम लिपी आहे का?"

आश्चर्यानं खूश होऊन त्याच्याकडे पाहत बिशप नेसन म्हणाले, "हो, तेच आहे रे मुला... तीच लिपी आहे! अरे पण हे तुला कसं माहीत?"

"हार्टफर्डमध्ये माझे एक बॉस आहेत, त्यांना या प्रकारच्या दगडांच्या अभ्यासाची फार आवड आहे. मला त्या छोट्याशा रुक्ष, कोंदट ऑफिसमध्ये एवढा कंटाळा यायचा नं, की मी त्यांची सगळी बडबड ऐकून घ्यायचो. ओगमबद्दल त्यांनीच सांगितलं होतं मला. वैद्यकीय क्षेत्रातल्या गैरव्यवहारांबद्दल

चालणाऱ्या वकिली डावपेचांपेक्षा ते खूपच चांगलं वाटलं मला.'' ...हे ऐकून डॉ. लुईस ताठरल्या... तो पुढे बोलतच होता, ''आणि मलाही ते जे सांगत होते ते आवडलं. कदाचित इथे, उत्तर अमेरिकेत, थेट ब्रिटनहून, अगदी प्राचीन काळी म्हणजे सुमारे तीन हजार वर्षांपूर्वी, ब्रिटिश लोक आले असतील याचं मला फार कुतूहल वाटलं.''

''आणि म्हणूनच तुला त्या सगळ्या प्रसिद्ध शाळांमधून काढून टाकलं.'' पॉली नवलानं म्हणाली.

तो हसला. चहाचा एक घोट घेऊन म्हणाला, ''मला जे आवडतं, तेच मी करतो, आणि ते माझ्या लक्षातही राहतं.'' त्यानं रिकामा कप पुढे केला. पॉलीनं त्याचा कप पुन्हा भरला.

किटली खाली ठेवून तिनं अगदी हळूच त्या दगडाला हात लावला आणि विचारलं, ''हे प्रागैतिहासिक काळातलं कोरीव काम आहे का?''

बिशप नेसन आणखी टोस्ट घेत म्हणाले, ''हं.''

''आणि ही ओग...''

''ओगम लिपी.''

''काय लिहिलंय त्यात?''

''अं... जर मला नीटपणे कळलं असेल तर... व्हीनसबद्दल काहीतरी, आणि शांतीपूर्ण सुगीचा हंगाम... मवाळ शासन... काय रे मुला, तुला काय वाटतंय?'' बिशपनं विचारलं.

डोकं हलवून झॅकरी म्हणाला, ''अहो, मी पहिल्यांदाच असा ओगम दगड बघतोय. माझ्या बॉसकडे फक्त काही फोटो आहेत. त्यांना या विषयाच्या सैद्धान्तिक बाबींची जास्त आवड आहे... सेल्ट्स... आणि कदाचित ड्रूइड्स लोकसुद्धा प्रत्यक्ष इथे येऊन इथल्या स्थानिक लोकांसोबत राहत होते, आणि बहुतेक त्यांच्याशी लग्नही करत होते.''

पॉली त्या दगडाचं बारकाईनं निरीक्षण करू लागली. तिला काही अगदी अंधुकशा आडव्या रेषा दिसल्या. त्या रेषांच्या वर आणि खाली काही खुणा होत्या. तिनं प्रश्न विचारला, ''ज्या शेतकऱ्यानं हा दगड भिंत बांधायला वापरला असेल, त्याला हे दिसलं नाही का?''

आजीनं टोस्टची रिकामी बशी उचलली आणि दुसऱ्या बशीत टोस्ट ठेवून ती टेबलावर ठेवली. शेकोटीत जळणाऱ्या लाकडांच्या वासात गरमागरम टोस्टचा सुवास मिसळला.

''दोनशे वर्षांपूर्वीच्या शेतकऱ्यांना जगण्यासाठी आवश्यक अशा सगळ्या गोष्टी उपलब्ध होत होत्या. आताच्या शेतकऱ्यांना दगडांचं बारकाईनं निरीक्षण

करत बसायला वेळ तरी असतो का?'' आजोबांनी विचारलं.

''तरीही भरपूर पीक येतं,'' डॉ. लुईस पट्कन मधेच बोलल्या.

पॉलीच्या आजोबांनी चश्मा नाकावर ढकलून घट्ट बसवला. ते पुढे म्हणाले, ''आणि समजा त्या शेतकऱ्याला या खुणा दिसल्या असत्या, आणि त्या निव्वळ चरे उमटल्याच्या खुणा नाहीयेत हेही समजलं असतं, तरी त्या कोणालाही या खुणांचा अर्थ उमगला नसताच.''

आजीनं मोठ्यानं हसून विचारलं, ''तुम्हाला तरी समजला का तो अर्थ?''

तेही हसले, आणि म्हणाले, ''हाहाहा... बरोबरच आहे. नेस नसता तर ते मलासुद्धा कळलं नसतं. अज्ञानात सुख असतं, असं म्हणतात नं, मीही तसाच अज्ञानात सुखी राहिलो असतो.''

डॉ. लुईस हसत म्हणाल्या, ''तुमचं काम तुम्हाला नेहमी वर ताऱ्यांमध्ये डोकं घालायला लावतं.''

''लुईस, खरंतर खगोलवैज्ञानिकांना ताऱ्यांकडे नुसतं बघत बसायला फारच कमी वेळ मिळतो.''

''नेस, हा दगड तुला कुठे सापडला?'' सौ. मरींनी विचारलं. त्या टेबलापाशी बसल्या आणि आपल्या कपात त्यांनी चहा ओतून घेतला.

''इथून तुमच्या तारे पाहायच्या खडकापाशी जाण्यासाठी ती दगडी भिंत ओलांडावी लागते नं, त्याच भिंतीत.''

''अहो ती तर मोठ्या लुईसची भिंत आहे!'' पॉली उद्गारली. 'बिशप नेसनना तारे पाहायचा खडक माहीत असणं अगदी स्वाभाविक आहे,' तिच्या मनात आलं. पॉलीच्या आईसारखीच ती जागा सगळ्या मरी कुटुंबाची खास आवडती होती.

बिशप नेसन बोलू लागले, ''इथे अगदी सुरुवातीला ज्यांनी वसाहत वसवली, ते त्यांच्या शेतकामात इतके व्यग्र झाले होते, की त्यांना या ओगम लिपीच्या खुणा लक्षातच आल्या नाहीत, आणि तेही अगदी साहजिकच आहे.''

''ओगम ही बाराखडी आहे. सेल्टिक बाराखडी, किंवा मुळाक्षरं. त्यात पंधरा व्यंजनं आणि काही स्वर असतात, आणि त्याशिवाय 'न्ग' सारखे थोडेसे संयुक्त स्वरसुद्धा असतात.'' झॅकरीनं पॉलीला समजावून सांगितलं.

बिशप नेसननं त्यात भर घालत म्हटलं, ''ओगम ही प्रामुख्यानं मौखिक, किंवा बोलीभाषा होती. तुझ्या बॉसला हा दगड बघायला आवडेल का रे?''

''अहो, ते तर आश्चर्यानं थक्कच होतील!'' झॅकरी हसत म्हणाला. ''पण मी त्यांना हे सांगणार नाहीये. नाहीतर ते धावत इथे येतील आणि सगळं ताब्यात घेतील. मुळीच नको.'' त्यानं घड्याळात पाहिलं. उठून उभा राहत तो म्हणाला,

“हे सगळं खूप मस्त आहे, सगळ्यांना भेटून मला खूपच आनंद झालाय. इतका वेळ घड्याळाकडे माझं लक्षच गेलं नाही. आज रात्री हार्टफर्डमध्ये मला एकासोबत जेवायला जायचं आहे. मी आत्ता निघतो, पण मी नंतर पुन्हा इथे गाडी घेऊन येईन, चालेल नं?”

सौ. मरी उठून म्हणाल्या, “हो हो, अगदी चालेल रे. केव्हाही ये. पॉली इथे आल्यापासून तिच्या सोबतीला फक्त आम्ही चार म्हातारेच आहोत.”

“तुम्ही तसे नाही...” पॉली विरोध करत बोलू लागली, पण तिला थांबवून तिची आजी पुढे म्हणाली, “इथे आसपास तिच्या वयाचं फारसं कुणी नाहीये. आम्हालाही त्याचीच काळजी वाटते.”

“ये रे तू. कुठल्याही शनिवार-रविवारी ये,” श्री. मरींनी त्याला आग्रह केला.

“मला सुट्टीसाठी शनिवार-रविवारची वाट पाहण्याची गरज नाहीये. मला गुरुवारी दुपारी सुट्टी असते,” झॅकरी म्हणाला. त्यानं पॉलीकडे पाहिलं. ती त्याच्याकडे बघून हसली. तो म्हणाला, “ठीक आहे मग. मी तेव्हा आलो तर चालेल का? गाडीनं जेमतेम एक तास लागतो फक्त. साधारण दोन वाजेपर्यंत मी इथे पोचू शकेन.”

“हो, अर्थातच चालेल. तुझी त्या वेळेस वाट बघू आम्ही.”

झॅकरीसोबत आजी-आजोबा आणि पॉली स्वयंपाकघराबाहेर आले. सौ. मरींची प्रयोगशाळा ओलांडून, गॅरेजमधून घराबाहेर आले. झॅकरीची लाल रंगाची स्पोर्ट्स कार एका चमकदार निळ्या पिकअप व्हॅनशेजारी उभी होती. त्या पिकअप व्हॅनची मागची बाजू उघडी होती. ती जागा सामान ठेवण्यासाठी होती.

त्याच्याकडे बोट दाखवून सौ. मरी म्हणाल्या, “ही गाडी म्हणजे नेसनचा अभिमान आणि आनंद आहे. वेड्यासारखी भरधाव चालवतो तो ही गाडी. तुला भेटून खूप छान वाटलं झॅकरी. आम्ही गुरुवारी तुझी वाट पाहतो हं.”

झॅकरीनं आजी-आजोबांशी हस्तांदोलन केलं आणि पॉलीचं अगदी हलकंसं चुंबन घेतलं. तो निघून गेला.

घरात परत जाताना सौ. मरी म्हणाल्या, “छान तरुण मुलगा आहे.”

स्वयंपाकघरापाशी आल्यावर बिशप नेसनही तेच म्हणाले, “किती छान उमदा तरुण आहे.”

श्री. मरी म्हणाले, “त्याला त्या ओगमवाल्या दगडांबद्दल माहिती आहे, हे किती नवलाचं आहे नं.”

“हार्टफर्डमधल्या वर्तमानपत्रात त्यासंबंधी काही लेख छापून आले होते, पण छान उमदा आणि हुशार तरुण मुलगा वाटला तो,” डॉ. लुईस म्हणाल्या.

"पण फारच निस्तेज, फिकुटलेला वाटला हं. मोकळ्या हवेत घराबाहेर पडतच नसेल असं वाटतंय. पॉली, तुझी त्याच्याशी कशी ओळख झाली ग?"

शेकोटीसमोर बसत पॉली म्हणाली, "मागच्या उन्हाळ्यात मी अथेन्समध्ये त्याला भेटले होते. सायप्रसच्या परिषदेला जाण्याआधी मी अथेन्सला गेले होते नं, तेव्हा भेटला तो."

"त्याच्याबद्दल आणखी काय माहिती आहे तुला?"

"तो कॅलिफोर्नियाचा आहे. त्याचे बाबा अनेक प्रकारच्या मल्टिनॅशनल कंपन्यांचे मालक आहेत. तो जेव्हा नुसताच वेळ घालवत युरोपमध्ये फिरतो नं, तेव्हा तो तिथल्या सगळ्यात उत्तम हॉटेलांमध्ये राहतो. मला मात्र वाटतं की त्याला जरासा एकटेपणा जाणवत असतो."

"काही काळ कॉलेजशिक्षणामधून सुट्टी घेतली आहे का त्यानं?"

"हो. तो जरा उशिराच कॉलेजमध्ये दाखल झाला. शाळेत त्याला न आवडणाऱ्या विषयांकडे तो साफ दुर्लक्ष करायचा, त्यामुळे परीक्षेत त्याला चांगले गुण मिळायचे नाहीत." तेवढ्यात मांजराचं पिल्लू खोलीतून बाहेर आलं, चालत चालत पॉलीजवळ आलं आणि उडी मारून तिच्या मांडीवर बसलं. त्याच्या उडीमुळे ती मागे पडणारच होती. "काय रे हॅड्रॉन, कुठे होतास रे?" तिनं त्याचं पट्टेरी डोकं खाजवल्यागत कुरवाळलं.

भुवया उंचावून डॉ. लुईस म्हणाल्या, "वा! अणूपेक्षाही सूक्ष्म कणांचा अभ्यास करणाऱ्या भौतिकशास्त्रज्ञाच्या मांजराचं नाव हॅड्रॉन असणं अगदीच स्वाभाविक आहे."

हळूच बिशप नेसन म्हणाले, "तो हेड्रियन या नावाचा अपभ्रंश असेल, असं मला वाटलं होतं."

"किंवा आम्ही चुकीचा उच्चार करतो का?" सौ. मरी म्हणाल्या.

ते सुस्कारत म्हणाले, "एखाद्या अणूपेक्षाही सूक्ष्म अशा कणाचं नाव आहे का ते? किंवा तसंच काहीसं?"

डॉ. लुईसनं विचारलं, "केट, तू आणि ॲलेक्स एखादा कुत्रा का नाही पाळत?"

"आमची आनंदी चांगली सोळा वर्षं जगली. त्यानंतर कुत्रा पाळलाच नाही. आम्ही कुत्र्याशिवाय एवढी वर्षं कधीच राहिलो नव्हतो."

"कुत्र्याशिवाय हे घर अधुरं वाटतं."

"सँडी अन् डेनीससुद्धा आम्हाला असंच सांगत असतात." श्री. मरी स्वयंपाकघराच्या खिडक्यांचे पडदे ओढून घेत म्हणाले. "आम्ही स्वत: कधीही कुत्रा शोधायला जात नाही. कुत्रेच आमच्या घरी वेळोवेळी येत असतात."

पॉली समाधानानं सुस्कारा टाकून नीट टेकून बसली. तिला आजी-आजोबा आणि कोलुब्रा लोक खूप आवडायचे. ते नेहमीच तिला साथ द्यायचे, प्रोत्साहन द्यायचे. बेन सीड बेटावरच्या तिच्या भावंडांपैकी ती सगळ्यात मोठी होती. इथे मात्र ती एकुलती एक होती, आणि एकुलती असल्याचे सगळे फायदेही तिला मिळायचे. तिच्या आजोबांनी तो ओगम-दगड उचलला आणि स्वयंपाकघरातल्या ठेंगण्याशा कपाटावर ठेवून दिला.

"तीन हजार वर्षं," ते बोलू लागले. 'आकाशगंगांच्या परिमाणानुसार फारशी जास्त नाहीत, पण मानवासाठी मात्र खूपच जास्त आहेत तीन हजार वर्षं. खूप खूप वर्षांपूर्वीचा, निघून गेलेला काळ.... आपल्यासारखे मर्यादा असलेले जीव असाच विचार करतात. तुम्ही जेव्हा अवकाशयानात बसून अंतराळात जाता नं, तेव्हा मात्र स्थळ-काळासारख्या सामान्य संकल्पना नाहीशा होतात. आपल्याला काळाबद्दल अजूनही खूप काही शिकायचं आहे. काळ हा एकाच दिशेनं समुद्राकडे वाहत जाणाऱ्या नदीसारखा आहे, असं जोपर्यंत आपल्याला वाटत राहतंय नं, तोपर्यंत आपल्याला सूर्यमाला सोडता येणार नाही," असं म्हणून त्यांनी त्या दगडावर थोपटलं.

"तुम्हाला आणखी दुसरा ओगम-दगड सापडलाय का?" पॉलीनं विचारलं.

"मला नाही, नेसला सापडलाय. नेस, पॉली तुला दगडावरच्या लिपीचा अनुवाद करायला, किंवा त्याचा अर्थ लावायला मदत करू शकेल. तिचं भाषिक कौशल्य खरंच कौतुकास्पद आहे. खास भाषिक देणगीच म्हणायला हवी."

पॉली लाजली. "आजोबा.... अहो मी फक्त..."

"तुला पोर्तुगीज, स्पॅनिश, इटालियन, आणि फ्रेंच भाषा येतात, हो नं?"

"अं... हो, पण..."

"आणि तू चिनी भाषासुद्धा शिकत होतीस, खरं नं?"

आता तिला हसू यायला लागलं. ती म्हणाली, "एक दिवस शिकत होते हो... मला भाषा खरंच खूप आवडतात. मागच्या उन्हाळ्यात मी थोडंसं ग्रीकसुद्धा शिकले होते."

सौ. मरींनी टेबलावरच्या जिरॅनियमची फुलं ठेवलेल्या फुलदाणीच्या दोन्ही बाजूंना असलेले दोन रॉकेलचे कंदील पेटवले. त्यांनी सांगितलं, "पॉली लाजरीबुजरी आहे. तिच्या आई-बाबांच्या आणि मामांच्या मते तिचं भाषिक कौशल्य कमालीचं आश्चर्यकारक आहे." असं सांगून त्यांनी विषय बदलला, पॉलीला हायसं वाटलं. त्यांनी विचारलं, "लुईस, नेस, तुम्ही आता इथेच थांबा, रात्रीचं जेवण इथेच करा. चालेल नं?"

डोकं हलवत डॉ. लुईस म्हणाल्या, "नको गं, आम्ही आता निघालेलंच

बरं. रात्रीच्या वेळी नेस एखाद्या वेडंवाकडं उडणाऱ्या वटवाघळासारखा कशीही गाडी चालवतो.''

''अगं, काहीही बोलतीयेस हं लुईस...''

सौ. मरी म्हणाल्या, ''हे बघ, मी प्रयोगशाळेतल्या बन्सेन बर्नरवर भरपूर चिकन आणि भाज्या शिजत ठेवलेल्या आहेत. ते संपवायला तुम्ही मदत केली नाही, तर आम्हाला आठवडाभर तेच खावं लागेल.''

''तुमच्यावर ओझं टाकल्यासारखं वाटतं गं.......तुम्ही नेहमीच आम्हाला जेवू-खाऊ घालत असता...''

बिशप नेसन म्हणाले, ''आज जेवण झाल्यावर आपण दोघं भांडी घासू. ॲलेक्स आणि केटला त्या कामातून सुट्टी देऊ या.''

''चालेल की'' श्री. मरी म्हणाले.

हात पसरून डॉ. लुईस म्हणाल्या, ''ठीक आहे ॲलेक्स, केट, मी माघार घेते.'' मग त्या दगडाकडे निर्देश करून त्यांनी विचारलं, ''तुम्हाला या सगळ्याचा खरंच गंभीरपणे विचार करावासा वाटतो?''

''जरासं विचित्र वाटेल, पण हो, खरंच तसं वाटतंय. सेल्ट्स, ड्रूइड्स, आणि अशा सगळ्याचाच. केटला अजूनही शंका आहे, पण...''

''पण आम्हाला यापेक्षाही कितीतरी जास्त विचित्र गोष्टींचा गंभीरपणे विचार करावाच लागलेला आहे.'' दाराकडे जात सौ. मरी म्हणाल्या. ''मी ते पातेलं स्वयंपाकघरात आणून बाकीचा स्वयंपाक तिथेच पूर्ण करते.''

पॉलीच्या अंगावर शहारा आला. ती म्हणाली, ''प्रयोगशाळेत गोठवून टाकणारी थंडी आहे. आज सकाळी आज्जी मला गॅस क्रोमॅटोग्राफी कशी करायची ते शिकवत होती, पण वरून बर्फाचे पातळ कपटे माझ्या नाकावर टपकन घरंगळले. मग आज्जीनं मला घरात पाठवून दिलं. सँडीमामा मला दलदलीतलं फूल म्हणतो.''

हसून डॉ. लुईस म्हणाल्या, ''अग, तुझ्या आईची उपकरणं फक्त देखाव्यापुरती आहेत. तिचं खरंखुरं काम तर तिच्या डोक्यात चालतं.''

''नाही हं, बन्सेन बर्नर शिवाय मला काम करताच येणार नाही. ते जाऊ दे, पण पॉली, तू पोहायला का जात नाहीयेस? अगं, तो पोहण्याचा तलाव हीच आता आपल्या घरातली सगळ्यात उबदार जागा आहे.''

पॉलीची नेहमीची पोहण्याची वेळ झालेलीच होती. तिलाही ते पटलं. अंधार पडल्यावर, चंद्रताऱ्यांच्या उजेडात पोहायला तिला फार आवडायचं. हा खास तिचा स्वत:चा वेळ होता... पोहायचा, विचार करायचा खास वेळ.

मागचा जिना चढून ती वर गेली. अगदी सुरुवातीला जेव्हा आजी-आजोबा तिला वरच्या मजल्यावर घेऊन गेले होते, तेव्हा तिला नक्की कुठली खोली झोपण्यासाठी मिळणार आहे, याची कल्पना नव्हती. तिच्या आईची लाडकी खोली पोटमाळ्यावर होती. त्या खोलीत छान मोठा पितळी पलंग होता. तिचे आई-बाबा कधीमधी इथे आले की त्याच खोलीत झोपत असत. दुसऱ्या मजल्यावर आजी-आजोबांची खोली होती आणि त्यात भव्य आणि चारी कोपऱ्यात खांब असलेला छपरी पलंग होता. दिवाणखान्याच्या समोर तिच्या जुळ्या मामांची, सँडी अन् डेनीसची, खोली होती. त्या खोलीतले बंक बेड्स अजूनही तसेच ठेवलेले होते. क्वचित, कधीतरी सगळे कुटुंबीय एकत्र गोळा झाले तर पलंगांची गरज भासत असे. आणखी एक खोली होती तिथे. ती बेडरूम म्हणून वापरता आली असती, पण तिचं रूपांतर आजोबांच्या अभ्यासिकेत केलेलं होतं. त्या खोलीत पुस्तकांची शेल्फ्स होती, एक कपाटवजा डेस्क होतं, आणि एक सोफा-कम-बेडही होता. त्याशिवाय तिच्या चार्ल्स वॉलेस मामाची खोलीदेखील होती. तो तिच्या आईचा सगळ्यात धाकटा भाऊ होता.

पॉलीला वाटायला लागलं होतं की बहुतेक आजी-आजोबांच्या घरात तिला स्वतंत्र खोली मिळणार नाही. तिला एकूण सहा भावंडं असली तरी तिच्या घरी तिला स्वतंत्र खोली होती. ओ'कीफ कुटुंबातल्या सगळ्याच मुलांना स्वतंत्र खोली होती. अर्थात, त्या खोल्या लहानशाच होत्या. मोठ्या कुटुंबातल्या प्रत्येकाला जराशा एकांताची गरज असते, असं त्यांच्या आई-वडिलांचं ठाम मत होतं.

जिना चढताना आजीनं तिला सांगितलं होतं, "आम्ही चार्ल्स वॉलेसची खोली नीट आवरून साफ केली आहे. जास्त मोठी खोली नाहीये, पण बहुतेक तुला आवडेल."

चार्ल्स वॉलेसची खोली नुसतीच साफ केलेली नव्हती, ती राहायला येणार असल्याचं आजी-आजोबांना जणू आधीच कळलं होतं. खरंतर तिचं इथे येण्याचं अगदी अचानक ठरलं होतं. ठरल्यानंतर जेमतेम तीन दिवसांत ती विमानात बसलीदेखील होती. एखादी कृती करणं आवश्यक असल्यावर तिचे आई-बाबा मुळीच टाळाटाळ न करता, तातडीनं ती कृती करून टाकत.

चार्ल्स वॉलेसच्या खोलीत शिरल्याशिरल्या ती खोली आमंत्रण देत असल्यागत तिला भासलं होतं. खोलीला चांगली रुंद खिडकी होती, आणि त्या खिडकीतून भाज्यांचा बगिचा, त्यापलीकडची हिरवळ, रान, आणि दूरवरचे, उंचावलेल्या खांद्यांसारखे डोंगरही दिसत असत. फार शांत वाटायचं ते बघताना. ते दृश्य अगदी अप्रतिम सुंदर नसलं तरी शांतवणारं होतं आणि एक विशिष्ट दृष्टिकोन मिळण्याएवढं विशाल आणि गहन नक्कीच होतं. दुसरी खिडकी पूर्वेला होती.

त्या खिडकीतून सफरचंदांची बाग आणि पल्याडचं रान दिसत होतं. भिंतीवरचा वॉल-पेपर मंद निळ्या रंगाचा होता, अन् त्यावर ताऱ्यांसारख्या नाजूक डेझीच्या फुलांची पखरण चितारलेली होती. शिवाय अधेमधे त्यावर फुलपाखरंसुद्धा रंगवलेली होती. खिडक्यांचे पडदे त्या वॉल-पेपरशी मिळतेजुळते होते, मात्र पडद्यांवर जास्त फुलपाखरं होती.

पूर्वेकडील खिडकीखाली पुस्तकं ठेवायची शेल्फ्स होती, आणि ती सगळी पुस्तकांनी भरलेली होती. शिवाय एक झुलती खुर्चीसुद्धा होती. खूप वेगवेगळ्या विषयांची निवडक पुस्तकं होती तिथे. पुराणकथा आणि परीकथांचे अनेक खंड होते, ग्रीक आणि रोमन इतिहासाची पुस्तकं होती, हेन्री फील्डिंगच्या 'टॉम जोन्स' पासून ते मॅथ्यू मॅडॉक्सच्या 'हॉर्न ऑफ जॉय' पर्यंत कादंबऱ्या होत्या, आणि शिवाय आधुनिक काळातील विविध प्रकारच्या तत्कालीन कादंबऱ्याही तिथे होत्या. पॉलीनं नक्षत्रांची माहिती असलेलं एक पुस्तक शेल्फवरून काढलं. त्याच्यावर रेषांनी तारे जोडून वेगवेगळ्या राशी दर्शवल्या होत्या. 'असे काल्पनिकरीत्या तारे जोडून त्यातून सप्तर्षी, धनुष्य-बाणाकृती धनू नक्षत्र अशा विविध राशी, नक्षत्रं यांची रचना करण्यासाठी फार तरल कल्पनाशक्ती असायला हवी.' तिच्या मनात आलं. वाचण्यासाठी भरपूर पुस्तकं होती, तिला एकदम आभार मानावेसेच वाटले.

खोलीची जमीन चेरीच्या लाकडाची होती. खोलीत पाइन वृक्षाच्या पांढरट लाकडाचा मोठा पलंग होता. त्या पलंगाच्या दोन्ही बाजूंना विणकाम केलेली लहानशी जाजमं होती. निळ्या आणि पिवळ्या रंगाच्या तुकड्यांचं पॅचवर्क केलेलं होतं त्या जाजमांवर. ती खोली अतिसुंदर नसली तरी खूप छान होती, आणि हीच गोष्ट पॉलीला खूप आवडली. 'चार्ल्सलासुद्धा ही खोली आवडली असेलच.' तिच्या मनात आलं.

ती खोली पाहिल्यावर पॉली आजीकडे वळून म्हणाली, "ओह... किती छान आहे! आज्जी, अगं ही खोली केव्हा आवरून तयार केलीस तू? आणि हे सगळं केव्हा केलंस?"

"मागच्या उन्हाळ्यात."

ती इथे राहायला येणार असल्याची जराशीही कल्पना तिच्या आजी-आजोबांना तेव्हा तरी मुळीच नव्हती. ती खोली खास तिची असल्याचं तिला जाणवलं. ती म्हणाली, "आज्जी गं, मला खूप आवडली ही खोली! खरंच खूप आवडली!"

तिनं तिच्या आई-बाबांना फोन केला आणि त्या खोलीचं वर्णन केलं. तिला

आई-बाबांशी एकांतात मोकळेपणानं बोलता यावं, म्हणून आजी-आजोबा तिथून बाहेर गेले होते. ती सांगत होती, "मला आजी-आजोबा खूपच आवडतात. तुम्ही आजोबांना त्यांचा तो लाल ट्रॅक्टर चालवताना बघायला हवं. मला आजोबांचा मुळीच धाक वाटत नाही, ते तसे अजिबातच नाहीयेत."

तिचे आई-बाबा हे ऐकून हसले आणि त्यांनी विचारलं, "आजोबा तसे असतील, असं वाटलं होतं का तुला?"

"अं... म्हणजे... त्यांना खगोलविज्ञान, आणि अवकाश प्रवासाचं किती प्रचंड ज्ञान आहे नं... राष्ट्राध्यक्ष आणि इतरही महत्त्वाच्या व्यक्ती आजोबांचा सल्ला घेतात. तरी ते किती सहज साधेपणानं वागतात-बोलतात ...अर्थात ते माझे आजोबा आहेत म्हणा. मला ते महान असले तरी खूपच मस्त वाटतात."

"त्यांनाही तू आवडतेस ग."

"आणि आजीसुद्धा तशीच छान आहे, तिचाही दरारा वाटत नाही मला."

"तिचे आई-बाबा पुन्हा हसले. (तिच्या डोळ्यांपुढे त्या दोघांचं चित्र उभं राहिलं. आत्ता आई पलंगावर पालथी पडलेली असेल, आणि बाबा त्यांच्या प्रयोगशाळेत स्टुलावर बसलेले असतील. त्यांच्या आजूबाजूला जिवंत ऑक्टोपस आणि स्टारफिश ठेवलेल्या, पाण्यानं भरलेल्या काचेच्या पेट्या असतील...)

ती शरमून म्हणाली, "आम्ही भावंडं तिला 'आज्जी' म्हणतो .... ते बरोबर वाटत नाही मला, तिच्यावर ते नाव जबरदस्तीनं लादल्यागत वाटतं."

"अग, कारण तू लहान असताना तुला 'आजी' असं नीट म्हणता येत नव्हतं. तू 'आज्जी' असंच म्हणायचीस."

"हो, पण ती नोबेल पुरस्कारविजेती शास्त्रज्ञ आहे गं."

तिच्या बाबांनी तिला समजावलं, "त्या खरंच फार महान आहेत, पण त्यांच्या यशानं प्रभावित होऊन संकोचानं वागण्यापेक्षा, तू तुझी आजी म्हणून त्यांना नातीचं प्रेम दिलंस नं, तर तेच त्यांना जास्त आवडेल."

मान डोलावून पॉली म्हणाली, "मला खूप प्रेम वाटतं तिच्याबद्दल, पण मला आज्जी आणि आजोबांना नीट जाणून घेण्याची फारशी संधीच मिळाली नव्हती. आपण खूप काळ पोर्तुगालमध्ये राहिलो. बेन सीड बेटसुद्धा इथून लांबच होतं. अधूनमधून होणाऱ्या भेटी तितक्याशा पुरेशा नव्हत्या. आत्तापर्यंत मला त्यांच्याबद्दल खूपच दरारा वाटायचा."

"अगं, ते खूप चांगले आहेत. अत्यंत बुद्धिमान, आणि तरीही सहृदय, माणुसकी जपणारे. मी लहान होतो नं, तेव्हा माझ्याशी अतिशय चांगले वागायचे ते," बाबा म्हणाले.

"आतातरी तू त्यांना जाणून घ्यायलाच हवं," आई म्हणाली. ती पुढे

बोलली, "पॉली बेटा, खूश राहा हं."

खूशच होती ती. लहानग्या मुलीसारखी आनंदी. अनुभवातून शिकलेलं विसरून जायचं नव्हतं तिला, पण आता ती आजी-आजोबांसोबत, अगदी आपल्या मूळ स्वभावानुसार, पूर्ण मोकळेपणानं वागू शकत होती.

खोलीत जाऊन तिनं बाथरूममधून आपला पोहण्याचा पोशाख घेतला. खाली लोकांच्या हालचालीचे आवाज येत होते. कुणीतरी गाणं लावलं, शुबर्टचं 'ट्राऊट क्विंटेट." त्या संगीताचे मधुर स्वर लहरत तिच्यापर्यंत पोचले.

तिनं अंगातले कपडे, जीन्स आणि स्वेटर, जमिनीवरच टाकले, पोहायचा पोशाख चढवला, आणि वरून एक बाथ-रोब गुंडाळला. खाली जाऊन ती पोहण्याच्या तलावाकडे गेली. अंगातला बाथ-रोब काढून कपड्यांच्या स्टॅन्डला लटकवला. उजेड कमी झाला होता, त्या मंद उजेडात दिसण्याइतपत डोळे सरावल्यावर ती पाण्यात शिरली आणि पोहू लागली. कमीत कमी पाणी उडवत अगदी नेटकेपणानं पोहत होती ती. तलावात पोहत फेऱ्या मारत होती. मग ती पाठीवर तरंगू लागली. वर आकाशात तारे उगवू लागले. आधी एक तारा उगवला, मग दुसरा... जणू स्वप्नात असल्यागत पोहत होती ती. हलकासा 'खरखर' असा आवाज आल्यानं तिनं पोहण्याचा वेग कमी केला. ती नुसतीच तरंगत कानोसा घेऊ लागली. उत्तरेकडील भिंतीवर असलेल्या भल्यामोठ्या खिडकीतून तो आवाज येत होता. ती खिडकी खूप मोठी होती, त्या मजल्यापासून ते थेट छपराला भिडणारी खिडकी होती ती.

तिला काही दिसलं नाही. आता ती खरखर थांबून त्याऐवजी कुणीतरी दारावर टकटक केल्यासारखा आवाज ऐकू येऊ लागला. ती तलावातून बाहेर आली आणि खिडकीपाशी गेली. खिडकी आणि जमीन यात जवळजवळ पाच फुटांचं अंतर होतं. सरत्या अंधुक प्रकाशात तिला फक्त एक मुलगी दिसली. ती मुलगी चवड्यांवर उभी राहून पॉलीकडेच बघत होती. साधारण पॉलीच्याच वयाची होती ती. लांबसडक काळ्याभोर केसांची वेणी घालून तिनं एका बाजूनं ती खांद्यावरून मागे टाकली होती. तिच्या गळ्याभोवती वीण असलेला चांदीचा पिळदार पट्टा अडकवलेला होता. त्या पट्ट्याच्या मध्यभागी थेंबाच्या आकाराचं एक रत्न जडवलेलं होतं.

'हॅलो' खिडकीच्या काचेतून दिसणाऱ्या त्या मुलीला पॉलीनं हाक मारली.

ती मुलगी हसली आणि तिनं पुन्हा टकटक करण्यासाठी हात पुढे केला. पॉलीनं खिडकीचं काचेचं दार सरकवलं. त्या मुलीनं विचारलं, "मी आत येऊ का?"

पॉलीनं खिडकीची काच ओढून खिडकी पूर्ण उघडली. उडी मारून त्या मुलीनं खिडकीचा कठडा पकडला आणि त्याचा आधार घेऊन स्वत:ला उंचावून ती खिडकीतून आत आली. तिच्यासोबत वाऱ्याचा एक झोतही आत आला. पॉलीनं खिडकी बंद केली. ती मुलगी साधारण पॉलीच्याच वयाची होती आणि अप्रतिम सुंदर होती. सतेज मधाळ रंगाची कांती, काळेभोर डोळे... डोळे इतके काळे होते, की त्यातल्या बाहुल्या दिसतच नव्हत्या.

"हे असं येण्याबद्दल माफ कर हं," ती मुलगी बोलू लागली. "तुला दुपारी कॅरॅलिसनं पाहिलं होतं."

"कॅरॅलिस?"

"हो. त्या ओक वृक्षाजवळ. त्याच्यासोबत त्याचा कुत्राही होता."

"पण तो माझ्याशी बोलला का नाही?"

मान हलवत ती मुलगी म्हणाली, "काळाच्या इतर दुसऱ्या वर्तुळांमध्ये नेहमीच डोकावून पाहता येत नाही. मी आणि कॅरॅलिस एकमेकांशी बोललो आणि आम्ही दोघांनी ठरवलं की मी इथे, म्हणजे शक्तीच्या ठिकाणी यावं. आम्हा दोघांना वाटलं, तुला खास आमच्यासाठीच या विचित्र आणि अवघड ठिकाणी..." तेवढ्यात घरातलं कुठलंसं दार आपटलं, आणि त्या आवाजामुळे तिनं आपलं बोलणं अर्धवट सोडून दिलं. आपला हात तोंडावर ठेवून कुजबुजत्या स्वरात ती म्हणाली, "आता मला जायलाच हवं. प्लीज ग–" पॉलीनं तिला खिडकी उघडून दिली– पण तिला त्याचीही भीती वाटल्यासारखं पॉलीला जाणवलं.

"अग पण तू कोण आहेस?"

काहीही उत्तर न देता ती मुलगी खिडकीतून उडी मारून अलगद खाली उतरली, आणि रानाच्या दिशेनं, एखाद्या प्राण्यासारखी वेगानं पळत गेली.

प्रकरण २

या घटनेचा काही अर्थच लावता येईना. अंगात बाथ-रोब चढवून पॉली स्वयंपाकघराकडे गेली. तिला या सगळ्या प्रकाराचा अर्थ समजावून घ्यायचा होता, पण तिथे कुणीच नव्हतं. तिनं विचार केला, 'सगळे बहुतेक प्रयोगशाळेत गेले असतील. आता तिथे प्रचंड थंडी असेल... आणि उष्णकटिबंधातल्या दलदलीतल्या फुलासाठी तर ती थंडी अगदी हाडं गोठवणारीच असेल.' शिवाय तिचा पोहण्याचा पोशाख आणि बाथ-रोबसुद्धा ओला झालेला होता.

आजीच्या घरी पॉलीच्या वयाचं कुणी नसेल, त्यामुळे तिला एकटेपणा वाटू शकेल, या विचारांनी तिच्या आई-बाबांना काळजी वाटली होती, पण आज तर तिला तिच्या वयाचे तीन लोक भेटले... आधी ओक वृक्षाजवळचा तो निळ्या डोळ्यांचा मुलगा, मग झॅकरी आणि आता ही अनोळखी मुलगी.

ती वर, तिच्या खोलीत गेली. मांजराचं चट्टेरी-पट्टेरी पिल्लू तिच्या पलंगावर मध्यभागी झोपलं होतं. ती त्याची लाडकी जागा होती. तिनं त्याला उचलून जवळ घेतलं. ते खुशीनं गुरगुरलं.

"नक्की कोण असेल ती मुलगी?" तिनं मोठ्यानं प्रश्न विचारला. "आणि काय बोलत होती ती?" तिनं पिल्लाला घट्ट कवटाळलं, ते मात्र तिच्या हातातून उडी मारून, तपकिरी आणि मधाच्या रंगाची शेपूट ताठ उभारून, खोलीबाहेर निघून गेलं.

तिनं कपडे बदलले आणि ती खाली गेली. शेकोटीपाशी एका जुनाट पण आरामशीर खुर्चीत बिशप नेसन बसले होते, तीही त्यांच्याजवळ जाऊन बसली.

"काय झालं ग?" त्यांनी विचारलं.

"मला एक कोडं पडलंय. मघाशी मी पोहत होते नं, तेव्हा खिडकीवर टकटक ऐकू आली. मी पाण्यातून बाहेर पडून खिडकीपाशी गेले, तर खिडकीबाहेर एक मुलगी उभी होती. माझ्याच वयाची, आणि लांबसडक वेणी घातलेली मुलगी. डोळे खूप सुंदर होते हं तिचे. मी तिला खिडकी उघडून आत घेतलं,

आणि ती... अं... म्हणजे तिच्या बोलण्याचा अर्थच समजला नाही मला.''

''काय? नीट सांग बरं सगळं,'' बिशप नेसन सजग होऊन तिचं बोलणं लक्षपूर्वक ऐकू लागले.

''अहो, आज दुपारी ओक आजोबांपाशी... म्हणजे, तुम्हाला ते झाड माहीत आहे नं?''

''हो, माहीत आहे.''

''तिथे मला एक तरुण मुलगा दिसला. एक कुत्राही होता त्याच्यासोबत. ती मुलगी म्हणाली की त्या तरुणानं आणि त्याच्या कुत्र्यानं मला पाहिलं... आणि मग ती काहीतरी 'काळाची वर्तुळं' वगैरे असंच काहीसं म्हणाली. ती पुढे बोलणार तेवढ्यात दार आपटल्याचा धाड्कन आवाज आला, आणि ती घाबरून पळून गेली. कोण असेल हो ती? तुम्हाला काय वाटतं?''

काहीही उत्तर न देता बिशप तिच्याकडे एकटक पाहतच राहिले. धक्का बसल्यासारखे वेगळेच, अनोळखी भाव त्यांच्या चेहऱ्यावर स्पष्ट दिसत होते.

''बिशप नेसन? बोला नं...''

''अं... हो... खरंच विचित्र आहे... खरोखर अगदीच विचित्र.''

''मी हे आजी-आजोबांना सांगू का?''

काय बोलावं ते न सुचून बिशप खाकरले. मग म्हणाले, ''हो, बहुतेक सांगायला हवं.''

तिनं मान डोलावली. तिचा त्यांच्यावर विश्वास होता. त्यांना बिशप म्हणून काम करताना अनेकदा खडतर परिस्थितीचा सामना करावा लागला होता. कित्येक वर्षं ते ॲमेझॉनच्या खोऱ्यात काम करत होते. चीनमधल्या, धर्मगुरू बनण्याचं प्रशिक्षण देणाऱ्या संस्थेत त्यांनी अध्यापनाचं काम केलं होतं, पेरूमध्ये तर त्यांना पकडणाऱ्यासाठी इनाम जाहीर केलेलं होतं. ते जेव्हा आदिवासी लोकांसोबत काम करत असत, तेव्हा आपली मतं त्या लोकांवर न लादता, शांतपणे त्यांचं म्हणणं ऐकून घेत असत. ते इतर लोकांचा मान राखत असत.

नुकत्याच घडलेल्या घटनेत ती इतकी गुंतून गेली होती की तिच्या बोलण्यामुळे ते अस्वस्थ झालेले आहेत, हे तिच्या लक्षातच आलं नाही.

ते किंचित कापऱ्या आवाजात म्हणाले, ''पॉली, त्या कुत्रेवाल्या माणसाबद्दल मला आणखी काही सांग बरं.''

''तो ओक आजोबांजवळ उभा होता. त्याचे डोळे अगदी गडद निळे होते.''

''आणि त्याचा कुत्रा कसा होता?''

''नेहमीसारखाच. मोठा कुत्रा होता तो, आणि त्याचे कान मोठे होते. कुठल्या विशिष्ट जातीचा वाटत नव्हता तो कुत्रा. अहो, मला तो फक्त काही

सेकंदच दिसला.''

''आणि ती मुलगी? ती कशी होती? सांगू शकशील?''

''अं... आत्ता पाहिलं तेवढंच सांगू शकते हं. खूप लांबसडक काळी वेणी, आणि काळेभोर डोळे. ती चांगलीच सुंदर होती, आणि विचित्रही वाटत होती.''

''हो'' बिशप हलकेच म्हणाले. 'अगदी बरोबर' त्यांचा आवाज अस्वस्थ वाटत होता.

ते चांगलेच अस्वस्थ झाल्याचं आत्ता तिच्या लक्षात आलं. तिनं विचारलं, ''ती मुलगी कोण आहे, ते माहितीये का तुम्हाला?''

''बहुतेक. अग खात्रीनं कसं सांगू ग?'' जरा वेळ थांबून मग ते भराभर बोलायला लागले, ''हो, हे खरोखर अगदी विचित्रच आहे. तुझे आजोबा उगाचच कुणाला त्यांच्या आवारात घुसखोरी करू देत नाहीत, ही चांगलीच गोष्ट आहे.'' त्यांनी अचानक त्यांचे डोळे किलकिले केले.

कोठीघरातून श्री. मरी तिथे आले, त्यांनी बिशप नेसनचं शेवटचं वाक्य ऐकलं. ते म्हणाले, ''नेस, अरे बरोबरच आहे ते. दगडी भिंतीवरून उडी मारून हरणं, कोल्हे वगैरे आले तर मला आवडतंच, पण घुसखोर माणसं मात्र अजिबात नाही आवडत. आम्ही प्रयोगशाळेत घुसखोरीची सूचना देणारं अत्यंत महागडं यंत्र बसवून घेतलं आहे. लुईस मघाशी बरोबरच बोलत होती, केटच्या उपकरणांचा वापर गेली कित्येक वर्षं झालेला नाहीये. संगणकाचं मात्र तसं नसतं, त्याची गोष्टच वेगळी असते.''

ते लाकडी स्टोव्हकडे जाऊ लागले, मधेच पॉलीकडे वळून म्हणाले, ''दोन वेळा आपल्या प्रयोगशाळेचं दार तोडून चोरी झालीय. एकदा एक निकामी झालेलं सूक्ष्मदर्शक यंत्र चोरीला गेलं, आणि एकदा तुझ्या आजीचं जवळजवळ आठवडाभराचं काम नष्ट झालं... बहुतेक इथल्या जवळपासच्या मुलांचे कारभार असतील ते... त्यांना तिच्या कामाबद्दल काहीच माहिती नसणार नं... ती मुलं संगणकाशी खेळली असतील बहुतेक.'' त्यांनी ओव्हनचं दार उघडलं. ताज्या भाजलेल्या पावाचा सुवास दरवळला. ते म्हणाले, ''केट पाव हा पदार्थ बन्सेन बर्नरवर बनवू शकत नाही, त्यामुळे पाव बनवणं हे माझं स्वयंपाकघरातलं योगदान असतं, आणि त्यामुळे आपोआपच उपचारही होतात... पावाची कणीक भिजवून तिंबणं, हा संधिवात झालेल्या बोटांसाठी उत्तम व्यायाम असतो.''

त्यांच्या मागोमाग सौ. मरी आणि डॉ. लुईसदेखील स्वयंपाकघरात आल्या. तेलाच्या दिव्यांच्या जोडीला सौ. मरींनी मेणबत्त्याही पेटवल्या, आणि विजेचे दिवे बंद केले. सौ. मरींनी बनवलेल्या चिकनचं भांडं डॉ. लुईसनं टेबलावर ठेवलं. श्री. मरींनी उकडलेल्या वेगवेगळ्या भाज्या असलेला वाडगा टेबलावर ठेवला.

शरद ऋतूतल्या खूप भाज्या होत्या त्या वाडग्यात... ब्रोकोली, कॉलिफ्लॉवर, छोट्याशा पानकोबीसारखे दिसणारे स्प्राऊट्स, कांदे, गाजरं, लीक... बिशप नेसननं समाधानानं त्या वाडग्याचा वास घेतला.

सौ. मरी म्हणाल्या, "आमच्या जुळ्यांचा भाज्यांचा बगिचा खूप मोठा होता. आता तितकासा चांगला नाहीये तो, पण ॲलेक्स मात्र त्या मानानं बगिच्यात खूप छान काम करतो."

"त्या मानानं, म्हणजे, म्हातारपणाच्या मानानं, असं म्हणायचंय नं तुला..." श्री. मरी म्हणाले.

डॉ. लुईस म्हणाल्या, "तुझा संधिवात सोडला नं, तर तू स्वत:ची तब्येत खूप छान सांभाळली आहेस. तुझ्यापेक्षा दहा वर्षांनी लहान असलेल्या माझ्या रुग्णांनी तुझ्यासारखीच स्वत:ची काळजी घेतली, तर किती बरं होईल."

सगळे टेबलापाशी बसले, त्यांनी जेवणापूर्वीची प्रार्थना म्हटली. जेवण वाढून झाल्यावर पॉलीनं बिशप नेसनकडे नजर टाकली. त्यांनी क्षणभर तिच्या नजरेला नजर भिडवली, आणि मग ते दुसरीकडेच पाहू लागले. त्यांचा चेहरा अत्यंत मख्ख दिसत होता, पण त्यांनी तिला मानेनं खुणावल्यासारखं वाटलं. ती बोलू लागली, "मी नं, आज दोन विचित्र लोक पाहिले."

"कोण गं?" आजोबांनी विचारलं.

डॉ. लुईस मधेच हसत म्हणाल्या, "ए... तू झॅकरीबद्दल बोलत नाहीयेस नं!"

तिनं मान हलवून नकार दिला आणि त्या तरुण कुत्रेवाल्या माणसाचं आणि त्या मुलीचं वर्णन केलं. "तो कुत्रेवाला बहुतेक इथली देखभाल करणारा असेल, असं झॅकरीला वाटलं होतं."

बिशप नेसनना ठसका लागला. त्यांनी उठून पाणी घेतलं. जरा बरं वाटल्यावर त्यांनी विचारलं, "म्हणजे? झॅकरीलासुद्धा तो तरुण दिसला?"

"हो, नक्कीच. तो तिथेच होता तेव्हा. पण तो माणूस आम्हा दोघांशी काहीही बोलला नाही."

"तो शिकारी नसेल असं वाटतंय, आपल्या मालकीच्या जमिनीवर, 'शिकारीस मनाई आहे' असं लिहिलेल्या चांगल्या ठळक पाट्या लावलेल्या आहेत." श्री. मरी म्हणाले.

"त्याच्याकडे बंदूक नव्हती, हे मी खात्रीनं सांगू शकते. सध्या शिकारीचा हंगाम आहे का?"

"आपल्या जमिनीवर शिकारीचा हंगाम कधीच नसतो. तू त्याच्याशी बोललीस का? तो इथे कशासाठी आलाय हे त्याला विचारलं का?" आजोबा म्हणाले.

"नाही नं, अहो मला तशी संधीच मिळाली नाही. तो माझ्याकडे बघत होता एवढंच पाहिलं मी, आणि मी त्या झाडापाशी पोचेपर्यंत तो निघून गेला होता."

"बरं, आणि त्या मुलीचं काय?" सौ. मरींनी विचारलं.

पॉलीनं बिशपकडे पाहिलं. त्यांचे डोळे पुन्हा किलकिले झाले आणि चेहऱ्यावर मख्ख भाव आले. पॉलीनं पुन्हा त्या मुलीचं वर्णन केलं. "ते दोघे शिकार किंवा गुंडगिरी करणारे असतील असं मला खरंच वाटत नाहीये. ते फक्त गूढ, रहस्यमय वाटले मला."

आजोबा अनपेक्षित कठोर आवाजात म्हणाले, "मला आता कुठलंही गूढ रहस्य नकोय हं." बिशप नेसन कपाटावर ठेवलेल्या त्या ओगम दगडाकडे एकटक बघत होते. कपाटावर, त्या दगडाच्या आसपास विविध प्रकारचे कप, वाडगे, एक होडीच्या आकाराचा मोठा वाडगा, एक हातोडा, काही तिकिटं, असं सामान पडलेलं होतं.

सौ. मरी म्हणाल्या, "कदाचित ते दोघे पॉलीशी मैत्री करतील, नाही का?"

पॉलीनं सांगितलं, "मला वाटतं, ती मुलगी माझ्याच वयाची होती. तिनं मऊ चामड्याचे खूप ऐटबाज कपडे घातले होते. आपल्या इथल्या फॅशनेबल कपड्यांच्या दुकानात तसे कपडे अतिशय महाग किमतीला विकत मिळतील. तिनं गळ्यात एक चांदीचं कडंही घातलं होतं, त्यावर एक खूप सुंदर रत्न जडवलेलं होतं."

सौ. मरी मोठ्यानं हसून म्हणाल्या, "तू आत्ता आत्ता कुठे जरा कपड्यांकडे लक्ष द्यायला लागली आहेस असं तुझी आई सांगतच होती. आता मला त्याचा पुरावाही मिळालाय, बरं वाटलं गं."

पॉली आपल्या वागण्याचं समर्थन करण्यासाठी म्हणाली, "अग, जीन्स सोडून दुसरं काही घालण्याचं कारण तर हवं ना..."

स्वत:शीच बोलत असल्यागत बिशप म्हणाले, 'चांदीचा पट्टा... पिळदार कडं." त्यांनी त्यांच्या बशीत भाज्या वाढून घेतल्या.

सौ. मरींना ते ऐकू आलं. "चांदीचं कडं?" त्या उद्गारल्या, मग पॉलीकडे वळून म्हणाल्या, "प्राचीन काळच्या धातुकामाविषयी नेसनकडे एक पुस्तक आहे. त्यात त्या काळची खूप छान चित्रंही आहेत. अगदी सुरुवातीच्या काळातले ड्रूइड्स अश्मयुगीन लोकांसमवेत राहिले असतीलही, पण त्या काळी निदान ब्रिटनमधून पुढे जाणारे, धातुकाम करणारे कारागीर अस्तित्वात होते. ड्रूइड्स तर उत्तम खगोलतज्ज्ञ होते. ते ड्रूइड्स आणि तिथल्या आदिवासी जमातीचे प्रमुख नाजूक कलाकुसर केलेली कडी किंवा गळ्यातले हार, बाजूबंद असे दागिने अंगावर घालत असत."

“फॅशनचंसुद्धा एक चक्र असतं. काही काळानंतर तीच फॅशन पुन्हा पुन्हा येत राहते.” डॉ. लुईस म्हणाल्या. त्यांनी प्रश्न केला, “शांततेत जगण्याबद्दल, पार अश्मयुगापासून ते आत्तापर्यंत आपण काहीतरी शिकलो आहोत का?”

सौ. मरींकडे बघत श्री. मरी म्हणाले, “नेसनकडे जे पुस्तक आहे नं, त्यात एका अत्यंत सुंदर चांदीच्या कड्याचं चित्र आहे. तसं कडं आणून, तुला भेट म्हणून द्यायची माझी फार इच्छा आहे केट. तुला खूप छान दिसेल ते.”

पॉलीनं आजीच्या साध्यासुध्या कपड्यांकडे पाहिलं. आजीनं ते सुंदरसं चांदीचं कडं घातल्यावर ती कशी दिसेल, याचं चित्र डोळ्यांपुढे आणलं. ती सुंदरच दिसली असती, मुळीच अशक्य नव्हतं ते. तरुणपणी आजी फार सुंदर दिसायची असं तिला कळलं होतं. तिनं पुन्हा आजीकडे निरखून पाहिलं. रेखीव चेहरा, व्यवस्थित कापलेले पांढरे केस, निमुळती डौलदार मान, सुंदरसे डोळे, डोळ्यांभोवती वयानं, हसण्यानं, दुःखानं उमटलेल्या सुरकुत्या... आपली आजी अजूनही किती सुंदर दिसते, असं तिच्या मनात आलं. आजोबांना तिला चांदीचं कडं भेट द्यावंसं वाटतंय, या गोष्टीचाही तिला आनंद झाला.

सौ. मरींनी फ्रीझरमधून ब्ल्यूबेरी पाय (करवंदाचा केक सारखा मऊ पदार्थ) बाहेर काढला. ओव्हनमध्ये चांगला भाजून मग बाहेर काढत त्या सांगू लागल्या, “मी नाही बनवलेला. दर उन्हाळ्यात चर्चमध्ये ब्ल्यूबेरी महोत्सव असतो. मी नेहमीच साधारण अर्धा डझन कच्चे, म्हणजेच न भाजलेले, ब्ल्यूबेरी पाय घरी आणून ठेवते. हवे तेव्हा भाजून घेता येतात.” त्यांनी तो पाय कापला. आतील करवंदांचा, खास उन्हाळी सुवास असलेला, जांभळा रस वाहू लागला. त्या पॉलीला म्हणाल्या, “पॉली, तुझा मित्र झॅकरी इथे आल्याचा मला इतका आनंद झालाय नं, मला सांगताच येत नाहीये. तुझ्या सगळ्या मित्र-मैत्रिणींना सोडून तू इथे आली आहेस, त्याचा तुलाही त्रास झाला असेल गं.”

पॉलीनं पायचा एक तुकडा घेतला. ती म्हणाली, “तसं नाही गं आजी, अगं बेटावरची मुलं एकेकटीच असतात. माझे मित्र-मैत्रिणी इकडेतिकडे विखुरले गेले आहेत.”

“मी तर नशीबवानच आहे. लुईस इथून जवळच, काही मैलांच्या अंतरावर राहते. आम्ही दोघी कॉलेजपासूनच्या मैत्रिणी आहोत.”

‘हो, आजी खरंच नशीबवान आहे,’ पॉलीच्या मनात आलं. तिला तिच्या वयाची खास मैत्रीण नव्हतीच. तिला क्षणभर ती आज भेटलेली मुलगी आठवली.

पॉली आणि बिशप नेसन मिळून जेवणाची भांडी धुवत होते. बाकीचे सगळे दिवाणखान्यात शेकोटीपाशी बसले होते. सौ. मरीच्या मते सगळ्यांनीच स्वयंपाकघरात

खूप वेळ घालवलेला होता, आणि त्यामुळेच त्यांनी सगळ्यांना दिवाणखान्यात बसण्याची विनंती केली होती.

"मग, काय गं बेटावरच्या मुली, सगळं ठीक आहे नं?" बिशपनं विचारलं.

"हो... अगदी ठीक आहे बिशप, धन्यवाद हं," ती म्हणाली. तिला त्या कुत्रेवाल्याबद्दल आणि त्या मुलीबद्दल आणखी प्रश्न विचारायचे होते. बिशप मात्र ते बोलणं टाळून सतत विषय बदलून टाकत होते. तिनं त्यांच्या हातातून विसळलेली बशी घेतली आणि ती डिशवॉशरमध्ये ठेवली.

"डिशवॉशरमध्ये भांडी आपोआप स्वच्छ होणार असली, तरी त्याआधी आपण सगळी भांडी साबणानं धुतली पाहिजेत, असं माझ्या बहिणीनं मला शिकवलंय. नीट लक्ष दे हं, साबणामुळे बशा हातातून निसटतील."

"हो, ठीक आहे."

"बरं, तुझा तो मित्र..."

"झॅकरी. झॅकरी ग्रे."

"तो आजारी असल्यासारखा दिसतो गं?"

"तो नेहमी निस्तेजच दिसतो. पांढुरका. मागच्या उन्हाळ्यात ग्रीसमध्ये असताना उन्हामुळे सगळ्यांचाच रंग काळवंडला होता, पण झॅकरी मात्र तसाच गोरापान, फिकुटलेलाच दिसत होता. तो उन्हात बाहेर पडतच नसेल असं मला वाटतंय. खेळाडू नाहीये नं तो."

"मग, कसा गेला मागील उन्हाळा?" हातातला भांडी घासायचा स्पंज पिळून काढत बिशपनं विचारलं.

पॉली डिशवॉशरच्या बास्केटमध्ये चांदीचा मुलामा दिलेले काटे, चमचे रचत होती. "खूप छान अनुभव होता हं तो. मला अथेन्स खूप आवडलं. ती सायप्रसमधली परिषद होती नं, त्यात तर इतकं शिकायला मिळालं ना... शाळेत जवळजवळ वर्षभर शिकण्याएवढं. मॅक्सनंच... म्हणजे मॅक्सिमिलियाना हॉर्न यांनीच सगळं आयोजित केलं होतं. परिषद संपल्यानंतर मी घरी पोचायच्या अगदी थोडंसंच आधी त्यांचा मृत्यू झाला."

मान डोलावून ते म्हणाले, "तुझ्या आजी-आजोबांनी सांगितलं मला. तुला अजूनही त्या गोष्टीचं दुःख होतंय."

तिनं सुऱ्या पुसून कोरड्या केल्या. त्या जुन्या काळच्या चांदीच्या सुऱ्या होत्या. त्यांच्या मुठी पात्यांना चिकटवलेल्या होत्या आणि म्हणून त्यांना डिशवॉशरमध्ये टाकणं योग्य नव्हतं. ती म्हणाली, "माझ्या घरी राहात होते तेव्हा मला जास्त दुःख होत होतं. प्रत्येक गोष्ट मॅक्सची आठवण करून देत होती. तुम्ही ओळखत होतात त्यांना?"

त्यांनी सिंकमधलं साबणाचं पाणी पूर्णपणे वाहून जाऊ दिलं. मग ते म्हणाले, "तुझ्या सँडीमामानं मला त्यांच्याबद्दल सांगितलं. त्या दोघांची छान मैत्री होती."

"हो. त्यांच्याशी सँडीमामानंच माझी ओळख करून दिली होती." तिच्या गळ्यात आवंढा दाटून आला.

दिवाणखान्यात जाण्याऐवजी बिशप स्वयंपाकघरातल्या शेकोटीकडे गेले, आणि तिथल्या एका खुर्चीवर बसले. पॉलीही त्यांच्या मागोमाग गेली आणि ती खुर्चीवर बसल्यावर हॅड्रॉन तिथे आला आणि उडी मारून तिच्या मांडीवर बसला.

"बिशप, त्या कुत्रेवाल्या तरुणाबद्दल आणि त्या मुलीबद्दल..."

त्याच वेळेला डॉ. लुईस तिथे आल्या आणि तिचं वाक्य अर्धवट राहिलं. जांभई देत डॉ. लुईसनं विचारलं, "सगळी भांडी घासून झाली?"

"हो, अगदी साबणानंसुद्धा घासली," बिशपनं सांगितलं.

"चला मग आता, घरी जायला हवं. बराच वेळ झालाय."

कोलुब्रा बहीण-भावांना निरोप देण्यासाठी पॉली आणि आजी-आजोबा घराबाहेर गेले. अधेमध्ये तरंगणाऱ्या तुरळक बारीकशा ढगांमध्ये तारे चमचमत होते. एका मोठ्या आणि उंच नॉर्वे-मेपल वृक्षाच्या फांद्यांआडून चंद्र डोकावत होता.

त्या निळ्या पिकअप व्हॅनच्या ड्रायव्हरच्या सीटवर बिशप चढून बसले, आणि गाडीच्या टायरांचा कर्कश आवाज काढून ते बहीण-भाऊ निघून गेले.

घरात जाण्यासाठी वळता वळता आजी पॉलीला म्हणाली, "आम्ही थोडा वेळ पोहणार आहोत हं. मी अगदी थोड्याच वेळानं तुला गुड नाइट म्हणायला तुझ्या खोलीत येते गं." पॉली झोपायला गेल्यावर तिची आजी नेहमी तिच्या खोलीत यायची आणि मग दोघी थोडा वेळ गप्पा मारायच्या. त्या दोघींना तशी सवयच झाली होती.

तिनं पट्कन अंघोळ केली. बाथरूममध्ये थंडगार वाटत होतं. तिनं रात्री घालण्याचा फ्लॅनेलचा नाइटगाउन घातला आणि ती बिछान्यात शिरली. अंगावर गोधडीवजा ब्लँकेट ओढून घेतलं. ती आजोबांनी दिलेलं एक पुस्तक वाचू लागली. त्या पुस्तकात अंतराळातील कृष्णविवरांच्या विरुद्ध असलेल्या श्वेतविवरांसंबंधी माहिती होती. तिच्या शिक्षणाकडे आजी-आजोबांचं अगदी पूर्ण लक्ष होतं. त्या भिंतीतल्या विचित्र खुणा असलेल्या दगडांकडे मात्र आजोबांचं लक्ष गेलं नव्हतं, पण ही गोष्ट बहुधा फारशी नवलाची नव्हती.

आजी खोलीत आल्यावर तिनं पुस्तक बाजूच्या टेबलावर ठेवून दिलं. सौ. मरी पलंगाच्या कडेला बसून म्हणाल्या, "छान होती आजची संध्याकाळ. नेस लुईससोबत राहायला आला हे चांगलंच झालं. तुझ्या आजोबांना आणि मला तर त्याच्याशी अगदी पूर्वीपासून ओळख असल्यासारखं वाटतं. बिशप म्हणून खूप

छान काम केलंय त्यानं. तो अगदी मृदू आणि कनवाळू स्वभावाचा आहे, आणि त्याला दुसऱ्यांचं बोलणं शांतपणे कसं ऐकून घ्यावं हे खूप चांगलं समजतं.''

उशांवर रेलून बसत पॉली म्हणाली, ''हो, मलाही ते जाणवलं. मी त्यांना काहीही सांगितलं तरी त्यांना धक्का बसणार नाही, असं वाटतं. मी त्यांना काहीही सांगू शकते.''

''आणि तो कधीही कुणाचाही विश्वास तोडणार नाही.''

''आज्जी...'' ताठ बसत पॉली म्हणाली, ''मला नं, एका गोष्टीची टोचणी लागली आहे गं.''

''काय गं बाळा?''

''मी अचानकपणे तुमच्यावर लादली गेले आहे, खरं नं?''

''अगं पॉली बेटा... अगं स्वत:चा बचाव कसा करायचा, ते आम्हा दोघांना चांगलंच कळतं. आम्हाला तू इथे नको असतीस तर आम्ही तसं स्पष्टपणे सांगितलं असतं. अगदी ठामपणे नकार दिला असता गं. आमची नातवंडं आम्हाला फारशी भेटत नाहीत याची खंत आम्हाला नेहमीच वाटायची. तुझं इथे राहणं आम्हाला खूप खूप आवडतं. तुला इथल्या परिसराची, हवामानाची सवय नाहीये, तू आधी राहत होतीस त्यापेक्षा खूप वेगळं आहे...''

''आज्जी, मला खूप आवडतंय इथे. मी खूप खूश आहे गं. आज्जी गं, पण माझ्या आईला इतकी जास्त मुलं का आहेत गं?''

''म्हणजे काय? तुला तुमच्यातलं कोणीही जन्माला यायला नको होतं का?''

''तसं नाही गं, पण...''

''पण ते तुझ्या प्रश्नाचं उत्तर नाहीये,'' सौ. मरींनी त्यांच्या अजून ओल्या असलेल्या केसांतून बोटं फिरवली. त्या बोलू लागल्या, ''हे बघ, स्त्रिया स्वत:चं कार्यक्षेत्र, व्यवसाय स्वत: निवडू शकतात. मग गृहिणीपद हाच आपला प्रमुख व्यवसाय म्हणून स्वीकारण्याचं स्वातंत्र्य एखाद्या स्त्रीला असायलाच हवं. ती अशी निवड करायला स्वतंत्र आहेच की.''

''आईच्या बाबतीत असंच झालं का?''

''थोड्याफार प्रमाणात.'' एक सुस्कारा टाकून त्या पुढे म्हणाल्या, ''पण बहुतेक माझ्यामुळेसुद्धा झालं तसं.''

''तुझ्यामुळे? का?''

''मी एक शास्त्रज्ञ आहे पॉली, आणि शिवाय माझ्या संशोधनाच्या क्षेत्रात प्रसिद्ध आहे.''

''हो, पण आई...'' काहीतरी सुचून ती एकदम थांबली. मग म्हणाली,

"म्हणजे? बहुतेक तिला तुझ्याशी स्पर्धा करायची नव्हती, असं म्हणायचं आहे का तुला?"

"अं....थोडंसं तसंच."

"म्हणजे? ती तुझ्याशी स्पर्धा करू शकणार नाही, अशी भीती होती का तिच्या मनात?"

'तुझी आई स्वत:ला नेहमीच फार कमी लेखायची. तिच्यासाठी तुझे बाबा सुरुवातीपासूनच फार चांगले जोडीदार होते... आणि तुम्ही मुलंसुद्धा... पण..." त्यांचा आवाज मंदावत गेला.

"अगं, पण तूसुद्धा तुझं काम केलंस आणि मुलंसुद्धा सांभाळलीस की."

"मला सात मुलं नव्हती गं पॉली." आजीचे हात एकमेकांत घट्ट गुंतले होते. मग त्यांनी ते हात लक्षपूर्वक सैल सोडले आणि गुडघ्यांवर ठेवले.

पॉली उशांवरून घसरून खाली आली. तिला झोप यायला लागली. हॅड्रॉनला तिच्या बिछान्यात झोपायला आवडायचं. तिच्या खांद्यावर, मानेला चिकटून तो झोपून गेला.

"स्त्रियांनी खूप प्रगती केली आहे, पण तरी समस्या असणारच... आणि यशही... समस्येवर मात करून गौरवशाली यश मिळवणं फक्त स्त्रियांनाच शक्य असतं." मांजर समाधानानं हलके हलके गुरगुरत होतं. त्याच्याकडे बघून सौ. मरी म्हणाल्या, "हॅड्रॉनला तू खरंच फार आवडली आहेस हं."

ती अर्धवट झोपेत बडबडू लागली, "हॅड्रॉन हा, अतिशय तीव्र परस्परक्रिया करणाऱ्या कणांपैकी एक कण असतो. न्यूक्लिऑन्स हे हॅड्रॉन्सच असतात, त्याचप्रमाणे पायॉन्स आणि इतर स्ट्रेंज कणसुद्धा..."

"शाब्बास, अगदी पट्कन शिकतेस हं तू," सौ. मरी म्हणाल्या.

"स्ट्रेंज, किंवा विचित्र कण..." पॉलीचे डोळे मिटू लागले. "...असं वाटू शकेल की मानवात हे विचित्र कण खच्चून भरलेले असतात. कदाचित खरंही असेल ते. अं... मला वाटतं... हॅड्रॉन्स हे क्वार्क्सचे बनलेले असतात, त्यामुळे एका हॅड्रॉनच्या स्ट्रेंजनेसचं प्रमाण त्यातल्या क्वार्क्सच्या संख्येवरून मोजलं जातं."

"ड्रूइड्स सुद्धा असेच विचित्र होते का?" ती झोपेच्या अधीन होऊ लागली होती. "मला ड्रूइड्स बद्दल फारशी माहिती नाहीये." मऊ, उबदार हॅड्रॉनकडे कूस वळवून तिनं उशीत डोकं खुपसलं. सौ. मरी पलंगावरून उठल्या आणि आपल्या नातीकडे बघत क्षणभर तशाच उभ्या राहिल्या. मग त्या खोलीबाहेर गेल्या.

पॉलीला सकाळी खूप लवकर जाग आली. स्वत:चं आवरून, कपडे बदलून ती खाली गेली. अजून कोणीही उठलं नव्हतं. बाहेर हिरवळीवर धुकं तरंगत असल्याने जमीन पांढरट दिसत होती. दूर क्षितिजावर अंधुकसे डोंगर दिसू लागले होते. पहाटेचं आकाश फिक्कट राखाडी दिसत होतं. आभाळाचा रंग मधूनच निळाईकडेही झुकू लागला होता. सूर्य उगवल्यावर स्वच्छ निळा रंग दिसू लागणार होता.

ती घराबाहेर पडली आणि शेतातून चालू लागली. दव पडल्यामुळे, ते शेत जणू पाऊस पडावा तसं गच्च ओलं झालेलं होतं. दगडी भिंतीशी आल्यावर ती थांबली. मोठी लुईस दिसत नव्हती. 'मोठी लुईस इतक्या लवकर बाहेर येत नसेल...' तिच्या मनात आलं. पॉली भिंतीपल्याड असलेल्या तारे पाहायच्या खडकाच्या दिशेनं चालू लागली. तिनं एक जुना लाल रंगाचा टोपी असलेला ॲनोरॅक (कडाक्याच्या थंडीत घालायचा, टोपीसकट असलेला जॅकेटवजा स्वेटर) घातला होता आणि अस्तरवाली जीन्स घातली होती. त्यामुळे तिला फारशी थंडी वाजत नव्हती. अचानक लख्खकन चमचमाट झाला, म्हणून तिनं वर बघितलं. वीज लखलखावी तसं काहीसं, पण ढगांचा गडगडाट मात्र झाला नाही. तिच्या पायांखालची जमीन किंचितशी थरथरली, मग पुन्हा स्थिर झाली. 'भूकंप होता का तो?' तिला प्रश्न पडला. तिनं आजूबाजूला पाहिलं. तिथली झाडं वेगळीच दिसत होती. खूप मोठमोठी झाडं होती. खूपच जास्त ओक वृक्ष होते तिथे, आणि ते ओक आजोबांपेक्षाही कितीतरी उंच होते. ती तारे पाहायच्या खडकापाशी पोचल्यावर तिला भव्य जलाशय, आणि त्यावर चमकणारा प्रकाश दिसला. एरवी तारे पाहायच्या खडकापलीकडे एक सुपीक दरी असायची, पण आता मात्र त्या दरीच्या जागी एक भलामोठा तलाव दिसत होता.

तलाव? ती आश्चर्यानं थक्क झाली. हा तलाव कुठून आला? दूर दिसणारे, वाऱ्यापावसानं झिजलेले, काहीसे जीर्ण दिसणारे डोंगरही पूर्वीसारखे दिसत नव्हते. त्या झिजलेल्या लहानशा डोंगरांऐवजी, आता चांगलेच उंच, खडबडीत आणि बर्फाच्छादित शिखरं असलेले भव्य डोंगर दिसत होते. तिच्या अंगावर शहारा आला. तिनं मागे वळून पाहिलं. तिचा आवडता तारे पाहायचा खडक तिथेच होता, पण तोही पूर्वीसारखा दिसत नव्हता.

"हे काय चाललंय?" तिनं मोठ्यानं म्हटलं. आता धुक्याची तरंगती वलयं विरत जाऊन साधारण डझनभर, किंवा त्यापेक्षा थोडेसे जास्त, तंबू दिसू लागले. चांगलं कमावलेलं कातडं ताणून हे तंबू बनवलेले होते. त्या तंबूंच्या पलीकडे एक भलामोठा भाज्यांचा बगिचा होता, आणि एक मक्याचं शेत होतं. मक्याचे दांडे नुकतेच कापून त्यांच्या जुड्या बांधून ठेवलेल्या होत्या. मक्याच्या शेतापलीकडे काही गायी आणि मेंढ्या चरत होत्या. दोन खांबांमध्ये दोऱ्या बांधलेल्या होत्या.

त्या दोऱ्यांवर मासे टांगलेले होते. जराशा मजबूत खांबांमधील दोऱ्यांवर बीव्हर प्राण्यांची कातडी सुकवण्यासाठी टांगून ठेवली होती. एका तंबूसमोर एक बाई बसली होती आणि ती खलबत्त्यात काहीतरी कुटत होती. कुटता कुटता गाणं म्हणत होती. तिचे केस काळेभोर होते, त्या केसांची तिनं वेणी घातली होती. पॉलीकडे, किंवा आजूबाजूला तिचं लक्षच नव्हतं. कुटण्याच्या तालावर गाणं म्हणण्यात ती अगदी मश्गुल झालेली होती. पॉलीला भेटायला आलेल्या त्या मुलीसारखीच दिसत होती ती, जणू त्याच मुलीचं प्रौढ वयातलं रूप.

पॉलीला दुरून ढोलाचा आवाज ऐकू आला, आणि मग गाण्याचा. अतिशय मधुर आणि समृद्ध असं तिथलंच स्थानिक संगीत होतं ते. जणू त्या मधुर संगीतानं उगवत्या सूर्याला आकाशात खेचून आणलं असेल, असं भासत होतं. ते संगीत बंद झाल्यावर थोडा वेळ शांतता पसरली, आणि मग नेहमीचाच दिवसभराच्या कामकाजाचा कोलाहल पुन्हा सुरू झाला.

हे सगळं काय चाललं होतं? ती नक्की कुठे होती? आणि आता ती परत घरी कशी जाणार होती?

पॉलीनं मरींच्या घराच्या दिशेनं मागे वळून पाहिलं. हातात भाले घेतलेल्या तरुण माणसांचा एक घोळका तिच्याकडे येताना तिला दिसला. पॉली पट्कन एका भल्यामोठ्या ओक वृक्षाआड दडली, आणि त्याच्या भव्य बुंध्याआडून डोकावून पाहू लागली.

त्यातल्या दोन तरुणांनी, एका लहानशा हरणाचे पाय भाल्याला बांधून त्याला भाल्यावर लटकावलं होतं. ते सगळे तिला ओलांडून पुढे गेले, तंबूंच्या समूहापलीकडे गेले आणि भाज्यांचा मळा, मक्याचं शेत, चराऊ कुरण ओलांडून आणखी पलीकडे गेले. मऊ चामड्याचे गुडघ्यापर्यंत येणारे बिनबाह्यांचे शर्ट आणि अंगासरशी घट्ट बसणाऱ्या मऊ पॅन्टस, असे कपडे त्या लोकांनी घातले होते. पॉली पोहत असताना तिला भेटलेल्या मुलीच्या अंगातही अगदी तसेच कपडे होते.

ते लोक दृष्टिआड झाल्यावर ती त्या झाडाच्या बुंध्याला टेकून उभी राहिली. तिच्या पायात त्राण उरलं नव्हतं. हे सगळं काय चालू होतं? हे एवढं मोठं घनदाट जंगल कुठून आलं? संपूर्ण दरीएवढा विस्तीर्ण तलाव कुठून उद्भवला? आणि ते तरुण कोण होते?

तिच्या मनात विचारांनी थैमान घातलं होतं. अचानक सगळा आसमंत पूर्णपणे बदलून जाण्याचं कारण शोधायचा प्रयत्न तिचं मन करत होतं. जगात अनेकदा अवास्तव किंवा अतार्किक अनुभव येतात, हे तिनं अनुभवलं होतं, पण हा आत्ताचा अनुभव तर कुठल्याही तर्कापल्याड आणि पराकोटीचा अवास्तव

होता.

त्याच वाटेवरून आणखी एक तरुण चालत आला. त्याचे केस विटल्यासारखे पांढरट रंगाचे होते, आणि त्याच्या हातातदेखील भाला होता. नुकत्याच तिथून गेलेल्या शिकाऱ्यांच्या भाल्यांपेक्षा खूप मोठा भाला होता तो. त्या भाल्याच्या मुठीपाशी साधारण एका सफरचंदाएवढा किंवा संत्र्याएवढा तांब्याचा गोळा होता, आणि त्या गोळ्याला लागूनच खालच्या बाजूला, गोलाकार रचनेत, पिसं बसवली होती. त्यानं पाहू नये म्हणून ती झाडामागे लपली.

एका भल्यामोठ्या ओक वृक्षावर एक कार्डिनल पक्षी गोड आवाजात गात होता. हा आवाज तिच्या ओळखीचा होता. शरद ऋतूतल्या पिवळट पडलेल्या गवतातून वाऱ्याची झुळूक वाहत होती. त्या मंद झुळुकेमुळे तलावातल्या पाण्यावर तरंग उठत होते. हवा अगदी स्वच्छ आणि शुद्ध वाटत होती. दूरवर दिसणारे उंचाडे डोंगर जणू निळ्या आभाळाला भिडल्यागत भासत होते. त्या डोंगरांच्या बर्फाच्छादित शुभ्र शिखरांवर सकाळचं कोवळं ऊन चमकत होतं.

तिनं एक दीर्घ श्वास घेतला. घरच्या पोहण्याच्या तलावापाशी भेटलेली ती मुलगी वाटेवरून चालत येताना तिला दिसली. तिची लांबलचक काळी वेणी हेलकावत होती. तिच्या हातात खास शरदात उमलणारी भरपूर फुलं होती. अगदी अनेक प्रकारची फुलं... त्यात गडद निळी 'मिकलमस डेझी'ची फुलं (अॅस्टर) होती, पांढरीशुभ्र 'क्वीन अॅन्स लेस' ही फुलं होती शिवाय तजेलदार पिवळ्या रंगाची 'गोल्डन ग्लो' ही फुलंसुद्धा होती. ती एका खडकापाशी थांबली, या खडकाकडे पॉलीचं लक्षच गेलं नव्हतं.

सपाट, काळसर राखाडी खडक होता तो, आणि तो खडक दोन लहानशा खडकांवर उभा होता. ते तिन्ही खडक एकत्रितपणे 'पाय' (II) या गणिती चिन्हासारखे दिसत होते.

त्या मुलीनं हातातली फुलं त्या सपाट खडकावर ठेवली, वर आकाशाकडे पाहिलं आणि ती मोठ्यानं गाऊ लागली. छान गोड आणि स्पष्ट आवाजात गात होती ती... अगदी सहज आणि उत्स्फूर्तपणे गात होती... जणू एखाद्या पक्ष्यासारखी. तिचं गाणं संपल्यावर तिनं आकाशाच्या दिशेनं हात उंचावले. तिचा चेहरा चांगला तेजस्वी दिसत होता. मग जणू पॉली तिथे असल्याचं समजल्यागत तिनं वळून पाहिलं.

पॉली झाडामागून बाहेर येत म्हणाली, "हाय!"

त्या मुलीचा चेहरा पांढराफटक पडला आणि पळून जाण्यासाठी ती गरकन वळली.

"ए... अग थांब की!" पॉलीनं तिला हाक दिली.

अगदी सावकाश ती मुलगी तारे पाहायच्या खडकापाशी आली.

''अग, तू कोण आहेस?' पॉलीनं विचारलं.

''ॲनारल.'' त्या मुलीनं आपलं नाव सांगताना स्वत:कडे बोट दाखवलं. तिच्या अंगात कालचेच, मऊ चामड्याचा शर्ट आणि घट्ट बसणारी पॅन्ट, असे कपडे होते, आणि गळ्यात चांदीचं कडं होतं. त्या कड्यात मध्यभागी एक रत्न जडवलेलं होतं. तिच्या उजव्या हाताचं पहिलं बोट तिनं ताठ उभं धरून ठेवलेलं होतं. त्या बोटावर बँड-एडची पट्टी चिकटवलेली होती... हे मात्र निखालस विसंगत वाटत होतं.

''तू कुठलं गाणं म्हणत होतीस? खूप सुंदर होतं ते. तुझा आवाज किती सुंदर आणि गोड आहे गं.'' पॉलीच्या शब्दाशब्दांतून, त्या मुलीनं पळून जाऊ नये, अशी विनवणी जाणवत होती.

ॲनारलच्या गालांवर हळूच अगदी फिक्कटशी गुलबट छटा आली, तिनं मान खाली घातली.

''काय होतं गं ते गाणं? मला शब्द सांगू शकशील?''

तिचे गाल लालसर झाले. ॲनारलनं पहिल्यांदाच थेट पॉलीच्या नजरेला नजर भिडवली. तिनं सांगितलं, ''ते आमच्या मातेसाठी प्रभात-गीत होतं. आम्ही ज्या मातीवर राहतो, ती आम्हाला त्या मातेनंच बहाल केलीय.'' ती जरा वेळ थांबली, जणू योग्य शब्द शोधत होती. मग पुढे म्हणाली, ''माता आम्हाला वाऱ्याचं बोलणं ऐकायला शिकवते. तिनं आम्हाला दिलेल्या सगळ्या गोष्टींची नीट काळजी घ्यायला शिकवते. आमची वाढ होण्यासाठी अन्न देते...'' ती पुन्हा विचार करत थांबली, आणि मग म्हणाली, ''पोषणासाठी प्राणी देते... आणि आम्ही... आम्ही एकमेकांना समजून घेण्यासाठी तिची मदत मागतो... आणि क्षमा...'' आपलं कपाळ चोळत ती पुन्हा जराशी थांबली आणि मग बोलू लागली, ''...आम्ही जेव्हा चुकीचं वागतो तेव्हा स्वत:ला माफ करण्यासाठी तिची मदत मागतो, म्हणजे मग इतरांनाही माफ करण्याची क्षमता आमच्यामध्ये येईल... प्रेमाच्या मार्गावरून चालण्यासाठी तिनं आम्हाला मदत करावी, असं मागणं तिच्याकडे मागतो. आम्हाला दुखावणाऱ्या सगळ्या गोष्टींपासून रक्षण करण्याची विनवणी आम्ही तिला करतो,'' ती सावकाश एकएक शब्द बोलत होती, बोलता बोलता हळूहळू आपोआपच ती गाऊ लागली.

पॉली म्हणाली, ''ए धन्यवाद हं. आमच्या कुटुंबातल्या सगळ्यांनाच गाण्याची खूप आवड आहे. त्या सगळ्यांना हे गाणं आवडेल. मला ते शिकायला आवडेल.''

लाजून हसत ॲनारल म्हणाली, ''मी तुला शिकवीन.''

“ए, पण तू काल रात्री पळून का गेलीस गं?” पॉलीनं विचारलं.

“मी खूप गोंधळून गेले होते. समयाची वर्तुळं अशी नेहमीच एकमेकांवर येत नाहीत नं. तुझं इथे येणं तर... ओह... ते विचित्रच आहे.”

“अग काय विचित्र आहे?”

“आपण एकमेकींना बघू शकतोय, बोलू शकतोय...”

‘हो, अगदी खरंच विचित्र... ती आणि ॲनारल, तीन हजार वर्षांच्या अलीकडे आणि पलीकडे उभ्या राहून एकमेकींशी बोलत असतील का?’ पॉलीच्या मनात आलं.

“तू माझ्या लोकांपैकी नाहीयेस. तू एका वेगळ्याच समयचक्रात आहेस.” ॲनारल म्हणाली.

“तुझे लोक म्हणजे कोण?”

ॲनारल अभिमानानं ताठ उभी राहत म्हणाली, “आम्ही वाऱ्याचे लोक आहोत.”

“म्हणजे तुम्ही रेड इंडियन्स आहात का?” पॉलीनं विचारलं. हा फार असभ्य प्रश्न होता, खरंतर उद्धटपणाच... पण पॉलीला त्याचं उत्तर जाणून घ्यायचं होतं.

ॲनारल बुचकळ्यात पडली. ती म्हणाली, “हा शब्द मला माहीतच नाहीये. आम्ही अगदी पूर्वीपासूनच या जमिनीवर राहत आलोय. ज्या गोष्टीचं प्रशिक्षण घेण्यासाठी माझा जन्म झालाय ती गोष्ट म्हणजे... अं... मी ड्रूइड असं म्हटलं तर बहुतेक तुला समजेल.”

‘युरोपियन लोक येण्याआधीच्या काळातले, पण जन्मानं मूळ अमेरिकन असलेले ड्रूइड्स? पण ड्रूइड्स तर ब्रिटनहून इथे आले होते.’ तिनं विचार केला.

हसून ॲनारल म्हणाली, “ड्रूइड हा वाऱ्याच्या लोकांचा शब्द नाहीये. कॅरॅलिस... म्हणजे काल तुला त्या भव्य ओक वृक्षापाशी दिसला होता नं, तोच. त्या कॅरॅलिसनंच तो शब्द स्वत:सोबत आणला. कॅरॅलिस विशाल जलाशय ओलांडून इथे आला. तुला समजतंय नं?”

“अं... फारसं नाही... म्हणजे खात्री नाही.”

“ते ठीक आहे गं. मी तुला माझं नाव सांगितलं म्हणजे कॅरॅलिसनं ठेवलेलं माझं ड्रूइड नाव... ॲनारल. आणि तुझं नाव?”

“पॉली ओ’कीफ. तुला माझी भाषा कशी येते गं?”

“बिशप”

“बिशप कोलुब्रा?”

ॲनारलनं मान तुकवली.

"त्यांनी तुला शिकवलं?" ॲनारल आणि कॅरॅलिसबद्दल बिशपशी बोलत असताना ते एवढे काळजीपूर्वक का ऐकत होते, इतके सतर्क का होत होते, ते तिला आत्ता समजलं. त्या ओगम दगडांबद्दल, या भूमीवर तीन हजार वर्षांपूर्वी राहत असलेल्या लोकांबद्दल, बिशप कोलुब्रानं तिच्या आजी-आजोबांना, किंवा डॉ. लुईसना फारसं काही सांगितलं नव्हतं, हे तर अगदी स्पष्टच होतं.

"हो. बिशपनंच मला शिकवलं," ॲनारल म्हणाली.

"तू त्यांना कशी ओळखतेस?"

हात पुढे पसरत ॲनारल म्हणाली, "ते आमच्याकडे आले होते."

"अग पण कसे?"

आपली लांब काळी वेणी खांद्यावरून मागे फेकून ॲनारल सांगू लागली, "कधीकधी एका काल-वर्तुळातून दुसऱ्यात प्रवेश करता येतो."

पॉलीला रेणूच्या संरचनेची अगदी सुरुवातीची, प्रारंभिक प्रतिकृती आठवली. मध्यभागी केंद्रक आणि त्याच्याभोवती आपापल्या भ्रमणकक्षेत गोल फिरणारे अणू. कधीकधी एखादा इलेक्ट्रॉन स्वत:च्या कक्षेतून दुसऱ्या कक्षेत उडी मारतो, पण या संकल्पनेची तिला फारशी मदत झाली नाही, कारण ॲनारलची वर्तुळं काळाची होती, अवकाशाची नव्हती. '...पण काळ आणि अवकाश तर विलग करता येत नाहीत...' पॉलीनं स्वत:लाच आठवण करून दिली. तिनं विचारलं, "तू काल माझ्या काळात आली होतीस. तू ते कसं केलंस?"

ॲनारलनं आपल्या नाजूक हातांनी चेहरा झाकून घेतला, मग हात खाली काढून पॉलीकडे बघत ती म्हणाली, "मी आणि कॅरॅलिस ड्रूइड्स आहोत. आमच्यासाठी काळाच्या सीमारेषा मऊ, लवचिक असतात, कडक नसतात. आम्ही त्यातून पाण्यागत वाहत येऊ शकतो. तू ड्रूइड आहेस का?"

"नाही." पॉली ठामपणे म्हणाली. "पण आत्ता मात्र मी तुझ्या काळात आहे, असं नक्की वाटतंय."

"मी माझ्या काळात आहे," ॲनारल म्हणाली.

"अगं, पण आत्ता तू जर तुझ्या काळात असशील, तर मीसुद्धा असणारच नं? मी तुझ्या समोरच उभी आहे की."

"आपली काळाची वर्तुळं एकमेकांना स्पर्श करतायत."

"ड्रूइडस् लोकांना खगोलशास्त्राचं ज्ञान असतं. तुला काळाबद्दल माहिती आहे का?"

ॲनारल मोठ्यानं हसून म्हणाली, "काळाची वर्तुळं अगणित असतात... कुणालाच मोजता येत नाहीत, आणि आम्हाला त्यातली थोडीशी माहीत आहेत,

पण अगदीच थोडीशी हं. मला वाऱ्याच्या लोकांचं प्राचीन ज्ञान अवगत आहे, आणि आता कॅरॅलिस मला त्याचं, म्हणजे ड्रूइड लोकांना अवगत असलेलं, ज्ञान शिकवतोय.''

''हे सगळं बिशपना माहीत आहे?''

''हो हो, माहितीये की. तू बिशपच्या कुटुंबातली आहेस का?''

''त्यांच्या मित्राच्या कुटुंबातली आहे.''

''म्हणजे? तू त्या शास्त्रज्ञांच्या कुटुंबातली आहेस?''

''हो. मी त्यांची नात आहे.''

''तेच नं...? त्यांची बोटं वाकडी झाली आहेत आणि कमजोर गुडघ्यांमुळे जरासे लंगडत चालतात ते? त्यांना काळासंबंधी बरीच माहिती असल्याचं बिशपनं मला सांगितलं आहे.''

''हो. फारसं कुणालाच त्यांच्याएवढं ज्ञान नाहीये, पण... पण त्यांना तीन हजार वर्षांपूर्वीच्या काळात जाण्याचं ज्ञान मात्र नाहीये. आणि मी नेमकं तेच केलंय, हो नं?''

ॲनारलनं डोकं हलवलं. ती म्हणाली, ''तीन हजार? तीन हजार म्हणजे काय, मला माहीतच नाहीये. तू काळाचा उंबरठा ओलांडून पलीकडे पाऊल टाकलंय.''

''माझ्याकडून ते कसं झालं, मलाच कळत नाही. मी फक्त तारे पाहायच्या खडकापाशी फिरायला आले होते आणि अचानक एकदम इथेच आले गं. मी आता परत कसं जायचं? तुला माहीत आहे का?''

किंचित खेदानं हसून ॲनारल म्हणाली, ''ते कसं घडतं, ...मलासुद्धा नक्की सांगता येत नाही. काळाची वर्तुळं एकमेकांवर येतात आणि सीमारेषा खुली होते, आणि मग आम्ही पलीकडे जाऊ शकतो.''

ॲनारल हातवारे करून समजावून सांगत होती. त्या काळाशी विसंगत दिसणाऱ्या तिच्या बोटावरच्या बँड-एडकडे पॉलीचं लक्ष गेलं. तिनं विचारलं, ''तुझ्या बोटाला काय झालं?''

''अगं धारदार चाकूनं जखम झाली. मी एका हरणाचं कातडं शिकार करायच्या चाकूनं सोलून काढत होते. तो चाकू अचानक निसटला आणि माझ्या बोटाला जखम झाली.''

''पण तुला हे बँड-एड कुठून मिळालं? तुमच्या काळात तर बँड-एड नव्हतंच, हो नं?''

डोकं हलवत ॲनारल म्हणाली, ''डॉ. लुईसनं माझं बोट शिवून दिलं, खूप टाके घालावे लागले होते. या गोष्टीला एक पौर्णिमा उलटून गेलीय. आता तर ते जवळजवळ बरं होत आलंय. आधी मोठ्ठं बँडेज बांधलं होतं, ते काढल्यावर मला बिशपनं हे आणून दिलं.''

"तू डॉ. लुईसकडे कशी पोचलीस?"

"बिशप मला तिच्याकडे घेऊन गेले होते."

"कसं?"

"मला तो चाकू लागला नं, तेव्हा बिशपनं ते पाहिलं. खूप खूप खोल जखम झाली होती. रक्त वाहायला लागलं, वाहतच राहिलं. मी खूप घाबरले. रडायला लागले. बिशपनं वाहणारं रक्त थांबवण्यासाठी माझं बोट पकडून घट्ट दाबून धरलं. मग ते म्हणाले, 'चल', आणि मग आम्ही धावायला लागलो... बिशपना चांगलं वेगानं धावता येतं हं... आणि धावता धावता अचानक आम्ही डॉ. लुईसच्या दवाखान्यामध्ये पोचलो."

"तुझ्या काळात जखमेवर उपचार करणारं कुणी नाहीये का?"

"आमच्या ग्रे-वुल्फनं उपचार केले असते. तो कित्येक वर्षं आमचा उपचारकर्ता होता, पण मागच्या हिवाळ्यात त्याचा मृत्यू झाला. त्याचा मुलगा आमचा उपचारकर्ता बनू शकला असता, पण तोदेखील मरण पावला. हिवाळी तापाची साथ पसरली होती, त्या साथीतच त्याचा मृत्यू झाला. ही घटना घडल्यानंतर आत्तापर्यंत सूर्याच्या काही प्रदक्षिणा (काही वर्षं) होऊन गेल्यायत. कब, म्हणजे त्याचा लहान मुलगा, अजून छोटा आहे, आणि त्याला अजून खूप शिकायचं आहे. कॅरॅलिसनं मला नक्कीच मदत केली असती, पण तो त्या दिवशी इतर तरुणांसोबत शिकारीसाठी गेला होता."

"कॅरलिस हा ब्रिटनहून आलेला ड्रुइड आहे?"

"खूप खूप लांबून आलाय तो. सूर्याच्या तीन प्रदक्षिणांपूर्वी (तीन वर्षांपूर्वी) तो एका विचित्रशा बोटीतून इथे आला. वादळी वाऱ्यामुळे चक्रीवादळात सापडला होता तो, वादळानं त्याची बोट तलावातून वाहून आणली. तेव्हा आम्ही, वाऱ्याचे लोक, आमच्या महान नेत्याच्या निधनाबद्दल शोक व्यक्त करत होतो. त्या भीषण वादळात एक अवाढव्य ओक वृक्ष मुळासकट उन्मळून त्यांच्या अंगावर कोसळला. ते वयोवृद्ध होते, आणि उद्याचा सूर्योदय ते पाहू शकणार नाहीत असं लोक म्हणत होते. त्याच वेळी त्या भीषण वादळातून कॅरॅलिस आला. त्याच्यासोबत आणखी एक समुद्राकाठचा माणूसदेखील आला. त्याचं नाव टाव. त्याचे केस पांढरट आहेत आणि त्याची त्वचा उन्हात लालसर होते."

'टाव. मोठा भाला घेऊन फिरणारा तोच तरुण असेल हा...' तिच्या मनात आलं.

"ते कुठून आले होते? कॅरॅलिस आणि टाव?"

"अतिविशाल जलाशयातील पाण्यावरून, नद्या आणि डोंगरांच्या पलीकडून. अगं, तुला गंमत सांगते, कॅरॅलिसची बोट जेव्हा इथल्या किनाऱ्यावर आली नं, त्या

क्षणी सोसाट्याचा वारा शांत झाला, वादळ शमलं, आणि तलावाच्या दोन्ही तीरांना जोडणारं एक भव्य इंद्रधनुष्य आकाशात झळकलं. ताऱ्यांच्या निर्मात्यानं आमच्यासाठी दुसरा महान नेता पाठवला आहे, असं आम्हाला त्या क्षणी समजलं.''

''आणि टाव?'' पॉलीनं विचारलं.

ॲनारल पुढे सांगू लागली, ''टाव त्या बोटीतच तापानं फणफणून अर्धमेल्या अवस्थेत पडला होता. ग्रे-वुल्फ आणि कॅरॅलिसनं आपलं कौशल्य पणाला लावलं होतं, पण तरीसुद्धा त्याचा ताप कमी करण्यासाठी त्या दोघांना खूप कष्ट पडले. दोघे अहोरात्र त्याच्यापाशी बसून प्रार्थना करत होते. आमचा छोटा वुल्फ, कब, तोसुद्धा त्यांच्यासोबतच होता. त्याला शिकायला मिळत होतं. सगळं बारकाईनं बघत होता तो. चंद्रासोबतच टावचा तापही कमी झाला आणि श्वासोच्छ्वास लहान बाळागत जरा शांतपणे होऊ लागला. त्याला छान झोप लागली, आणि मग तो हळूहळू बरा झाला. कॅरॅलिस आणि टाव हे दोघे म्हणजे आम्हाला बहाल केलेली महान देणगी आहेत.''

''टाव हा ड्रूइड आहे का?''

''नाही गं, तो एक योद्धा आहे. तो आमचा सर्वोत्तम शिकारी आहे. टाव इथे आल्यापासून आम्हाला पुरेसं मांस मिळवण्याची काळजी करावी लागत नाही.''

पॉली सगळ्या गोष्टींचा अर्थ लावण्याचा प्रयत्न करत होती. कपाळाला आठ्या घालून तिनं विचारलं, ''तुझा जन्म इथेच झाला? म्हणजे याच भूभागात?''

''हो''

''पण तरी तू ड्रूइड कशी आहेस?''

मोठ्यानं हसून ॲनारल म्हणाली, ''अगं, मला तसं आत्ता, अगदी नुकतंच, म्हणायला लागले आहेत. माझा जन्म त्याच्यासाठीच झालाय. कॅरॅलिसनं मला शिकवलंय. आता आम्हा लोकांना धोका निर्माण झाला आहे, आणि आम्हाला मदत करण्यासाठीच तुला काळाचा उंबरा ओलांडून इथे आणलं गेलंय, असं कॅरॅलिसचं स्पष्ट मत आहे.''

''पण मी काय करू शकते? अगं शक्य तरी आहे का...'' पॉली बोलू लागली.

तेवढ्यात जोरात काड्‌कन आवाज झाला, जणू कुणीतरी एखाद्या फांदीवर पाय ठेवून ती मोडल्यासारखा... आणि ॲनारलनं धूम ठोकली. एखाद्या हरणाच्या चपळाईनं ती पळू लागली.

पॉलीनं आजूबाजूला पाहिलं, पण तिला कुणीही दिसलं नाही. ''आम्हाला मदत करण्यासाठीच तुला काळाचा उंबरा ओलांडून इथे आणलं गेलंय,'' ॲनारलचे शब्द तिच्या डोक्यात घुमत होते. आता या बोलण्याचा काय अर्थ

असेल? तिला काय म्हणायचं होतं? आणि आता उंबरा ओलांडून ती तिच्या स्वत:च्या काळात कशी जाणार होती? ॲनारलशिवाय ती घरी कशी जाणार?

ती ॲनारलच्या मागोमाग धावू लागली. पॉलीचे पाय चांगले लांबसडक होते आणि ती वेगानं पळू शकत असे, तरीसुद्धा हा रस्ता तिच्या ओळखीचा नव्हता. हा रस्ता डोंगरउतारावरच्या नागमोडी वळणांचा होता. ॲनारल कुठेच दिसत नव्हती.

पॉली तशीच पुढे जात राहिली, तिनं ती वस्ती ओलांडली, मक्याचं शेत, चराऊ कुरण ओलांडलं, आणि मग बर्च आणि बीच वृक्षांच्या वनराईकडे जाणाऱ्या पायवाटेनं ती पुढे जाऊ लागली. त्या वाटेनं ती चालतच राहिली, आणि मग तिला वाटेवर एक मोठी सपाट शिळा दिसली. अर्थात, ती शिळा त्यांच्या तारे पाहायच्या खडकाएवढी मोठी नव्हती. हा भूभाग पूर्वी हिमनदीनं आच्छादलेला होता, मातीचा वरचा थर पातळ होता, पृथ्वीचा अंतर्भाग पृष्ठभागाच्या जवळच होता. ती तशीच पुढे जात राहिली. तिला पाण्याचा खळखळाट ऐकू आला. तिथे खळखळत वाहणाऱ्या झऱ्यावर एक दगडी पूल होता. ती त्या पुलावर जाऊन उभी राहिली. पूर्वी फिरताफिरता ती या जागी आली होती, अतिशय सुंदर ठिकाण होतं ते. झाडांच्या फांद्या पाण्यावर झुकल्या होत्या, त्यांची सोनेरी पानं पाण्यात पडत होती. आसमंतात खास ऑक्टोबर महिन्याचा शारदीय सुवास दरवळत होता. त्यातच कुजणाऱ्या सफरचंदांचा, गळून पडणाऱ्या पानांचा वास त्यात मिसळला जात होता. हिकरी झाडाच्या बिया, अकोर्न या ओक वृक्षांच्या बिया, पाइन वृक्षांचे कोन, सगळे मातीत गळून मातीला सुपीक बनवत होते.

आणि अचानकच एकदम तिच्या लक्षात आलं, ही झाडं तर ओळखीची आहेत, तिच्या स्वत:च्या काळातलीच. ही झाडं त्या आदिम काळातल्या जंगलातली मुळीच वाटत नव्हती. ती घरी येऊन पोचली होती.

प्रकरण ३

तिच्या स्वत:च्या काळात. सुटका झाल्याच्या भावनेमुळे हायसं वाटून हातपाय गळून गेल्यागत तिला वाटत होतं. पॉली त्या दगडी पुलावर पाय खाली सोडून बसली. मन शांत करून थाऱ्यावर आणण्याचा प्रयत्न करू लागली.

तिच्या मनात असंख्य विचार येत होते... 'या उत्तरेकडच्या झाडांची पानं का गळून पडतात? कडाक्याच्या बर्फाळ थंडीपासून बचाव करण्यासाठी?' तिनं स्वत:लाच प्रश्न विचारला.

हेच उत्तर योग्य वाटत होतं. आता तिला सगळ्या गोष्टी योग्य, सरळमार्गी, बुद्धीला पटतील अशाच असाव्यात असं तीव्रतेनं वाटू लागलं होतं. आज सकाळपासून सगळं अतर्क्यच घडलं होतं. उबदार ॲनोरॅक घातलेला असूनही तिला थंडी वाजू लागली. ती उठली आणि त्या वाटेवरून पुढे चालू लागली. तिची नजर लांबसडक काळी वेणी घातलेल्या नाजूक ॲनारलला शोधू लागली. मग तिच्या लक्षात आलं, ॲनारल तर वेगळ्याच काळातली आहे, पॉलीच्या वर्तमानकाळातली नाहीये. तरीही ती तिथल्या झुडपांमधून जाणाऱ्या पायवाटेनं चालत राहिली. ती पायवाट तिला एका उंच डोंगरकड्यावर घेऊन गेली. तिथून तिला ती गच्च ओली दरी आणि त्या पलीकडच्या टेकड्या दिसत होत्या.

तिच्या जुळ्या मामांनी, म्हणजे सँडी अन् डेनीसनं, लहान असताना तिथला झाडोरा कापून या पायवाटा तयार केल्या होत्या, आणि त्या अजूनही बऱ्यापैकी तशाच टिकून होत्या. वाटेवर आलेल्या वेड्यावाकड्या फांद्या कापून टाकायची गरज होती. इथे येताना कात्री आणायला हवी होती, असं तिच्या मनात येऊन गेलं. त्या उंच डोंगरकड्यावर पश्चिमेच्या दिशेला बघत ती उभी राहिली. समोरच्या दृश्यात सौम्य रंगांची उधळण होत होती. फिक्कट सोनेरी रंग जास्त प्रमाणात दिसत होता. पानगळ झाल्यामुळे पाइन वृक्षांच्या उघड्या पडलेल्या फांद्यांवर अचानक हिरवी छटा दिसू लागली होती.

मग अचानक खालच्या बाजूला, म्हणजे झऱ्यापाशी, तिला प्रकाश लखलखताना

दिसला, आणि झुडपांआडून पिवळी टोपी आणि जॅकेट घातलेले बिशप कोलुब्रा बाहेर आले. त्यांच्या हातात एक जड दगड दिसत होता. त्या उंच डोंगरकड्यावरून खाली उतरण्यासाठी एक उतरती पायवाट होती, पण बाजूच्या बिटरस्वीट आणि ब्लॅकबेरीच्या काटेरी फांद्या त्या वाटेवर येऊन एकमेकींमध्ये गुंतल्या होत्या. ती तशीच त्या वाटेवर आलेल्या फांद्यांमधून खाली उतरू लागली. येताना आपले कपडे अंगाशी घट्ट धरून, हात पाय खाजवत ती बिशपजवळ येऊ लागली.

तिला बघून बिशप खूप खूश झाले. तो दगड दाखवून त्यांनी तिला सांगितलं की ते या ओगम दगडाचा मुद्दाम शोध घेत नव्हते, पण त्यांना तो एका जुन्या दगडी भिंतीपाशी सापडला.

ती त्यांच्या जवळ आली, आणि धापा टाकत म्हणाली, "बिशप! अहो मी भूतकाळात गेले होते!"

हे ऐकून त्यांचं बोलणं अचानकच अगदी पूर्ण बंद झालं. "काय?"

"अहो मी काळाचा उंबरठा ओलांडला... म्हणजे असंच काहीतरी ॲनारल म्हणत होती. मी तिच्या काळात गेले होते."

त्यांच्या हातातून तो दगड पडणारच होता. कसंबसं सावरून कुजबुजत्या आवाजात त्यांनी विचारलं, "कधी?"

"अगदी आत्ताच. मी आत्ताच त्यातून बाहेर आले आहे. बिशप, अहो, ते जे घडत होतं नं, ते सगळं इतकं अचानकपणे आणि विचित्रपणे घडलं नं... अहो मला काही जाणवण्यासाठी वेळच मिळाला नाही, कळलंच नाही काही. आता मात्र मी खूप घाबरून गेलीय असं मला वाटतंय." तिचा आवाज थरथरत होता.

त्यांनी हातातला दगड खाली ठेवला. तिच्या दंडावर थोपटत ते म्हणाले, "घाबरू नकोस हं. सगळं ठीक होईल. देवाच्या हेतूनुसार सगळं योग्यरीत्या घडेल."

"खरंच नं?"

"मी या घटनेची अपेक्षा केली नव्हती. तू... तू कालच तिला पोहण्याच्या तलावापाशी भेटलीस नं?"

चांगलं उबदार ऊन असूनही तिला थंडी वाजत होती. तिनं सांगितलं, "ती आणि कॅरॅलिस... म्हणजे तो ओकवृक्षापाशी दिसलेला मुलगा... ती सांगत होती की ते दोघे ड्रुइड्स असल्यामुळे काळाची सीमारेषा ओलांडू शकतात."

बिशपनं तिच्या खांद्यावर हात ठेवला, जणू त्या स्पर्शातून तिला ताकद देत असल्यागत. ते म्हणाले, "हो. आपल्याला पूर्वी मिळालेल्या अनेक दैवी देणग्या आपण विसरलो आहोत, आपणच हरवून टाकल्या आहेत त्या." खाली ठेवलेला दगड उचलून ते म्हणाले, "आपण तुझ्या आजोबांच्या घराकडे परत जाऊ या. हा सगळ्यात जवळचा रस्ता आहे, तुला हवं तर तू माझ्या मागोमाग ये." त्यांचे

लांबलचक आणि बारकुडे पाय लटपटत होते. तो जड दगड एका हाताखाली काखेत पकडून दुसऱ्या हातानं ते जवळच्या फांद्यांचा, वेलींचा आधार घेत होते. झऱ्याच्या पुढील वळणापाशी आल्यावर बिशप थांबले, खळाळत वाहणाऱ्या पाण्याकडे बघत त्यांनी पलीकडच्या काठावर उडी मारली. तेवढ्यात त्यांच्या हातातून तो दगड निसटला, पण पॉलीनं तो उचलून घेतला.

"आता हा दगड मी धरते," पॉली म्हणाली. ती बिशपच्या मागोमाग चालू लागली. झाडांनी जवळपास झाकून टाकलेल्या एका पायवाटेनं ते भराभरा चालत होते, मग ते एकदम एका टेकडीवर चढण्यासाठी वळले, आणि खेकड्यासारखे तुरुतुरु चालत ती टेकडी चढू लागले. अधूनमधून, लालचुटुक फळांनी लगडलेल्या, जमिनीवर पसरणाऱ्या 'पार्टरिज बेरी' या वेली त्यांच्या वाटेवर पसरलेल्या दिसत होत्या. मधेच एका स्प्रूस वृक्षाची फांदी वाटेवर आडवी आली होती. बिशपनं ती तिच्यासाठी बाजूला सारून धरून ठेवली. ते दोघे त्या वेड्यावाकड्या पायवाटेवरून चालत राहिले. जरा वेळानं रानटी चेरी आणि शॅडब्लोच्या (छोटी, लालसर जांभळट फळं येणारं झुडूप) झाडोऱ्यातून कशीबशी वाट काढत चालू लागले. त्या झाडीतून बाहेर पडल्यावर त्यांना अगदी जवळच त्यांचा तारे पाहायचा खडक दिसला.

पॉली म्हणाली, "बिशप... हे जे काय घडलं होतं नं... ते अगदी वेड्यासारखंच वाटतंय."

ते काहीही बोलले नाहीत. आकाशात सूर्य बराच वर आला होता. झाडांमधून वारा सळसळत वाहत होता, आणि त्यामुळे झाडांवरची आणखी जास्त पानं गळून पडत होती.

"कदाचित ते मला पडलेलं स्वप्नच असेल का हो?"

"कधीकधी स्वप्न कोणतं आणि वास्तव कोणतं हे माझं मलाच समजत नाही. त्यातली सीमारेषा फार पुसट असते." त्यांनी तिच्या हातातून तो ओगम दगड घेतला आणि तारे पाहायच्या खडकावर ठेवला. ते मांडी घालून खाली बसले आणि तिलाही त्यांच्या जवळ बसण्याची खूण केली. ते तिला म्हणाले, "बरं. आता नक्की काय घडलं होतं, ते नीट सांग बघू."

"मी सकाळी लवकर उठून फिरायला गेले. चालत चालत तारे पाहायच्या खडकापाशी आले आणि अचानक सगळंच बदलून गेलं. जमीन हादरली, मला वाटलं, भूकंप असेल. नंतर मात्र मला ते वृक्ष, डोंगर दिसायला लागले... ती झाडं प्रचंड मोठी होती हं... आदिम काळातल्या झाडांसारखी... आणि डोंगर तर अवाढव्य होते, खडबडीत दिसत होते आणि त्यांच्या शिखरांवर बर्फ पसरलं होतं."

"हो, बरोबर" बिशपनं मान डोलावली.

“आणि तुम्ही तिथे... म्हणजे भूतकाळात गेला होतात हे कळलंय हं मला.”

“हो.”

“ते सगळं खरं आहे का हो?”

त्यांनी मान डोलावली.

“माझ्या आजी-आजोबांना याबद्दल माहीत आहे का? डॉ. लुईसना माहितीये?”

त्यांनी मान हलवून सांगितलं, “असल्या गोष्टींवर त्यांचा विश्वास नाहीये.”

“पण ओगम दगडांवर विश्वास आहे की त्यांचा.”

“हो. कारण ते दगड प्रत्यक्ष मूर्त रूपात दिसतात नं.”

“पण तुम्ही त्यांना सांगितलं नाही का?”

खोल निश्वास टाकून ते म्हणाले, “अग बाळा, त्यांना याबद्दल काही ऐकूनच घ्यायचं नाहीये.”

“पण, बिशप.... अहो, तुम्ही तर ॲनारलला डॉ. लुईसकडे घेऊन गेला होतात नं? तिचं बोट कापलं गेलं होतं तेव्हा?”

“तुला कसं कळलं?”

“ॲनारलनं मला सांगितलं.”

“हो. अरे बापरे... अग खूप खोल जखम झाली होती... मला काय करावं ते सुचतच नव्हतं. मग मी विचार करण्यात वेळ घालवला नाही. तिला घेऊन फक्त धावत सुटलो... आणि देवाचे आभारच... लुईस तेव्हा दवाखान्यातच होती.”

“म्हणजे त्यांना माहीत आहेच की.”

मान हलवत ते म्हणाले, “नाही गं. मी सांगितलं होतं तिला, पण तिला वाटलं मी थट्टामस्करी करतोय, किंवा माझं डोकं फिरलंय. मी कित्येकदा अनाथ, बेघर लोकांना उपचारासाठी तिच्याकडे नेलं होतं, त्यामुळे तिला ॲनीसुद्धा तशीच वाटली. तिला तिची अशी समजूतच कायम ठेवायची इच्छा आहे. बरं, पण तू सकाळपासून काही खाल्लं आहेस का? नाश्ता केला होतास का?”

“नाही.”

“बरं. मग आता आपण तुझ्या आजोबांच्या घरी जाऊन कॉफी घेऊ. मला जरा विचार करायचा आहे. गुरुवारी ‘ऑल हॅलोज ईव्ह’ आहे.”

हॅलोवीन. ती विसरूनच गेली होती.

ते उठून उभे राहिले. खडकावरचा ओगम दगड घेतला आणि ते म्हणाले, “कदाचित थोडंफार स्पष्टीकरण मिळेलही... वर्षातला हा काळ...”

“बिशप, मी आत्ताच जे काही केलं... म्हणजे तीन हजार वर्षं मागे गेले होते... ते तुम्हीसुद्धा याआधीच केल्याचं माझ्या माझ्या आजी-आजोबांना माहीतच नाहीये.”

"पण ही किती असामान्य घटना वाटतेय, तुझ्या लक्षात येतंय का? त्यांनी ॲनारल किंवा कॅरॅलिसला बघितलेलंही नाहीये. तू मात्र त्यांना भेटली आहेस. तू काळाचा उंबरा ओलांडला आहेस. जर ते घडलं नसतं, तर तू त्या गोष्टीवर विश्वास ठेवला असता का?"

बरोबरच बोलत होते ते. हे सगळंच वेड्यासारखं वाटत होतं. काळाचे उंबरठे... तीन हजार वर्षं, समयाची वर्तुळं... पण हे सगळं खरोखर घडलं होतं. तिला आणि बिशपना एकच स्वप्न पडणं शक्यच नव्हतं. तिनं विचारलं, "बिशप... तुम्ही केव्हापासून हे असं... म्हणजे भूतकाळात जाऊन परत येणं, वारंवार भूतकाळात जाणं-येणं... हे सगळं केव्हापासून करता आहात?"

"मागच्या वसंत ऋतूपासून. मी इथे लुईससोबत राहायला आलो नं, त्यानंतर थोड्या महिन्यांनी."

"किती वेळा गेला आहात?." 'ॲनारलला इंग्लिश भाषा शिकवता आलीय, म्हणजे बऱ्याच वेळा ये-जा केली असेल यांनी.' तिच्या मनात आलं.

"बऱ्याच वेळा पण मी स्वत: ते ठरवू शकत नाही हं. कधीकधी ते घडतं, तर कधीकधी नाही घडत. पॉली, बेटा, चल जाऊ या ग. तुझ्या आजी-आजोबांना सगळं सांगून टाकण्याची आता खरोखरच गरज वाटतेय मला. मग त्यांचा त्यावर विश्वास बसू दे, किंवा नको बसू दे. मात्र सांगायला हवंच."

पॉली म्हणाली, "ते ठेवतील विश्वास. त्यांचा इतर लोकांपेक्षा पट्कन विश्वास बसतो."

तो दगड एका हातातून दुसऱ्या हातात घेत बिशप म्हणाले, "तू या सगळ्यात गोवली जाशील, असं मला अजिबात वाटलं नव्हतं. अगदी स्वप्नातसुद्धा मी अशी कल्पना केली नव्हती. तुला हे सगळं... याला मीच कारणीभूत आहे, असं मला तीव्रतेनं वाटू लागलंय..."

ती म्हणाली, "द्या, मी धरू का तो ओगम दगड?"

"हो, प्लीज धर" ते अतिशय चिंताग्रस्त वाटत होते.

तिनं तो दगड घेतला आणि त्यांच्या मागोमाग चालू लागली. शेतजमिनीभोवती असलेली दगडी भिंत ओलांडताना पॉलीला मोठी लुईस दिसली. जराही हालचाल न करता त्यांच्याकडे निरखून बघत होती ती. बिशपचं मोठ्या लुईसकडे लक्षही गेलं नाही. त्यांनी ती भिंत ओलांडली आणि ते घराच्या दिशेनं धावत सुटले.

पॉलीचे आजी-आजोबा स्वयंपाकघरात होते. सगळं काही अगदी नेहमीप्रमाणे सुरळीत चालू होतं. आजोबा पेपर वाचत होते. आजी पॅनकेक्स (मैद्याची जाड आणि गोडसर धिरडी) बनवत होती. नाश्ता अगदी नेहमीचाच, घरात असलेले

पदार्थ वापरून बनवलेला होता. सौ. मरी नेहमी कॉफी आणि कपकेक घेऊन त्यांच्या प्रयोगशाळेत जायच्या आणि हवामान चांगलं असेतोवर श्री. मरी बाहेर आवारात बागकाम करायला जायचे.

पॉली आणि बिशप नेसन धापा टाकत आत आले. "गुड मॉर्निंग पॉली, नेसन," सौ. मरी म्हणाल्या. पॉलीच्या अंगावर ओरखडे उमटले होते, तिचे केस, कपडे विस्कटले होते, पण सौ. मरींना त्याचं आश्चर्य वाटलं नव्हतं. त्या पुढे म्हणाल्या, "अॅलेक्सनं आज पॅनकेक्स खायची फर्माईश केली. नेहमी कसलीही मागणी नसते त्याची, म्हणून मग मीही अगदी आनंदानं ते बनवले आहेत. चला, तुम्हीसुद्धा खायला या. मी भरपूर पीठ भिजवलंय."

"मी आगंतुकपणे येऊन तुम्हाला त्रास देत नाहीये नं?" बिशपनं संकोचानं विचारलं आणि ते खुर्चीवर बसले.

आवाज संयमित ठेवण्याचा आटोकाट प्रयत्न करत पॉली म्हणाली, "हा बघा, आणखी एक ओगम दगड. हा कुठे ठेवू?"

आजी म्हणाली, "जागा असेल तर काल रात्री नेसननं आणलेल्या दगडाच्या शेजारी ठेव. नेस, तू किती पॅनकेक्स खाशील?"

"माहीत नाही. मी काही खाऊ शकेन की नाही, मलाच माहीत नाही. मला भूक लागल्यासारखं वाटत नाहीये."

"नेसन! अरे काय झालं रे? तुला बरं वाटत नाही का?"

"मला काही नाही झालेलं, मी अगदी उत्तम आहे." मग पॉलीकडे बघत ते एकदम स्वत:लाच म्हणाले, "अरे देवा... हे काय केलं मी?"

"काय रे? काय केलंस तू?" श्री. मरींनी विचारलं.

पॉली म्हणाली, "बिशप, तुम्ही काहीही केलं नाहीये हो. ते सगळं आपोआपच घडलं."

सौ. मरींनी त्यांच्या पुढ्यात पॅनकेक्सची चवड ठेवली. अनवधानानं स्वत:च्याही नकळत बिशपनं त्यावर भरपूर लोणी फासलं आणि शिवाय गोड पाकाची धार धरली. एक मोठा घास तोंडात कोंबून त्यांनी हातातला काटा खाली ठेवत म्हटलं, "मी बहुतेक काहीतरी महाभयंकर गोष्ट केलेली असू शकते."

"काय चाललंय नेसन?" श्री. मरींनी विचारलं.

बिशपनं आणखी एक घास तोंडात कोंबला आणि ते म्हणाले, "असं काही घडेल हे मला अजिबातच वाटलं नव्हतं. तशी अगदी शक्यताही वाटली नव्हती."

"अरे पण काय?" श्री. मरींनी प्रश्न केला.

"मला वाटलं होतं, समयाची दारं फक्त माझ्यासाठीच खुली होतात. मला खरंच वाटलं नव्हतं..." त्यांनी वाक्य अर्धवटच सोडून दिलं.

"पॉली," तिचे आजोबा विचारू लागले, "हे सगळं काय आहे? तुला काही माहीत आहे का?"

पॉलीनं तिच्या कपात कॉफी ओतून घेतली आणि खुर्चीवर बसून ती म्हणाली, "तो ओक वृक्षापाशी दिसलेला माणूस होता नं... तो नाही का... मला आणि झॅकरीला दिसलेला... तो ओगम दगडांच्या काळातला आहे." आपला आवाज शांत राखण्याचा आटोकाट प्रयत्न करत ती पुढे म्हणाली, "आज सकाळी मी फिरायला गेले होते नं... म्हणजे मलाही नीटसं कळलेलं नाहीये... पण कसं कोण जाणे, पण मी बिशपनं आत्ताच सांगितलेल्या समयाच्या दारातून पलीकडे गेले होते."

"नेस!"

बिशप खाली मान घालून म्हणाले, "हो, खरं आहे. माझीच चूक आहे. अगदी नक्की माझीच चूक असणार ती. ते लॅटिन भाषेत म्हणतात नं, 'मिया कुल्पा' म्हणजे मी चूक मान्य करतो."

सौ. मरींनी विचारलं, "पॉली, तू काळाच्या दारातून पलीकडे गेली होतीस? पण असं तुला का वाटतंय?"

"आज्जी अग तिथे सगळंच अगदी वेगळं होतं गं. झाडं तर किती प्रचंड मोठी होती, साधारण त्या 'हायवाथा' कवितेसारखी.... ती कवितेची ओळ आहे नं... 'हे आदिम काळातलं जंगल आहे' ...अगदी तसंच जंगल होतं. डोंगर तर अतिभव्य आणि उंच होते, आणि खडबडीत दिसत होते हं... नुकतेच निर्माण झाल्यागत दिसत होते, आपल्या इथल्या जीर्ण प्राचीन टेकड्यांसारखे मुळीच नव्हते. त्यांच्या शिखरांवर बर्फ पसरलेलं होतं. अग, आणि ती दरी आहे नं, त्या जागी एक खूप मोठा तलाव होता."

"हे तर फारच विक्षिप्त आहे," सौ. मरी म्हणाल्या. त्यांनी श्री. मरींच्या समोर पॅनकेक्सची बशी ठेवली, आणि मग त्या पॉलीच्या बशीत पॅनकेक्स ठेवू लागल्या.

"नेसन!" श्री. मरींनी बिशपना जाब विचारला.

बिशप वैतागानं म्हणाले, "हे पहा, मी जेव्हाजेव्हा ही गोष्ट तुम्हाला सांगायचा प्रयत्न करायचो, तेव्हा तुमचा विश्वासच बसायचा नाही. तुम्हाला माझं म्हणणं कधीच पटलं नाही. अर्थातच, त्याबद्दल मी तुम्हाला दोष देत नाहीये, पण म्हणूनच मी कुणाला सांगितलं नव्हतं. हे असं वारंवार घडलं नसतं तर मीसुद्धा विश्वास ठेवला नसता. मला वाटलं, हे फक्त माझ्यासोबतच घडतंय... म्हातारपणानं किंवा माझी जाण्याची तयारी असल्यानं घडत असेल कदाचित... पण पॉली... पॉलीनं... ओह बरं बरं! अर्थातच!"

“अर्थातच काय?” श्री. मरींनी रागावून विचारलं. त्यांचा राग वाढत चालला होता.

“पॉलीला सगळ्यात आधी पोहण्याच्या तलावापाशी ॲनी दिसली.” बिशपनं ‘ॲनी’ हा शब्द मायेनं उच्चारला.

“ही ॲनी कोण?”

“ॲनारल. काल रात्री हीच मुलगी आपल्या पोहण्याच्या तलावापाशी आली होती,” पॉलीनं सांगितलं.

“तुम्ही जेव्हा हा पोहण्याचा तलाव बनवण्यासाठी जमिनीत खड्डा खणत होता, तेव्हा काय घडलं होतं?” बिशपनं विचारलं.

“आम्हाला जमिनीखाली पाणी लागलं होतं. आम्ही बहुधा पाण्याच्या स्त्रोतावर किंवा एखाद्या जमिनीखालच्या नदीवर खणत होतो,” श्री. मरींनी सांगितलं.

“अहो पण हे तर राज्यातलं सगळ्यात उंचावरचं ठिकाण आहे नं... मग जमिनीखालची नदी इतक्या उंचावर असेल का?”

“तसंच दिसतंय की.”

बिशपनं त्यांचा काटा खाली ठेवला. त्यांच्याही नकळत त्यांनी बशीतले सगळे पॅनकेक्स संपवले होते. ते बोलू लागले, “तुम्हाला आठवत असेल... इंग्लंडमधल्या महान कॅथेड्रल्ससारखी इतर सर्व पवित्र ठिकाणं, पवित्र मानल्या गेलेल्या जमिनीवरच बांधलेली आहेत. ख्रिश्चन धर्माची स्थापना होण्याआधी, मूर्तिपूजक लोकांनी त्यांच्या देवतांची मंदिरं अशाच जागांवर बांधली होती. म्हणजेच, ती मंदिरं बांधली जाण्याच्या कितीतरी आधीपासूनच अशी प्रथा अस्तित्वात होती. सगळ्यात महत्त्वाचं म्हणजे अशी सगळी पवित्र स्थानं ज्या जमिनीवर उभारलेली आहेत, त्या जमिनीखाली भूजलाचा, किंवा नदीचा स्त्रोत आहे. तुमचं हे घर आणि पोहण्याचा तलाव अशाच पवित्र ठिकाणी बांधलेलं आहे. म्हणूनच ॲनारल पोहण्याच्या तलावापाशी येऊ शकली.”

“मूर्खपणा आहे...” सौ. मरींनी बोलायला सुरुवात केली.

हताश होऊन श्री. मरींनी निश्वास टाकला. ते म्हणाले, “आम्हाला आमचं हे घर, आमची जमीन अत्यंत प्रिय आहे, पण त्याला ‘पवित्र’ मानणं... हे मात्र जरा जास्तच होतंय.”

बिशपनं विचारलं, “हे घर... अं... अंदाजे दोनशे वर्षांपेक्षा जास्त जुनं असेल नं?”

“हो. घराचा काही भाग तितका जुना आहे.”

“ओगम दगडांवरून मात्र असं लक्षात येतं की इथेच तीन हजार वर्षांपूर्वी लोकांची वसाहत होती.”

"हे बघ नेसन, मी तो दगड पाहिलेला आहे. त्याच्यावर ओगम लिपी कोरलेली आहे, हेदेखील मला मान्य आहे. त्याचं गांभीर्य मला कळतंय. तरीपण पॉलीचा सहभाग तुझ्या या असल्या... अं... तुझ्या..." बोलता बोलता श्री. मरी इतक्या जोरात ताड्कन उठले की त्यांची खुर्ची मागे पडली. त्यांनी ती खुर्ची वैतागून गुरकावत खाड्कन उचलून ठेवली. तेवढ्यात फोनची घंटी वाजली, सगळेच त्या आवाजानं दचकले. श्री. मरींनी फोन घेतला, आणि ते म्हणाले, "पॉली, तुझ्यासाठी फोन आहे."

आत्ता या घडीला असा व्यत्यय पॉलीला नकोसा वाटला. तिच्या आजी-आजोबांना सगळं नीट समजावं, त्यांना या प्रकाराचं नीट भान यावं अशीच तिची इच्छा होती. ते या घटनेवर विश्वास ठेवू शकले असते, तर तिला जरासा आधार वाटला असता, भीती कमी झाली असती.

"झॅकरीसारखा आवाज वाटतोय," तिच्या हातात फोन देत आजोबा म्हणाले.

"गुड मॉर्निंग पॉल. मी एवढंच सांगायला फोन केलाय की काल तुला भेटून खूपच आनंद झाला, आणि मी येत्या गुरुवारी पुन्हा तिथे येऊन तुला भेटेन. मी गुरुवारची वाट बघतोय."

"धन्यवाद झॅक. मीसुद्धा वाट बघतेय."

"ठीक आहे मग, भेटूच आपण. मला फक्त पुन्हा एकदा गुरुवारच्या भेटीची खात्री करून घ्यायची होती."

तिनं फोन ठेवून दिला आणि ती टेबलापाशी जात म्हणाली, "हो, झॅकरीच होता. त्याला गुरुवारच्या भेटीबद्दल खात्री करून घ्यायची होती."

"चला, निदान काहीतरी नेहमीचं आणि चांगलं ऐकायला मिळालं," आजोबा म्हणाले.

'हो का? पण त्यालासुद्धा तीन हजार वर्षांपूर्वीचा माणूस दिसला होता की," पॉली तिरसटली.

"ऑल हॅलोज ईव्ह," बिशप पुटपुटले.

"निदान तो तुला इथून लांब घेऊन तरी जाईल," आजी म्हणाली. "त्याला ओगम दगडांची माहिती आहे ही गोष्ट विचित्रच, नाही का?"

मान डोलावत पॉली म्हणाली, "झॅकरीला अशा अनेक अनवट गोष्टी माहीत आहेत. पण आज सकाळी जे घडलं नं, ते तर मला अजिबातच कळलं नाहीये. माझ्या आकलनापलीकडचंच होतं सगळं."

बिशप हळुवार आवाजात म्हणाले, "तीन हजार वर्षं पलीकडचं ग पॉली... आणि का कोण जाणे, पण या सगळ्याला मी कारणीभूत आहे असंच वाटतंय गं."

श्री. मरी कपाटापाशी गेले आणि तिथे ठेवलेला एक ओगम दगड उचलून

घेत म्हणाले, "नेसन, माझा तुझ्यावर विश्वास न बसण्याचं एक मोठं कारण सांगतो तुला. हे बघ, तू धर्मशास्त्रात पारंगत आहेस, तू शास्त्रज्ञ नाहीयेस. जर तू सांगतोयस ते खरं असेल, तर मी आयुष्यभर मेहनत करूनही ज्याचा शोध लावू शकलो नाही, अशा गोष्टीचा तू शोध लावला आहेस असंच म्हणावं लागेल."

"अरे बाबा, माझ्याकडून अगदी नकळत झालेल्या घोडचुकीमुळे आपोआप झालं ते," बिशप म्हणाले.

एक सुस्कारा टाकून श्री. मरी म्हणाले, "मला ते नीट समजलंय, असंच मला वाटत होतं. आता मात्र माझी मलाच खात्री नाहीये."

"आजोबा... नीट समजावून सांगा नं."

श्री. मरी पुन्हा त्याच खुर्चीत बसून बोलू लागले, "पॉली, हा काळाविषयीचा सिद्धान्त आहे. तुला माझ्या संशोधनाची थोडीशी माहिती असेलच नं?"

"हो, अगदी थोडीशी."

"नेसपेक्षा नक्कीच जास्त माहिती असेल तुला. तू विज्ञान हा विषय बऱ्यापैकी शिकलेली आहेस. माफ कर हं नेस, पण..."

"बरोबरच आहे. आता उगाचच औपचारिक वागायला वेळ नाहीये," बिशप म्हणाले. मग सौ. मरींकडे बघत त्यांनी विचारलं, "मला आणखी थोडे पॅनकेक्स मिळू शकतील का? पीठ आहे नं?" मग ते पुन्हा श्री. मरींशी बोलू लागले, "हा जो तुझा टेसरॅक्टचा सिद्धान्त आहे..."

सौ. मरींनी पॅनकेक्सची एक चवड बिशपच्या बशीत ठेवली.

श्री. मरी समजावून सांगू लागले, "टेसरिंग... म्हणजे काळाची बंधनं झुगारून अवकाशातून प्रवास करणे. ही गोष्ट पूर्णपणे तुमच्या मनावर अवलंबून असते, तुलाही माहीतच आहे ते. त्यासाठी कुठलंही यंत्र बनवता येत नाही. त्या झगमगत्या अलौकिक तेजासारख्या गोष्टीला, तंत्रज्ञानाच्या मर्यादांमध्ये बंदिस्त करण्याचा निष्फळ प्रयत्न केला तर ते त्याची मोडतोड केल्यासारखं होईल, त्यामुळे स्पेस/टाइम कन्टिन्युअम मध्ये व्यत्यय निर्माण होईल. नेमकं हेच घडतंय. प्रकाशाच्या वेगाहून जास्त वेग असलेली, काळाला वाकवू पाहणारी अवकाशयानं बनवतोय आपण, पण उड्डाण केल्यावर ती निष्फळ ठरतायत. चित्रपटांमध्ये, टीव्हीवर तंत्रज्ञानाच्या मदतीनं अशी दृश्यं दाखवणं शक्य आहे, पण प्रत्यक्षात मात्र, देवानं निर्मिलेल्या अंतराळात ते शक्य होत नाही."

"पण तुझा सिद्धान्त प्रत्यक्षात आणणं फारच अवघड आहे. आपल्या अंगात वीज खेळवण्यासाठी किती लोक तयार होतील?" बिशप म्हणाले.

श्री. मरी हसले. पॉलीला मात्र आजोबा खिन्न होऊन हसल्यागत वाटलं. आजोबा म्हणाले, "तू आहेस की."

बिशप अगदी हलक्या आवाजात म्हणाले, "माझ्या आत्म्यात जणू लखलखत्या विजेचा शिरकाव झाल्यासारखं वाटलं... आणि त्या तेजासोबत माझं मन प्रगाढ शांती आणि अत्यानंदानं भरून गेलं. क्षणभर तर कुठल्याशा अगाध शक्तीमुळे माझं पुनरुज्जीवन होऊन मला बलशाली झाल्यागत वाटलं... जणू त्यामुळेच की काय... माझं शरीर जणू एखाद्या मातीच्या मडक्यासारखं फुटून त्याच्या ठिकऱ्या ठिकऱ्या होतील असं वाटलं." मग एक सुस्कारा सोडून ते म्हणाले, "अठराव्या शतकाच्या मध्यावर, वेल्शभाषिक जॉन थॉमसनं केलेलं वर्णन. पण खूप छान वर्णन आहे, हो नं?"

श्री. मरींना ते मान्य झालं. "हो. खरंच फार छान वर्णन आहे, पण मला त्याचा धक्काही बसलाय."

"का बरं?" बिशपना प्रश्न पडला.

"तुला माझ्यापेक्षा जास्त माहीत आहे."

"नाही... नाही... तसं काही नाही..."

"पण तुझं ज्ञान अर्धवट आहे नेस. ती ॲनी... ॲनारल की कोण... ती ये-जा करू शकेल असं एक काळाचं दार तू उघडलंस, आणि पॉली त्या दारातून पलीकडे खेचली गेली. आता मात्र मला ते दार बंद व्हायलाच हवंय."

बंद करायचं! ते दार कसं बंद करता येईल!

ते दार तर उघडलं गेलं होतं, आणि काळाचे वारे त्यावर धडका देऊन त्या दाराला बंद होऊ देत नव्हते, जणू त्या दाराच्या बिजागऱ्या उडवून लावत होते.

"नाही हं!" पॉली तिच्या आजोबांचं बोलणं थांबवत ओरडली. "तुम्ही मला तारे पाहायच्या खडकापाशी जाण्याची मनाई करू शकत नाही! प्लीज तसं करू नका!"

आजोबांनी एक खोल निश्वास टाकला. ते म्हणाले, "स्पेस/टाइम कन्टिन्युअमबद्दल आयुष्यभर केलेल्या संशोधनातून मी हेच शिकलोय की आपल्याला अवकाशाची फारच कमी माहिती असते, आणि काळाबद्दल तर आणखीनच कमी. तू आणि नेस तीन हजार वर्षांपूर्वीच्या काळात खरोखरच गेला होतात की नाही, किंवा ते नवे बर्फाच्छादित डोंगर म्हणजे निव्वळ तुम्हाला झालेला भ्रम होता का, हे काहीही मला माहीत नाहीये. पण तुझ्या सुरक्षेची, तुझी नीट काळजी घेण्याची पूर्ण जबाबदारी फक्त आमची आहे, एवढंच मला माहीत आहे."

बिशप पॅनकेक्सवर आणखी पाक ओतून घेत म्हणाले, "माझ्यावरसुद्धा थोडीशी तरी जबाबदारी आहेच की."

पॉलीनं त्यांच्या डोळ्यात निरखून पाहिलं. फिकट चंदेरी झाक असलेले डोळे,

अजूनही थोडंसं तेज बाकी होतं त्या डोळ्यांत... पण वेडसर माणसाच्या डोळ्यात असणारी उन्मादाची किंचितशी छटादेखील त्यांच्या डोळ्यांत दिसत नव्हती.

श्री. मरी म्हणाले, "नेस, पॉलीला या प्रकारापासून दूरच ठेव हं. तुलाही फारसं ज्ञान नाहीये. आपण मनुष्यप्राणी घड्याळांसारखी अचूक काळ मोजणारी यंत्रं बनवू शकतो, पण कालमापन ही संकल्पना आपल्याला अजूनही नीटशी समजलेली नाहीये. एखादी गोष्ट घडून जाते तेव्हा..."

त्यांचं वाक्य अर्ध्यावर तोडत बिशपनं पूर्ण केलं, "ती गोष्ट गायब होत नाही. त्याच्या ध्वनिलहरींसारख्या लहरी तयार होतात, किंवा तळ्यातील संथ पाण्यात खडा टाकल्यावर तरंग उठतात नं, तसे तरंग तयार होतात."

"काळाच्या लहरी, किंवा समय-लहरी? ऊर्जा-लहरी? $E= mc^2$ या समीकरणाशी निगडित असं काहीतरी?" पॉली सुचवू लागली.

कुणीही काहीच बोललं नाही. श्री. मरी कशाबशा हालचाली करत टेबल आवरू लागले, त्यांचे सांधे बहुधा नेहमीपेक्षा जास्तच दुखत असल्याचं जाणवत होतं. सौ. मरी खिडकीबाहेर दूरवर दिसणाऱ्या टेकड्यांकडे बघत नुसत्याच बसून राहिल्या. त्यांचा चेहरा अगदी निर्विकार दिसत होता.

सिंकपाशी गेलेले श्री. मरी वळून थेट पॉलीवर नजर रोखत म्हणाले, "या प्रकाराबद्दल नक्की काय करावं तेच मला कळत नाहीये. तू इथे येऊन राहिलेली आम्हाला खूपच आवडेल असं आम्हीच तुझ्या आई-बाबांना सांगितलं होतं. पण तेव्हा तू या नेसच्या भलत्यासलत्या शोधांमध्ये गोवली जाऊ शकशील असं आम्हा दोघांनाही अजिबात वाटलं नव्हतं."

"आम्ही त्या गोष्टींना तितकंसं महत्त्व दिलंच नाही गं, किंवा आम्हालाच तशी इच्छा नव्हती," आजी म्हणाली.

आजोबांना प्रश्न पडला, "आता या परिस्थितीत, आपण पॉलीला तिच्या घरी पाठवून द्यायचं का?"

"आजोबा! नको नं!" पॉलीनं विरोध केला.

"अगं, इथे आम्ही तुझ्यावर सतत नजर ठेवू शकणार नाही नं," आजी म्हणाली.

पॉली जराशी चिडून ठामपणे म्हणाली, "हे बघा, तुम्ही मला इथून दूर पाठवू शकतच नाही. अगदी खरंच हं... कारण बिशप कोलुब्रानं खुल्या केलेल्या या टेसरॅक्ट प्रकारात जर मी गोवली गेली असेन... अर्थात, आता तसं झालंच आहे, नाही का? तर अशा वेळी तुम्ही जर मला त्यातून बाहेर काढण्याचा प्रयत्न केला, तर त्यामुळे स्पेस/टाइम कन्टिन्युअम मध्ये काहीतरी बिघाड केल्यासारखं होणार नाही का? बिघाड म्हणजे स्पेस/टाइम कन्टिन्युअमला भेग

पाडण्यासारखं काहीतरी?'

तिचे आजोबा खिडकीपाशी गेले. बाहेर असलेल्या बागेकडे बघत म्हणाले, "हो, ती शक्यता आहेच."

"जर अवकाश आणि काळ अभिन्न असतील तर..." बिशपनं बोलायला सुरुवात केली, पण ते मधेच थांबले.

पॉली बोलतच होती, "तसं झालं तर त्यामुळे माझ्यातही भेग पडू शकेल, जणू टरकावून फाडल्यागत हो नं?"

आजोबा म्हणाले, "माहीत नाही गं, पण मी तो धोका पत्करणार नाही."

बिशप हळूच टाळी वाजवून म्हणाले, "हे बघा, गुरुवारी ऑल हॅलोज ईव्ह आहे. ॲनी आणि कॅरॅलिस त्याला बहुतेक सॉवेन म्हणत असतील. अशा जराशा विचित्र आणि पवित्र वेळी काळाची दारं अगदी सहजगत्या उघडली जातात. जर गुरुवारची रात्र पार पडेपर्यंत पॉली घरातच बसून राहिली, मुळीच घराबाहेर पडली नाही तर..."

"अहो पण गुरुवारी झॅकरी येणार आहे." पॉलीनं त्यांना आठवण करून दिली. ती पुढे म्हणाली, "मी त्याला असं तर सांगू शकत नाही नं की बिशप कोलुब्रा यांनी टेसरॅक्ट खुलं केलंय, आणि मी त्यात गोवली गेलेली असल्यामुळे, मी त्याच्यासोबत कुठेही बाहेर जाऊ शकणार नाही." हसण्याचा प्रयत्न करत तिनं विचारलं, "झॅकरीसुद्धा सामील झालाय का या प्रकारात?"

आपलं डोकं हळूच नकारार्थी हलवत बिशप म्हणाले, "मला तरी तसं वाटत नाही. नाहीच. कॅरॅलिस आपल्या काळात आलेला असताना झॅकरीनं त्याला पाहिलं, हा फक्त योगायोग असेल, ते वेगळं. काळाच्या दारातून पलीकडे जाणे ही तर अगदीच वेगळी गोष्ट आहे."

"म्हणजे जर झॅकरी काळाचं दार ओलांडून पलीकडे जाऊन आलेला नसेल, तर तो टेसरॅक्टमध्ये सामील नाहीये, असा अर्थ असतो का?"

"अं... माझ्या मते तरी तो यात सामील नाहीये, आणि अगदी लुईस ॲनीला भेटलेली असली तरीदेखील तीसुद्धा नाही. अर्थात तिचा विश्वास मुळीच नाहीये... पण तरीही."

श्री. मरींनी विचारलं, "पॉली, झॅकरीला तो माणूस खरंच दिसला होता? तुझी खात्री आहे तशी?"

"हो आजोबा, खरंच."

तिच्या आजोबांनी गरम पाण्याचा नळ चालू केला होता. वाहत्या गरम पाण्याखाली आपले हात शेकत ते म्हणाले, "झॅकरीसोबत थोडंफार बाहेर फिरायला हरकत नाही, पण घरापासून फार लांब जायचं नाही. त्या तारे

पाहायच्या खडकाच्या जवळपासही फिरकायचं नाही.''

''सॉवेन पार पडेपर्यंत शक्यतो घरातच शांतपणे राहा हं. आणि तुझ्या आजी-आजोबांपैकी कुणीतरी सोबत असल्याशिवाय पोहू नकोस.'' बिशप म्हणाले.

मान डोलावत ती म्हणाली, ''ठीक आहे. सॉवेन... म्हणजे काय हो?''

''प्राचीन काळच्या सेल्टिक लोकांचा उत्सव आहे तो. हिवाळ्याच्या सुरुवातीला चरायला गेलेली गुरं घरी आणली जात असत. पिकांची कापणी करत असत, आणि रात्री छानपैकी मेजवानी दिली जाई. त्या मेजवानीच्या प्रसंगी मागील वर्षी निधन झालेल्या व्यक्तींसाठी खास जागा राखून ठेवली जात असे. त्या व्यक्तींचे आत्मे तिथे उपस्थित आहेत अशा विश्वासानं, त्या आत्म्यांचा सन्मान करण्यासाठी अशी जागा राखीव ठेवली जात असे.''

''साधारणपणे हॅलोविन आणि थँक्स गिव्हिंग या दोन्हीचं मिश्रण वाटतंय,'' पॉली म्हणाली.

''हो, तसंच होतं ते. आठव्या शतकातला पोप, ग्रेगरी – ३, यानं एक नोव्हेंबर हा दिवस 'ऑल सेन्ट्स डे' म्हणून घोषित केला आणि ३१ ऑक्टोबर हा दिवस 'ऑल हॅलोज ईव्ह' म्हणून साजरा केला जाईल असं जाहीर केलं.''

श्री. मरी कोरड्या आवाजात पुढे सांगू लागले, 'आणि तेव्हापासून ख्रिश्चन चर्चनं सगळं आपल्याच ताब्यात घेतलं आणि स्थानिक मूर्तिपूजक लोकांच्या उत्सवाला एक वेगळंच नाव देऊन टाकलं. पहिल्यांदाच घडलेलं नव्हतं असं.''

तेवढ्यात फोनची घंटी वाजली, आणि त्यांचं बोलणं थांबलं. श्री. मरी फोन उचलून बोलू लागले, ''हो लुईस, इथेच आहे तो. अगं आज सकाळी, कसं कोण जाणे, पण पॉली तीन हजार वर्षांपूर्वीच्या भूतकाळात गेली होती... म्हणजे असं दिसतंय तरी... अर्थात त्यावर विश्वास ठेवायचा असेल तर तसं मानायला हवं... नाही ग, मलाही विश्वास ठेवणं फार अवघड जातंय. हो हो, तुला पुन्हा फोन करीन हं.'' फोन ठेवून ते पुन्हा टेबलापाशी आले.

''माझी लहान बहीण डॉक्टर आहे,'' बिशप म्हणाले.

''हे बघ नेसन, तुझी बहीण डॉक्टर आहे, हे आम्हा सगळ्यांनाच माहीत आहे.''

''माझ्या हातून चूक झाली... म्हणजे ती खरंच चूक असेल तर हं... त्या ॲनीच्या बोटाला कापल्यामुळे खूप खोल जखम झाली होती. ती जखम टाके घालून शिवायला हवी होती. त्यांचा उपचारकर्ता, कब, वयानं लहान असल्यामुळे त्याला अनुभव नव्हता. कॅरॅलिसही कुठेतरी दूर गेला होता, म्हणून मग मी ॲनीला माझ्याबरोबर घेऊन आलो.''

''म्हणजे? वर्तमानकाळात घेऊन आलास?'' श्री. मरींच्या आवाजात संताप,

अविश्वास, आणि त्यांना धक्का बसल्याचं स्पष्ट जाणवत होतं.

"अरे, तिच्या जखमेवर लुईसकडून उपचार करून घेण्यापुरतंच आणलं होतं रे फक्त. मग नंतर मात्र मी लगेच तिला परत घेऊन गेलो होतो."

"अरे बाबा, नेस... तू अशा प्रकारे काळाशी असं खेळू शकत नाही रे," श्री. मरी कळवळून म्हणाले.

"हो, पण म्हणून त्या ॲनीच्या जखमी बोटाशीदेखील मी खेळ करू शकलो नसतो नं."

"मग? लुईसला हे सगळं पटलं? म्हणजे... भूतकाळातली मुलगी... आणि बाकीचं सगळं?"

"तिला ते आवडलं नाही, पण त्या वेळी आम्ही तिच्या दवाखान्यात होतो आणि... खरं सांगू का... लुईसनं ॲनीला आधी कधीही पाहिलेलंच नव्हतं नं, त्यामुळे ती तीन हजार वर्षांपूर्वीच्या काळातली असेल असं तिच्या मनातही आलं नाही. डॉक्टर असल्यामुळे, सर्वप्रथम ॲनीच्या जखमेवर तातडीने उपचार करायला हवेत, एवढंच त्या क्षणी तिच्या मनात आलं आणि तिनं लगेचच उपचार केलेही. नंतर मग मी जेव्हा लुईसला ॲनीबद्दल सांगितलं, तेव्हा तिचा विश्वास बसला नाही, आणि तिनं माझं बोलणं उडवून लावलं. ॲनीला शक्य तितक्या लवकर परत तिच्या घरी घेऊन जा, एवढंच लुईसनं मला सांगितलं."

"नेसन" श्री. मरी उठून उभे राहिले, मग लगेच पुन्हा खाली बसले. "हे बघ नेसन, हे काही 'स्टार-ट्रेक' नाहीये, आणि तू लोकांची अशी मागच्या-पुढच्या काळात ने-आण करू शकत नाहीस. अरे पण तू ते केलंस तरी कसं?"

"अं... ते मला नक्की सांगता येत नाही. हीदेखील एक समस्याच आहे. ए, ॲलेक्स, पण तू चिडून माझ्यावर ओरडू नकोस रे."

"मी आता ओरडण्याच्या पलीकडे गेलो आहे."

पॉलीनं सगळ्यांना जरा शांत करण्याचा प्रयत्न केला. "आजोबा, तुमचं ते टेसरॅक्ट... तुम्ही त्याच विषयी संशोधन करता नं? तर तसा अवकाश-प्रवास आपली काळाच्या बंधनातून मुक्तता करतो, हो नं?" आता आजी-आजोबा स्वतः या प्रकारात सामील होऊन पुढाकार घेतायत, हे जाणवून पॉलीची भीती जरा कमी झाली. आता तिला हा धाडसी प्रकार रोमांचक वाटू लागला होता.

"हो गं, पण असा प्रवास फक्त आपल्या सूर्यमालेबाहेरच्या विश्वात जाऊन, त्याचा अभ्यास करण्यासाठीच असतो. बस. एवढंच फक्त. टेसरॅक्टशी खेळ करण्याएवढं जास्त ज्ञान आपल्याला नाहीये. मला अनुभव आहे नं तसा."

बिशप अगदी हळूच म्हणाले, "मॅटरहॉर्न पर्वतावर आपण यशस्वी चढाई केली, कारण तो तिथे होता. आपण चंद्रावर गेलो, कारण तो तिथे होता.

आपल्या सूर्यमालेतल्या दूरच्या ग्रहांवर जाऊन आपण तिथला अभ्यास करणार आहोत, आणि मग आपल्या स्वत:च्या आकाशगंगेचाही. नंतर पल्याडच्या इतर आकाशगंगांचा अभ्यास करू, कारण त्या आकाशगंगा तिथे आहेत. मी निव्वळ ओगम दगड शोधण्यासाठी इथे लुईससोबत राहायला आलो नव्हतो, पण मला जेव्हा तसा एक दगड सापडला. अं... तेव्हा त्याबद्दल मला कुतूहल वाटलं, कारण ते दगड तिथे होते.''

''इथे होते,'' श्री. मरींनी दुरुस्ती केली.

''हो, इथे. मी मूर्खपणा केला असेलही, पण पॉलीसोबत असं काही घडेल, याची जराशीही अपेक्षा मला नव्हती. पॉली, बाळा, तू हा आठवडा संपेपर्यंत घरातच राहू शकशील का? जास्त कुणाच्या नजरेला पडू नकोस. गुरुवारी तुझ्या तरुण मित्रासोबत जरासं फिरायला जा हवं तर. तसा काही फारसा खराखुरा धोका वाटत नाहीये, पण त्या तारे पाहायच्या खडकापाशी मात्र मुळीच जाऊ नकोस... रविवारपर्यंत थांबू शकशील?''

पॉली त्रासून गेल्यागत दिसत होती. ती म्हणाली, ''माहीत नाही, तसं केल्यामुळे काही चांगला फरक पडेल की नाही, मला कळतच नाहीये. अहो, त्या अॅनारलला तर मी इथेच पहिल्यांदा भेटले की... अगदी काल रात्रीच... मी पोहत असताना.''

बिशपनं तिचं बोलणं न पटल्याच्या आविर्भावात आपले लांबसडक सडपातळ हात उंचावले. त्यांच्या बोटातल्या अंगठीवर सूर्याचे किरण पडून अंगठीतला पुष्कराज चमकला. ते म्हणाले, ''मी माफी मागतो,'' मग पॉलीकडे वळून म्हणाले, ''मी खरंच माफी मागतोय का? कदाचित आपण दोघं कुठल्याशा...''

''नेसन! पुरे झालं आता!'' श्री. मरींनी दटावलं.

आपला हात हळूच टेबलावर आपटून सौ. मरी म्हणाल्या, ''आता पॉलीच्या अभ्यासाची वेळ झाली आहे. जरा नेहमीसारखं सामान्य वागू या, पूर्ववत परिस्थितीच चांगली. तिच्या खोलीत बरीच पुस्तकं आहेत, ती तिला वाचायची आहेत.''

''छान,'' श्री. मरी म्हणाले, ''आजची सकाळ जरा नेहमीपेक्षा वेगळीच होती, पण आता आपण पूर्ववत सर्वसामान्यपणे वागू या, निदान तसा प्रयत्न तरी करू या.''

पॉली उठली आणि बिशपजवळ जाऊन म्हणाली, ''तुम्ही सांगितलं की ओगम लिपीची बाराखडी आहे. तुमच्याकडे ती बाराखडी लिहिलेली आहे का? म्हणजे मला ते वाचून काही अर्थ लावता येईल?''

''हो. माझ्या घरी आहे.''

''प्लीज, मला दाखवाल का?''

"हो, अगं अर्थातच. माझ्याकडे जे काही लिहिलेलं आहे, ते म्हणजे ओगम लिपीचा मी लावलेला अर्थ. ते मी माझ्या एका वहीत लिहून ठेवलेलं आहे. माझ्याकडे त्यापेक्षा फारसं जास्त काही नाहीये, पण ओगम दगडांवर जे काही कोरलंय, त्याचा अर्थ लावायला मला त्या वहीचा उपयोग झाला. मी ते दुपारी घेऊन येतो."

सौ. मरी मधेच त्यांचं बोलणं थांबवणार होत्या, पण मग त्या गप्पच झाल्या.

"धन्यवाद हं बिशप," पॉली म्हणाली आणि मग ती वळून वर जाऊ लागली.

वरच्या मजल्यावर असलेल्या तिच्या खोलीत पॉली थोडा वेळ नुसतीच झुलत्या खुर्चीत बसून राहिली. पुस्तकांना हातही लावला नाही. तिला खरंतर तारे पाहायच्या खडकापाशी जायची खूप इच्छा होती. आता तिला भूतकाळात अडकून पडण्याची भीती वाटत नव्हती. काळाची सीमा ॲनारलसारखीच तिच्यासाठीही खुली झाली होती... पण आजी-आजोबा चिडतील आणि अस्वस्थ होतील... जर ती गुरुवार पार पडेपर्यंत घरातच बसून राहिली तर खरंच काही चांगला फरक पडणार होता का?

पॉली टेबलापाशी जाऊन पुस्तकं चाळू लागली. आजी-आजोबांकडून शिकणं हे अगदी मूर्तिमंत वास्तव होतं. त्या स्वप्नवत वाटणाऱ्या विश्वातल्या तलावापासून, तीन हजार वर्षांपूर्वीच्या खेड्यापासून जणू मोकळीकच. तिला ओगम लिपी शिकायची होती, हे मात्र अगदी खरं. जर ॲनारल बिशपकडून इंग्लिश शिकू शकते, तर पॉली नक्कीच ओगम शिकू शकेल.

आता मात्र तिनं अभ्यास करायला हवा होता. तिच्या 'काऊपर-टाउन हाय' या शाळेतल्या शिक्षकांपेक्षा मरी आजी-आजोबा खूप कडक शिस्तीचे होते, आणि तिलाही त्यांनी दिलेली शैक्षणिक आव्हानं पेलायला आवडायचं.

टेबलावरच्या गठ्ठ्यातलं पहिलं पुस्तक तिनं उचललं. सगळ्याच पुस्तकांवर, आणि त्यांच्या महत्त्वाच्या पानांमध्ये कागदी चिठ्ठ्या होत्या. पहिलं पुस्तक, सतराव्या शतकातला तत्त्वज्ञ जॉन लॉक यानं लिहिलेलं होतं... तिला मॅक्सनं आधीच त्याच्याबद्दल सांगितलं होतं. पॉली काऊपर-टाऊन हाय शाळेत जे शिकायची, त्या ज्ञानात मॅक्स वेळोवेळी भर घालत असायची, तिला जास्त ज्ञान द्यायची. या पुस्तकात लॉकनं अमेरिकेचं वर्णन केलं होतं... सुंदर, सोप्या चित्रदर्शी भाषेतलं वर्णन, पण जरासं भाबडेपणानं केलेलं. अर्थात लॉकनं हे वर्णन खूप पूर्वी लिहिलं होतं (म्हणजे फक्त काही शतकं आधी, हजारो वर्षांपूर्वी नव्हे.) तेव्हा अमेरिका खंड नुकताच उदयाला आलेला होता... जुनाट जगातल्या

दुष्टाव्यामुळे प्रदूषित झालेला नव्हता. तिथले नग्नावस्थेत राहणारे स्थानिक अमेरिकन-म्हणजेच रेड इंडियन लोक त्याला दैवी बागेतल्या ॲडम आणि ईव्हसारखेच निष्पाप, निरागस भासले होते. त्या जगात कुठलेही बाह्य नियम, कायदे नव्हते. ते कुठल्याही प्रकारची संपत्ती खरेदी करत नसत, विकून टाकत नसत किंवा संपत्ती साठवूनही ठेवत नसत. लॉकच्या मतानुसार, त्यांच्या मानगुटीवर भूतकाळातल्या अपराध-भावनेचं कुठल्याही प्रकारचं ओझं नव्हतं... लाज-शरम या भावना त्यांना माहीतच नव्हत्या.

पुस्तक मांडीवर ठेवून पॉली तिच्या झुलत्या खुर्चीत बसून झुलत होती. ती विचारमग्न झाली होती... जेव्हा अगदी सुरुवातीच्या काळात, या किनाऱ्यावर पहिल्यांदा वसाहत वसवणारे लोक येऊन पोचले, तेव्हा तिथे सेल्ट्स किंवा ड्रूइड्स राहत असल्याचा कुठलाही पुरावा उपलब्ध नव्हता. ते तिथल्या स्थानिक जमातींमध्ये मिसळून गेले असतील का? कॅरॅलिस आणि टाव जसे ॲनारलच्या लोकांमध्ये अगदी मिसळून गेले आहेत, तसे? का ते परत ब्रिटनला निघून गेले? जर तीन हजार वर्षांपूर्वी न्यू इंग्लंडमध्ये खरंच ड्रूइड्स असतील तर मग त्यांचं पुढे काय झालं?

एक सुस्कारा टाकून तिनं दुसरं पुस्तक हातात घेतलं. त्यात आजीनं वाचण्यासाठी खूण म्हणून कागदी चिठ्ठी ठेवलेलं पान उघडलं. या पुस्तकाचा लेखक होता ॲलेक्सिस द टॉकविल. त्यानं ॲन्ड्र्यू जॅकसनच्या क्लेशकारक काळाबद्दल लिहिलं होतं. त्या काळात रेड इंडियन्सना अत्यंत अन्यायाची वागणूक मिळत असे, आणि तरीही टॉकविलनं मात्र लिहिलं होतं की 'अमेरिकेत स्थायिक होण्यासाठी बाहेरून आलेले लोक, एका लोकशाही असलेल्या राज्यात आले. त्यांना लोकशाहीच्या प्राप्तीसाठी कुठल्याही प्रकारच्या क्रांतीची झळ सोसावी लागली नाही.' आणि त्यानं पुढे असंही लिहिलं होतं की, 'ते लोक स्वतंत्र व्यक्ती म्हणूनच जन्माला आले. त्यांना स्वातंत्र्य मिळवण्यासाठी झगडावं लागलं नाही.'

अजूनही खरं आहे? पॉली विचारात पडली. तिला आपण स्वतंत्र म्हणून जन्माला आल्याची नीट कल्पना होती, आणि तरीही तिनं तिच्या लहानशा आयुष्यात स्वातंत्र्याचा गैरवापर झालेला पाहिला होता. वासना, अपराधभावना, हाव, लालचीपणा यासारखे, आधीच्या जुनाट जगातले, दुर्गुण त्या नव्या जगातही चांगलेच रुजले होते. पॉलीला पोर्तुगालच्या किनाऱ्यालगतच्या 'गेया' बेटावर राहणाऱ्या स्थानिक जमाती आवडत असत, त्याचप्रमाणे व्हेनेझुएलामधले 'क्विझटानो इंडियन' लोकसुद्धा आवडत असत, पण तरीही 'आदिम जमातीतले लोक अतिशय सद्‌गुणी असतात' या संकल्पनेविषयी मात्र तिला चांगलीच शंका

वाटत असे. लोक हे लोकच असतात, काही चांगले तर काही वाईट... पण बरेच लोक दोन्ही गुणांचं मिश्रण असलेले असतात, असं तिनं अनुभवांवरून मत बनवलेलं होतं.

पुस्तकांच्या गठ्ठ्यातलं पुढचं पुस्तक होतं, १६७० साली आयझॅक बॅरोनं प्रकाशित केलेलं 'लेक्टिऑनेस जॉमेट्रिकी.' पॉलीचं भाषांबद्दलचं कौशल्य वादातीत असलं तरी जुनी लॅटिन भाषा वाचणं तिला आत्ता अवघड वाटत होतं, लक्ष केंद्रित करता येत नव्हतं. त्यामुळे तिनं ते पुस्तक बाजूला ठेवलं. नंतर मन:स्थिती शांत झाल्यावर नीट लक्ष केंद्रित करता येईल, म्हणून मग नंतरच ते पुस्तक वाचलेलं बरं, असं तिनं ठरवलं. तिनं एक सोळाव्या शतकाच्या इतिहासाचं पुस्तक उघडलं. त्यातलं खूण करून ठेवलेलं प्रकरण उघडून ती वाचू लागली. इटालियन तत्त्वज्ञ जॉर्दानो ब्रूनो यानं मांडलेली तत्त्वं ख्रिश्चन धर्माविरुद्ध ठरवून त्याला जाळून मारण्यात आलं होतं. 'त्या काळात चर्च ही धार्मिक संस्था किती भयानक निर्णय देत होती...' तिच्या मनात आलं... या ब्रह्मांडात जितके ग्रह आहेत तितकेच काळदेखील आहेत... तिच्या मनात विचारांची गर्दी झाली होती.

पॉलीच्या मनात आलं... 'आणि अगदी एकाच ग्रहावरसुद्धा अनेक कालक्षेत्रं असतात... आणि आपण त्यांना अतिवेगानं ओलांडण्याचा प्रयत्न केल्यास आपल्याला जेटलॅगचा त्रास होतो. फार काय... अगदी एकाच कालक्षेत्रातला काळदेखील एकसमान गतीनं सरकत नाहीच...'

तिला पूर्वी फ्लू झाला होता ते आठवलं. तिला खूप ताप आला होता आणि अंगातला प्रत्येक सांधा दुखत होता. तो दिवस नेहमीपेक्षा अत्यंत संथ गतीनं पुढे सरकत होता, जणू नेहमीपेक्षा जास्तच मोठा भासत होता. मात्र मॅक्सच्या 'ब्यू ॲले' या सुंदर फार्महाउसवर झालेल्या नूतन-वर्षारंभाच्या पार्टीच्या वेळेस तर जणू पापणी लवण्याआधीच वेळ संपून गेल्यागत वाटला होता. काचेची सुंदर झुंबरं लखलखत होती, मॅक्स तर जणू त्या झुंबरांसारखीच तेजस्वी दिसत होती. गाणीबजावणी चालू होती... किती भरकन निघून गेला होता वेळ. बिच्चारा जॉर्दानो ब्रूनो. काळाबद्दल बहुतेक अगदी अचूक भाष्य केलं होतं त्यानं. चुकीचं नसतानाही, खरं काय ते सांगितल्याबद्दल किती लोकांना असं जाळून मारलं असेल? तिला प्रश्न पडला.

त्यानंतर अठराव्या शतकातला तत्त्वज्ञ बर्कले याचं पुस्तक तिच्या हाताला लागलं. ते पुस्तक न उघडता तसंच मांडीवर ठेवून ती नुसतीच बसून राहिली. या तत्त्वज्ञाबद्दल मॅक्सनं तिला खूप माहिती दिली होती. तोसुद्धा एक बिशप होता (तो बिशप कोलुब्रासारखा असेल का?) आणि त्याच्या कल्पना त्या काळात तरी फारच विस्मयकारक वाटत असत. त्याच्या अभ्यासिकेबाहेर एक जिना होता. जर

त्या जिन्याच्या अस्तित्वाची त्याला जाणीव असेल, तरच तो जिना तिथे असतो, अन्यथा नाही... असं त्याचं म्हणणं होतं. गोष्टी अस्तित्वात असण्यासाठी, सर्वप्रथम त्या जाणून घ्याव्या लागतात, असं त्याचं तत्त्व होतं. मॅक्स या तत्त्वाला 'द ॲन्थ्रोपिक प्रिन्सिपल' असं म्हणायची. तिला ते तत्त्व आकर्षक आणि नकोसं वाटणारं, अशा दोन्ही प्रकारचं वाटत असे.

'पॉलीनं ॲनारलला बघितलंय आणि ती तिच्याशी बोलली आहे, या गोष्टींवर पॉलीनं विश्वासच ठेवला नाही, तर त्यामुळे ती ॲनारल भूतकाळातच अडकून राहील का? त्याच काळातली आहे की ती...' पॉलीच्या मनात विचार आला. 'तसा विश्वासच ठेवला नाही, तर ते काळाचं दार बंद होईल का? पण तिनं तर ॲनारलला बघितलं आहे, आणि बघितलंच नसल्याचा आव आणणं तर तिला मुळीच जमलं नसतं. ते काळाचं दार उघडलं गेलं होतंच.'

'न्यू इंग्लंड जर्नल ऑफ मेडिसिन' या नियतकालिकाची एक प्रत, हे त्या गठ्ठ्यातलं अखेरचं पुस्तक होतं. त्यात तिच्या आजीचा, 'विशाल विश्वावर सूक्ष्म जगताचा होणारा परिणाम', या विषयावरील लेख छापून आलेला होता. वरवर बघता ही वेगवेगळ्या विषयांची पुस्तकं वाटत असली तरी आता हळूहळू त्याची विशिष्ट क्रमबद्धता लक्षात येऊ लागली होती. त्याचा ॲनारल आणि ओगम दगडांशी नक्कीच काहीतरी संबंध असेल असं पॉलीला वाटू लागलं होतं. अर्थात, आजीनं जेव्हा ही पुस्तकं पॉलीसाठी निवडून वाचायला ठेवली तेव्हा त्या ओगम दगडांचा किंवा ॲनारलचा विचारही तिच्या मनात आला नसेल, याची पॉलीला खात्री होती.

त्यानंतर मात्र पॉली सलग दोन-तीन तास अभ्यासात गर्क झाली होती. अनेक गोष्टी समजून घेत होती, पाठ करत होती, नोट्स काढत होती. नंतर आजी-आजोबांच्या प्रश्नांना योग्य ती उत्तरं देता यावीत अशी तिची इच्छा होती, म्हणून ती अगदी पूर्णपणे लक्ष केंद्रित करून मनापासून अभ्यास करत होती. आत्ता तिचं लक्ष पूर्णपणे फक्त वर्तमानकाळात गुंतलं होतं. का कोण जाणे, पण तिनं घड्याळात पाहिलं. अकरा वाजून गेले होते. रोज गाडी चालवत पोस्ट-ऑफिसमध्ये जाऊन पत्रं आणणं, किंवा पत्रं पोस्टात टाकणं हे तिचं काम होतं. येताना जेवणासाठी काही सामान आणायचं असेल तर आजी पोस्टात टाकायच्या पत्रांसोबत तशी चिठ्ठी लिहून ठेवत असे.

ती खाली गेली. दिवाणखान्यात किंवा स्वयंपाकघरात कुणीच नव्हतं. आजीच्या प्रयोगशाळेचं दार बंद होतं. पॉलीनं दारावर टकटक केली.

''क्काय आहे?'' आतून वैतागलेला आवाज आला.

''अग मी आहे, पॉली. ए आजी, मी पोस्टात जाऊन पत्रं घेऊन आले तर

चालेल का? दुकानातसुद्धा जाऊन येईन.''

"ओह, पॉली... ये गं, आत ये. मला असं ओरडायचं नव्हतं गं. खरंतर नेस निवृत्त होऊन लुईससोबत इथे राहायला यायलाच नको होता ..... पण असं वाटण्याचा काहीच उपयोग नाहीये नं.'' पॉलीची आजी प्रयोगशाळेतल्या उंच स्टुलावर बसली होती. तिच्या पुढ्यात एक इलेक्ट्रॉन-सूक्ष्मदर्शक होता, पण तो झाकूनच ठेवलेला होता. कित्येक वर्षांत त्याचं आवरण काढलंच नसल्यासारखं वाटत होतं. आजीनं लोकरीचा जाड स्कर्ट, गळाबंद ब्लाऊज आणि स्वेटर घातला होता. शिवाय पायात लांबलचक, पूर्ण पाय झाकणारे मऊ सुती मोजेही घातले होते... अगदी सामान्यशी खेडवळ बाई वाटत होती ती... पण तरीही आजीनं, अदृश्य आणि अतिसूक्ष्म अशा अनोख्या क्वांटम मेकॅनिक्सचा सखोल अभ्यास केलेला असल्याचं पॉलीला माहीत होतं. तिचे आजोबा चौकडीचे फ्लॅनेलचे जुनाट शर्ट घालूनही अगदी आरामशीर फिरत असत, ट्रॅक्टर चालवत असत, आणि तरीही त्यांनी अवकाश-प्रवास केलेला होता. अगदी वातावरणाबाहेर जाऊन पृथ्वी-प्रदक्षिणा केली होती. तिचे आजी-आजोबा त्यांच्या दोन्ही विश्वात अगदी सहजगत्या वावरत असत... त्यातल्या एका विश्वात बाग, स्वयंपाकघर, त्यांचं राहतं घर, पोहण्याचा तलाव या सगळ्या रोजच्या सामान्य गोष्टींचा समावेश होता, तर दुसऱ्या अधिक विस्तीर्ण विश्वात शास्त्रीय प्रयोग, संशोधन यांसारख्या गोष्टींचा समावेश होता. बिशप कोलुब्रानं मात्र त्या दोघांना, त्यांच्या या दोन्ही विश्वांना, चांगलाच धक्का दिला होता... पॉली आणि बिशपच्या या अनपेक्षित काल-प्रवासामुळे आजी-आजोबा चांगलेच गडबडून गेले होते.

"आज्जी? सांग नं, जाऊ का?''

"मला माहीत नाही गं पॉली. मला कळतच नाहीये, तुझे आई-बाबा काय म्हणतील...'' आजीचा आवाज मंदावत गेला.

"अग आज्जी, मी फक्त पोस्टात आणि दुकानात जाऊन येणार आहे. तुला विचारल्याशिवाय जायचं नव्हतं मला.''

आजी नि:श्वास टाकून म्हणाली, "मी एखाद्या स्वप्नातल्या जगात राहत आलीय का गं? माझ्या प्रयोगशाळेतलं एकच उपकरण खरंखुरं वापरलं जातं, आणि ते म्हणजे हा कालबाह्य मानला जात असलेला बन्सेन बर्नर... आणि तो वापरात असण्याचं कारण म्हणजे, त्याचा वापर करणे ही एक कौटुंबिक प्रथाच बनली आहे. मीसुद्धा तुझ्या आजोबांसारखेच वैचारिक प्रयोग करायला लागली आहे.'' पॉलीच्या चेहऱ्यावर प्रश्न उमटलेला पाहून त्या पुढे म्हणाल्या, 'ॲलेक्स आणि मी, आम्ही दोघे आमच्या अलग अलग जगातच राहिलो, आमच्या बुद्धीनुसार वैचारिक संशोधन करत राहिलो.''

"बरं, मग?" पॉलीनं विचारलं.

"एखादा सिद्धान्त जर प्रयोगशाळेत सिद्ध करण्याजोगा असला तरच आम्ही त्याबद्दल लेख लिहिणं उचित ठरतं. त्यानंतर मग आम्ही, किंवा कोणी दुसरा शास्त्रज्ञ त्या सिद्धान्ताची कसून परीक्षा घेईल. पण अनेक वैचारिक प्रयोग म्हणजे एवढे जुगार खेळण्याजोगे आहेत नं, की ते सिद्ध करता येण्यासाठी खूप काळ जावा लागेल."

यातलं नेमकं काय जास्त प्रमाणात स्वप्नवत होतं? आजी-आजोबांचे आणि इतर शास्त्रज्ञांचे वैचारिक प्रयोग? का त्यांच्या आत्ताच्या काळाला स्पर्श करू पाहणारं तीन हजार वर्षांपूर्वीचं ते जग?

प्रयोगशाळेत फारच दमटपणा जाणवत होता. आजी ही थंडी कशी सहन करते, याचं पॉलीला नवलच वाटलं. जमीन मोठमोठ्या दगडी फरशांची बनवलेली होती. दोन जुनाट खुर्च्या होत्या, आणि त्या खुर्च्यांच्या मध्ये एक टेबल होतं. त्या खुर्च्यांसमोर जमिनीवर एक विटकं जाजम टाकलेलं होतं. टेबलावरच्या दिव्यामुळे उबदारपणाचा निदान भास तरी होत होता. कडाक्याच्या थंडीनं तिला वास्तवात आणलं. "आज्जी, सांग नं," ती म्हणाली.

"अगं काय पॉली?"

"पोस्ट ऑफिसात जाऊ?"

"अं... काही हरकत नाहीये असं मला वाटतं. तसंही, तुला आम्ही कापसात गुंडाळून तर ठेवू शकणारच नाही. आम्हाला नेमकी कशाची भीती वाटतेय, तेसुद्धा मला नीट सांगता येणार नाही."

"मी तीन हजार वर्षांपूर्वीच्या काळात हरवून जाईन, अशी भीती वाटतेय का? माझ्या मते तरी तसलं काहीही होणार नाहीये."

"हो गं, मलासुद्धा तसंच वाटतंय, काही नाही होणार. मी अजूनही माझी विवेकबुद्धी शाबूत ठेवली आहे. बरं, पण फक्त पोस्ट ऑफिसातच जा हं."

"अग घरातलं दूधही संपलंय."

"बरं ठीक आहे. दुकानातून घेऊन ये. तू परत आलीस की मात्र मला न विसरता तसं सांग हं."

"हो, नक्की."

पॉली तिनं आजीला दिलेला शब्द पाळणार होती, त्यानुसार ती फक्त पोस्टात आणि दुकानातच जाणार होती. खरंतर तिला ॲनारलशी पुन्हा एकदा बोलायचं होतं, ओक आजोबांपाशी जाऊन तिथे कॅरॅलिस त्याच्या कुत्र्यासोबत उभा आहे का, ते पाहायचं होतं आणि या वेळी तो तिथेच थांबून तिच्याशी बोलेल अशी तिला आशा वाटत होती.

गुरुवारी ऑल हॅलोज ईव्ह होती. बिशप कोलुब्रा त्याबाबत फारच गंभीर वाटत होते. सॉवेन... अति प्राचीन उत्सव... लिखित स्वरूपातल्या इतिहासात त्याची नोंदही नाहीये... त्याच्याही आधीचा. पॉलीच्या अंगावर शहारा आला... भीतीनं नाही, पण कसल्याशा अनामिक अपेक्षेमुळे... कसली अपेक्षा ते तिलाही कळत नव्हतं. तिला एवढंच समजलं होतं की एक अतिप्राचीन कालखंड भूतकाळातून झेपावून दुसऱ्याच एका काळाला स्पर्श करू पाहतोय, आणि त्या अतिप्राचीन काळाला तिचा स्पर्श होतोय. तिच्या वर्तमानकाळाकडेच तो प्राचीन काळ झेपावू पाहत होता. हा तिचा वर्तमानकाळ भूतकाळासारखाच निष्ठुर असला तरी निदान तो तिच्या ओळखीचा होता... पॉलीच्या मनात विचारचक्र चालूच होतं.

तिच्या आजी-आजोबांची कार जुनी झालेली होती. त्या गाडीचं इंजिन सुरू करायलाच बऱ्याचदा प्रयत्न करावा लागायचा. तिनं गाडी चालू केली आणि रिव्हर्स घेऊन गॅरेजबाहेर काढली. गाडी चालवत ती पोस्टात आणि दुकानात गेली, तिनं पोस्टमास्तरीण बाईशी आणि दुकानातल्या काउन्टरवर काम करणाऱ्या मुलीशी गप्पाही मारल्या. आतापर्यंत त्या दोघी पॉलीला चांगल्याच ओळखू लागल्या होत्या. त्यांची तिच्याशी मैत्री झाली होती.

काम आटोपून ती घरी आली तेव्हा आजी प्रयोगशाळेत नव्हती, ती जेवणासाठी भाजलेली चीज-सॅन्डविचेस बनवत होती. त्या तिघांचं जेवण झाल्यावर ते आवराआवर करतच होते, तेवढ्यात बाहेर गाडी थांबल्याचा कर्कश आवाज आला. नक्की बिशप कोलुब्रा.

बिशप आत येत म्हणाले, "मी फार वेळ थांबणार नाहीये. लुईसनं मला लगेचच परत घरी येण्याबद्दल बजावलं आहे. मी फक्त पॉलीला माझी ओगम लिपीची वही देण्यासाठी आलोय." ते टेबलापाशी खुर्चीत बसले आणि पॉलीला शेजारच्या खुर्चीत बसायची खूण केली. त्यांनी ती वही दोघांमधे ठेवून उघडली.

त्या वहीत खूप व्यवस्थितपणे नोंदी केल्या होत्या. शब्दार्थ, व्याकरणाचे साधेसोपे नियम, काही म्हणी आणि वाक्प्रचारही होते त्यात. बिशप तिला सांगू लागले, "कित्येक वर्षांच्या प्रशिक्षणानंतर ड्रूइड्स लोकांच्या स्मृतिकोशात माहितीचा प्रचंड साठा जमा झालेला असायचा. ओगम ही प्रामुख्याने लिखित भाषेपेक्षा मौखिक भाषा होती. जी माझ्याकडे आहे, ती शुद्ध ओगम भाषा नाहीये. ॲनारल, कॅरॅलिस आणि वाऱ्याचे लोक आत्ता जी भाषा बोलतात नं, तीच आहे माझ्याकडे... आत्ता म्हणजे त्या लोकांच्या वर्तमानात."

बिशपनं त्या ओगम भाषेतल्या शब्दांची यादी वहीत लिहिली होती. त्यासाठी त्यांनी वहीत तीन रकाने केले होते. एका रकान्यात, कॅरॅलिस आणि टाव तिथे येण्याआधी ॲनारलचे लोक जी भाषा बोलत असत, त्या भाषेतले शब्द होते.

दुसऱ्या रकान्यात अगदी शुद्ध ओगम भाषेतले, आणि कॅरॅलिस आणि टावनं त्या भाषेत भर घातलेले शब्द होते. त्याचप्रमाणे तिसऱ्या लहानशा रकान्यात, आताच्या काळातही वापरात असलेले ओगम भाषेतले शब्द होते, उदाहरणार्थ माउंट (पर्वत), ग्लेन (अरुंद दरी, घळ), क्रॅग (सुळका), बार्ड (भाट, राजकवी) इत्यादी.

"तुला माझं अक्षर वाचता येतंय नं?" बिशपनं विचारलं.

"हो, तुमचं अक्षर माझ्यापेक्षा खूप सुवाच्य आहे."

"भाषा कशा विकसित होत जातात... किती नवलाईचं असतं नं ते अनुभवणं. पुढच्या साधारणपणे हजार वर्षांनंतर आपले कितीसे इंग्लिश/अमेरिकन शब्द टिकून राहतील, असा प्रश्न नेहमी माझ्या मनात येतो." ते उठून उभे राहिले आणि म्हणाले, "आता मला जायला हवं."

त्यांची वही उचलून पॉली म्हणाली, "खूप खूप आभार हं बिशप. तुम्ही ते शब्द त्यांच्या उच्चाराप्रमाणे लिहिले आहेत हे छान झालं." ती वहीची पानं चाळू लागली, अधेमध्ये मान डोलावत राहिली. बिशप एका पायावर उभे राहून दुसऱ्या पावलानं पायाच्या नडगीचा भाग खाजवू लागले. आता तर ते अगदीच बगळ्यागत दिसत होते.

"त्याला 'ओगम' असं म्हणण्यामागे माझा कुठलाही खास हेतू नव्हता, पण हेच नाव सोपं वाटलं. ती भाषा अगदी सहजपणे विकसित होत गेली, एखाद्या सर्वमान्य संपर्क-भाषेसारखी."

"बिशप, तुम्ही ॲनारलला इंग्लिश बोलायला शिकवलं होतं नं?"

"ए... श्श्श..." आपला दुसरा पाय खाली टेकवून त्यांनी सौ. मरींकडे नजर टाकली. त्या शेकोटीत लाकडं सारत होत्या. श्री. मरी एका वैज्ञानिक नियतकालिकामधला लेख वाचण्यात मग्न झाले होते. बिशप पॉलीच्या खुर्चीवर रेलून हळूच म्हणाले, "ती फार हुशार आहे हं. आश्चर्य वाटावं इतक्या पटापट शिकली ती."

"पण तुम्ही तर तिच्यासोबत चांगला भरपूर वेळ घालवलाय की."

त्यांनी पुन्हा आजी-आजोबांच्या दिशेनं नजर फिरवली. एक खोल सुस्कारा टाकून ते म्हणाले, "आता कुठलीही गुपितं ठेवायला नकोत, हो नं? तू म्हणते आहेस ते खरं आहे. जेव्हा जेव्हा काळाची दारं माझ्यासाठी खुली झाली, तेव्हा दर वेळी मी त्यातून गेलो होतो. अग पण तू ..." वाक्य अर्धवट सोडून डोकं हलवत ते म्हणाले, "मला जायला हवं." कोठीघराच्या दाराकडे सावकाश चालत जात ते म्हणाले, "तू तुझ्या आजी-आजोबांच्या आसपासच राहशील नं?"

तीदेखील सुस्कारून म्हणाली, "हो बिशप. नक्की."

प्रकरण ४

पॉली बराच वेळ बिशप कोलुब्रांची ओगम भाषेची वही वाचत होती. दुपार टळून गेल्यानंतर तिची आजी पॉलीसोबत पोहण्यासाठी तलावावर गेली. काहीही घडलं नाही. ॲनारल मुळीच आली नाही. संध्याकाळ अगदी शांतपणे पार पडली.

मंगळवारी बिशपनं पॉलीला त्यांच्या घरी चहासाठी बोलावलं.

आजी म्हणाली, "जा गं. तुला सतत घरात राहून कंटाळा आलाय ते कळतंय गं मला. मी तुझ्यासोबत असताना काहीही होणार नाही. अर्थात, तीन हजार वर्षांपूर्वीचा भूतकाळ थेट आपल्या काळाला भिडू शकतो, या गोष्टीवर माझा मुळीच विश्वास नाहीये, पण तरीही तू पोहण्याच्या तलावापासून दूर राहिलीस तर मला बरंच वाटेल."

"मी कार घेऊन जाऊ? तुला कार हवी आहे का?"

"नाही गं, मी कुठेही जाणार नाहीये. तसं लुईसचं घर अगदी जवळच आहे. आपलं आवार तिच्या आवाराला लागूनच आहे, पण कारनं जाताना मात्र तुला मुख्य रस्त्यावरून जावं लागेल, पश्चिमेच्या दिशेनं एकदोन मैल गेल्यानंतर मग उजव्या बाजूच्या पहिल्याच वळणावरून जा."

तेवढ्यात फोन वाजला. झॅकरी. नक्कीच त्याला काहीतरी बोलायचं असेल... पॉलीनं मनात म्हणत फोन उचलला. फोनवर झॅकरीच बोलत होता. "पॉली, तुझ्याशी पुन्हा बोलून किती बरं वाटतंय गं... इथल्या या अशा घाणेरड्या दिवसांत तू म्हणजे सूर्यप्रकाशासारखी तेजस्वी भासतेस."

"मला तर शरद ऋतू खूप सुंदर वाटतो."

"अगं, खिडक्या नसलेल्या खोक्यासारख्या ऑफिसमध्ये काहीही सुंदर नसतं. तुला कधी एकदा भेटतो, असं झालंय मला."

"मीसुद्धा वाट बघतेय."

"पॉली, मला तुला दुखवायचं नाहीये गं."

आजी तिच्या प्रयोगशाळेत निघून गेली होती. खोलीत पॉली एकटीच होती.

तिनं विचारलं, "अरे पण तू मला कशासाठी दुखावशील?"

"तसाच आहे मी. ती आता माझी प्रथाच बनली आहे. मी ज्या मुलीशी जवळीक करायचा प्रयत्न करतो, ती प्रत्येक मुलगी माझ्याकडून दुखावली जाते. मागच्या उन्हाळ्यात तुलाही माझ्यामुळे दुखापत झाली होती."

हे वाक्य नाकारत पॉली म्हणाली, "तसं खरंच काही नाही रे. नंतर सगळं ठीक झालं की."

"हो, पण तुझी मित्रमंडळी तिथे आली, आणि त्यांनी आपल्याला वाचवलं म्हणून बरं झालं. नाहीतर माझ्यामुळे आपली छोटीशी होडी पाण्यात उलटली होतीच की. पण तुझं म्हणणंही बरोबर आहे. ती खरंच किरकोळ गोष्ट होती... म्हणजे तुलनेनं किरकोळच म्हणा..."

तो इतका काकुळतीला आल्यागत वाटत होता की पॉलीनं अगदी हळुवार आवाजात विचारलं, "कशाच्या तुलनेत झॅक?"

"पॉली मी म्हणजे एक स्वार्थी आणि हरामखोर माणूस आहे ग. माझ्या डोक्यात फक्त माझं भलं करून घेण्याचेच विचार असतात."

"अरे पण तसं तर थोड्याफार प्रमाणात सगळ्यांनाच वाटत असतं."

"हो, पण एका मर्यादेपर्यंतच ग. मी मात्र सगळ्या मर्यादा ओलांडतो."

"ए... तू आत्ता तुझ्या कामाच्या ठिकाणी आहेस का?"

"हो, पण काळजी करू नकोस. मी आत्ता या खुराड्यात एकटाच आहे, आणि आज संथ गतीनंच कामं चालू आहेत. मी काम टाकून गप्पा मारत नाहीये. आत्ता माझ्यासाठी खरंच काहीही काम नाहीये. मला एवढंच सांगायचं आहे की माझ्यामुळे तुला दुखापत होऊ नये, यासाठी मी खरंच आटोकाट प्रयत्न करीन."

"बरं ठीक आहे. चांगलंय."

"तुझा विश्वास नाहीये नं."

"विश्वास आहे रे. तू मला दुखापत करणार नाहीस यावर माझा विश्वास आहे."

"ते नाही गं. मी किती स्वार्थी आहे... त्यावर तुझा विश्वास नाही, असं म्हणायचंय मला. ऐक नं... पूर्वी नं, मला एक मुलगी खूप आवडायची. तिचे आजोबा खूप आजारी होते, अगदी मृत्युशय्येवरच होते... आम्ही त्यांच्यासाठी रक्ताची सोय करायला दवाखान्यात गेलो होतो. ती मुलगी साहजिकच फार अस्वस्थ होऊन रडवेली झाली होती. तिथे दवाखान्यात एक तिच्या ओळखीचा अगदी लहान मुलगा होता. त्याला फीट येत होती... आणि पॉली... मला पुढे काय झालं ते माहीतच नाही गं... कारण मी तिथून पळून गेलो होतो."

"काय?" पॉलीनं आपल्या आवाजावर कसाबसा ताबा मिळवला.

"मी पळून गेलो. मला ते सहनच झालं नाही. मी माझ्या कारमध्ये बसून पळून गेलो. तिला तिथेच सोडून पळून गेलो गं. इतका दुष्ट, नीच आणि स्वार्थी आहे मी."

"झॅक, अशी आपलीच निंदा करू नकोस. तो भूतकाळ होता. आता तू पुन्हा तसं वागणार नाहीस."

"आता मी काय करीन ते माझं मलाच माहीत नाही गं. हाच तर महत्त्वाचा मुद्दा आहे."

"हे बघ झॅकरी, मी सांगते ते नीट ऐक. तू तुझ्या भूतकाळात अडकून राहू नकोस. अरे स्वत:ला एक संधी देऊन तर बघ. आपण आपल्या चुकांमधूनच शिकत जातो."

"खरंच? तुला खरंच असं वाटतं?"

"हो, अगदी खरंच. मीसुद्धा कित्येक चुका केल्या आहेत आणि मी त्यातून शिकलेसुद्धा आहे. चांगलेच धडे मिळाले आहेत मलाही."

"मग ठीक आहे. मला एवढंच सांगायचंय की तू खूप चांगली आहेस. गुरुवारी आपण छानपैकी एकत्र वेळ घालवू या, मजा करू या असं मला वाटतंय. मला तू दुखावली जाशील असं काहीही करायचं नाहीये आणि तसं काही बोलायचंदेखील नाहीये."

"हो, आपण गुरुवारी मजेत वेळ घालवू," तिनं कबूल केलं.

"ठीक आहे मग. गुरुवारी भेटू. तू या पृथ्वीवर आहेस याचा मला फार आनंद आहे गं पॉली. तू माझ्यासाठी जणू वरदानच आहेस. गुडबाय."

ती त्याच्या अशा बोलण्यामुळे गोंधळून गेली. नक्की काय होतं त्याच्या मनात? त्याच्या हातून तिला दुखापत होईल असं काय घडणार होतं? खांदे उडवून ती कोठीघरात गेली. तिथल्या खुंटीवर टांगलेला लाल रंगाचा ॲनोरॅक तिनं काढून घेतला. प्रयोगशाळेच्या दारावर टकटक करून ती आजीला म्हणाली, 'आज्जी गं, मी जाऊन येते हं. जाण्याआधी तुला काही मदत हवी आहे का?"

"मुळीच नाही. फक्त जेवायच्या वेळेआधी लवकर परत ये हं. मला कळतंय गं, मी फारच जास्त काळजी करते आहे. तुला जणू माझ्या पंखाखाली लपवून ठेवावंसं वाटतंय... कोंबडी तिच्या पिल्लांना जपते नं, अगदी तसं. तू काळाची सीमारेषा ओलांडून गेली होतीस, ही गोष्ट मी विसरू शकत नाही नं. ती गोष्ट तर पूर्णपणे माझ्या अनुभवापलीकडची आहे."

"मी तर स्वत:लाच विचारत राहते... ते खरंच घडलं होतं का? पण आज्जी... माझ्या मते तरी खरंच घडलं होतं तसं."

जराशा वैतागलेल्या आवाजात आजी म्हणाली, "जा, त्या नेससोबत चहा

पी. कदाचित आम्हाला न सांगितलेलं असं जास्त काहीतरी तो तुला सांगेलही.''

टेकडीची चढण चढत पॉलीची गाडी डॉ. लुईसच्या पिवळ्या घराकडे जात होती. त्यांच्या घराभोवती मेपल आणि बीचची झाडं होती. त्या झाडांची पिवळी पानं गळून पडत होती. तिच्या गाडीची चाहूल लागल्याने बिशप घराबाहेर आले. ते तिला घरात घेऊन गेले अन् त्यांनी तिचा लाल ॲनोरॅक तिच्याकडून घेऊन बाजूला ठेवून दिला.

डॉ. लुईस यांचं स्वयंपाकघर मरींच्या स्वयंपाकघरापेक्षा लहान आणि अंधारलेलं होतं. तिथल्या खिडकीपाशी एक बऱ्यापैकी मोठं ओक वृक्षाच्या लाकडाचं टेबल होतं. टेबलावर पिवळ्या गुलाबांची फुलं एका फुलदाणीत रचून ठेवली होती. स्वयंपाकघरात तांब्याची भांडीकुंडी, तवे होते. बिशपनं लांबट आकाराचं आणि असमान रुंदीचं काहीतरी ओव्हनमधून बाहेर काढलं. ताजा पाव होता तो.

ते म्हणाले, ''ॲलेक्स पाव बनवतो न, ते पाहून मलाही बनवावासा वाटला. हा आयरिश सोडा ब्रेड बनवण्याचा प्रयत्न केलाय मी, पण बहुतेक मला त्यात यश मिळालेलं दिसत नाहीये.''

''अहो चवीला छान असेल कदाचित, आणि मला भूकही लागलीय हं,'' पॉली म्हणाली.

बिशपनं तो पाव, लोणी, जॅम आणि दुधाचं भांडं टेबलावर ठेवलं. त्यांनी विचारलं, ''तू चहा, दूध, कोको, यापैकी काय घेशील?''

''कोको आवडेल मला. आज थंडीही चांगलीच जास्त आहे.''

''अगदी खास शरद ऋतूतलं हवामान. बस नं तू, अगदी आरामशीर बस हं.''

पॉली खुर्चीत बसली. बिशप मजेत एकीकडे कोको बनवत होते आणि सोडा ब्रेडचे काप करत होते. तो ब्रेड चवीला खरंच चांगला लागत होता. घरी बनवलेल्या रोझ-हिप जेलीसोबत तर फारच छान लागत होता.

''मग, आता जे घडून गेलंय, त्याचं पुढे काय होणार आहे?'' पॉलीनं विचारलं.

''हा एक मोठा प्रश्नच आहे. मला काळाचं एक दार सापडलं होतं. अशी अनेक दारं असतील,'' बिशप म्हणाले.

''तीन हजार वर्षांपूर्वीच्या इतिहासात काय काय घडलं होतं?'' तिनं विचारलं.

बिशप इतिहासकालीन घटना सांगू लागले, ''ॲब्राहॅम आणि सारानं घर सोडलं, आणि ते ओसाड भूभागात निघून गेले. तिथे मात्र आधीपासूनच फॅरोज (Pharaohs) होते, आणि शिवाय स्फिंक्सही (Sphinx) कोडी घालत बसली होती.''

"आणखी काय?"

"गिल्गमेश, मला वाटतंय, तोही तेव्हाच होता," बिशप सांगत होते.

"पण तो तर इथल्या आसपासच्या प्रदेशातला नव्हता."

"उरूक. जगाच्या दुसऱ्या टोकाला. तिथला होता तो. शिवाय त्या धनगरांच्या देवाच्या, म्हणजे टॅमूजच्या मृत्यूबद्दल शोक व्यक्त करणारं सुमेरियन काव्य लिहिलं गेलं होतं." सुरीनं ब्रेडचे आणखी काप करत ते म्हणाले, "देवी इनीनी ही त्या टॅमूजची आई होती. अं... आणखी काय बरं... आठवू दे जरा... हं... पुन्हा इजिप्तचा इतिहास बघू या. इजिप्तसुद्धा इथे जवळपास नव्हतंच. गिझा इथे तो महान आणि भव्य पिरॅमिड बांधला गेला. किऑप्स पिरॅमिड्सची मोजमापं आणि त्याचा आराखडा खगोलशास्त्रावर आधारित असल्याचं दिसून येतं... इंग्लंडमधलं स्टोनहेन्ज आहे नं तसंच. पण हे साम्य निव्वळ खगोलशास्त्रीय आहे हं, वास्तुरचनेबाबत साम्य नाहीये. कल्पनाही येणार नाही इतकं ज्ञान आपल्याला ताऱ्यांनी दिलंय." अगदी खुशीत येऊन ते बोलतच होते, "मला नेहमी वाटतं हं की खूप दाट वातावरण असलेल्या एखाद्या ग्रहावर राहायला कसं वाटेल? वातावरण दाट असल्यामुळे तारे चमकताना दिसणारच नाहीत. हं... हा ब्रेड तितक्या वाईट चवीचा नाहीये, बरा लागतोय की."

ब्रेडवर जॅम पसरत पॉली म्हणाली, "बिशप, प्लीज मला सांगा नं, तुम्ही ॲनारल आणि कॅरॅलिसला कसे भेटलात? आणि कुठे? तुम्ही कदाचित माझ्या आजी-आजोबांना ते सांगितलं असेलही, पण मलाही सांगा नं."

बिशप आरामशीर पाय दुमडून बसले. हातात जेली लावलेला पाव घेऊन म्हणाले, "मागच्या वसंत ऋतूत हे सगळं सुरू झालं. तेव्हा मला काही उद्योग नव्हता. मी माझ्या आयुष्यात इतका रिकामटेकडा कधीही झालो नव्हतो हं. मी मिळतील ती बारीकसारीक कामं शोधत भटकत होतो. लुईस जिथे तिची गाडी ठेवते, म्हणजे कडबा ठेवायचं गोदाम आहे नं, त्याच्या मागे, मला एक जुनं, कंदमुळं साठवून ठेवण्याचं तळघर सापडलं. निदान तेव्हा तसं म्हणत होते त्याला. असं मानलं जात होतं की अशी काही तळघरं बॉम्बहल्ल्यापासून रक्षण करू शकतात."

"अरे वा, खूपच उपयोगी असतील ती तळघरं," पॉली म्हणाली.

"लुईस तिच्या तळघराकडे लक्षच देत नाही. निवृत्त झाल्यानंतर, ती बागकाम करणार आहे आणि मग त्या तळघराचा वापर कंदमुळं साठवण्यासाठी करणार आहे, असं ती नेहमी म्हणत असते. महत्त्वाचा मुद्दा हा आहे की, काही तळघरं कंदमुळं साठवण्यासाठी बांधलेलीच नव्हती."

"मग कशासाठी बांधली होती?"

"खूप प्राचीन काळी बांधली गेली होती अशी तळघरं, अगदी इथे वसाहत करण्यासाठी इंग्लंडहून लोक येऊन पोचण्याच्याही आधी. ही तळघरं 'पवित्र जागा' या अर्थानं बांधलेली होती. ते पुरोहित किंवा ड्रूइड किंवा असे जे कोणी होते नं, ते लोक मृतात्म्यांशी आणि नरकाच्या व मृत्यूच्या देवतांशी संवाद साधण्यासाठी याच जागी येत असत. मृत व्यक्तींचे आत्मे सल्ले देऊन मदत करू शकतात, असा त्यांचा विश्वास होता... अगदी कितीही पिढ्यांपूर्वीचे आत्मे."

"ओह. हे आवडलं मला. माझ्या आजी-आजोबांच्या घरालासुद्धा असं तळघर आहे का?" पॉली म्हणाली.

"आधी होतं, पण पोहण्याचा तलाव बनवताना ते खणून काढलं गेलं. त्यामुळे माझ्यासाठी फक्त लुईसचं तळघरच उत्खननासाठी, शोध घेण्यासाठी शिल्लक राहिलं. मी तिथे अनेक आठवडे खुरपं आणि फावडं घेऊन काम केलं. तिथेच मला तो पहिला ओगम दगड सापडला. हा दगड तुझ्या आजी-आजोबांच्या जमिनीत सापडला नव्हता. कित्येक वर्षं ते तळघर बंद असल्यामुळे त्यात खूप धूळ, माती, पालापाचोळा आणि असलाच इतर कचरा साठला होता. त्यामुळे ओगम दगडाचं रक्षण झालं, त्यावर कोरलेल्या खुणा तशाच अबाधित राहिल्या. दगडी भिंतीत सापडलेल्या ओगम दगडांपेक्षा, या दगडावर कोरलेलं लिखाण जास्त स्पष्ट दिसत होतं."

"काय लिहिलं होतं त्या दगडावर?"

"अग तो दगड म्हणजे एक स्मारक होतं... आपल्या पूर्वज-मातांचा सन्मान करणारं स्मारक."

तेवढ्यात गाडीचं दार खाड्कन आपटल्याचा आवाज आला, आणि डॉ. लुईस हाक मारत आत आल्या, "हॅलो, मला वाटलं होतं त्यापेक्षा मी लवकर घरी आलेय. माझ्यासाठी चहा शिल्लक असेल नं?"

"अगं भरपूर आहे. मी मोठं पातेलं भरून चहा केला होता, पण मी आणि पॉली चहाऐवजी कोको पितोय," बिशप म्हणाले.

डॉ. लुईसनं अंगातलं जाडजूड जॅकेट आणि पांढरा कोट काढला. दाराच्या बाजूला हरणांची शिंगं खुंटीसारखी बसवली होती, त्या शिंगांवर जॅकेट आणि कोट अडकवून त्या म्हणाल्या, "ही शिंगं मला घरासोबतच मिळाली होती."

पॉली हसत म्हणाली, "तुम्ही शिकार करत असाल, अशी कल्पनाही मी कधी केली नव्हती."

"नाहीच गं," डॉ. लुईस खुर्चीत बसल्या आणि पावाला लोणी लावत म्हणाल्या, "नेस, म्हातारपणातही तुला घरकाम चांगलंच जमायला लागलंय हं.

चांगला झालाय की पाव, चवीला वाईट नाहीये.''

''ओव्हनमधून काढला नं, तेव्हा एवढा चांगला दिसत नव्हता, आता बरा दिसतोय.''

पॉली हळूच म्हणाली, ''बिशप, पुढचं सांगा नं.''

''माझं त्या तळघरांबद्दलचं मत बरोबर असेल तर... म्हणजे मला असं वाटतंय हं... ती तळघरं म्हणजे अतिप्राचीन अशी काळाची साधनं होती... ड्रूइड्स त्या तळघराद्वारे त्यांच्या भूतकाळाशी जोडले जात असत. त्यांच्या देवांशी, सुष्ट आणि दुष्ट शक्तींशी संवाद साधू शकत असत. ही क्षमता तर आपण फार पूर्वीच गमावून बसलो आहोत. अर्थात, माझं मत चुकीचंसुद्धा असू शकेल म्हणा... पण तू त्या तळघराला, तीन हजार वर्षं जुनी कालकुपी असं म्हणू शकतेस.''

''तू फारच जास्त प्रमाणात टीव्ही बघतोस वाटतं?'' डॉ. लुईसनं विचारलं.

ते मान्य करत बिशप म्हणाले, ''बहुतेक त्यामुळेच माझं बोलणं रूपकात्मक व्हायला लागलंय.'' ते पुढे सांगू लागले, ''ते तळघर मला पूर्ण वसंत ऋतूभर खुणावत होतं, आणि शोध घेण्यासाठी बाहेरसुद्धा पाठवत होतं. मला आणखी असाच एक ओगम दगड ॲलेक्स आणि केटच्या दगडी भिंतीत सापडला. त्या खुणांच्या लिपीचा अर्थ लावायचा प्रयत्न मी करू लागलो. मग मला तुमच्या तारे पाहायच्या खडकापाशी असलेल्या दगडांच्या लहानशा राशीत आणखी तीन ओगम दगड सापडले. पॉली, त्या तारे पाहायच्या खडकात नक्कीच काहीतरी खास आहे, हे मला माहीत होतं. ते पूर्वी एक शक्तिस्थान होतं, तिथे शुभ शक्तींचा निवास होता, हेही मला माहीत आहे.''

पॉली म्हणाली, ''तो खडक म्हणजे तर माझ्या आईची, तिच्या भावंडांची अगदी खास लाडकी जागा होती. प्लीज बिशप, पुढे काय झालं ते सांगा नं.''

'जून महिन्याच्या मध्यावर.... तेव्हा दिवस मोठे होऊ लागले असतात नं... २१ जून- उन्हाळ्यातला सगळ्यात मोठा दिवस... हं... तर जून महिन्याच्या मध्यावर उष्णतेची लाट आली होती. तळघर छान थंडगार असायचं, त्यामुळे मी जास्तीत जास्त वेळ तळघरात घालवायचो. उत्खनन वगैरे काही नाही हं, नुसताच शांत बसून राहायचो. विचारांच्या पलीकडे, ध्यानधारणेच्या काळोख्या आणि कालरहित अवकाशात जणू माझं मन तरंगत जायचं.''

''मला तर वाटलं होतं, तू साधू वगैरे बनतोयस की काय, त्या हजारो वर्षांपूर्वीच्या स्थानिक मूर्तिपूजक लोकांसारखा.''

''नाही हं लुईस, मुळीच नाही. मी त्या प्राचीन लोकांच्या देवतांकडे तेव्हाही आकर्षित झालेलो नव्हतो, आणि आताही होणार नाहीये. मी माझं आयुष्य ज्या

देवाची सेवा करण्यात घालवलं, तो माझा देव मला पुरेसा आहे. येशू ख्रिस्त 'जीझस ऑफ नाझरेथ' म्हणून फक्त दोन हजार वर्षांपूर्वीच प्रकट झालेला नव्हता, ही गोष्ट तू विसरू नकोस. ख्रिस्त आताही आहे, भविष्यातही असेलच आणि त्या खोदकाम करून तळघर बनवणाऱ्या डूइड्सच्या काळातही नक्कीच अस्तित्वात होता... अगदी आत्ताही आहेच नं, तसाच. आपण तर्कवादी आणि सुधारलेल्या सुशिक्षित लोकांनी देवाच्या नकारात्मक बाजूकडे पाठ फिरवली आहे, कारण आपल्याला स्वर्गीय, दिव्य आणि अनाकलनीय गोष्टींचं भय वाटतं. माफ कर हं, मी तर प्रवचनच द्यायला लागलो. माझ्या आयुष्याचा खूप मोठा काळ प्रवचन देण्यातच गेला आहे नं, त्यामुळे मला तशी सवय झाली आहे आणि ही सवय मोडणं मला अवघड वाटतंय.''

''तू खूप छान प्रवचन देतोस,'' डॉ. लुईस अभिमानानं म्हणाल्या.

''मग, प्लीज... सांगा नं पुढे,'' पॉली म्हणाली.

बिशप पुढे सांगू लागले, ''ऐन उन्हाळ्यातल्या एका संध्याकाळी मी तळघरात बसलो होतो. अग, मी तळघराला तीन हजार वर्षं जुनी कालकुपी असं म्हटलं होतं नं, ते मी जरा विनोदानं म्हटलं होतं हं. मी तशी रूपकात्मक उपमा दिली होती ग. बरं, काय सांगत होतो मी... हं... मी त्या तळघरात बसलो होतो, आणि अचानक, अगदी कसलंही स्थित्यंतर न घडता, मी त्या तारे पाहायच्या खडकावर प्रकट झालो... आणि तिथे अॅनारलसुद्धा होती.''

''आणि मग...''

''अगं, पहिल्यांदा तर आम्हाला एकमेकांचं बोलणंच समजेना. नुसतेच हातवारे, खाणाखुणा करत होतो आम्ही. ती नक्कीच साधीसुधी सामान्य मुलगी नव्हती, हे तर अगदी स्पष्टच होतं. स्वाभिमानी, खानदानी ऐट असलेली सभ्य मुलगी वाटत होती ती. मी तिच्या खाणाखुणांवरून काही अंदाज बांधले, निष्कर्ष काढले. तरीही एकमेकांची भाषा समजायला आम्हाला खूप वेळ लागला, आणि मी एवढ्या पूर्वीच्या काळात गेलोय, या गोष्टीवर माझा तर खरंच खूप वेळ विश्वास बसत नव्हता.''

पॉलीनं विचारलं, ''बिशप, तुम्ही तुम्हाला हवं तेव्हा त्या काळाच्या दारातून ये-जा करू शकता? म्हणजे तुमच्या मर्जीनुसार?''

मान हलवून ते म्हणाले, ''नाही गं. ते कसं घडतं हे मलाच सांगता येत नाही. जमीन हादरल्याचं आणि विजांचा लखलखाट झाल्यासारखं जाणवतं, आणि हवेतही काहीतरी जाणवतं. पहिल्यांदा घडलेल्या त्या घटनेनंतर पुन्हा तळघरात असताना ते झालं नाही, पण त्यानंतर मात्र दर वेळेला तारे पाहायच्या खडकावर असतानाच ते व्हायला लागलं. मी तिथे जाऊन वाट बघतो, कधीकधी

ॲनी किंवा कॅरॅलिस माझ्यापाशी येतात, पण पुन्हा तसंच घडण्यासाठी काही आठवडे वाट बघावी लागते.''

डॉ. लुईस म्हणाल्या, ''चहाबद्दल आभार हं. मला थोडं काम करायचं आहे.''

बिशप ताठ होऊन म्हणाले, ''तुला हे बोलणं अजिबात आवडत नाही, मला माहीत आहे लुईस. तुझ्यासमोर असं न बोलण्याचा मी प्रयत्न करत असतो.''

डॉ. लुईस म्हणाल्या, ''पण तोसुद्धा काही योग्य उपाय नाहीये. पॉलीच्या कुटुंबीयांना तुझ्या असल्या वेडेपणाबद्दल काय वाटेल... मला प्रश्नच पडलाय.'' त्यांनी पॉलीकडे वळून तिला विचारलं, 'तू त्यांना हे सगळं सांगणार आहेस?''

''हो, नक्कीच, पण आत्ता नाही. आधी मलाच नीटपणे समजून घ्यायचं आहे. शिवाय मला त्यांना काळजीत टाकायचं नाहीये.''

''तुला बहुतेक सांगावं लागेल,'' त्या म्हणाल्या.

बिशपनं डोळे मिटून घेतले होते, जणू काहीतरी ऐकत असल्यागत. ते म्हणाले, ''तारे पाहायच्या खडकाजवळ असलेल्या दगडांच्या ढिगातून मला जे ओगम दगड मिळाले आहेत नं, त्यातल्या एका दगडावर एक खूप छान मंत्र कोरलेला आहे. तो मंत्र असा आहे : 'निद्रिस्त असताना मला शांततेच्या राज्यात घेऊन जा. सूर्याच्या हास्यासोबत मला जागं करा. शुद्ध पाण्याने माझी तहान भागवा. तुमच्या प्रेमानं मला आनंदी होऊ द्या.' हाच साधेपणा आता मुळीच दिसत नाही, निदान आपल्या तथाकथित सुधारलेल्या, सुशिक्षित समाजात तरी.''

''आपल्या सुशिक्षित समाजाला दोष देऊ नकोस हं,'' त्यांच्या बहिणीनं बजावलं. त्या पुढे म्हणाल्या, ''पूर्वी मोतीबिंदू झाला की त्यामुळे लोक आंधळे बनत असत, आणि जगातल्या काही भागात अजूनही होतातच ... पण शस्त्रक्रिया करून कृत्रिम भिंगारोपण केलं की अगदी तरुण माणसासारखं दिसायला लागतंच की.''

''अगं, ते तर तंत्रज्ञान आहे, सुसंस्कृतपणा नव्हे,'' बिशप आता चिडचिड करू लागले होते. ''मला लिहिता-वाचता येतं त्याबद्दल मी रोज आभार मानतो. मी ज्ञानाला कधीही कमी लेखत नाही, पण आपण जेव्हा ज्ञान आणि सत्य यांची सरमिसळ करतो नं, तेव्हा समस्या उद्भवते.''

''बरं ठीक आहे रे नेस.''

''सत्य हे शाश्वत असतं. ज्ञान बदलत राहतं. या दोघांची चुकीच्या पद्धतीनं सरमिसळ केली तर अनर्थ ओढवू शकतो.''

"अरे बाबा, मी तसं करतच नाहीये... पण तुझ्या भलत्यासलत्या साहसी उद्योगांचा, ज्ञान किंवा सत्य, या दोन्हीशी मला तरी संबंध दिसत नाहीये. तुझे साहसी उद्योग तर तर्कापल्याडचे असतात, आणि आता त्यामुळे केट अन् ॲलेक्स प्रचंड अस्वस्थ झाले आहेत, असं मला तरी वाटतं."

बिशप म्हणाले, "माफ कर हं. या सगळ्या प्रकारात पॉली ओढली जाईल, असं मला अजिबात वाटलं नव्हतं. आत्तापर्यंत मी याबद्दल काहीही बोललो नव्हतो. तुला ते आवडत नाही एवढंच फक्त त्याचं कारण नाहीये, मला ते माझं स्वतःचं एकमेव असं साहस वाटलं होतं. मला खरंच पॉली त्यात गोवली जाईल... खरंच वाटलं नव्हतं... तशी अपेक्षाच नव्हती... या प्रकाराला काहीतरी अर्थ आहे, यावर आता मला विश्वास ठेवायलाच हवा."

एक सुस्कारा टाकून डॉ. लुईस उठल्या. त्या म्हणाल्या, "मला खरंच थोडंसं काम आहे."

पॉलीसुद्धा उठली. "मला परत जायला हवं. जास्त उशीर करणार नाही असं कबूल केलंय मी."

मातीच्या लांबलचक रस्त्यावरून पॉलीची गाडी धावू लागली. झाडांवरचे बेडूक जणू शरद ऋतूचं गीत गाऊन उन्हाळ्याला निरोप देत होते. इकडेतिकडे रेंगाळणारे काही किडे किरकिरत होते. पॉलीच्या डोक्यावरून हंसांचा थवा मोठ्यानं कलकलाट करत दक्षिणेकडे उडत गेला. त्यांचा असा आवाज पॉलीनं कधी ऐकला नव्हता, तिला त्या आवाजात उत्साहाची आणि त्याचबरोबर दुःखाचीही छटा जाणवली. रस्त्याच्या दोन्ही बाजूंना असलेल्या झुडपांची पानं लाल आणि तांबूस तपकिरी रंगाची होती. त्या झुडपांमध्ये काही वाळक्या गोल्डनरॉडची आणि काही जो-पाय वीडची झुडपंसुद्धा होती. वळणावर वळताना तिला त्या दूरच्या जांभळट दिसणाऱ्या टेकड्या दिसल्या. शतकानुशतकं सतत झीज सोसल्यामुळे लहान झालेल्या टेकड्या. मनाला सुखावणाऱ्या टेकड्या.

रात्री आजी तिच्या खोलीत गुडनाइट म्हणायला आली. पॉली बिशप कोलुब्रांची वही वाचण्यात अगदी गर्क झाली होती.

"ही ओगम भाषा खरंच अवघड नाहीये हं, फक्त त्या भाषेची लॅटिन किंवा ग्रीक भाषांशी सांगड घालण्याचा प्रयत्न करायला नको. त्याऐवजी एक मुद्दाम बनवलेली सांकेतिक भाषा म्हणून विचार केला तर अगदी सोपी आहे ओगम."

आजी तिच्या पलंगाच्या कडेला बसून म्हणाली, "पॉली, ती भाषा बोलण्याचा प्रसंग तुझ्यावर कधीही येऊ नये अशीच माझी इच्छा आहे ग."

"आज्जी, अगं मला भाषा शिकायला खूप आवडतं. मज्जा येते गं. आजोबांना

सकाळी वर्तमानपत्रातलं शब्दकोडं सोडवायला आवडतं नं? तसंच आहे गं हे. मला भाषा आवडतात.''

प्रेमानं तिचे केस विस्कटून आजी म्हणाली, ''तू मजेत राहावंस असंच वाटतं गं बाळा, पण तू कुठल्याही संकटात सापडू नयेस असंही वाटतं नं. गुरुवारी झॅकरीसोबत मजेत वेळ घालव हं, पण मला नं, तो साधासुधा मुलगा वाटत नाही. त्यानं भूतकाळातला माणूस पाहिल्याचं समजल्यापासून तर मी जरा अस्वस्थच झालीये.''

''हो, मीही त्यामुळे अस्वस्थ झाले होतेच.''

''तू पोहण्याच्या तलावापासून आणि तारे पाहायच्या खडकापासून दूर राहशील नं?''

''हो गं, आम्ही दोघं दूर राहू,'' पॉलीनं एक नि:श्वास टाकला आणि टेबलावर पडलेल्या पुस्तकांच्या गठ्ठ्याकडे बोट दाखवून म्हणाली. ''त्या पुस्तकांमधली, तू खुणा करून ठेवलेली पानं मी वाचून काढली हं, आणि नोट्ससुद्धा काढल्या आहेत. आज्जी तुझ्याकडून शिकायला मला खूप आवडतं.''

''तुला तुझ्या शाळेची आठवण येत नाही का?''

''मला माझी शाळा फारशी आवडायची नाही गं. आम्ही गेया बेटावर राहत असताना मला आई-बाबा शिकवायचे. मला त्याचीच सवय झाली. नंतर मग आई-बाबांच्या शिकवण्यापुढे काऊपरटाऊन हाय शाळा कंटाळवाणी वाटायला लागली. शाळेत मला खूप चांगले गुण मिळायचे नाहीत, पण ठीकठाकच मिळायचे.''

''तुझ्या आईला चांगलंच समजलं असेल ते. अगं, तिला तर कॉलेजमध्ये जाईपर्यंत शाळा म्हणजे संकटच वाटायचं.''

''माझा नाही विश्वास बसत.''

''विश्वास ठेव गं.''

''अगं, पण ती किती बुद्धिमान आहे.''

''हो, अभ्यासातल्या सगळ्या अवघड गोष्टी फार पटापट शिकते ती, पण सोप्या गोष्टी मात्र तिला जमत नाहीत. मला वाटतंय, तूही याबाबतीत तशीच आहेस... आईसारखी.''

''अं... असेलही तसं. मला जर एखाद्या विषयात आवड निर्माण झाली, तरच मला तो विषय सोपा वाटतो... झॅकरीसारखंच. शाळेतल्या फक्त एक शिक्षिका मला आवडायच्या, पण त्या शाळा सोडून गेल्या. मागच्या वर्षी मी ब्यू अलेर इथे गेले होते. मी तिथेच गृहपाठ करायचे, अभ्यास करायचे आणि मॅक्स मला खूप रंजकतेनं शिकवायची, मग मला तो विषय आवडू लागायचा.''

"तिच्या मृत्यूमुळे तुला अतिशय दुःख झालं असेल नं," आजी तिच्या गुडघ्यांवर हळूच थोपटत म्हणाली.

"हो गं, खरंच. पण मॅक्सलासुद्धा, मी दुःख विसरून पुढे वाटचाल करावी असंच वाटलं असेल. तेच करायचा आटोकाट प्रयत्न करते आहे गं मी... पण मला तिची आठवण..." क्षणभर तिचा आवाज कापला.

"मॅक्सची सँडी आणि रियाशीसुद्धा चांगलीच मैत्री झाली होती. तिच्या निधनामुळे त्या दोघांच्या आयुष्यात मोठी पोकळी निर्माण झालीय, असं सँडी नेहमी म्हणतो."

"अं... मला तर वाटतं, या ग्रहावर अशा असंख्य पोकळ्या आहेत, खरं नं? अनेक शतकांपासून लोक त्यांचं आयुष्य जगतात आणि मग मरण पावतात. या पोकळ्या कधीतरी भरल्या जात असतील का गं?"

"हं....चांगला प्रश्न आहे."

"आज्जी गं, मी भूतकाळात गेले होते तेव्हा जे लोक मला दिसले नं... म्हणजे ॲनारल आणि... पण तुला त्याबद्दल बोलायचंच नसेल नं?"

"बोल नं."

"ते लोक साधारण तीन हजार वर्षांपूर्वीच मरण पावले." तिच्या अंगावर नकळत शहारा आला. ती पुढे म्हणाली, "मग त्यांच्या मरणामुळे निर्माण झालेल्या पोकळ्यांचं काय? त्या पोकळ्या तशाच तिथे राहतात का? म्हणजे भरल्या जाण्याची वाट बघत?"

"ज्या प्रश्नांची उत्तरं देता येत नाहीत असे प्रश्न तू नेहमीच विचारतेस हं. या पोकळ्यांबद्दल मला काहीच माहीत नाही. मला एवढंच कळतंय की मॅक्सनं तुला अतिशय समृद्ध ज्ञान दिलं. आपण आपल्या लोकांवर प्रेम करतो, तेही आपल्यावर प्रेम करतात आणि काळानुरूप दिवंगत होतात. अशा लोकांशिवाय आपण सगळेच अधुरे असतो." आजी उठली आणि तिनं खाली वाकून पॉलीची पापी घेतली. ती म्हणाली, "गुडनाइट बाळा. शांत झोप आता."

पॉलीला जाग आली. प्रचंड थंडी वाजत होती. तिची रजई घसरून खाली जमिनीवर पडली होती. तिला स्वप्न पडलं होतं. स्वप्नात, झॅकरी एका वळणावळणाच्या रस्त्यावरून बिशपचा निळा पिकअप-ट्रक चालवत होता. ती त्या ट्रकच्या मागच्या भागात बसली होती आणि बर्फाळ पाण्याचा पाऊस पडत असल्याने ती भिजून चिंब झाली होती. जेव्हा जेव्हा एखाद्या उंचवट्यावर गाडी आदळायची तेव्हा तेव्हा ती अक्षरशः उडून पडत होती, ट्रकमधून जवळजवळ फेकलीच जात होती. रस्त्याच्या एका बाजूला उंच डोंगरकडा होता, तर दुसऱ्या

बाजूला खोल दरी होती. ट्रक एका मोठ्याशा उंचवट्यावर जोरात आदळला आणि...

तिला खाड्कन जाग आली. हॅड्रॉनचं उबदार शरीर तिच्या शेजारी नव्हतं. तिनं खाली पडलेली रजई उचलून घेतली आणि अंगावर गुरफटून घेतली. तिचे पाय बर्फागत थंडगार पडले होते. आता चांगली ऊब आल्याशिवाय, ते स्वप्न विसरून झोपून जाणं तिला अजिबातच शक्य नव्हतं.

या स्वप्नाचा अर्थ तिला स्पष्टपणे समजला होता. ते स्वप्न म्हणजे तिची, झॅकरीच्या फोनबद्दलची प्रतिक्रिया होती, दुसरं काहीही नाही. बर्फाळ पावसात भिजण्याचं स्वप्न पडलं, कारण तिच्या अंगावरची रजई खाली पडली होती आणि तिला अत्यंत थंडी वाजत होती. सोसाट्याचा वारा घरावर धडका देत थंडीचा कडाका आणखी वाढवत होता.

पोहण्याचा तलाव. घरातली सगळ्यात उबदार जागा. या क्षणाला ती कबूल केलेलं सगळं विसरून गेली होती, त्यामागची सगळी कारणंही विसरून गेली होती. प्रचंड थंडी वाजतेय एवढीच जाणीव तिला होत होती. ती हळूच खाली आली. सगळ्या शेकोट्या विझल्या होत्या. घर थंडगार पडलं होतं. तिनं पोहण्याचा तलाव असलेल्या दालनाचं दार ढकललं आणि तिला एकदम ओलसर उबेची जाणीव झाली. तिथे वाढलेल्या झाडांचा हिरवट वास हवेत भिनला होता. त्या दालनाच्या छपरावर बसवलेल्या काचेच्या भल्यामोठ्या खिडकीतून चंद्रप्रकाश आत येत होता. खिडक्यांमध्ये टांगलेल्या कुंड्यांमधल्या झाडांच्या विचित्र सावल्या पडल्या होत्या. जरा वेळानं तिचे डोळे तिथल्या काळोखाला सरावले. तिला तलावाच्या काठावर ठेवलेल्या एका खुर्चीत एक वेगळीच काळसर सावली दिसली, कुणीतरी त्या खुर्चीत बसलं होतं.

अत्यंत घाबरून तिनं तिथल्या दिव्यांचं बटण दाबलं. सगळं दालन लख्ख प्रकाशानं उजळून निघालं.

त्या खुर्चीतून ॲनारल एखाद्या हरणासारखी टुणकन उडी मारून उभी राहिली. ती पॉलीपेक्षाही जास्तच घाबरली होती. तिच्या जगात, विजेचा अर्थ म्हणजे फक्त आकाशात लखलखणारी आणि पडल्यावर धोकादायक असणारी वीज, असाच होता.

पॉलीचं हृदय अत्यंत जोरात धडधडत होतं. तिला पाहून तिची धडधड जरा कमी झाली. ती म्हणाली, "दिवे. विजेचे दिवे आहेत ते. घाबरू नकोस."

ॲनारल धडपडत मागे खुर्चीत कोसळली. ती म्हणाली, "बिशपनं मला दिव्यांबद्दल सांगितलं होतं. हो, पण तरीही मला भीती वाटते. आपलं बोलणं कुणाला ऐकू जात नसेल नं?"

"आपण हळू आवाजात बोललो तर ऐकू जाणार नाही. शांत राहा. अगं पण तू इथे कशी आलीस?"

"आमच्या इथे असलेल्या उभ्या दगडांपासून मी इथे या पेटीतल्या पाण्यापाशी आले." ॲनारल पोहण्याच्या तलावाला 'पेटीतलं पाणी' असं म्हणत होती. हा जलतरण तलाव एका भूगर्भातल्या नदीवर बांधलेला होता. ॲनारल पुढे म्हणाली, "तुझ्या काळाच्या वर्तुळात हे पेटीतलं पाणी आहे नं, हीच जागा आमच्या काळाच्या वर्तुळात सगळ्यात पवित्र मानली जाते, भूजलावर उभे असलेले भलेमोठे दगड. मी त्या सरसेन खडकावर आडवी पहुडले होते, मला तुझी आठवण आली आणि मग मी स्वत:लाच तुझ्याकडे जाण्यासाठी हाक मारली. मग मी एकदम इथे अवतरले." ती खूश होऊन पॉलीकडे बघत हसली. मग उठून उभी राहिली आणि हळूहळू खोलीत फिरू लागली. जलतरण तलावाच्या काठावर ठेवलेल्या खुर्च्या, पॉलीच्या आजीची व्यायामाची सायकल, अशा सगळ्या गोष्टींकडे ती कुतूहलानं बघत होती. बाहेरचं वातावरण फिरण्यालायक नसेल तेव्हा आजी या सायकलीचा वापर करून व्यायाम करत असे. ॲनारलनं विचारलं, "मला बिशपनं सांगितलंय की तुम्ही घरात राहता, हे घर आहे का? म्हणजे आपण तुझ्या घरात आहोत?"

"हो. हे जरा नवीन बांधकाम आहे, जलतरण तलावासाठीचं... म्हणजे पेटीमधलं पाणी." पॉलीच्या मनात आलं, ॲनारलला घराबद्दल किंवा त्यातल्या वस्तूंबद्दल काहीच माहिती नसणारच.

ती ज्या खुर्चीवर बसली होती त्याच्या शेजारी एक लहानसं टेबल होतं. त्यावर एक पुस्तक पडलेलं होतं. ते पुस्तक ॲनारलनं उचललं आणि उलटंसुलटं करून त्याच्याकडे बघत ती म्हणाली, "एक दिवस बिशपनं असंच एक पुस्तक मला दाखवण्यासाठी आणलं होतं. तुमच्या पुस्तकांमध्ये गोष्टी असतात असं बिशप म्हणत होते."

"हो, खूप गोष्टी असतात."

"कॅरॅलिस म्हणतो, गोष्टी लिहिण्यासाठीची लिपी... अं... आमच्या लिपीपेक्षा खूप भरगच्च असावी लागते... म्हणजे आमच्यापेक्षा कमी सोपी."

"हो, जास्त किचकट."

आपल्या कपाळाला हात लावून ॲनारल म्हणाली, "ड्रूइड लोकांच्या गोष्टी इथेच साठवलेल्या असतात. खूप खूप गोष्टी. आम्ही आमची स्मृती जपून ठेवतो. स्मृती नसेल तर आम्ही...अं... कमी... होऊन जाऊ... मला तो नेमका शब्द माहीत नाहीये."

"आमची पुस्तकंच आमच्या स्मृती जपून ठेवतात. पुस्तकांमध्ये अनेक

लोकांच्या, वेगवेगळ्या काळांच्या, अनेक संस्कृतींच्या कथा असतात.''

''संस्कृती? म्हणजे?''

''वेगवेगळ्या ठिकाणांच्या आणि वेगवेगळ्या काळांच्या वर्तुळांमध्ये राहणारे लोक.''

मान तुकवून ॲनारलनं विचारलं, ''तू खरंच ड्रूइड नाहीयेस? तुला खात्री आहे तशी?''

मोठ्यानं हसून पॉली म्हणाली, ''अगदी पक्की खात्री आहे.''

''पण तुला ती देणगी प्राप्त झालेली आहे. तू काळाचा उंबरा ओलांडतेस. ते करता येण्यासाठी खूप प्रशिक्षण घेण्याची गरज असते. मला नीट प्रशिक्षण मिळालेलं असलं तरीही माझ्यासाठी काळाचं कुठलंही दार उघडलं जाणार नाही, अशी कॅरॅलिसला काळजी वाटत होती. मी मात्र बिशपना त्याच्या आधी पाहिलं, त्यांना भेटले. आता तुझ्याकडे येऊन, मला प्राप्त झालेली देणगी आणि प्रशिक्षण या दोन्हीचा वापर करून, मी काळाचं दार ओलांडण्याचा सराव करते आहे. आणि तू माझ्या काळात आली होतीस.''

पॉली हात पसरून म्हणाली, 'मी ते कसं केलं, मलाच माहीत नाही ग ॲनारल. मला जरासुद्धा कल्पना नाहीये. मला ते पुन्हा करता येईल की नाही, तेसुद्धा मला माहीत नाही.''

''कॅरॅलिस अनेक वेगवेगळ्या ठिकाणी, वेगवेगळ्या काळात जाऊन आलेला आहे. मी तर काळाचा फक्त एकच उंबरा ओलांडलाय. मी फक्त तुला आणि बिशपना भेटले आहे. कॅरॅलिस म्हणतो की, तू आमच्या काळात आलीस या गोष्टीला काहीतरी अर्थ आहे. काहीतरी योजना किंवा आकृतिबंध नक्कीच आहे त्यामागे.''

''अगं कसली योजना? कुठला आकृतिबंध?''

''रेषांनी तारे जोडून आकृतिबंध बनतो, लोक एकमेकांना जोडले जातात तो आकृतिबंध. अशाच रेषा जोडून वेगवेगळी ठिकाणं जोडली जातात तो आकृतिबंध. वर्तुळं जोडली जातात तो आकृतिबंध. तो भव्य खडक अन् हे पेटीतलं पाणी यांना जोडणारी रेषा आहे नं, अगदी तसं.''

काल्पनिक रेषांनी तारे जोडून बनलेल्या वेगवेगळ्या नक्षत्रांची माहिती देणारं पुस्तक पॉलीला आठवलं.

तिच्याकडे बघत हसून ॲनारल म्हणाली, ''मी ज्याच्यात बसले होते नं, ते छान आहे.''

''ती खुर्ची आहे.''

''आमच्या इथल्या त्या मोठाल्या खडकांमध्येदेखील अशा खुर्च्या आहेत,

पण त्या वेगळ्या आहेत. त्या खडक कोरून बनवल्या आहेत. या खुर्चीत माझं शरीर अगदी सहज छान मावतं.''

पॉलीच्या मनात विचार आला, बाकीचं घर, बेडरूम, स्वयंपाकघर बघून ॲनारलला काय वाटेल? या सगळ्या गोष्टी पॉलीच्या रोजच्या आयुष्याचा भाग होत्या, त्या गृहीतच धरलेल्या होत्या. नळातून वाहणारं गरम पाणी, शौचालयं, फ्रिज, मायक्रोवेव्ह, फूड प्रोसेसर... या सगळ्या गोष्टी चमत्कार वाटतील का तिला? का तिला ती जादू वाटेल... बहुधा दुष्ट शक्तींची जादू? ती म्हणाली, ''ॲनारल, तुला इथे बघून, भेटून खूप छान वाटलं, अगदी मध्यरात्री आलेली असलीस तरीही. अग, पण... तू का आली आहेस?''

''मला इथे येणं जमतंय का ते पाहायला.'' अगदी साधेपणानं ॲनारल बोलली. ''सगळे गाढ झोपलेले होते, म्हणून मग मी एकटी सराव करू शकले असते. मी आले, आणि तुला हाक मारली. मला तुझ्याबद्दल जाणून घ्यायचं होतं. तू माझ्या काळात कशी काय येऊ शकतेस, हे समजून घ्यायचं होतं. तुला आमच्याकडे त्या अस्तित्वानं पाठवलं होतं का, तेसुद्धा जाणून घ्यायचं होतं.''

''अस्तित्व? कुणाचं?''

''तोच एकमेव... मातेहून श्रेष्ठ, देवतेहून श्रेष्ठ. ताऱ्यांचा निर्माता. वारे ज्याचा श्वास आहेत तो. पृथ्वीला सुजल-सुफल बनवणारा. सूर्य उगवणारा, पाऊस पाडणारा. सगळ्या सृष्टीची काळजी घेणारा. कॅरॅलिस म्हणतो, रेषांची जोडणी होऊन काळाची वर्तुळं एकमेकांना स्पर्श करतात आणि काळाचं दार दोन्ही बाजूंनी उघडतं. ही घटना अगदी क्वचित कधीतरी, एकदोन वेळाच घडते, असंही कॅरॅलिस सांगतो. ही घटना घडण्यामागे एक निश्चित कारण असतं.''

''तू बिशपना विचारलं आहेस का?''

''बिशपसुद्धा, त्यामागे एक कारण असल्याचंच सांगतात, पण ते नेमकं कारण त्यांनाही माहीत नाहीये. तुला माहीत आहे?''

मान हलवून पॉली म्हणाली, ''नाही गं बाई, मला अगदी किंचितशी कल्पनासुद्धा नाहीये.''

''ते...''

''मला त्याचं कारण माहीत नाही गं ॲनारल, पण मला तू आवडलीस. तू इथे आलीस त्याचा आनंद झालाय मला. मला तुझ्याबद्दल नीट जाणून घ्यायला खूप आवडेल.''

''मैत्री?''

''हो. मला तुझी मैत्रीण बनायला आवडेल.''

''ड्रूइड लोकांना कधीकधी खूप एकटेपणा जाणवतो. मित्र एकमेकांची

काळजी घेतात.''

''हो.''

''एकमेकांचं रक्षणसुद्धा करतात नं?''

''मित्र एकमेकांचं रक्षण करण्यासाठी, त्यांना शक्य असेल ते सगळं करतात.''

डोकं हलवत ॲनारल म्हणाली, ''पण तसं प्रत्येक वेळेला शक्य नसतं. झंझावाती वादळात, किंवा वीज पडून आग लागते तेव्हा, किंवा इतर जमाती तुमच्यावर हल्ला करतात तेव्हा... तेव्हा शक्य नसतं.''

पॉली ठामपणे म्हणाली, ''अगं, पण मित्र मदत करायचा प्रयत्न करतात, मित्र तुमची काळजी घेतात, त्यांना तुमची काळजी असते.'' ती ॲनारलकडे आकर्षित होत असल्याचं तिला प्रकर्षानं जाणवलं. तीन हजार वर्षांपूर्वीच्या मुलीशी खरीखुरी मैत्री करणं शक्य असेल का?... तिला प्रश्न पडला. पॉली तिला म्हणाली, ''मला तुझी मैत्रीण बनायला आवडेल हं ॲनारल.''

''हं... हे छान झालं. मी तुझी मैत्रीण आहे,'' असं बोलून ॲनारल उभी राहिली अन म्हणाली, ''बिशप मला ॲनी म्हणतात.''

''हो. ॲनी.''

''मी मनापासून इच्छा केली होती की तू जागी होऊन इथे, या पेटीतल्या पाण्यापाशी यावीस... आणि तू आलीस. धन्यवाद हं.''

''माझ्या अंगावरून रजई घसरून पलंगावरून खाली पडली. मला खूप थंडी वाजत होती, म्हणून जाग आली.'' बोलता बोलता पॉली गप्प झाली. तिच्या मनात आलं... रजई, पलंग हे शब्द ॲनारलला समजणारच नाहीत.

''तू आलीस पॉली. आता मी जाते,'' ॲनारल उत्तरेला असलेल्या एका भल्यामोठ्या खिडकीपशी गेली. ''ए, बघितलंस नं... मला आता हे कसं उघडायचं ते कळलंय.'' तिनं खिडकीतून अलगद खाली उडी मारली आणि आणि रात्रीच्या काळोखात पळून गेली.

ती रानात दिसेनाशी होईपर्यंत पॉली तिच्याकडे बघत राहिली. मग तिनं खिडकी बंद केली. ती तलावापाशीच थोडा वेळ थांबून राहिली, पण काहीच वेगळं घडलं नाही. पाणी अगदी शांत होतं. ती तलावाकाठच्या एका खुर्चीत विचार करत बसून राहिली... हळूहळू ती पेंगुळली, तिच्या पापण्या मिटू लागल्या. आता तिला छान ऊब मिळाली होती... अगदी पायांचे अंगठेसुद्धा उबदार झाले होते. ॲनारलचं येणं हादेखील त्या स्वप्नाचाच भाग होता का?... तिच्या मनात आलं. ती वरच्या मजल्यावर आपल्या खोलीत गेली. सकाळी बहुतेक जास्त चांगलं समजेल असं वाटलं तिला.

सकाळी ती नेहमीपेक्षा जरा उशिराच उठली. स्वत:चं आवरून कपडे बदलून ती खाली आली. तिचे आजोबा टेबलापाशी बसून कॉफी पीत पीत शब्दकोडं सोडवत होते. पॉलीनं तिच्यासाठी एका कपात अर्धा कप कोरी कॉफी ओतून घेतली, त्यात दूध घालून कप पूर्ण भरला आणि मग तिनं तो कप मायक्रोवेव्हमध्ये ठेवून दिला. आत्ताच्या क्षणी, ती तिचं ते वाईट स्वप्न, तिचं पोहण्याच्या तलावापाशी जाणं आणि तिथे ॲनारल भेटणं, हे सगळं पार विसरून गेली होती. ती म्हणाली, "मायक्रोवेव्हमध्ये अशी चांगली भरपूर दुधाळ कॉफी बनवणं सोपं पडतं. मला ते दुधाळ कॉफीचं पातेलं धुवायला मुळीच आवडत नाही."

वर्तमानपत्रातून डोकं वर काढत आजोबा म्हणाले, "पॉली, तुला काळ या संकल्पनेविषयी काय काय माहीत आहे, सांग बरं."

ती टेबलापाशी खुर्चीत बसत म्हणाली, 'मला फारसं माहीत नाहीये'

"अगं, जेवढं माहीत आहे ते तरी सांग."

"बरं. अं... स्पेस/टाइम कन्टिन्युअम असतो..."

"त्याचा अर्थ काय?"

"अं... काळ आणि अवकाश हे अलग करता येत नाहीत, ते अभिन्न असतात. त्यांची अखंडता म्हणजेच स्पेस/टाइम कन्टिन्युअम. पण मला हेही माहीत आहे की जर एखादी वस्तू अगदी किंचितही गतिमान नसेल, तर त्या परिस्थितीत काळ ही संकल्पना अस्तित्वात असू शकणार नाही."

तिच्या आजोबांनी मान डोलावली, ते म्हणाले, "अगदी बरोबर. आणि आइनस्टाईनचं सुप्रसिद्ध समीकरण?"

"बरं सांगते. वस्तुमान आणि ऊर्जा हे समतुल्य असतात. एखाद्या गतिमान पदार्थाच्या वस्तुमानात त्याने वापरलेल्या ऊर्जेची भर पडते, आणि त्यामुळे त्या पदार्थाचा वेग वाढणं अवघड होतं."

"आणि जर तो वेग प्रकाशाच्या वेगाच्या जवळ पोचू लागला, तर?"

"तर त्याचं वस्तुमान इतकं जास्त वाढलेलं असेल, की तो प्रकाशाच्या वेगाची बरोबरी कधीही साधू शकणार नाही."

"अवकाश-प्रवासाच्या बाबतीत काय सांगशील?"

"अवकाश-प्रवासाला काल-प्रवासापासून अलग करता येणार नाही."

"शाब्बास. मग पुढे?"

"आजोबा, मला माहीत नाही हो. मी तीन हजार वर्षांपूर्वीच्या भूतकाळात कशी गेले?" तिला एकदम कालची ॲनारलची भेट आठवली, पण ही वेळ ते सांगण्यासाठी योग्य नव्हती.

कोठीघराचं दार उघडून आजी आत आली.

आजोबा म्हणाले, "हं... तो तर अगदी लाख मोलाचा प्रश्न आहे, हो नं?"

"आणि बहुतेक मी आइन्स्टाईनचं समीकरण मोडून टाकलंय. म्हणजे मला म्हणायचंय, मी प्रकाशाच्या वेगाहून जास्त वेगानं तिथे जाऊन पोचले होते नं? म्हणजे एका क्षणाला मी इथे होते, आणि दुसऱ्याच क्षणाला तिथे जाऊन पोचले."

"प्रचंड गोंधळ आहे सगळाच," आजोबा म्हणाले.

सौ. मरींनी पावाचे काप केले आणि ते टोस्टरमध्ये ठेवले. त्या म्हणाल्या, "मला एकच सिद्धान्त सुखावह वाटतोय, तो म्हणजे... कालप्रवाह अस्तित्वात आहेच... त्यामुळे सगळ्या घटना एकाच वेळी घडत नाहीयेत."

"बापरे, कसं दृश्य असेल ते!" आत्तापर्यंत पॉलीनं मायक्रोवेव्हच्या आवाजाकडे दुर्लक्ष केलं होतं, पण आता मात्र ती उठली आणि मायक्रोवेव्हमधला तिचा कॉफीचा कप घेऊन टेबलापाशी बसली. हॅड्रॉन शेकोटीसमोर, खास त्याच्यासाठी टाकलेल्या जाजमाच्या तुकड्यावर बसला होता. तो तिथून उठून पॉलीजवळ आला, आणि तिच्या पायांना अंग घासत तिथेच घुटमळू लागला. मग थोड्या वेळानं तो पुन्हा उबेपाशी त्याच्या जागेवर गेला.

सौ. मरींनी टोस्टरमधून पावाचा काप बाहेर काढला आणि एका बशीत ठेवून पॉलीच्या पुढ्यात ठेवला. "घे गं, खा," त्या म्हणाल्या.

"धन्यवाद आजी. आजोबांनी बनवलेल्या पावाचा टोस्ट नेहमीच छान होतो."

तिची आजी सांगू लागली, "तुझे आजोबा आणि मी आयुष्यभर परस्परविरोधी संशोधनं करत जगलो. त्यांच्या आवडीचं क्षेत्र म्हणजे, गुरुत्वाकर्षण आणि या संपूर्ण अफाट ब्रह्मांडाशी संबंधित असलेला सापेक्षतावादाचा सिद्धान्त. मी मात्र माझं आयुष्य सूक्ष्म पिंडांबद्दलच्या संशोधनात घालवलं... म्हणजेच कणभौतिकी आणि क्वांटम मेकॅनिक्सच्या क्षेत्रात. आत्तापर्यंत तरी आम्हा दोघांचे सिद्धान्त एकमेकांशी सुसंगत वाटत नाहीत."

श्री. मरी म्हणाले, "जर आपण गुरुत्वाकर्षणासाठी क्वांटम सिद्धान्त शोधू शकलो, तरच, अगदी तरच कदाचित ही समस्या आपण सोडवू शकू."

पॉलीनं विचारलं, "त्यामुळे स्पेस-टाइम कन्टिन्युअम नीटपणे समजायला मदत होईल का?"

"अशी आशा आहे," सौ. मरी म्हणाल्या, आणि फोनची घंटी वाजल्यामुळे फोनपाशी गेल्या.

पॉलीला आत्ता तिचं स्वप्न आठवलं. 'झॅकरी... त्याचाच फोन असेल...' तिला वाटलं.

पण आजी फोनवर म्हणाली, "गुडमॉर्निंग नेसन... हो, आम्ही सगळे

इथेच, एकाच ठिकाणी आणि एकाच काळात हजर आहोत... किती छान... अरे पण तुम्ही दोघं इकडेच का येत नाही? तुला आणि लुईसला पोहायला आवडतं... नेस, अरे मला स्वयंपाक करायला आवडतं. नाही नाही... काहीही आणू नका. ठीक आहे, संध्याकाळी भेटूच.''

आजोबांना आणि पॉलीला उद्देशून आजी म्हणाली, ''तुम्हाला समजलं असेलच, नेसनचा फोन होता. लुईस त्याला इतकी रागावली आहे, की पश्चात्तापानं, खेदानं तो अगदी हिरमुसून गेलाय. त्याला इतकी टोचणी लागलीय, की तो इथे तिच्यासोबत असला तर भूतकाळापासून पॉलीचा बचाव करू शकेल, असंच त्याला वाटू लागलंय. यात विरोधाभास असला तरी ते तर्कशुद्ध वाटतंय. ते दोघे रात्री जेवायला आपल्याकडे येणार आहेत.''

हसून श्री. मरी म्हणाले, ''फोन करण्यामागे थोड्याफार प्रमाणात त्याचा जेवण हाच हेतू होता.''

सौ. मरीही हसल्या आणि म्हणाल्या, ''लुईसला आधीपासूनच स्वयंपाकाची आवड नाहीये. गरजेपुरता स्वयंपाक येतो तिला, पण स्वयंपाकाला ती जास्त महत्त्व देत नाही.''

''आणि नेस मात्र चांगलाच खवय्या माणूस आहे,'' श्री. मरी म्हणाले.

''आणि आजी तू खूप मस्त स्वयंपाक करतेस,'' पॉली म्हणाली.

आजी लाजून म्हणाली, ''बापरे... कुणाला वाटेल, मलाच तारीफ हवी होती.''

''पण तारीफ करण्यासारखीच आहेस तू,'' आजोबा म्हणाले.

''मला स्वयंपाक करायला आवडतं. माझा ताण कमी होतो त्यामुळे. लुईसला बागकाम आणि विशेषतः गुलाबांच्या बागेचं काम करायला खूप आवडतं, तिचा ताण त्यामुळे कमी होतो. आपल्या बागेत गुलाबांची रोपं नाहीयेत पॉली, लक्षात घे.''

आजोबा म्हणाले, ''अग पण आम्ही तुझं कौतुक करतोय, तर ते मान्य कर की. तू खरंच एक खूप छान सुगरण आहेस.''

''धन्यवाद...'' खुर्चीत बसून तिनं टेबलावर हातांची कोपरं टेकवली आणि ओंजळीत हनुवटी टेकवून ती म्हणाली, ''पॉली, तुझ्या आई-बाबांबद्दल जरा बोलायचं आहे.''

पॉलीनं तिच्याकडे प्रश्नार्थक मुद्रेनं पाहिलं.

''तुझ्या आजोबांना तुझं म्हणणं बरोबर वाटतंय... तुला टेसरॅक्टमधून बाहेर ओढून बेन सीड बेटावर परत पाठवलं तर ते तुझ्यासाठी धोकादायक ठरू शकेल. मलाही त्या धोक्याचं गांभीर्य लक्षात आलंय, नाहीतर आत्ता तू तुझ्या आई-बाबांच्या घरी पोचलेली असतीस.''

पॉलीनं विचारलं, "किती दूर जाऊ शकेन मी? त्या काळाच्या दारापासून किती दूर?"

वर्तमानपत्राची घडी घालत आजोबा म्हणाले, "मला नक्की माहीत नाही. साधारण दहा मैल, अर्थात हा माझा अंदाज आहे हं. त्यापेक्षा जास्तही असू शकेल. कदाचित ॲनारल आणि तिचे लोक जाऊ शकतात, तेवढं. पण वरती विमानातून मात्र मुळीच नाही. देश ओलांडून पलीकडे नाही."

"बरं... मी खरंच टेसरॅक्टमध्येच आहे हं," असं म्हणून मग तिनं ॲनारलच्या कालच्या भेटीबद्दल सांगितलं.

तिच्या आजी-आजोबांनी एकमेकांकडे चिंताग्रस्त होऊन पाहिलं.

"आई-बाबांना सांगू नका हं," पॉलीनं विनवलं. "निदान आत्ता तरी नको. अजून आपल्यालाच नीटसं कळलेलं नाहीये. ते सगळं इतकं प्रचंड अशक्य वाटतं नं..."

आजोबा म्हणाले, "अगं, तुझ्या बाबांचा स्वभाव बघता, त्यांना कळल्यावर ते ताबडतोब इथे येतील आणि तुला घेऊन जातील. त्यांच्याशी चर्चा करणंसुद्धा अशक्य होईल, आणि मग मात्र ते सगळं फार धोक्याचं ठरू शकेल. अगदी जिवावरसुद्धा बेतू शकेल."

"मला कसलीही गुपितं ठेवायला अजिबात आवडत नाही, पण थोडे दिवस गप्प राहणंच उत्तम. मला मान्य आहे," आजी म्हणाली.

"हॅलोवीन पार पडेपर्यंत," आजोबा म्हणाले.

"सॉवेन" पॉली म्हणाली.

"रविवारी त्यांचा फोन येईलच, तेव्हा मात्र सगळं सांगू त्या दोघांना."

आजी-आजोबांनी आधी पॉलीकडे आणि मग एकमेकांकडे काळजीयुक्त नजर टाकली.

***

दुसऱ्या दिवसाची सकाळ काहीही न घडता सुरळीत पार पडली. पॉलीनं एक तासभर आजीसोबत तिच्या प्रयोगशाळेत काम केलं. मग मात्र तिची पावलं गारठली, म्हणून ती तिच्या खोलीत गेली. तिथे आजीनं तिच्यासाठी अभ्यासातले काही प्रश्न काढून ठेवले होते. त्या प्रश्नांची उत्तरं लिहिण्यासाठी ती तिच्या डेस्कपाशी बसली. खूप प्रयत्न करूनही तिचं अभ्यासात लक्षच लागेना. शेवटी तिनं वही फट्कन बंद केली आणि ती खाली गेली. दुपारच्या जेवणाआधी ती नेहमी फिरायला जात असे.

मळा ओलांडून पलीकडच्या रानात आणि त्या तारे पाहायच्या खडकापाशी न

जाण्याचं वचन तिनं दिलं होतं. त्यामुळे ती घरासमोरच्या मातीच्या कच्च्या रस्त्यावरून चालत होती. खूप पूर्वी हा रस्ता पोस्ट-रोड (प्राचीन काळचा, पत्रांची वाहतूक करण्यासाठीचा खास रस्ता) म्हणून वापरला जायचा, पण बदलत्या लोकसंख्येनुसार आता तो गल्लीसारखा अरुंद झाला होता. गॅरेजपासून पक्का रस्ता सुरू होत असे. वरच्या बाजूला मळे होते, खालच्या उतारावर काही घरं होती. तो कच्चा मातीचा रस्ता वळणं घेत चराऊ कुरणांच्या बाजूनं पुढे जाऊन वनराईपाशी, तिथल्या झुडपांपाशी जायचा. या रस्त्यावरून चालताना खूप छान, प्रसन्न वाटत असे. पॉली आजूबाजूची रानफुलं गोळा करत, रमतगमत चालली होती.

एक चांगला मोठा फेरफटका मारून पॉली घरी आली. डॉ. लुईसनं फोन करून सांगितलं होतं की दवाखान्यात आणीबाणीची परिस्थिती उद्‌भवल्यामुळे त्या रात्री जेवणासाठी येऊ शकणार नाहीत. त्यांनी पुढे विचारलं होतं, ते दोघे उद्या आले तर चालेल का? कारण गुरुवारी नेसला पॉलीसोबतच रहायची इच्छा आहे.

अखेर तो गुरुवार उजाडला. छान प्रसन्न दिवस वाटत होता. शरद ऋतूतले दिवस सर्वार्थानं सुंदरच होते, सोनेरी निळाई ल्यायलेले. सकाळी पॉलीनं आजोबांसोबत गणिताचा अभ्यास केला. साधारण अकरा वाजता आजोबा त्यांच्या यांत्रिक करवतीला धार लावण्यासाठी गावात गेले. आजी नेहमीप्रमाणे तिच्या प्रयोगशाळेत काम करत होती.

ती बाहेर पडून त्या कच्च्या रस्त्यावरून चालायला लागली. रस्त्याच्या शेवटापर्यंत जाऊन ती परत आली. साधारण मैलभर चालली होती ती. मग ती मळा पार करून दगडी भिंतीपाशी गेली. याच्या पुढे जाणार नव्हती ती. फक्त त्या भिंतीपर्यंतच जायला काही हरकत नव्हती.

भिंतीवर मोठी लुईस ऊन खात पहुडली होती. पॉलीला सर्व प्रकारच्या सागरी प्राण्यांची सवय होती. एकदा तर तिच्या बाबांनी प्रयोग करण्यासाठी ईल मासेही आणले होते, पण तिला सापांबद्दल मात्र फारसं काही माहीत नव्हतं. पॉली मोठ्या लुईसकडे बघत होती. ती आरामात सोनेरी उन्हाच्या कवडशात सैलावून शांत बसली होती. तिच्या शेजारी जाऊन बसायचा पॉलीला धीर होत नव्हता.

ते समजल्यामुळेच की काय, पण मोठ्या लुईसनं तिचं डोकं किंचित उचललं, आणि क्षणभरानंतर ती सरपटत भिंतीत शिरली. भिंतीत शिरण्याआधी मोठ्या लुईसनं तिच्याकडे बघून मान वाकवल्यासारखा भास तिला झाला. लुईसनं खरंच मान वाकवून अभिवादन केलं होतं, का पॉली सापासारख्या प्राण्यात मानवी भावना असल्याचं गृहीत धरत होती?

ओगम भाषेत सापाला (इंग्लिशमध्ये 'स्नेक') 'नॅस्क' (nasske) असं

म्हणत असत. बिशपच्या वहीत तशी नोंद होती. म्हणजेच, ही भाषा बोलणाऱ्या लोकांना साप माहीत होते. ती अजूनही त्या भिंतीकडे एकटक बघत होती, पण काही मिनिटातच मोठी लुईस दिसेनाशी झाली होती. पॉली त्या भिंतीवर जाऊन बसली. भिंतीतले दगड छान उबदार होते, तिथे बसायला छान वाटत होतं. ही भिंत म्हणजे जणू तिची लक्ष्मणरेषा होती, त्यापलीकडे न जाण्याचं वचन तिनं दिलं होतं. वाऱ्याची झुळूक आली. भिंतीवर झुकलेल्या झाडांवरची उरलीसुरली पानं सळसळली. त्या झाडांमुळे वेगवेगळ्या आकाराच्या लहानमोठ्या सावल्या तयार होत असत. छान मधाळ, सोनेरी, तांबूस तपकिरी आणि अधूनमधून ज्वालेच्या लखलखत्या रंगांची उधळण होत होती.

तिच्या मागे तिला खसफसता आवाज ऐकू आला म्हणून तिनं मागे वळून पाहिलं. तिच्या मागे, भिंतीच्या पलीकडे एक तरुण माणूस हातात भाला घेऊन उभा होता. त्याचे विस्कटलेले केस अगदी फिक्कट वाळक्या गवतासारखे पांढरट-पिवळसर रंगाचे होते. त्यानं तिला खुणावलं.

"माफ कर, पण मी तिकडे येऊ शकणार नाही. मी वचन दिलंय तसं," पॉली त्याला समजावू लागली, पण त्याला तिचं बोलणं समजणार नाही, हे लगेचच तिच्या लक्षात आलं.

तो तिच्याकडे बघून हसला. आपलं बोट स्वत:कडे रोखून तो म्हणाला, "टाव." तीसुद्धा त्याच्याकडे बघून हसली.

त्याच्यासारखंच आपलं बोट स्वत:कडे रोखून ती म्हणाली, "पॉली."

तो तिच्या मागोमाग म्हणाला, "पॉल्ली." मग त्यानं आकाशाकडे बघितलं, सूर्याकडे बोट रोखलं आणि मग तेच बोट तिच्या केसांकडे रोखून धरलं. मग खूश होऊन तो टाळ्या पिटायला लागला.

पॉली जराशी लाजली, तो तिच्या केसांचं उघडपणे कौतुक करत होता. ती म्हणाली, "माझे केस फक्त जरा लालसर आहेत, अनेक लोकांचे असतात."

त्यानं पुन्हा सूर्याकडे बोट दाखवलं आणि मग परत तिच्या केसांकडे बोट दाखवत तो म्हणाला, "हा लू, पॉल्ली."

तिनं बिशप कोलुब्रांच्या वहीतलं पान आठवून डोळ्यांसमोर आणलं. 'हा लू' हा शब्द म्हणजे अभिवादन करण्याचा एक शब्द होता. लक्षात ठेवायला अगदी सोपा शब्द. बिशप कोलुब्रांच्या वहीत अशा वर्षानुवर्षांच्या अभिवादनपर शब्दांची यादी होती : हेलो, हॅलो, हेल, हाऊडी, हाय... असे अनेक शब्द. नकार देण्याचा शब्दही सोपा होता, नकार देताना 'ना' हा शब्द वापरला जाई. 'नाही' या शब्दासाठी इंग्लिश भाषेत 'नो', फ्रेंच भाषेत 'नों', जर्मन भाषेत 'निष्ट' आणि रशियन भाषेत 'न्येथ' असे वेगवेगळे शब्द आहेत. म्हणजे 'न' या

उच्चाराचा अर्थ सगळीकडे सारखाच आहे की, फक्त ग्रीक भाषेत मात्र 'ने' या शब्दाचा अर्थ 'हो' किंवा होकार असा होतो... तिच्या मनात आलं.

टाव खुशीनं मनमोकळा हसला आणि मग त्याच्या तोंडून अनाकलनीय शब्दांचा जणू धबधबाच बाहेर पडू लागला.

'मला तुझा बोलणं समजत नाही,' हे वाक्य त्याच्या भाषेत कसं बोलायचं ते तिला माहीत नव्हतं. म्हणून ती मान हलवत हसून म्हणाली, "ना."

त्यानं त्याचा भलामोठा भाला अगदी काळजीपूर्वक हळूच जमिनीवर ठेवला. मग तो भिंतीवर तिच्याशेजारी बसला. सूर्याकडे बोट दाखवत तो म्हणाला, "सोन्नो" आणि मग अगदी हलकेच त्यानं ते बोट तिच्या केसांवर अलगद टेकवलं आणि लगेच मागे घेत तो म्हणाला, "रुआड." त्यानं आपला तळवा पसरला, एक शब्द बोलून त्यानं त्याच्या डोळ्यांना हात लावला. पुन्हा काहीतरी बोलून त्यानं त्याच्या नाकाला हात लावला. तो तिला ओगम भाषा शिकवत होता. सूर्य (सन-sun) आणि लाल (रेड-red) या शब्दांसाठी असलेले ओगम शब्द बिशपच्या वहीत वाचल्याचं तिला आठवत होतं. बाकीचे शब्द मात्र अगदीच नवीन होते. पॉली पटापट शिकत गेली, त्यामुळे टाव खूश होऊन हसला. साधारण अर्धा तास हा खेळ... किंवा भाषा-शिक्षण चालू होतं. मग तो तिच्याकडे बघत अगदी सावकाश म्हणाला, "तू 'सोन्नो.' टाव..." त्यानं त्याच्या फिक्क्या केसांना हात लावत पुढे म्हटलं, 'टाव, 'मोना' (इंग्रजीत मून-moon). तू रात्री ये."

तिनं नकार देत मान हलवली.

"खूप मोठा सण. सॉवेन. संगीत. खूप संगीत. खूप आनंद."

तिला त्याचं बोलणं बऱ्यापैकी कळत होतं, पण, तिनं ही भिंत न ओलांडण्याचं, तारे पाहायच्या खडकाजवळ न जाण्याचं वचन दिलंय, ही गोष्ट तिला नीट समजावून सांगता येईना. आणि त्या टावला, ते दोघे फक्त भिंतीमुळे ते अलग झालेले नाहीयेत, त्या दोघांमध्ये तीन हजार वर्षांचं अंतर आहे, हे तरी समजत होतं का?

अचानक त्यानं टुणकन उडी मारली. लुईस बाहेर आली होती. टाव भाला उचलण्यासाठी वाकला.

"नाही!" पॉली किंचाळली. "तिला मारू नकोस! ती बिचारी अगदीच निरुपद्रवी आहे!"

तिचे शब्द कळले नसले तरीही तिचा हेतू टावला समजला. ती मोठ्या लुईसच्या आणि टावच्या मध्ये घुसून उभी राहिली.

त्यानं भाला अगदी काळजीपूर्वक बाजूला ठेवून दिला, त्याची पिसं विस्कटणार

नाहीत या गोष्टीची खास काळजी घेतली. त्यानं, तोंडानं आणि शिवाय हातवारे करत, खाणाखुणा करत सांगितलं, "मला फक्त तुझं रक्षण करायचं होतं. सापांकडे खूप शक्ती असतात. 'माना' शक्ती (दिव्य शक्ती), चांगली शक्ती, पण कधीकधी जखमी करणारी शक्ती."

मोठी लुईस अत्यंत निरुपद्रवी आहे, आणि ती त्यांच्या कुटुंबाची खास मैत्रीण आहे, ही गोष्ट समजावून सांगण्याचा पॉलीनं अडखळत कसाबसा प्रयत्न केला.

लुईसशी मैत्री असणं ही चांगली गोष्ट असल्याचं टावनं तिला सांगितलं. तो म्हणाला, "तू देणगी आहेस. मातेची देणगी. तू येशील? आज रात्री?"

"मी येऊ शकत नाही... मी..." 'आजी-आजोबांना त्याच्या भाषेत काय शब्द आहे? 'आई' (मदर- mother) म्हणजे काहीतरी 'मॉद्र' सारखं....' ती आठवत होती. शेवटी तिनं शक्य तितक्या चांगल्या प्रकारे सांगितलं, 'आई नाही म्हणते.'

तो मोठ्यानं हसून म्हणाला, "आईनंच तुला पाठवलंय! तू येशीलच!" तो तिच्याकडे झुकला आणि त्यानं अगदी हलकेच तिच्या केसांवर बोटं टेकवली. हलकेच पापी घेतल्यासारखी. आणि मग भाला उचलून तो तारे पाहायच्या खडकाच्या दिशेनं चालू लागला.

पॉली घरी गेली. त्याचा स्पर्श अगदी अलवार आणि सुखद होता. त्यानं तिचे लाल केस सूर्यासारखे आहेत असं म्हटलं होतं. त्याच्याबद्दलची तिच्या मनातली भीती आता पळून गेली होती. तरीपण ती गोंधळून गेलेली होती. मोठ्या लुईसला मारायला का तयार झाला होता तो? त्याला, लुईस हल्ला करेल, अशी भीती खरंच वाटली होती का? चांगली शक्ती आणि जखमी करणारी शक्ती म्हणजे नेमकं काय सांगायचं होतं त्याला? उगीचच मारण्यासाठी मारायचा हेतू नव्हता त्याचा... त्याला तिचं रक्षण करायचं होतं... तिच्या मनात अनेक प्रश्नांची, अनेक विचारांची गर्दी झाली होती.

दुपारी जेवताजेवता तिनं आजी-आजोबांना टावबद्दल सगळं सांगितलं. त्यांनी फक्त ऐकून घेतलं, फारशी प्रतिक्रिया दिली नाही. ते दोघे अत्यंत काळजीत पडल्याचं स्पष्ट दिसत होतं. तिनं पुन्हा त्यांना वचन दिलं, "मी त्या दगडी भिंतीपाशी पुन्हा जाणार नाही हं. पण तो खरंच चांगला होता हो."

"अच्छा? तीन हजार वर्षांपूर्वी?" आजोबांनी तिरकसपणे विचारलं.

दगडी भिंतीपाशी गेल्याबद्दल आजी-आजोबा तिला रागावले नाहीत. जेवण झालं तरी कोणी काहीही बोललं नाही, सगळे गप्प राहून जेवले. हे मात्र अगदीच वेगळं वाटलं तिला.

प्रकरण ५

अगदी बरोब्बर दोन वाजता झॅकरी त्याची लाल स्पोर्ट्स् कार चालवत आला. अतिशय देखणा दिसत होता तो, त्याच्याकडे एकटक बघत बसणं अगदी बरोबरच वाटलं तिला, जणू आधुनिक वेशातला हॅम्लेटच. काळी जीन्स, फिक्कट निळा गळाबंद स्वेटर आणि हातावर टाकलेली, काळ्या जॅकेटची घडी. काळ्याभोर केसांची महिरप फिकुटलेल्या चेहऱ्याभोवती खुलून दिसत होती. टावनं पॉलीची तुलना सूर्याशी, आणि स्वत:ची तुलना चंद्राशी केली होती. झॅकरीचे केस काळेभोर असले तरीही तो स्वत: मात्र चंद्रासारखा, म्हणजेच पांढुरका वाटत होता.

त्यानं आजीला, आजोबांना स्वतंत्रपणे अभिवादन केलं. मग त्याच्या हार्टफोर्ड येथील लॉ फर्ममधल्या कामाबद्दल सांगितलं. तो म्हणाला, ''तासचे तास टेबलापाशी बसून काम करावं लागतं. मला तर जणू खडकाखालून वर आल्यागत वाटतंय. तरीही इंटर्नशिप मिळाल्याबद्दल मी स्वत:ला नशीबवान मानतो. खूप शिकायला मिळतंय.''

'आजी-आजोबांवर चांगलाच प्रभाव पाडतोय की हा.' पॉलीला वाटलं.

तो बोलत होता, ''मी ओगम भाषेचा थोडासा अभ्यास केलाय. तितकीशी अवघड भाषा नाहीये ती, हो नं? तीन हजार वर्षांपूर्वी, या जमिनीवर बाहेरून लोक आले असतील असंच वाटतं. कोणी विचारही केला नसेल इतक्या पूर्वीची घटना आहे. ते अतिप्राचीन लोक आपल्याला वाटतात तेवढे मागासलेले नव्हते. त्यांनी अनेक वेगवेगळ्या ठिकाणी प्रचंड प्रवास केलेला होता. ड्रूइड लोकांचंच उदाहरण घेऊया. ते ड्रूइड्स नुसतेच देवतेला बळी देणारे, अडाणी, रानटी लोक नव्हते. ते लोक ताऱ्यांवरून दिशा ओळखत असत, खरंतर त्यांचं खगोलशास्त्राचं अफाट ज्ञान आश्चर्यकारक होतं.''

''बिशप कोलुब्रांना हे अगदीच पूर्णपणे पटेल,'' पॉली म्हणाली.

आजी-आजोबा त्याचं बोलणं ऐकून घेत होते, पण त्याला उत्तेजन देत नव्हते.

झॅकरी म्हणाला, "मला बिशपशी बोलायला खरंच आवडेल. माझे कामाच्या ठिकाणचे बॉस आहेत नं, ते नुसतंच पुस्तकी पांडित्य असलेले आणि सुस्त आहेत."

कसनुसं हसत श्री. मरी म्हणाले, "पॉलीला आपण विसाव्या शतकातच राहू देऊ या." त्यांच्या आवाजातला ताण स्पष्ट जाणवत होता.

झॅकरी म्हणाला, "हो, चालेल की. इथे आसपास, आम्हा दोघांना जाता येईल अशी एखादी जागा आहे का?"

तिच्या माहितीनुसार तर त्यांच्या त्या खेड्यात पोस्ट ऑफिस, दुकान, चर्च, पेट्रोल पंप आणि एक शेतीची अवजारं मिळण्याचं दुकान, एवढंच होतं.

आजोबांनी पट्कन त्या दोघांना क्लबमध्ये जाण्याचं सुचवलं. त्यांनी या दोघांसाठी पासेसची व्यवस्थाही करून ठेवली होती. आजोबांना जेव्हा त्यांच्या सहकाऱ्याशी काहीतरी गुप्तपणे बोलायचं असेल तेव्हा ते अधूनमधून गोल्फ खेळायला त्या क्लबमध्ये जात असत. त्यांनी झॅकरीला सांगितलं, "रस्ताही चांगला आहे. विशेषत: या दिवसांत पानांचे तजेलदार बदलते रंग बघत जाण्याचा आनंद तर वेगळाच असतो. मात्र या वेळी तिथे गोल्फ सोडून बाकी फारसं काही चालू नसतं."

झॅकरी म्हणाला, "माझे बाबा गोल्फ चांगलं खेळतात. मी चांगला श्रीमंत, प्रसिद्ध झालो की मग माझाही गोल्फ शिकायचा विचार आहे."

"हिवाळा जवळ आलेला असल्यामुळे आता जलतरण तलाव बंद असतो. तरीही तुम्ही तिथे सोडा पिऊ शकता आणि शिवाय तिथे फिरण्यासाठी खूप चांगल्या वाटा आहेत." आजोबांना ते दोघे घराबाहेर जावे असं मनापासून वाटत असल्याचं स्पष्टपणे कळत होतं, आणि अशा परिस्थितीत ते अगदीच समजण्यालायक होतं.

"क्लबमध्ये जाण्यासाठी माझा पोशाख ठीक आहे नं? मी ठीकठाक दिसतीये नं?" पॉलीनं विचारलं. तिनं जीन्स आणि फ्लॅनेलचा शर्ट घातला होता.

"हो, अगदी छान," आजोबा आणि झॅकरी दोघे एकाच वेळेस बोलले.

"पण एखादं गरम जॅकेटही घेऊन जा," आजी म्हणाली.

पॉली अन् झॅकरी कोठीघरातून बाहेर जाऊ लागले, तिथल्या खुंटीला अडकवलेला लाल ॲनोरॅक तिनं काढून घेतला. आजीच्या प्रयोगशाळेच्या दाराकडे बोट दाखवत झॅकरीनं विचारलं, "तिथे काय आहे?"

"आज्जीची प्रयोगशाळा."

"नुसतं डोकावून पाहू या का? पॉल, तुझ्या आजीची भेट होणं हा माझाच

सन्मान समजतो गं मी. त्यांची काम करायची जागा बघायला मला खूपच आवडेल.''

दार उघडत ती म्हणाली, ''पण नुसतंच डोकावून पाहायचं हं. आजी सोबत नसेल तर प्रयोगशाळेत जायला सक्त मनाई आहे, पण आपण नुसतंच बघितलं तर चालेल तिला.''

झॅकरीनं कुतूहलानं आत डोकावून पाहिलं. तिथल्या टेबलावरच्या एका उपकरणाकडे बोट दाखवून त्यानं विचारलं, ''ते काय आहे?''

''इलेक्ट्रॉन सूक्ष्मदर्शक यंत्र.''

''ते कशासाठी वापरलं जातं?''

''अरे खूप उपयोग असतात त्याचे. उदाहरणच द्यायचं झालं तर त्या यंत्रामुळेच प्रत्येक पेशीत असलेल्या पेशीपटलाचं अस्तित्व सिद्ध करता आलं. हे पेशीपटल पेशीतल्या इतर घटकांना बाह्य वातावरणापासून अलग ठेवतं आणि त्यांचं रक्षण करतं. आजीनं अनेक वर्षं ते वापरल्याचं दिसत नाहीये. तिचं जवळपास सगळं काम तिच्या डोक्यातच चालू असतं.''

''तुझे आई-बाबासुद्धा शास्त्रज्ञ आहेत, खरं नं?''

''माझे बाबा सागरी-जीवशास्त्रज्ञ आहेत. अरे म्हणूनच आम्ही बेटांवर राहत आलोय. माझी आई त्यांचं सगळं संगणकीय काम करते. तिचं गणिती कौशल्य हा तर जणू एक चमत्कारच आहे.'' ती मागे सरली आणि तिनं काळजीपूर्वक दार बंद करून घेतलं.

झॅकरीनं त्याची गाडी घरासमोरच्या मातीच्या कच्च्या रस्त्यावर उभी केली होती, त्यामुळे ते गाडीकडे चालत निघाले. तो म्हणाला, ''ऐक नं... मी तो फोन केला नं... मला तसा फोन करून तुला घाबरवायचं नव्हतं. माझा तसा हेतू नव्हता हं.''

''मी घाबरले नाही रे,'' असं म्हणाली ती, पण तरी तिनं प्रश्नार्थक मुद्रेनं त्याच्याकडे पाहिलं.

तो मात्र घराकडेच पाहत होता. तो म्हणाला, 'तुझ्या आजी-आजोबांचं घर किती छान आहे. कॅलिफोर्नियामध्ये इतकी जुनी घरं बघायलासुद्धा मिळत नाहीत.''

''मलासुद्धा खूप आवडतं ते. मी इथे खरंच खूप खूश आहे,'' पॉली म्हणाली.

''मला समजू शकतंय.'' त्यानं बोलताबोलता तिच्यासाठी गाडीचं दार उघडून धरलं. गाडी सुरू करताकरता त्यानं विचारलं, 'ए... तिथे पोहण्याचा तलाव आहे का गं?''

''हो, पण जरा लहान आहे. आजोबांना संधिवात आहे नं, डॉक्टरांनी खास

त्यासाठी पोहण्याचा व्यायाम सुचवला होता.''

"अगं चांगलंच आहे की. तो जगातला सर्वोत्तम व्यायाम आहे असं माझे डॉक्टर सांगतात. ए, इथे आसपास स्कीइंगची चांगली सोय आहे का ग?''

"हो, तुला स्कीइंग करता येतं?''

मातीच्या रस्त्यावरून सावकाश गाडी चालवत तो म्हणाला, "खरं वाटणार नाही, पण हो, मला स्कीइंग येतं. अर्थात, मी मुळात घरबशा माणूस असल्यामुळे खूप चांगलं येत नाही, पण त्यासाठी वेळ देऊन सराव केल्यास सुधारणा होऊ शकेल. तुला येतं स्कीइंग?''

"अरे मी आयुष्यभर उष्ण प्रदेशात राहिलेय. आज्जी मात्र म्हणत होती, या हिवाळ्यात ती माझ्यासोबत स्कीइंग करणार आहे.''

मुख्य रस्त्याला लागल्यावर मात्र झॅकरीचं गाडी चालवणं तिला बिशप कोलुब्रांसारखंच वाटू लागलं, फक्त त्यांच्याइतकं जास्त वेडंवाकडं चालवत नव्हता तो.

"ए... अगं हा पानगळीचा ऋतू किती अप्रतिम आहे गं... मी काही पहिल्यांदाच बघत नाहीये, माझ्या काही हायस्कूल्स इथून जवळच होत्या... पण रंगांची अशी उधळण पाहून माझा घसा नेहमीच दाटून येतो. ए, तो सोनेरी वृक्ष बघ नं. आता फारसे एल्म वृक्ष बघायला मिळत नाहीत. किती सुंदर आहे नं?''

'हो, खरंच. आमच्या स्वयंपाकघराच्या खिडकीतून दिसणारं मेपलचं झाड आहे नं, ते तर आता पूर्ण जांभळं झालंय. शरद ऋतूत पानांच्या बदलत्या रंगांची अशी उधळण मी कधीच अनुभवली नव्हती. मी तर अगदी भारावून गेले आहे.''

"तू एक आठवड्यापूर्वी इथेच होतीस हे चांगलं झालं. अगदी सुरुवातीपासून तू ते बघितलंस. आता त्याचं सौंदर्य जरासं उतरणीला लागलंय, पण अजूनही अचंबित करण्याइतकं सुंदर आहे.''

"पोचलो आपण,'' पॉलीनं तिथे असलेल्या पाटीकडे बोट दाखवत म्हटलं. एका टेकाडावर पांढरीशुभ्र इमारत उभी होती. त्या इमारतीतून खालची विस्तीर्ण दरी पूर्णपणे दिसत होती... याच दरीच्या ठिकाणी तीन हजार वर्षांपूर्वी एक भलंमोठं तळं होतं.

झॅकरी तिला तिथल्या बारपाशी घेऊन गेला, तिला काय हवंय, अशी विचारपूस केली. तो म्हणाला, "काळजी करू नकोस गं पॉल. मी गाडी चालवणार आहे, म्हणून मी फक्त कोक घेणार आहे. तुला लिंबू-सरबत आवडतं असं मला आठवतंय... बरोबर आहे नं?''

"हो, बरोबर आहे. तुला आठवतंय अजून? किती छान.''

"तुझ्याबद्दल फारसं काहीच विसरलो नाहीये मी.'' त्यानं त्यांच्या पेयांची

ऑर्डर दिली आणि मग ते तिथे ठेवलेल्या उंच स्टुलांवर बसले. खिडकीतून सूर्याचे तिरपे किरण आत येऊन पॉलीच्या केसांवर पडत होते. झॅकरीनं शीळ घातली आणि तो म्हणाला, ''किती सुंदर दिसतेस गं... हे मात्र मी विसरलोच होतो हं.''

पॉली लाजली.

तिला माहीत होतं, आता ती आधीपेक्षा पुष्कळच चांगली दिसू लागली होती. पौगंडावस्थेतील अडनिड्या वयात दिसायची त्यापेक्षा कितीतरी छान. मात्र तिला आपण सुंदर आहोत असं मुळीच वाटत नव्हतं, आणि आता टाव अन् झॅकरी, ती सुंदर दिसत असल्याचं सांगत होते.

''मागच्या उन्हाळ्यात तू ग्रीसला आली होतीस, तेव्हाही चांगली दिसत होतीस, पण आता तर तू आणखी सुंदर दिसायला लागली आहेस. इतक्या दिवसांनंतर तुझी भेट झाल्याचा मला खूप आनंद झालाय.'' झॅकरी म्हणाला.

''मलासुद्धा,'' ती सरबत पीत म्हणाली. आंबट होतं ते सरबत. मागच्या उन्हाळ्यात अथेन्समध्ये असताना झॅकरीला तिची सोबत हवीशी असायची. या गोष्टीचं तिला तेव्हाही आश्चर्य वाटलं होतंच, आणि तसंच नवल तिला आत्ताही वाटत होतं.

''दिवसभर काय करतेस गं तू?''

''अरे बऱ्याच गोष्टी. मला कंटाळा येईल अशी आज्जी-आजोबांना सतत काळजी वाटत असते, पण दिवसभर वेगवेगळ्या गोष्टीत गुंतून राहिल्यामुळे दिवस कसा संपतो, ते कळतही नाही. थेट रात्री झोपताना लक्षात येतं की आजचा दिवस संपलासुद्धा.''

''कायकाय करतेस तू?''

''सकाळी मी आजी-आजोबांसोबत अभ्यास करते, त्यांच्याकडून शिकते. मी लांबलचक फेरफटका मारते, पोहते. रात्री आमचे काही मित्र जेवायला येतात. तुला फारसं मजेचं वाटणार नाही, पण मला आत्ता अशा गोष्टींचीच गरज आहे.'' सांगता सांगता तिलाच तिचा दिनक्रम जरासा कंटाळवाणाच वाटला. झॅकरीनं ओगम दगडांविषयी त्याला बरीच माहिती असल्याचं आणि त्याला कॅरॅलिस दिसल्याचं सांगून आश्चर्याचा धक्का दिला असला, तरीही ती मात्र ॲनारल किंवा टावबद्दल त्याला सांगणार नव्हती.

त्यानं त्याचं कातडी पाकीट उघडलं आणि म्हणाला, ''मी तुझ्यासाठी एक भेटवस्तू आणली आहे.''

''माझा वाढदिवस नसताना भेटवस्तू! खूप मस्त!'' पॉली खूश होऊन उद्गारली.

जराशा चुरगळलेल्या गुलाबी कागदात गुंडाळलेली एक चपटी आणि चौकोनी वस्तू त्यानं तिच्या हातात दिली. तिनं वरचा कागद काढला. आत अगदी पातळ लाकडी पुठ्ठ्यावर एक चित्र चिकटवलं होतं. एका अत्यंत उंच, भलेमोठे पंख असलेल्या देवदूताचं चित्र होतं ते. तो देवदूत एका छोट्याशा बाळावर झुकलेला होता, जणू त्याचं रक्षण करत असल्यासारखा.

"रक्षक-देवदूताची प्रतिमा! किती सुंदर आहे! धन्यवाद हं!"

"ती प्रतिमा मला टर्कीमधल्या एका मजेशीर दुकानात मिळाली. मागील वर्षी मी तुला अथेन्सच्या विमानतळावर सोडलं होतं नं, त्यानंतर थोड्याच दिवसांनी विकत घेतली. तुला विमानतळावर सोडून तुझा निरोप घेण्यासाठी मी हात हलवून गुडबाय केलं, तेव्हा मला तू गोंधळलेली, आपल्याच विचारांत हरवलेली वाटली होतीस. मला वाटलं, तुला रक्षक-देवदूताची गरज आहे. दुकानात ही प्रतिमा दिसल्यावर लगेचच मला तुझी आठवण आली, आणि मी ती घेतली. आपण जर पुन्हा कधी भेटलो, तर मी ही प्रतिमा तुला देण्याचं ठरवलंच होतं, आणि भेटलो आपण... इथे."

"धन्यवाद झॅकरी. खरंच. मनापासून खूप खूप धन्यवाद."

"अर्थात, ती मूळ प्रतिमा वगैरे काही नाहीये. त्याला काही किंमत किंवा महत्त्व असेल असं मला वाटत नाही."

"मला खूप आवडली." तिनं ती प्रतिमा ॲनोरॅकच्या एका खिशात काळजीपूर्वक ठेवून दिली. ती म्हणाली, "तू असा विचार केलास, हेच किती छान आहे."

"तुला एवढं आश्चर्य का वाटलं? ते देवदूताचं चित्र आहे म्हणून?"

"अं... साधारण तसंच."

"अगं, पण माझा स्वत:चा असल्या गोष्टींवर विश्वास नाहीये, ही गोष्ट मी स्पष्टपणे सांगितली होती की!"

तिनं मान डोलावली.

"जे मिळवता येईल ते कसंही करून मिळवायचंच, अगदी ताबडतोब. फक्त तेवढंच खरं असतं. माझी विचारसरणी अजूनही तीच आहे. माझी आजी होती नं, तिचा मात्र देवदूतांवर विश्वास होता. ते आपली काळजी घेतात असं ती मानायची." तो गप्प झाला, त्याच्या ग्लासच्या तळाशी उरलेले बर्फाचे पातळ तुकडे ओतून टाकले आणि म्हणाला, "तिचं माझ्यावर खूप प्रेम होतं... माझ्यावर, झॅकरीवर, कुठल्याशा प्रतिमेवर नव्हे."

"सगळ्याच आज्ज्या खूप मस्त असतात. माझी पण तशीच आहे. आणि आजोबासुद्धा मस्त आहेत."

"माझ्या आजोबांबद्दल मला नीटसं माहीत नाही. बाबांचे आई-वडील त्यांच्या

तरुणपणातच वारले. आईचे आई-वडील मात्र चांगले माहीत आहेत. ते आमच्या घराजवळच राहायचे. माझे आजोबा पोलोचे अतिशय उत्तम खेळाडू होते. एकदा मात्र ते त्यांच्या घोड्याच्या पाठीवरून फेकले गेले आणि त्यांच्या पाठीचा कणा मोडला. आजी देवदूतांवर विश्वास ठेवायला लागली... आणि माझ्यावरही... आजोबा मात्र अगदी त्यांच्या मृत्यूपर्यंत व्हीलचेअरमध्ये बसून चिडचिड करत शिव्याशाप देत असत. तुला आणखी लिंबू-सरबत हवंय?''

''नको.''

''बरं, आता आपण गाडीनं जरा इकडेतिकडे फिरून बघू या का?''

''हो, छानच की.''

गाडीनं जाताना सुरुवातीचे काही मैल तो गप्पच होता. पॉली झॅकरीनं सांगितलेल्या गोष्टींचा विचार करत होती. अथेन्समध्ये असताना त्याच्या आजी-आजोबांबद्दल फारसं काही सांगायची त्याची तयारी नव्हती. तिनं त्याच्या चेहऱ्याकडे निरखून पाहिलं. तो फार अशक्त दिसत होता.

''तुझं वजन कमी झालंय का रे?'' तिनं प्रश्न विचारला, पण त्या क्षणीच हा फार वैयक्तिक प्रश्न आहे, विचारायला नको होता, असं तिला जाणवलं.

''हो, थोडंसं. ए ते बघ... त्या मेपल वृक्षाची सगळी पानं गळून पडली आहेत, अगदी निष्पर्ण झालाय तो,'' तो म्हणाला. त्यानं थोडा वेळ शिट्टीवर गाणं वाजवलं आणि मग तो म्हणाला, ''शरद ऋतू आलाय, मग हिवाळा दूर कसा असू शकेल?''

''ए, तुझी ती पत्र्याची छोटी बासरी कुठे आहे? त्या दिवशी तू ती वाजवत होतास,'' तिनं विचारलं.

''मी ती आमच्या ऑफिसमध्ये किरकोळ कामं करणाऱ्या एका मुलाला देऊन टाकली. फार जोरात हवा फुंकावी लागत होती,'' असं म्हणून मग तो लगेच माफी मागू लागला, ''माफ कर गं पॉली, खरंच माफ कर हं. अगं, माझे जवळपास सगळेच दिवस ऑफिसमध्ये काम करण्यातच जातात, त्यामुळे माझ्या डोळ्यांवरही ताण पडतो, व्यायाम करायला वेळ मिळतच नाही. मी असं का करतोय, मलाही माहीत नाही. पण मला विमा आणि त्याच्याशी निगडित असलेल्या सगळ्या प्रकारच्या कायदेशीर बाबी शिकायच्या आहेत.'' त्यानं पाइनच्या जंगलातून जाणाऱ्या बाजूच्या रस्त्यावर गाडी वळवली.

''ते ठीक आहे, पण कॉलेजचं काय रे?'' तिनं विचारलं.

''मला वाटतंय, मी बहुतेक पुढच्या सहामाहीपासून जाऊ शकेन. कॉलेजची पदवी खरंच आवश्यक असते, असं मलातरी वाटत नाही, पण कायद्याचं शिक्षण देणाऱ्या शैक्षणिक संस्थांना त्याची गरज असते. बाहेर खूप धकाधकीचं

जग आहे गं, आणि मी त्याला तोंड देण्यासाठी सुसज्ज राहण्याचं आधीपासूनच ठरवलं आहे. कॉलेजचं शिक्षण हा त्याचाच भाग आहे.''

आकाशात उंचावरून एक विमान रोरावत गेलं. तिनं वर पाहिलं, पण तिला ते दिसलं नाही. डोक्यावरून झरकन निघून गेलं असेल, आणि मग त्यानंतर आवाज ऐकू आला असेल, असं तिला वाटलं. या रस्त्यावर पुढे चांगलीच चढण होती.

''तुझा काय विचार आहे पॉली?''

''कशाबद्दल?''

''तू कॉलेजमध्ये शिकायला जाणार आहेस नं?''

''हो, नक्की.''

''तुलासुद्धा शास्त्रज्ञ बनायचं आहे?''

''माहीत नाही रे. मला अनेक विषय आवडतात. एक मोठी समस्या अशी आहे की... म्हणजे, मॅक्सनं सांगितलं होतं, माझ्यासाठी खूपच वेगवेगळे पर्याय उपलब्ध आहेत.''

''तू त्यातून बाहेर पडलीस का?''

''कशातून?''

''तुझ्या त्या मैत्रिणीचं निधन झालं, त्या दुःखातून.''

''झॅकरी, असं कुणाच्या मृत्यूच्या दुःखातून कधीही बाहेर पडता येत नाही. तुम्ही फक्त जमेल तितक्या चांगल्या पद्धतीनं तुमच्या आयुष्याची वाटचाल करायला शिकता.''

''मी माझ्या आईच्या मृत्यूच्या दुःखातून बाहेर पडलो आहे.''

'खरंच बाहेर पडलाय तो?' तिला प्रश्न पडला... 'आणि त्याच्यावर विश्वास असणाऱ्या आजीच्या मरणाचं काय?' तिनं त्याला सांगितलं, ''मला मॅक्सच्या दुःखातून बाहेर पडायचं नाहीये. ती नेहमीच माझ्या आयुष्याचा हिस्सा असेल आणि मी... जास्तच... कारण ती माझी मैत्रीण होती.''

त्यानं स्टिअरिंग व्हीलवरचा हात काढून हळूच पॉलीच्या खांद्यावर ठेवला. तो म्हणाला, ''ओह... पॉली, तू मला खूप काही शिकवतेस, आणि मला ते खूप खूप आवडतं ग. पॉली, पॉली .... मी काही महिने जर तुला असाच वारंवार भेटत राहणार असेन, तर तुला एक गोष्ट सांगायलाच हवी,'' मग काही वेळ तो गप्प बसून गाडी चालवत राहिला. पाइनच्या रानातून बाहेर आल्यावर तो रस्ता एक शेत ओलांडून एका भल्यामोठ्या दरीपाशी जाऊन थांबला होता. त्या दरीपल्याड दूरवर डोंगररांगा दिसत होत्या. फारच सुंदर दृश्य होतं ते. तिच्या आजोबांच्या घरून हे डोंगर पुसटसेच दिसत असत. त्यानं गाडी थांबवली आणि

तो बाहेर बघत नुसताच बसून राहिला.

ती त्याच्या बोलण्याची वाट बघत बसून राहिली. त्याच्या मनातली गोष्ट तो तिला सांगणार नाही असं वाटलं तिला, पण तेवढ्यातच तो म्हणाला, "पॉली, जर माझा मृत्यू झाला तर तू मला विसरून जाशील का गं? माझ्या मृत्यूच्या दुःखातून लगेच बाहेर पडशील?"

तिनं दचकून वळून त्याच्याकडे पाहिलं.

"अगं, अगदी पूर्वीपासूनच मी स्वतः माझाच हाडवैरी असल्यासारखा वागत आलो आहे, आणि आताही पुन्हा तेच घडतंय." अचानक त्याचे डोळे पाण्यानं भरून आले.

"झॅकरी, काय झालंय रे?"

"माझं हृदय गं. ते पूर्वीपासूनच कमजोर होतं. आणि आता तर..."

ती त्याच्या पांढऱ्या पडलेल्या चेहऱ्याकडे बघत राहिली. डोळ्यांतलं पाणी परतवण्यासाठी पापण्यांची सारखी उघडझाप करणाऱ्या त्याच्या डोळ्यांभोवती आणि ओठांभोवती किंचित निळसर झाक तिला जाणवली. तिनं त्याला स्पर्श करण्यासाठी हात पुढे केला.

"ए... प्लीज... मला हात लावू नकोस. मला रडायचं नाहीये... पण मला मरायचंसुद्धा नाहीये गं. माझी तयारी नाहीये तशी... पण माझ्याकडे आता फक्त... ओह, मला नेमकं कुणी सांगणार नाही, पण बहुतेक मी वकिली शिक्षण घेण्यासाठी कॉलेजात जाऊ शकणार नाही."

"ओह... झॅकरी." त्याच्या इच्छेनुसार त्याला स्पर्श न करता ती बसून राहिली. मग जरा वेळानं तिनं विचारलं, "ओपन हार्ट सर्जरी केली तर?"

"नाही गं, फारसा फरक पडणार नाहीये."

"तू स्वतःची नीट काळजी घेतलीस तर?, जास्त श्रम केले नाहीत, तर?"

त्यानं नकारार्थी मान हलवली, आणि हाताच्या तळव्यांनी डोळ्यांमधलं पाणी खसाखसा पुसून टाकलं.

"ओह, झॅक..."

"बघ, मी आत्ताही तुला दुखावतोय. मला तुला भावनिकदृष्ट्या गुंतवून दुःख द्यायचं नव्हतं. पॉली, अगं माझं आयुष्य कधीही संपणारच नाहीये, असं मानून जगतोय गं मी. हार्टफर्डमध्ये काम करतोय, वकिली शिक्षण घेण्यासाठी कॉलेजमध्ये जाण्याचं स्वप्न बघतोय. माझ्या डॉक्टरांनीच मला तसं सांगितलंय... तू स्वतःला सांभाळून, जमेल तितकं भरभरून तुझं आयुष्य जग. म्हणूनच गला तुला नियमितपणे भेटत राहायला खरंच आवडेल. ते शक्य होईल का गं?"

"हो झॅक... अगदी नक्कीच," हे शब्दही तिला अपुरे वाटले.

त्यानं गाडी चालू केली आणि तो अगदी भरधाव वेगानं ती चालवू लागला. तो म्हणाला होता की त्याला मरायचं नाहीये, त्याची तशी तयारी नाहीये. तिला दुखवायचीही इच्छा नसल्याचंसुद्धा सांगितलं होतं त्यानं. तिनं सांगितलं, "ए... अरे जरा हळू चालव नं."

त्यानं अ‍ॅक्सिलरेटरवरचा पाय काढला आणि तो जरा मध्यम गतीनं गाडी चालवू लागला. अगदी मूक झाला होता तो. बोलण्यासारखं काहीच नसल्यामुळे तिनंही त्या शांततेचा भंग केला नाही. आजोबांच्या घरापाशी आल्यावर त्यानं घरासमोरच्या मातीच्या रस्त्यावर गाडी उभी केली. गाडीपासून घरातील पोहण्याचा तलाव असलेला भाग जवळच होता.

"मी खूप वाईट वागलोय. मला माफ कर हं," तो म्हणाला.

"नाही रे, तू मुळीच वाईट वागला नाहीस."

त्यानं तिला मिठीत घेतलं आणि तो चुंबन घेण्यासाठी तिच्यावर ओणवला. तिनं त्याला ओठांवर ओठ टेकवून पुसटसं चुंबन घेऊ दिलं, आणि मग मात्र तिनं हळूच मान वळवली. तिला त्याच्याबद्दल खूप सहानुभूती वाटत होती, पण निव्वळ सहानुभूतीपोटी चुंबन घेणं त्रासदायक झालं असतं.

तिचं पुन्हा चुंबन घेण्याचा प्रयत्न करण्याऐवजी तो खिडकीबाहेर बघत म्हणाला, "ए... ती मुलगी कोण आहे गं?"

तिनं पाहिलं, पण तिला कुणीच दिसलं नाही. "कुठली मुलगी?" तिनं विचारलं.

"ती अगदी आत्ताच तुमच्या तलावाच्या कोपऱ्यावर वळून निघून गेली."

"अरे पण कुठली मुलगी?" तिनं पुन्हा विचारलं.

"लांबसडक काळीभोर वेणी होती त्या मुलीची. पळून गेली ती."

पॉली निरखून पाहू लागली. घराच्या या बाजूला, जलतरण तलावासाठी पांढऱ्या रंगाची नवी इमारत बांधली होती. खिडक्यांच्या खाली लायलॅकची रोपं होती. आता शरद ऋतू असल्यामुळे त्या रोपांची पानं राखाडी होऊन हळूहळू गळून पडत होती. तिथे कुणीच दिसत नव्हतं.

झॅकरी सांगू लागला, "ती तुमच्या तलावाच्या दिशेनं चालत येत होती. दिसायला चांगली होती ती. तिनं मला पाहिलं, आणि मी तिच्याकडे बघून हसलो. त्या क्षणीच ती हरणासारखी पळून गेली."

अ‍ॅनारल. झॅकरीनं पाहिलेली मुलगी म्हणजे नक्की अ‍ॅनारलच असणार. दुसरं कुणी असूच शकत नाही. आधी कॅरॅलिस आणि आता अ‍ॅनारल... का? कशासाठी? तिच्या मनात विचार येऊ लागले.

“तुझ्या ओळखीची आहे का?” त्यानं विचारलं.

“अं... हो, पण...”

“बरं पण ऐक नं... मला माझ्या आजाराबद्दल सांगून तुला अस्वस्थ करायचं नव्हतं हं. मला माफ कर.”

अस्वस्थ तर झालीच होती ती... अगदी प्रत्येक बाबतीत.

“पॉली, काय वाट्टेल ते झालं तरी मला तुला दुखवायचं नाहीये....पण तुला माझ्याबद्दल सगळं माहीत असायला हवं, असं मला वाटलं. मला माहीत आहे, अनेकदा मी स्वत:च स्वत:चं नुकसान करून घेतलंय, पण असलं काही होईल अशी अपेक्षा मला अजिबातच नव्हती...” त्याचे डोळे पुन्हा पाण्यानं भरून आल्यानं चमकू लागले. त्यानं अगदी आवेशानं ते पाणी परतवून लावलं. तो पुढे म्हणाला, “मला खरंच माफ कर. हे बरोबर वागलो नाही मी. आता मला परत जायला हवं, मी तुला लवकरच परत भेटीन... बहुतेक या आठवड्याच्या शेवटी? चालेल?”

तिनं हलकेच मान डोलावली. आता झॅकरीला ॲनारलही दिसली आहे हे कळल्यावर तिच्या आजी-आजोबांना काय वाटेल? आणि बिशप कोलुब्रांना? तिनं आपला सीट-बेल्ट सोडवला. चांगलाच धक्का बसला होता तिला... झॅकरीनं त्याच्या हृदयाबद्दल जे सांगितलं त्याचा धक्का, आणि शिवाय त्याला ॲनारल दिसल्याचा जबरदस्त धक्का. ती कोलुब्रांचा कानोसा घेऊ लागली. कदाचित ते दोघे गाडी चालवत इथे आले तर झॅकरी बिशपसोबत बोलू शकेल, असं तिला वाटत होतं. तिनं विचारलं, “ऐक नं... तुला आज संध्याकाळी काही महत्त्वाचं काम आहे का? तू रात्रीच्या जेवणासाठी इथे थांबू शकशील?”

“आज रात्री?”

“तुला चालणार असेल तरच हं. डॉ. लुईस आणि बिशप कोलुब्रासुद्धा येणार आहेत. बिशप कोलुब्रा ॲनारलला चांगलेच ओळखतात... ॲनारल म्हणजे तुला आत्ता दिसलेली मुलगी.” डॉ. लुईस झॅकरीला तपासू शकतील, त्याच्या डॉक्टरांनी सांगितलेल्या गोष्टींचा विचार करून काही चांगला मार्ग सुचवू शकतील... असं तिच्या मनात आलं.

“नाही गं. माफ कर. थांबता आलं असतं तर मलाही आवडलं असतं, पण मी माझ्या बॉसना रात्रीचं जेवण त्यांच्यासोबत घेण्याचा आणि शिवाय त्यांची ओगमबद्दल बडबड ऐकून घेण्याचाही शब्द दिलाय. माझे बॉस जेवणाची ऑर्डर ओगम भाषेतून देण्याचा प्रयत्न करत नाहीत, हे नशीबच म्हणायचं. मी एक ओगम दगड पाहिला आहे, हे त्यांना समजलं नं तर त्यांना आश्चर्यानं जणू वेडच लागेल.”

'...आणि झॅकरीनं ओगम भाषेच्या काळामधली मुलगी पाहिली आहे, हे त्यांना जर कळलं तर...' पॉलीच्या मनात विचार तरळला.

तो पुढे बोलत होता, "मी शनिवारी मोकळाच आहे, तेव्हा येऊ का?"

"हो, ये की."

"मग तेव्हा आपण तुझ्या आजोबांच्या घराच्या आसपास फिरू या. नुसतं तुझ्यासोबत असलो तरी छान वाटेल मला. आता मात्र मला परत हार्टफोर्डला जायलाच हवं."

गाडीतून उतरून झॅकरी तिच्याजवळ आला. "जास्त काळजी करू नकोस गं पॉल. मी तुझ्यासोबत असताना मरणार नाहीये. ते चुकीचंच होईल. माझ्याकडे अजून वेळ शिल्लक आहे," असं म्हणून त्यानं तिला क्षणभर मिठीत घेतलं. तो अतिशय अशक्त, हडकुळा वाटत होता. कोलुब्रांचा अजून पत्ता नव्हता, बहुतेक त्यांना पोचायला अजून तासभर लागणार होता.

तो ऑल हॅलोज ईव्हचा दिवस होता. सॉवेन. त्यामुळेच हा दिवस वेगळा होता. निदान बिशपना तरी तसंच वाटलं असतं, तिची खात्री होती. झॅकरीला ॲनारल दिसू शकली, याचं 'सॉवेन' हेच एकमेव कारण असणार... पण त्याला तर त्याआधीच कॅरॅलिसही दिसला होता की. सॉवेन जवळ आला होता, म्हणून त्या सुमारास काळाची दारं उघडू लागली असतील का?... असंख्य प्रश्न तिच्या मनात उद्‌भवत होते.

ती सावकाश वळसा घालून, जमिनीवर पडलेल्या पानांमधून पाय घासत घराकडे चालू लागली. तलावाच्या इमारतीच्या बाजूबाजूनं चालत जात होती ती. घर दक्षिण दिशेला तोंड करून उभं होतं. तलावाची बाजू पूर्वेला होती, त्याच्या तिन्ही बाजूंना खिडक्या होत्या आणि त्या बंदिस्त तलावावरच्या छपरात उत्तरेला आणि दक्षिणेला काचेच्या मोठमोठ्या खिडक्या बसवल्या होत्या. ती ईशान्येच्या कोपऱ्यातून शेतजमिनीच्या बाजूबाजूनं चालत येऊ लागली. अर्थातच शेतजमीन ओलांडून ती त्या दगडी भिंतीपाशी जाणार नव्हतीच.

शेतजमिनीच्या पलीकडच्या बाजूकडून एक तरुण माणूस तिच्याकडे येत होता. अगदी गडद निळे डोळे होते त्याचे. या वेळी मात्र त्याच्यासोबत कुत्रा नसून एक राखाडी रंगाचा लांडगा होता. पॉलीला पाहिल्यावर तो त्याच्या लांडग्याशी काहीतरी बोलला. तो लांडगा वळला आणि धावत धावत रानात दिसेनासा झाला.

मंत्रमुग्ध झालेली पॉली स्तब्ध उभी होती. तो तिच्याकडे सावकाश चालत आला. त्याच्या ओठांवर हसू खेळत होतं. त्याचं वय सांगता येत नव्हतं. वयानं पॉलीपेक्षा नक्कीच मोठा होता तो, पण तरीही त्याचा चेहरा अगदी शांत आणि

चिरतरुण वाटत होता.

"कॅरॅलिस..."

त्यानं मान डोलावली. तो म्हणाला, "तू पॉल्ली असणार." ॲनारलसारखाच तोसुद्धा अगदी सावकाश आणि काळजीपूर्वक बोलत होता. त्याच्या उच्चारांना एक वेगळाच हेल होता. बहुतेक बिशप कोलुब्रांनी त्यालाही इंग्लिश भाषा शिकवली होती. तो बोलत होता, "आता आपण बोलायला हवं. तू आमच्याकडे आली होतीस तेव्हा ॲनारलनं मला बोलावलं नाही, त्याबद्दल मला वाईट वाटतंय."

त्याच्याकडे एकटक बघत तिनं विचारलं, "तू कोण आहेस?"

"तू सांगितलं की, कॅरॅलिस."

"तू ड्रूइड आहेस?"

त्यानं गंभीरपणे मान डोलावली.

"तू इंग्लंडहून... ब्रिटनहून आला आहेस?"

"त्यानं पुन्हा हळूच मान डोलावली. त्याचे निळेशार डोळे अगदी शांत दिसत होते."

"तू का आलास?"

"मला हद्दपार केलं गेलं होतं."

ती आश्चर्यानं त्याच्याकडे पाहतच राहिली.

तो शांतपणे सांगू लागला, "धर्मगुरूंना विरोध केल्यामुळे. धर्मगुरूंना विरोध केल्यामुळे शिक्षा केली जाई, ही गोष्ट तुला माहीत असेलच नं?"

"हो." त्या जॉर्दानो ब्रूनोनं काळाबद्दल वेगळी संकल्पना मांडली होती, आणि त्याशिवाय सूर्य हा ग्रह केंद्रस्थानी असून बाकीचे ग्रहगोल सूर्याभोवती फिरतात, असंही त्यानं प्रतिपादन केलं होतं. तत्कालीन धार्मिक संस्थेला, म्हणजेच चर्चला मात्र हे मान्य नव्हतं. चर्चच्या मते, पृथ्वी विश्वाच्या केंद्रस्थानी असून सगळं ब्रह्मांड पृथ्वीभोवती फिरतं. याच कारणांमुळे त्याला जिवंत जाळून मारण्यात आलं होतं ही गोष्ट पॉलीला आठवली. कॅरॅलिसनं नेमकं काय केलं होतं, म्हणून त्याला हद्दपारीची शिक्षा झाली? तिला प्रश्न पडला. ब्रिटनमधून हाकलून देऊन आपल्या घरापासून इतकं दूर जावं लागलं... धर्मसंस्थांच्या मते नक्की काय गुन्हा केला होता त्यानं? ड्रूइड लोक कशावर विश्वास ठेवत असत?

तो बोलू लागला, "मी इथे, या जमिनीवर साधारण... अं... तुमच्या भाषेत सांगायचं झालं तर... तीन वर्षं राहतोय. तीन वर्षांपूर्वी आलो होतो इथे. छान जमीन आहे ही. अगदी सुपीक आहे. ती जमिनीखालची महान परोपकारी नदी, आमच्या इथल्या उभ्या दगडांपासून वाहत वाहत इथे या तलावापाशी येते." त्यानं

जलतरण तलावाच्या बंदिस्त इमारतीकडे बोट दाखवून सांगितलं. तो पुढे म्हणाला, "त्या महान अस्तित्वानंच मला पर्वतराजीपाशी, तलावापाशी असलेल्या या जमिनीवर बोलावून घेतलं, असा मला विश्वास आहे. मला हद्दपार केलं गेलं, तेव्हा घर सोडावं लागण्यामागे निश्चित काही कारण असेल; आणि माझी वाट बघणारं एक नवं घर मला सापडेल, अशी आशा मनात होती. अगदी तसंच घडलं. मी वादळात सापडलो होतो, त्या वादळात वाहत वाहत इथे आल्यावर मात्र त्या महान अस्तित्वानं वादळ शांत केलं, आणि इंद्रधनुष्याच्या रूपात जणू मला वचन दिलं. त्या क्षणीच मी इथेच राहणं अपेक्षित असल्याचं मला समजलं." तिच्याकडे बघून तो हसला आणि त्यानं विचारलं, 'आणि तू? तुलासुद्धा हद्दपार केलं होतं का?"

मोठ्यानं हसून ती म्हणाली, "नाही रे, हद्दपार वगैरे काही नाही. मला शाळेत जे शिक्षण मिळत होतं, त्यापेक्षा आणखी जास्त शिकायचं होतं, म्हणून माझ्या आई-बाबांनी मला इथे पाठवलं. ती हद्दपारीची शिक्षा नव्हती रे. इथे किती छान वाटतं."

"हो, मलासुद्धा छान वाटतं इथे," कॅरॅलिसच्या डोक्यावर उंच आकाशात एक गरुड घिरट्या घालत होता. जलतरण तलावाच्या इमारतीकडे बोट दाखवून तो म्हणाला, "तुमच्या इथे चारी बाजूंनी बंदिस्त केलेलं पाणी आहे. ते पाणी आमच्या भव्य उभ्या दगडांच्याच जागी आहे. ते आमचं सगळ्यात पवित्र ठिकाण आहे. तलावाकाठी जो खडक आणि पवित्र वेदी आहे, त्यापेक्षाही अधिक पवित्र. आता तुमच्यासाठी मात्र तो भव्य तलाव आणि उभे दगड नाहीसे झाले आहेत. दूरच्या टेकड्यांवर बर्फही दिसत नाहीये. तुला पाहिल्यावर मला नवलच वाटलं."

"मलासुद्धा नवल वाटलं."

"ते बिशप बगळा..."

"बिशप कोलुब्रा." तिला हसू आलं. कॅरॅलिसलादेखील ते एखाद्या बगळ्यासारखे भासले होते, हे कळल्यावर ती खूश झाली.

"हो तेच. माझ्या मते ते एक प्रकारचे ड्रूइड आहेत."

घिरट्या घालणारा तो गरुड आणखी उंच झेपावला. उंच उडून जात आकाशाच्या निळाईत दिसेनासा झाला. पॉली तो दिसेनासा होईपर्यंत त्याच्याकडे बघत राहिली, आणि मग तिनं विचारलं, "बिशप कोलुब्रांनी तुझ्यासोबत खूप वेळ घालवला आहे नं?"

"हो, पण त्यांना जेव्हा शक्य असतं तेव्हाच. त्यांच्यासाठी काळाची सीमा प्रत्येक वेळेस खुली होत नाही, आणि ते स्वत:हून त्यांचं काळाचं वर्तुळ सोडू शकत नाहीत. संयम, प्रेम, माया या बाबतीत ते चांगले सुजाण आहेत. इतरांबद्दल त्यांना वाटणाऱ्या अनुकंपेनं त्यांनी त्यांचं नुकसान भरून काढलं

आहे.''

'...कसलं नुकसान?' पॉलीला प्रश्न पडला.

कॅरॅलिस पुढे बोलतच होता, ''त्यांना मनोव्यापारांबद्दल खूप माहिती आहे, पण त्या ओक वृक्षापाशी तू मला कशी पाहू शकलीस हे मात्र त्यांनाही कळत नाहीये. त्या तरुण माणसालासुद्धा मी कसा दिसलो हेही त्यांना कळत नाहीये. तू आमच्या काळात कशी येऊन पोचलीस, तेसुद्धा त्यांना समजत नाही.''

''ते मलासुद्धा समजलेलं नाहीये.''

''इतर कुठल्याही वेळेपेक्षा सॉवेनच्या वेळेस ते शक्य असू शकतं. काहीतरी कारण नक्कीच असलं पाहिजे. तू ड्रूइड नाहीस असं मला ॲनारलनं सांगितलंय.''

''अरे देवा, मुळीच नाही रे बाबा.''

''तू आमच्या काळात आलीस त्यामागे काहीतरी कारण नक्कीच असायला हवं. बहुतेक खास तुझ्यासाठीच त्या बगळ्यानं काळाचं दार उघडलं असेल.''

''पण मी फक्त एकटीच नाहीये. ए कॅरॅलिस...'' तिनं ताजी हवा खोलवर ओढून घेतली आणि मग म्हटलं, ''कॅरॅलिस, फक्त काही मिनिटांपूर्वीच झॅकरी माझ्यासोबत इथेच होता, आणि त्यानं ॲनारलला पाहिलं.''

कॅरॅलिसला प्रचंड धक्का बसल्यागत वाटलं. अगदी स्तब्ध झाला तो, आणि मग त्यानं विचारलं, ''ॲनारलला कुणी पाहिलं?''

घाईघाईनं सांगायच्या नादात पॉली उतावीळपणे म्हणाली, ''अरे ओक वृक्षापाशी तुला दिसला होता नं, तोच. त्याचं नाव झॅकरी ग्रे असं आहे. मागच्या उन्हाळ्यात मी त्यालाच ग्रीसमध्ये भेटले होते.''

''कशामध्ये? कुठे भेटली होतीस?''

''ग्रीस. खूप लांब आहे. युरोपच्या दक्षिणेला, आशिया खंडाजवळ. ते जाऊ दे. महत्त्वाचा मुद्दा हा आहे की मी जरी त्याला मागच्या उन्हाळ्यात भेटले असले, तरीही मला त्याच्याबद्दल जास्त काही माहीत नाहीये. आजच दुपारी त्यानं मला त्याच्या हृदयाबद्दल सांगितलं. त्याला हृदयविकार झाला आहे, आणि त्यामुळे त्याचा मृत्यू होणार आहे. नंतर मग त्याला ॲनारल दिसली.''

कॅरॅलिस हलकेहलके मान डोलावत होता. तो म्हणाला, ''कधीकधी मृत्यू जवळ आलेला असेल तर त्या वेळी काळाची सीमारेषा खुली होते.''

अचानक झॅकरीचं बोलणं, भीती वाटेल इतकं खरं वाटू लागलं. याआधी तिला ते पूर्णपणे कळलं नव्हतं, किंवा त्याच्या बोलण्यावर तिचा विश्वास बसत नव्हता. आता तिला ते नीट कळलं. ती म्हणाली, ''पण त्यानं तर काळाची सीमा ओलांडली नाहीये.''

कॅरॅलिस म्हणाला, ''नाही. तसं नाही. आम्ही जेव्हा काळाची सीमा ओलांडून

तुझ्या काळाच्या वर्तुळात आलो, तेव्हाच त्यानं आम्हाला पाहिलं. तू मात्र... तू आमच्या काळाच्या वर्तुळात प्रवेश केलास, आणि ती खूप वेगळी गोष्ट आहे.''

''पण...'' तिला काय बोलावं तेच सुचेना.

कॅरॅलिस समजावून सांगू लागला, ''आम्ही जेव्हा तुमच्या काल-वर्तुळात येतो तेव्हा आम्ही अदृश्य नसतो ग. लोकांना आमच्या येण्याची, दिसण्याची अपेक्षाच नसते, म्हणून मग आम्ही तुम्हाला तुमच्यापैकीच वाटतो.''

''म्हणजे... लोकांनी काय पाहिलं... कुणाला पाहिलं... हे त्यांना कळतच नाही? तुला मी ओक वृक्षापाशी पाहिलं, तेव्हा मलाही तू कुठून आलायस ते समजलंच नव्हतं.''

अगदी बरोबर' कॅरॅलिस म्हणाला.

''आणि मला जेव्हा आमच्या पोहण्याच्या तलावाजवळ, पहिल्यांदा ॲनारल दिसली, तेव्हा मला ती फक्त एक साधीसुधी मुलगी वाटली...''

''हो, बरोबर.''

''पण मग... मी जेव्हा आमच्या तारे पाहायच्या खडकापाशी गेले होते, तेव्हा अचानक सगळं बदललं आणि मी तुमच्या काळात आले...'' तिचा आवाज मंदावत गेला.

''त्याचा ठराविक आकृतिबंध असतो. तारे जोडणाऱ्या रेषा असतात, तशीच ठिकाणं किंवा जागा जोडणाऱ्या, माणसं जोडणाऱ्या, आणि या तिन्ही गोष्टी परस्परांशी जोडणाऱ्या रेषासुद्धा असतात. कदाचित खरंच तो झॅकरीसुद्धा तुझ्यासारखाच असू शकेल.''

कपाळाला आठ्या घालून पॉली म्हणाली, ''त्याच्या बॉसला ओगम दगडांबद्दल खूपच रस आहे ही गोष्ट विचित्र वाटतेच, पण कॅरॅलिस, अरे डॉ. लुईसचं काय रे? त्यांनी ॲनारलला पाहिलंय.''

''ते वेगळं होतं, योगायोग, आणीबाणीची परिस्थिती निर्माण झाल्यामुळे. ॲनारल त्यांच्या विश्वासंबंधीच्या दृष्टिकोनात बसत नाही, त्यामुळे त्यांचा विश्वास बसणार नाही. पॉली, तू मात्र... तू त्या आकृतिबंधाचाच भाग असणार. तुझ्या काल-वर्तुळापासून आमच्या काल-वर्तुळाकडे एक मजबूत रेषा आखली गेली आहे. मला तुझी फार काळजी वाटते... आणि भीतीही.''

''भीती? का रे?''

''तू माझ्या देशातल्या माणसाशी बोलली आहेस नं? टाव?''

''हो.'' तिला हसू आलं. झॅकरी आणि टाव, दोघांना तिचे लालसर केस सुंदर वाटले होते. टावनं तिला ओगम भाषा शिकवायचा प्रयत्न केला होता. खेळ खेळल्यासारखं वाटलं होतं ते. दोघे खूप हसले होते, आणि खूश होते.''

"तू त्याच्याशी अजिबात बोलायचं नाही."

"अरे पण का? मी बिशप कोलुब्रांच्या वहीतून ओगम शिकतच होते, टावनं मला आणखी जास्त शिकवलं."

"कोंबड्यांना दाणे खाऊ घालणारे हातच अखेरीस त्यांच्या माना मुरगळतात."

"काय?"

"जर टावला तू आवडलीस, आणि तुलाही तो आवडला, तर मात्र सगळं आणखीनच कठीण होईल."

"काय कठीण होईल?"

"तू पुन्हा काळाची सीमा ओलांडू नकोस. तुला धोका आहे."

"मला नाही समजलं."

"ॲनारल तुमच्या इथे बऱ्याच वेळा आली आहे. ती लहान आहे, अल्लड वयाची आहे. आपली शक्ती अशी उगाचच वाया घालवू नये, ही गोष्ट तिनं शिकायलाच हवी. तू त्या बगळ्याशी बोल. त्याला सांग. त्याला त्या याच्याबद्दल सांग ...अं... काय नाव सांगितलं तू? पुन्हा सांग प्लीज."

"झॅकरी. झॅकरी ग्रे."

"तो आकृतिबंधात बदल घडवून आणतोय. बिशप बगळ्याला सांग. सांगशील नं?"

"हो, सांगीन." तिला एकदम आठवलं, झॅकरी चांगला सुदृढ दिसत नाही, असं बिशप म्हणाले होते. तो फार फिकुटलेला, अशक्त दिसतो, असं डॉ. लुईसही म्हणाल्या होत्या.

"आता मला जायला हवं." कॅरॅलिस म्हणाला. त्यानं तिला वाकून अभिवादन केलं, आणि मग वळून शेतजमिनीवरून पलीकडे चालू लागला. ती त्याच्या पाठमोऱ्या आकृतीकडे बघत राहिली. एक गाडी अतिशय वेगानं जवळ येत असल्याचा आवाज आला. ती गाडी तिथे टाकलेल्या खडीवरून घसरली आणि कर्कश आवाज करून थांबली. बिशप कोलुब्रा.

बिशप आणि डॉ. लुईस आपापले पोहण्याचे पोशाख घेऊन आले होते, पण सगळेच जेवणाच्या टेबलापाशी बसले आणि झॅकरीबद्दल, कॅरॅलिसबद्दल, पॉली जे सांगत होती, ते लक्षपूर्वक ऐकू लागले.

"झॅकरी जे सांगत होता... त्याच्या गंभीर हृदयविकाराबद्दल... त्याच्यावर माझा सुरुवातीला अजिबात विश्वास बसला नव्हता, पण कॅरॅलिस जे म्हणाला..." तिचा आवाज कापायला लागला.

डॉ. लुईस म्हणाल्या, "आता जरा थांब. मला त्याच्या डॉक्टरांशी बोलायचं

आहे. इतका तीव्र हृदयविकार असलेला माणूस एखाद्या वकिली संस्थेत काम करत नाही, किंवा स्पोर्ट्स कार चालवत इकडेतिकडे भटकत नाही. असा माणूस जवळजवळ अंथरुणाला खिळलेला असतो. तो फार पांढरट, अशक्त दिसतो, मला मान्यच आहे; पण तो अगदी मृत्युपंथाला लागल्यासारखा मुळीच दिसत नाही.''

पॉली म्हणाली, ''मृत्यूपंथाला लागलाय असं नाही म्हणाला तो. म्हणजे त्यानं निश्चित वेळ वगैरे सांगितली नाही. त्याला वकिली शिक्षण घेण्यासाठी कॉलेजात जाता येणार नाही, एवढंच म्हणाला तो, आणि त्यासाठी अजून दोन वर्षं तरी अवकाश आहे.''

''मला तरी फार जास्त नाटकीपणा वाटतोय.''

''मलाही आधी तसंच वाटलं होतं, पण कॅरॅलिस म्हणाला...''

डॉ. लुईस एकदम तुटकपणे बोलल्या, ''कॅरॅलिस डॉक्टर नाहीये.''

बिशप म्हणाले, ''तो ड्रूइड आहे. मी तरी त्याच्या बोलण्याचा गंभीरपणे विचार करणार आहे.''

''अच्छा? खरंच नेसन? तू तर अगदी कट्टर सनातनी आहेस असं मला वाटलं होतं.''

''हो हो, मी अगदी पूर्णपणे सनातनी आहे, अत्यंत कर्मठ. अगं पण त्याचा अर्थ असा नाही की मी खुल्या विचारांचा माणूस नाही.''

''मग ड्रूइड्सवर विश्वास ठेवणं हे तुझ्या कट्टर सनातनी स्वभावात कधीपासून बसायला लागलं?'' ड्रूइड्स तर अगदी अगम्य, गूढ, कमालीची गुप्तता पाळणारे होते नं?''

''तुझ्या आधुनिक वैद्यकशास्त्रापेक्षा कमीच गूढ होते ते लोक, म्हणजे मला तरी तसंच वाटतं.''

''बरं, आता तुम्ही दोघं पुरे करा,'' श्री. मरींनी हस्तक्षेप केला.

सौ. मरींनी त्यांना सुचवलं, ''तुम्हाला जेवणाआधी पोहायचं असेल, तर आत्ताच पोहायला जा. लहानपणी तुम्ही दोघं सतत भांडायचे का?''

हसून डॉ. लुईस म्हणाल्या, ''हो, आमच्या आई-वडिलांना वेड लागणंच तेवढं बाकी राहिलं होतं.''

बिशप उठले. त्यांच्या बहिणीपेक्षा ते साधारण फूटभर तरी उंच होते. ते म्हणाले, ''पण महत्त्वाच्या मुद्द्यांवर मात्र आमचं एकमत व्हायचं बरं का. तुला माहीत आहे का लुईस... सेंट कोलंबा ख्रिस्ताला ड्रूइड मानत असत. तुम्ही शास्त्रज्ञ मंडळी अत्यंत शब्दश: अर्थ काढत असता. ड्रूइड्सबद्दल जास्त माहिती उपलब्ध नाहीये, माझ्या मते तरी ते त्यांच्या काळातले ज्ञानी लोक होते. सीझर तर विशेष मानमरातब, प्रतिष्ठा, महत्त्वाचा हुद्दा असलेल्या सगळ्याच लोकांना

ड्रूइड्स मानत असे.''

''नेस, पुरे नं, चल पोहायला जाऊ या,'' काकुळतीला येऊन डॉ. लुईस म्हणाल्या.

''हो हो, अर्थातच. माझ्या तोंडाचा पट्टा पुन्हा सुरू झाला. अॅलेक्स, मी तुझ्या अभ्यासिकेत जाऊन कपडे बदलू का?''

''हो, चालेल की. लुईस तू आमच्या जुळ्यांच्या खोलीत कपडे बदल. मी बाहेर जाऊन शेकोटीसाठी थोडी लाकडं आणतो. ते कधीही न संपणारं काम असतं.''

''मी टेबलावर मांडामांड करते,'' पॉली म्हणाली.

तिची आजी ब्रोकोली धुवत होती. ती म्हणाली, ''उद्या सकाळी सगळ्यात आधी मी ते ओगम दगड स्वयंपाकघरातल्या कपाटावरून उचलून बाहेर कुठेतरी नेऊन ठेवणार आहे. आज रात्रीच मी ते बाहेर नेले असते, पण अॅलेक्स आणि विशेषत: नेस मला विरोध करतील.''

पॉलीनं विचारलं, ''का गं? बाहेर का नेणार?''

''त्या कपाटावर किती पसारा झालाय. एवढे मोठे दगड शोभेची वस्तू म्हणून स्वयंपाकघरात ठेवत नाही कुणी. तीन हजार वर्षांपूर्वी ओगम भाषेत त्या दगडांवर कोरून काहीतरी लिहिलंय. अॅनारल आणि कॅरॅलिस, आपल्या काळात आणि आपल्या ठिकाणी सहज येऊ शकतात. ते ओगम दगडावरचं लिखाण कदाचित त्यांच्या या क्षमतेशी निगडित असू शकेल. तू त्यांच्या काळात जाऊ शकलीस, याचंही तेच कारण असू शकेल. मी आता प्रयोगशाळेत जाऊन शिजत ठेवलेलं पातेलं घेऊन येते. माझ्या बन्सेन बर्नर बरगीन्यॉनपैकी एक पाककृती आहे ती. म्हणजे बन्सेन बर्नरवर शिजवलेला मिश्र भाज्या आणि मांसाचे तुकडे घालून शिजवलेला दाट रस्सा.''

आजी प्रयोगशाळेत गेली, तिच्या मागे दार बंद झालं. पॉलीला आठवलं, कॅरॅलिसनं तिला धोका असल्याचं सांगून सावध केलं होतं. झॅकरीबद्दल वाटणाऱ्या काळजीमुळे ती ते विसरून गेली होती, आणि शिवाय टाव तिला मुळीच धोकादायक वाटला नव्हता, त्यामुळे तिनं कॅरॅलिसच्या बोलण्याकडे फारसं लक्ष दिलं नव्हतं. तिला ओगम भाषा शिकवणारा, तिच्यासोबत हसणारा, तिच्या केसांवर अलगद बोटं टेकवणारा टाव कुठल्याही प्रकारे धोकादायक वाटला नाही तिला.

तिनं ओट्याखालचा ड्रॉवर बाहेर ओढला, आणि त्यातून टेबल-मॅट्स बाहेर काढल्या. त्या टेबल-मॅट्स टेबलावर मांडल्या. विचारात गढून गेलेल्या पॉलीनं सावकाश टेबलावर प्रत्येकाच्या जागेपाशी काटे-चमचे-सुऱ्या मांडल्या, बशा आणि

ग्लासेस ठेवले. इंग्लंडचा इतिहास ती शिकली होती का? तिनं काही ऐतिहासिक कादंबऱ्या आठवून पाहिल्या. तिला चांगलं आठवत होतं... रोमन राज्यकर्त्यांचं आक्रमण होण्यापूर्वी ब्रिटनमध्ये सेल्टिक लोकांसारख्या, एकमेकांशी लढणाऱ्या अनेक जमाती राहत होत्या. त्या जमाती लढाईत हरलेल्या शत्रूचं डोकं खांबावर टांगून ठेवत असत, आणि त्यांच्यात नरबळी देण्याची प्रथादेखील होती. छी... खूप पूर्वीचा काळ होता तो... केव्हाच निघून गेलाय. ब्रह्मांडाबद्दलची त्यांची संकल्पनासुद्धा आतापेक्षा खूप वेगळी होती.

ती नॅपकिन्सच्या घड्या घालत होती, तेवढ्यात आजी वाफाळतं पातेलं घेऊन आली.

पॉलीनं विचारलं, "आजी गं, तुझ्याकडे विश्वकोश आहे का?"

"हो, दिवाणखान्यात आहे. १९११ सालचा ब्रिटानिका. चांगला आहे तो. त्यातली वैज्ञानिक माहिती आता फारशी उपयोगाची राहिली नाहीये, खूप बदल झालाय नं... पण तुला डूइड्सची माहिती हवी असेल तर ती नक्की मिळेल. शेकोटीच्या उजव्या बाजूला असलेल्या शेल्फमध्ये सगळ्यात खालच्या कप्प्यात आहे."

पॉलीला तो विश्वकोश सापडला. डूइडसबद्दल फक्त एक पानभर माहिती होती त्यात, पण त्यात सीझरचा उल्लेख होता. बिशप बरोबरच सांगत होते. डूइड्सना अत्यंत कठोर प्रशिक्षण दिलं जायचं. गुरूकडून मिळालेलं सगळं ज्ञान डोक्यात साठवून ठेवावं लागायचं. हे ॲनारलनं तिला सांगितलं होतंच.

आजीनं स्वयंपाकघरातून हाक मारून विचारलं, "काय गं? काही सापडलं का?"

तो अवजड ग्रंथ घेऊन पॉली स्वयंपाकघरात गेली. तिनं आजीला सांगितलं, "हो, थोडीशी माहिती मिळाली. डूइड्स खगोलशास्त्र, भूगोल आणि त्या काळातल्या विज्ञानात पारंगत होते. ए... आणि हे बघ, किती आश्चर्यकारक वाटतंय... पायथागोरसचा खूप मोठा प्रभाव त्यांच्यावर होता असं सूचित केलंय इथे'

"खरंच कुतूहल वाढवणारी माहिती आहे गं," आजी सॅलडसाठी भाज्यांचे काप करत म्हणाली.

"ए आजी, ऐक नं... हे बघ काय लिहिलंय... बऱ्याच वेळा युद्ध सुरू होण्याआधी डूइड्स त्या दोन सैन्यांच्यामध्ये स्वत:ला झोकून देऊन आडवे पडत असत... युद्ध टाळून शांतता प्रस्थापित व्हावी म्हणून हा त्यांचा प्रयत्न असे. ही गोष्ट आवडली गं मला."

"अगं ती सैन्यं लहान असतील," आजी म्हणाली.

पॉलीला ते पटलं. ती म्हणाली, 'एवढी अफाट लोकसंख्या असलेल्या जगात आता इतक्या लहान सैन्याचा विचारही करता येणार नाही. एक डूइड दोन सैन्यांच्या मध्ये झेपावून युद्ध थांबवतो... खरंच किती लहान असतील ती सैन्यं.''

''म्हणजे त्या काळात डूइड्स हे शांतता प्रस्थापित करणारे लोक होते. हे मलाही आवडलं,'' आजी म्हणाली.

पॉली पुढे वाचू लागली, ''त्यांच्यात ओक वृक्षांना खास मान्यता होती. त्याचं कारणही माझ्या लक्षात येतंय... इथे ओक वृक्ष हेच सगळ्यात भव्य असतात. अतिप्राचीन काळच्या डूइड्सबद्दल एवढीच माहिती आहे. मग रोमन साम्राज्याचा उदय झाल्यानंतर डूइड्स आणि ख्रिश्चन लोकांमध्ये सतत संघर्ष होत राहिला. दोन्ही पक्ष एकमेकांचे वैरी बनले. खरोखरच तसं होतं का... मला प्रश्नच पडलाय.''

आजी म्हणाली, ''अगं, ख्रिश्चन लोक तर एकमेकांचेसुद्धा वैरी बनलेच की. प्रोटेस्टंट आणि कॅथॉलिक या दोन ख्रिश्चन गटांमध्ये गैरसमजामुळे फूट पडली. तसंच उदारमतवादी आणि कट्टर पुराणपंथी यांच्यातही तिढा निर्माण झालेला आहेच की.''

पॉली म्हणाली, ''जर आत्ताच्या काळात, मुस्लिम आणि ख्रिश्चन, मध्य पूर्वेकडील पॅलेस्टाईनी आणि ज्यू, किंवा आयर्लंडमधील प्रोटेस्टंट आणि कॅथॉलिक, यांच्या लढायांमध्ये स्वत:ला झोकून देऊन मध्यस्थी करणारे डूइड्स अस्तित्वात असते तर किती छान झालं असतं नं?''

''आणि लुईस आणि नेसन यांच्या भांडणातही.'' डॉक्टर आणि बिशप या दोघांना खाली येताना बघून आजी म्हणाली. दोघांनी कपडे बदलून पोहायचा पोशाख चढवला होता, आणि त्यांच्या हातात टॉवेल होते.

पॉलीनं हातातला विश्वकोश बाजूला ठेवून दिला. थोडंफार का असेना, पण समजलं होतं तिला.

बिशप अजून त्याच विचारांमध्ये गुंगले होते. ते बोलू लागले, ''ॲलेक्ससारख्या भौतिकशास्त्रज्ञांना या ब्रह्मांडाविषयी अनेक प्रश्न पडतात. स्टोनहेन्ज इथलं दगडी स्मारक ज्या लोकांनी उभारलं होतं नं, त्या लोकांनाही ब्रह्मांडाबद्दल अगदी तेच प्रश्न पडत असत.''

बरीचशी लाकडं ठेवलेली कॅनव्हासची झोळी हातात घेऊन श्री. मरी आत आले. ती झोळी त्यांनी जेवणघराच्या शेकोटीशेजारी ठेवली. ते म्हणाले, ''हे बघ नेस, आत्तापर्यंत तरी ग्रँड युनिफाइड थिअरी आपल्याला प्रस्थापित करता आलेली नाहीय, निदान प्रत्यक्षात तरी नाही.''

बिशप जलतरण तलावाकडे अगदी सावकाश चालत जात होते. अंगावरच्या बाथरोबमधून बाहेर आलेले त्यांचे बारकुडे पाय दिसत होते. ते म्हणाले, "स्टोनहेन्जच्या दगडी स्मारकाच्या उभारणीमागे नक्कीच निव्वळ धार्मिक हेतूच होता. आजकाल आपल्या चर्चेसमध्ये धर्माच्या नावाखाली जी कर्मकांडं चालतात, किंवा उपासनेच्या नावाखाली जे उपक्रम चालतात, त्यांच्यापेक्षा नक्कीच शुद्ध धार्मिक हेतू होता त्या बांधकामामागे."

"ज्या व्यक्तींनं आयुष्यभर धार्मिक संस्थेत काम केलं, त्या व्यक्तीच्या तोंडून अशी शेरेबाजी ऐकायला वाईट वाटतं."

दार उघडून बाहेर जात बिशप मोठ्यानं म्हणाले, "वाईट वाटत असेलही बहुतेक, पण ते अगदी खरं आहे. त्यात एवढं धक्कादायक असं काहीच नाही. ए... चल गं... पोहायला जायचंय नं?"

"मग तुला कुणी रोखून धरलंय?" डॉ. लुईस आणि बिशप दोघे दाराबाहेर पडून पोहायला गेले. जाता जाता त्यांनी दार काळजीपूर्वक बंद करून घेतलं.

श्री. मरींनी एक मोठा ओंडका शेकोटीत सरकवला.

सौ. मरी म्हणाल्या, "पॉलीनं विश्वकोशात ड्रूइड्सबद्दल माहिती शोधली. फार जास्त माहिती मिळाली नाही."

"नेसनं काळाची सीमा खुली केली, त्याबद्दल नीट माहिती मिळण्यासाठी विश्वकोश पुरेसा नाही," श्री. मरी म्हणाले. त्यांनी एका बारीक लांबलचक फुंकणीतून फुंकून शेकोटीतली आग चांगली फुलवली. आगीच्या तेजस्वी ज्वाला वर उठल्या. ते पुढे म्हणाले, "पॉलीचं त्या प्रकारात गोवलं जाणंसुद्धा अगदीच अनाकलनीय आहे."

"आपल्या आयुष्यात आत्तापर्यंत अनेक अनाकलनीय घटना घडून गेल्या आहेत. ही काही पहिलीच तशी घटना नाहीये," सौ. मरी म्हणाल्या.

"या घटनेइतक्या विचित्र घटना घडून गेल्या आहेत?" पॉलीनं विचारलं.

तिची आजी मोठ्यानं हसून म्हणाली, "हो पॉली, खरंच घडल्या होत्या अशा घटना. पण म्हणून आत्ताच्या घडामोडीचा विचित्रपणा अजिबात कमी होत नाही हं."

श्री. मरी उभे राहिले, त्यांचे सांधे कुरकुरत होते. ते म्हणाले, "तो पॉलीचा मित्र झॅकरी, तो तर मला जणू या विचित्र प्रकाराचा अनपेक्षित भागीदारच वाटतो. तो इथे अनोळखी आहे. मग या अनोळखी माणसाला तीन हजार वर्षांपूर्वीचे लोक कसे दिसतात? तुला आणि मला तर मुळीच दिसले नाहीत असे लोक."

"त्याला आधी कुणी काहीच सांगितलेलं नव्हतं, त्यामुळे अविश्वासाचा अडथळा तयार करण्यासाठी त्याला वेळच मिळाला नाही," सौ. मरी म्हणाल्या.

"म्हणजे? आपण नेमकं तेच केलं का?"

"नाही केलं? अविश्वास दाखवला नेसवर... अगदी लुईसनंसुद्धा तेच केलं, खरं नं?"

"हं, तसं दिसतंय खरं."

"सँडीचं लाडकं वाक्य आठवतंय? 'काही गोष्टी दिसण्यासाठी त्यांच्यावर विश्वास ठेवावा लागतो.' आठवतंय? लुईसनं त्या मुलीला पाहिलं आहे, पण तरीही ती नेसवर विश्वास ठेवत नाहीये. कोण दिसलं... काय दिसलं... याबद्दल झॅकरीला स्वत:ला काहीच कल्पना नव्हती."

श्री. मरींनी चश्मा काढून तो त्यांच्या शर्टला पुसला, त्याच्यावर फुंकर घातली आणि पुन्हा पुसला. मग ते म्हणाले, "म्हातारपणी अनपेक्षित असं काही घडणार नाही, असं मला का वाटलं होतं? बरं, जेवणासोबत ग्लासभर वाइन प्यायला छानच वाटेल नं? मी खाली तळघरात जाऊन वाइनची एक बाटली घेऊन येतो." खाली गेल्यावर ते काही वेळात लगेचच परत वर आले. त्यांच्या हातात जराशी धूळ असलेली वाइनची बाटली होती. त्यांनी सांगितलं, "घराबाहेर एक कुत्रा सतत भुंकतोय."

खरंच एक कुत्रा सतत भुंकत होता.

"बाहेर नेहमीच कुत्रे भुंकत असतात," सौ. मरी म्हणाल्या.

"अगं पण असे भुंकत नाहीत. या कुत्र्याचं भुंकणं मला वेगळंच वाटतंय, एखाद्या खारीवर, सायकल चालवणाऱ्या लहान मुलावर भुंकल्यागत नाही वाटत हे. तो आपल्या घराकडे बघत त्यावर भुंकतो आहे," ते म्हणाले. त्यांनी हातातली बाटली खाली ठेवली आणि कोठीघराच्या दारातून ते बाहेर गेले. कुत्रा अजूनही भुंकतच होता. श्री. मरी परत घरात आले, आणि म्हणाले, "रस्त्यापलीकडे जी शेतं आहेत, तिथला नाहीये हा कुत्रा. त्याच्या गळ्यात पट्टादेखील नाहीये. तो आपल्या गॅरेजसमोर बसला आहे, आणि भुंकतोय. असं वाटतंय, जणू त्याला आपल्या घरात यायचं आहे."

"बरं, मग?" ओलसर फडक्यानं वाइनची बाटली पुसतापुसता सौ. मरींनी विचारलं. "ही बाटली मी उघडू का?"

"प्लीज गं. आपण एक कुत्रा पाळायला हवा, असं लुईससुद्धा सांगत असते नं."

"ॲलेक्स, तुला त्या कुत्र्याला घरात घ्यायचंच असेल तर घे... पण आपल्या घरी पाहुणे जेवायला आले आहेत हे मात्र लक्षात ठेव."

"पॉली, चल गं, माझ्यासोबत बाहेर ये. आपण जरा परिस्थितीचा अंदाज घेऊ या. मला लुईसचं म्हणणं पटलंय. कुत्र्याशिवाय हे घर खरंच अधुरं वाटतं.

शिवाय कुत्रा घराचं रक्षणही करतो.'' बोलत बोलत ते कोठीघरातून, गॅरेजमधून बाहेर आले. पॉलीही त्यांच्या मागोमाग बाहेर आली. संध्याकाळ होऊन गेली होती. उरल्यासुरल्या प्रकाशात गॅरेजसमोर एक कुत्रा भुंकत बसलेला दिसला तिला. त्या दोघांना पाहिल्यावर तो उठून जोरजोरात शेपूट हलवू लागला. साधारण मध्यम आकाराचा कुत्रा होता तो. त्याचे कान छान टवकारल्यासारखे उभे, आणि टोकांना काळा रंग असलेले होते. त्याच्या लांब शेपटीचं टोकसुद्धा काळ्या रंगाचं होतं. बाकी तो सगळा कुत्रा फिक्कट तपकिरी रंगाचा होता. बिचकत बिचकत तो त्यांच्याजवळ शेपूट हलवत आला. श्री. मरींनी हात पुढे केला. त्या कुत्र्यानं आपलं नाक त्यांच्या हातावर घासलं.

''मग? काय वाटतंय तुला?'' त्यांनी पॉलीला विचारलं.

''आजोबा, अहो कॅरॅलिसबरोबर अगदी असाच कुत्रा होता, मी पाहिलं होतं त्याला.'' पण आज दुपारी तर कॅरॅलिससोबत लांडगा आला होता, कुत्रा नव्हता... तिला आठवलं. तिला खात्री वाटेना.

तिचे आजोबा म्हणाले, ''अगं, आजूबाजूच्या शेतांवर दिसणाऱ्या कुत्र्यांसारखाच दिसतोय हा कुत्रा. बहुतेक त्याचा त्या कॅरॅलिसशी काही संबंध नसेल. मिश्र-संकराचा सुरेख कुत्रा आहे.'' त्याच्या अंगावरून हात फिरवत ते पुढे म्हणाले, ''बारीक आहे, पण त्याची उपासमार झालेली नाहीये. आपण निदान त्याला घरात घेऊन खायला देऊ या.'' त्या कुत्र्याची शेपूट आनंदानं जोरजोरात हलू लागली.

आजोबांच्या कमरेभोवती आपले हात वेढून घेत पॉलीनं त्यांना मिठी मारली. ती म्हणाली, ''आजोबा, सगळंच इतकं वेड्यागत चमत्कारिक आहे नं... मी तीन हजार वर्षं मागे भूतकाळात गेले होते, झॅकरीला ॲनारल दिसली, आणि तुम्ही... तुम्ही रस्त्यावरचा कुत्रा पाळण्याचा विचार करताय.''

आजोबा म्हणाले, ''जेव्हा सगळ्या गोष्टी वेड्यासारख्या वाटतात नं, तेव्हा कुत्राच आपल्याला शहाणपणाची आठवण करून देतो. चल, आता त्याला घरात घेऊन जायचं का?''

''आज्जीला आवडेल का?''

''तुला काय वाटतं?''

''अं... आजोबा... तशी आजी चांगलीच शांत स्वभावाची आहे, पण...''

''कुत्र्यामुळे ती वैतागणार नाहीये,'' असं म्हणून श्री. मरींनी त्या कुत्र्याच्या मानेवर हात ठेवला, आणि ते गॅरेजमध्ये गेले. तो कुत्राही अगदी मंद आवाजात 'कूंऽऽ कूं' आवाज काढत त्यांच्यासोबत चालत गेला. ते तिघे कोठीघरातून स्वयंपाकघरात आले आणि त्याच वेळेला समोरून डॉ. लुईस आणि बिशप तिथे

आले.

“कुत्रा पाळण्याचा माझा सल्ला तू मानलेला दिसतोय.” डॉ. लुईस म्हणाल्या.

“अरे बापरे!” बिशप कोलुब्रांना चांगलाच धक्का बसल्याचं त्यांच्या आवाजावरून कळत होतं.

त्या कुत्र्याचं नीट निरीक्षण करत सौ. मरी म्हणाल्या, “चांगला स्वच्छ दिसतोय हा कुत्रा. त्याच्या अंगावर पिसवा वगैरे दिसत नाहीयेत. दात चांगले आहेत, आणि हिरड्याही छान निरोगी आहेत. तुकतुकीत चमकदार अंग आहे त्याचं. का रे नेस? काय झालं?”

“नक्की सांगता येत नाही, पण मला वाटतं, मी या कुत्र्याला आधी पाहिलं आहे.”

“कुठे?” डॉ. लुईसनं विचारलं.

“तीन हजार वर्षांपूर्वी.”

प्रकरण ६

डॉ. लुईस टेबलावर तबला वाजवू लागल्या आणि त्यामुळे स्वयंपाकघरात पसरलेल्या भयाण शांततेचा भंग झाला.

श्री. मरींनी त्यांच्या हातातला खाद्यपदार्थांचा वाडगा कोठीघराच्या दारापाशी ठेवत विचारलं, "तुला तशी खात्री आहे?"

आपले डोळे चोळत बिशप म्हणाले, "खात्री नाही, मला चुकीचंही वाटलं असेल."

जाजमाच्या तुकड्यावर झोपलेला हॅड्रॉन एक डोळा उघडून संशयानं बघत होता. त्या कुत्र्यानं खूप भूक लागलेली असल्यागत पटापट, पण नीटनेटकेपणानं खाणं संपवलं. हॅड्रॉन दबकत दबकत त्या वाडग्याची तपासणी करण्यासाठी गेला, आणि त्यानं उरल्यासुरल्या कणांच्या आशेनं तो वाडगा चांगला चाटून काढला. तो कुत्रा तिथे जवळच उभा राहून शेपूट हलवत होता.

सौ. मरींनी कपाटातून एक जुनं ब्लँकेट बाहेर काढलं आणि ते घेऊन गॅरेजमध्ये जात म्हटलं, "त्या कुत्र्याला आज रात्री इथे गॅरेजमधेच झोपू दे. तो जर तीन हजार वर्षांपूर्वीचा कुत्रा असेल तर मला तो घरात..." त्यांचा आवाज मंदावला.

डॉ. लुईस मोठ्यानं हसून म्हणाल्या, "अगं, तो तीन हजार वर्षांपूर्वीचा असेल, तर त्याला घरात, किंवा घराबाहेर ठेवण्यामुळे काय फरक पडणार आहे?"

सौ. मरी हिरमुसून म्हणाल्या, "हो, तुझंही बरोबरच आहे म्हणा... पण तो जर बाहेर राहिला तर ये-जा करण्यासाठी तो मोकळा राहील, असं मला वाटलं होतं. निदान आज रात्री तरी. उद्याचं नंतर ठरवू. आता आज रात्री तरी आपण सगळे टेबलाभोवती बसून छानपैकी सुसंस्कृत लोकांसारखं जेवणार आहोत, अन् त्यासोबत छानदार बर्गंडी वाइनही पिणार आहोत." हात धुवून त्या पुढे म्हणाल्या, "ठीक आहे मग. चला, जेवण तयार आहे... या सगळे टेबलाभोवती."

स्वयंपाकघराच्या मोठमोठ्या खिडक्यांवरचे पडदे ओढून घेतले गेले. शेकोटीतली लाकडं चरचरत जळत होती. सौ. मरींच्या पातेल्यातून येणारा खमंग सुवास सगळ्यांची भूक चाळवत होता. खरंतर ती अगदी नेहमीसारखी छानशी संध्याकाळ असायला हवी होती, पण प्रत्यक्षात मात्र ती तशी नव्हती.

पॉली म्हणाली, ''बिशप, प्लीज त्या कुत्र्याविषयी सांगा नं.''

त्यांनी आपला वाइनचा ग्लास उचलून वर धरला, उजेडात त्यातली वाइन माणकासारखी चमचमली. ते बोलू लागले, ''मी आता म्हातारा होत चाललोय. मला खात्रीनं सांगता येणार नाही, कदाचित मला चुकीचं वाटलं असेलही, पण कॅरॅलिसकडे अगदी हुबेहूब असाच कुत्रा आहे.''

ते मान्य करत पॉली म्हणाली, ''हो, मी पहिल्यांदा कॅरॅलिसला त्या भव्य ओक वृक्षापाशी पाहिलं नं, तेव्हा त्याच्यासोबत एक कुत्रा होता.''

''हाच कुत्रा होता का तो?'' तिच्या आजोबांनी विचारलं.

''असाच होता, टोकाला काळा रंग असलेले मोठे मोठे कान...''

''कॅरॅलिसकडे कुत्रा असल्याची खात्री आहे तुला?''

''हो. का?'' बिशपनं विचारलं.

''अशक्य वाटतंय. तीन हजार वर्षांपूर्वी खूपच कमी लोक कुत्रे पाळत असत. लांडगे होते, आणि लांडग्यांशी झालेल्या संकरातून जन्माला आलेले कुत्रेही होते. तीन हजार वर्षांपूर्वीच्या काळात इजिप्तमध्ये कुत्रे पाळण्याची सुरुवात अगदी नुकतीच झालेली असल्याची नोंद आहे.''

''कॅरॅलिसचा काळ नेमका किती वर्षांपूर्वीचा होता, ते आपल्याला माहीत नाहीये. तीन हजार वर्षं हा नुसताच एक सोयीचा अंदाज आहे. बरं, पण हे पाळीव कुत्र्यांबद्दलचं तुला कसं माहीत?''

''मी म्हणजे निरुपयोगी माहितीचं जणू भांडारच आहे.''

सौ. मरी म्हणाल्या, ''निरुपयोगी माहिती असं म्हणता येणार नाही. हा कुत्रा लांडग्याच्या वंशातला वाटत नाहीये. तुझ्या कॅरॅलिसकडे हा असा कुत्रा असण्याची शक्यता नाही.''

''पण जर त्यानं त्या कुत्र्याला स्वत:बरोबर नव्या जगात आणलं असेल तर?'' बिशप म्हणाले.

''अरे काय निरर्थक बाऊ करताय? तुम्हाला जर तीन हजार वर्षांपूर्वीची माणसं दिसतात, तर कुत्रा दिसल्याबद्दल एवढी बाष्कळ चर्चा कशासाठी?'' डॉ. लुईस भुवया चढवून बोलल्या.

बिशप म्हणाले, ''आणखीन एक गोष्ट... मला वाटतंय तो एक संकेत आहे.''

“कसला?” डॉ. लुईसचा संयम सुटत चालला होता.

“मला माहीत आहे लुईस... हे सगळं तुझ्या शिक्षणाच्या अगदीच विरुद्ध आहे... पण तू त्या ॲनीवर उपचार केले होतेस, हे तरी तुला मान्य करावंच लागेल.”

“जिचं बोट चांगलंच कापलं गेलं होतं, त्यावर तातडीनं उपचार करणं गरजेचं होतं, अशा एका मुलीवर मी उपचार केले होते. तुला तर सगळेच अनाथ, बेघर, जखमी लोक तुझी स्वतःची जबाबदारी वाटत असतात, अगदी घायाळ होऊन पडलेल्या चिमण्यादेखील. ती मुलगी त्यापेक्षा काहीच वेगळी दिसत नव्हती, म्हणून मला ती तशीच वाटली.”

सौ. मरी म्हणाल्या, “लुईस, नेस चक्क त्या ॲनारलला तुझ्या दवाखान्यात घेऊन आला आणि तूदेखील तिच्यावर एक सामान्य रुग्ण म्हणून उपचार केलेस, यावर विश्वास ठेवणं मला अवघड जातंय.”

ठामपणे डॉ. लुईस म्हणाल्या, “हो, पण एखादी सामान्य रुग्ण असावी तसंच. ज्या मुलीच्या कापल्या गेलेल्या बोटावर मी उपचार केले होते, ती मुलगी तीन हजार वर्षांपूर्वीची होती, की नव्हती, हे मला अजिबात माहीत नाहीये.”

“अगं तूच मला तिला परत घेऊन जायला सांगितलंस नं,” बिशप म्हणाले.

“ती जिथून आली होती तिथे घेऊन जा, असं म्हटलं होतं.”

“लुईस या सगळ्याची सुरुवात तुझ्याच तळघरात झाली. तिथेच मला तो पहिला ओगम दगड सापडला.”

“मी चर्चचे नियम मानणारी, फक्त एक साधीसुधी बाई आहे. माझ्यासाठी हे सगळं खूप जास्त आहे,” डॉ. लुईस म्हणाल्या.

“अगं, तुझ्या बाबतीत काहीही साधंसुधं नसतंच, तोच तर खरा प्रश्न आहे,” कपाटावरच्या ओगम दगडाकडे निरखून बघत बिशप म्हणाले. मग जरा वेळानं ते म्हणाले, “आणि लुईस, अशाच घायाळ चिमण्यांसारख्या बेवारस लोकांना मी मदत देत असतो, हे तर तुला माहीतच आहे की. लुईस, तू माझ्यासोबत त्या तारे पाहायच्या खडकापाशी येऊन बघ. तू जर काळाची सीमा ओलांडली असतीस नं...”

डोकं हलवत डॉ. लुईस म्हणाल्या, “मुळीच नाही. धन्यवाद.”

बिशप कोलुब्रांची बशी रिकामी झाली होती म्हणून सौ. मरींनी त्यांच्यासमोर मोठा वाडगा पुढे केला. बिशपनं आपल्या बशीत भरपूर वाढून घेतलं. ते चांगलेच भरपूर जेवत असत आणि तरी ते अगदी हडकुळे होते. त्यांचा हडकुळेपणा त्यांच्या जेवणाच्या अगदीच व्यस्त प्रमाणात होता. ते म्हणाले, “हे खूप चविष्ट झालंय हं केट, आणि वाइनसुद्धा छान... तुम्ही दररोज रात्री ही वाइन पिता?”

श्री. मरी बिशपचा ग्लास भरत म्हणाले, ''नाही... आज तुम्ही येणार होतात नं, म्हणून खास तुमच्या सन्मानार्थ.''

वाइनचा एक घोट घेऊन बिशप म्हणाले, ''त्या ओगम दगडावर कोरलेले शब्द चांगले सौम्य, शांतवणारे आहेत, अर्थात मी त्या लिपीचा योग्य तोच अर्थ लावला असेल तरच हं. स्मारकाचे दगड आहेत ते. मधेच काही काही शब्द एखाद्या मंत्राचे असावेत असं वाटतं. उदाहरणार्थ पॉलीनं आणलेल्या दगडावर कोरलं होतं : 'ताऱ्यांना आमच्या मनात आमच्या बहिणीचं गीत गाऊ दे, ते गीत...' आणि यापुढचे शब्द पुसट झाले आहेत, किती छान आहे नं? पण दुर्दैवानं आतासारखाच अगदी ॲनीच्या काळातसुद्धा, पवित्र गोष्टींचा योग्य तो मान प्रत्येक वेळेस राखला जात नसे. उदाहरणार्थ कधीकधी शब्द किंवा मंत्र अशा गोष्टींचा दुरुपयोग व्हायचा. हे मंत्र आशीर्वाद देण्यासाठी निर्माण केलेले होते, मात्र काही वेळेस त्यांचा वापर करून हवामान, प्रजननक्षमता, मानवीय प्रेम अशा गोष्टींवर प्रभाव पाडून त्या बदलल्या जायच्या. कधीकधी मंत्रांचा खरोखरच गैरवापर होत असे, पण त्या मंत्रांमध्ये अफाट शक्ती आहे, या गोष्टीचा ते लोक कधीही विसर पडू देत नसत.''

''तुझं प्रवचन पुन्हा सुरू झालं हं,'' डॉ. लुईस म्हणाल्या.

पॉलीला मात्र त्यांच्या बोलण्यात रस वाटत होता. तिनं विचारलं, ''म्हणजे, ती सुप्रसिद्ध कविता... 'काठ्या आणि दगड माझी हाडं मोडतील, पण शब्द मात्र मला जखमी करणार नाहीत.' चुकीची आहे?''

''हो, अगदी पूर्ण चुकीची,'' बिशपनं सांगितलं.

सौ. मरींनी आपली खुर्ची थोडीशी मागे सरकवली. ते पाहिल्याबरोबर हॅड्रॉन त्याच्या जागेवरून उठला आणि उडी मारून सौ. मरींच्या मांडीवर जाऊन बसला.

बिशप पुढे सांगू लागले, ''जुनी कविता आहे ती, पण ती लिहिताना शब्दांना स्वतःचं असं आंतरिक सामर्थ्य असतं, हेच लक्षात घेतलं गेलं नाहीये. बघ नं... 'मी तुझ्यावर प्रेम करतो.' या लहानशा वाक्यापेक्षा अधिक शक्तिशाली काय असेल? याच्याच उलट अतिशय वैरभावनेतून आकसानं केलेल्या कुचाळक्या भयंकर विध्वंस घडवू शकतात.''

श्री. मरी म्हणाले, ''डॉ. लुईसनं जर मला सांगितलं की माझी सांधेदुखी अत्यंत बळावली आहे, तर त्यामुळे माझे सांधे अधिकच सुजतील किंवा दुखू लागतील.''

डॉ. लुईस म्हणाल्या, ''पण तुझी तब्येत आता आणखी चांगली वाटते आहे, असं मी अगदी आनंदानं सांगू शकते.''

श्री, मरी म्हणाले, 'पोहण्याचा नक्कीच चांगला फायदा होतो, पण लोकांच्या बोलण्याचाही आपल्यावर परिणाम होत असतोच.''

डॉ. लुईस म्हणाल्या, 'हे बघा, मी एक साधी डॉक्टर आहे, हृदयरोगतज्ज्ञ नाहीये. तरीसुद्धा मला त्या झॅकरीला तपासायचं आहे. मला तो चांगला आकर्षक तरुण मुलगा वाटला होता, त्याच्या तब्येतीबद्दल मला मुळीच पटलेलं नाहीये.''

''तो शनिवारी येणार आहे. डॉ. लुईस, तुम्ही त्याला तपासलं तर मलाही चांगलं वाटेल,'' पॉली म्हणाली.

''तो तुझा खास मित्र आहे का?'' डॉ. लुईसनं विचारलं.

''नुसताच एक मित्र आहे. मी त्याला फारशी ओळखतही नाही. तो उगीचच वाढीव मीठ-मसाला लावून सांगतोय की नाही, ते कळण्याइतपतसुद्धा मी ओळखत नाही त्याला. तो खूप घाबरलेला होता, हे मात्र नक्की.''

बिशप कपाळाला आठ्या घालून काहीतरी आठवण्याचा प्रयत्न करत होते. ते म्हणाले, ''एका ओगम दगडावर कोरून लिहिलं होतं : वाऱ्याच्या फुंकरीने आणि पावसाच्या शांतपणाने मनातल्या भयापासून आमचं रक्षण होऊ दे.''

''हा मंत्र आहे, की प्रार्थनेचा एखादा प्रकार?'' पॉलीनं विचारलं.

''प्रार्थनेच्या सामर्थ्यावर विश्वास असेल तर, हो, प्रार्थनाच आहे ती.''

''म्हणजे त्या टॅलिस कॅनन सारखी?'' तिनं विचारलं.

मान डोलावत बिशप ती प्रार्थना म्हणू लागले, ''प्रकाशाच्या वरदानासाठी, तुझं गुणगान गातो या रात्री...'' हो अर्थातच अगदी तशीच प्रार्थना. आणि शिवाय ती दुसरी प्रार्थना आहे नं : ''आपण सारे मर्त्य जीव, राखू शांतता... हो गं, अगदी खरंच. तशीच प्रार्थना आहे ती.''

सौ. मरींनी सॅलडचा वाडगा टेबलावर ठेवत म्हटलं, ''हे काय चाललंय? नेस तुझा अपवाद वगळला तर इथे वास्तववादी शास्त्रज्ञांची अवास्तव विषयावर चर्चा चालू आहे.''

बिशप कोलुब्रांनी ब्रेडचा एक तुकडा घेतला, आणि त्या तुकड्याला बशीतला रस पुसून घेत ते म्हणाले, ''दुर्दैवानं आजकाल बिशपदेखील स्वत:ला वास्तववादाच्या मर्यादा घालून घेत असतात. काही वेळा वास्तववादी विचार गरजेचेच असतात, पण त्यापलीकडेसुद्धा काहीतरी आहे, ही गोष्ट मात्र आपण विसरून जातो. ते मात्र अबाधित असतं, हो नं लुईस? अगदी सगळ्यात जास्त वास्तववादी, तार्किक विज्ञानातसुद्धा तर्कापलीकडचं, वास्तवापल्याडचं काहीतरी असतंच नं?''

सौ. मरी म्हणाल्या, ''रोगनिदान करण्यात अत्यंत कुशल, अशी लुईसची कीर्ती आहे. ती तिच्या निरीक्षणांवरून, रुग्णानं दिलेल्या माहितीवरून आणि तिच्या ज्ञानाचा वापर करून तर रोगनिदान करतेच, पण त्याचबरोबर तिच्या

अंत:प्रेरणेनुसारसुद्धा ती रोगाचं अगदी अचूक निदान करते. बरोबर आहे नं लुईस?''

डॉ. लुईसनं ते मान्य केलं.

आपल्या बहिणीकडे हसून बघत बिशप म्हणाले, ''अंत:प्रेरणा. मेंदूपेक्षा हृदयाची भाषा समजणं, ओळखणं.''

''अरे माझ्या मोठ्या भावा, तू अगदी आधीपासूनच खूप सुजाण आहेस रे,'' डॉ. लुईस अचानक उदासवाण्या आवाजात बोलू लागल्या. ''पूर्वी कित्येक गोष्टी हाताबाहेर जाऊ लागल्या की त्याचं कारण शोधण्यासाठी मी नेहमी तुझ्याकडेच धाव घेत असे. आता तर इथे टेबलाभोवती बसलेल्या, चांगल्यापैकी शहाण्या लोकांना तुझ्या बोलण्याकडे गंभीरपणे लक्ष द्यावंसं वाटत नसेल, तर मात्र तुझं डोकं फिरलंय असंच मला नक्की वाटेल. ही पॉली... मला सगळ्यात शहाणी वाटणारी मुलगी... तिलासुद्धा अगदी तुझ्यासारखेच भ्रम व्हायला लागले आहेत.''

''सामूहिक भ्रम... अर्थात फक्त दोन माणसांचा समूह नसतो म्हणा... भ्रम होण्याची शक्यता आहे, पण ते असंभवच आहे,'' सौ. मरी म्हणाल्या.

डॉ. लुईस म्हणाल्या, ''मला इतका जास्त राग यायला नको होता. त्यामुळे आता माझी प्रचंड चिडचिड होते आहे. नेस माझ्याकडे त्या ॲनीला घेऊन आला होता, तेव्हा मलाही त्याच्या भ्रमाची लागण झाली असेल का? तशी शक्यता वाटत नसती नं, तर मी हे सगळं जणू पुसून टाकून माझ्या तार्किक विश्वात पुन्हा प्रवेश केला असता.''

सौ. मरींनी रश्श्याचं पातेलं आत नेऊन ओट्यावर ठेवलं आणि फळांनी भरलेला वाडगा घेऊन त्या टेबलापाशी आल्या. पॉली म्हणाली, ''आता मी काहीही खाऊ शकणार नाहीये हं, अगदी सफरचंदसुद्धा नको मला. या छानशा सफरचंदांपेक्षा मला आपली ती सुरकुतलेली, मजेशीर दिसणारी सफरचंदंच आवडतात.''

बिशपनं हात लांबवून फळ उचललं.

कुणालाही कॉफी पिण्याची इच्छा नव्हती. डॉ. लुईस उठल्या आणि आता घरी जायला हवं असल्याचं त्यांनी सांगितलं.

पॉली आणि तिचे आजी-आजोबा त्या दोघांना निरोप देण्यासाठी बाहेर गेले. वायव्येकडून थंडगार वारा वाहत होता. आकाश मात्र अगदी निरभ्र होतं. तारे जणू हिऱ्यांसारखे लखलखत होते. आपली मिल्की वे ही आकाशगंगा आकाशात स्पष्ट दिसत होती.

बिशपनं वरच्या त्या शुभ्रधवल चांदण्याकडे बघत विचारलं, ''ॲलेक्स, किती दशलक्ष वर्षं दूर दिसतायत हे तारे?'

"खूपच."

"सगळ्यात जवळचा तारा कोणता आहे?"

"प्रॉक्झिमा सेंटॉरी. साधारण चार प्रकाश-वर्षं दूर."

"म्हणजे किती मैल दूर?"

"अरे बाबा, साधारण २३ दशलक्ष दशलक्ष."

गॅरेजच्या दारावर लावलेल्या दिव्याच्या उजेडात बिशपच्या श्वासाची धुरकट वलयं उठलेली दिसली. ते म्हणाले, "आपल्या अगदी थेट डोक्यावर असलेल्या ताऱ्याकडे बघा. तो तारा आपल्याला स्थळ आणि काळ या दोन्हींच्या संदर्भात दिसतो आहे. अगदी खूप पूर्वीच निघून गेलेला काळ. आत्ता तो तारा कसा आहे, किंवा जर तो तिथे तसाच राहिला तर भविष्यात कसा असेल, हे आपल्याला माहीत नाही. त्या ताऱ्याचा सुपरनोव्हा होऊ शकला असता, किंवा स्वत:तच कोलमडून त्याच्या केंद्राचं कृष्णविवर तयार झालं असतं. वर्तमानातल्या आत्ताच्या या क्षणी एक तारा पाहणं, आणि तोच तारा लाखो वर्षांपूर्वीही पाहणं हे किती विलक्षण आहे नं?"

आपल्या भावाचा हात मायेनं हातात घेत डॉ. लुईस म्हणाल्या, "आता काल्पनिक राज्यात वावरणं पुरे झालं हं नेस."

"काल्पनिक आहे?" असं विचारून ते गाडीत ड्रायव्हरच्या सीटवर बसले.

"नेसला गाडी चालवू देण्यात लुईस चांगलंच धैर्य आणि भरवसा दाखवतेय हं," सौ. मरी पुटपुटल्या.

गाडीत बसत डॉ. लुईस मोठ्यानं हसून म्हणाल्या, "त्याला विमानसुद्धा उडवता येतं."

"बापरे, हे तर फारच भयंकर," सौ. मरी म्हणाल्या.

बिशपनं गाडी सुरू केल्यावर सगळ्यांनी हात हलवून निरोप दिला. गाडी जाताजाता हवेत धुळीचे लोट उडवून गेली.

"हं, काय म्हणतेस पॉली..." सौ. मरी पॉलीच्या पलंगाच्या काठावर बसत म्हणाल्या.

"आज्जी, अगं मला असं कोंडून ठेवण्यात काहीच अर्थ नाहीये. झॅकरीला आपला जलतरण तलाव असलेल्या भागापाशी ॲनारल दिसली, अग खरंच दिसली... विचित्र वाटत असलं तरी दिसली. मलाही तो कॅरॅलिस दिसला." खरंतर तिला कॅरॅलिसनं दिलेला सावध राहण्याचा इशारा आठवला, पण तरी ती ठामपणे म्हणाली, "मला काहीही धोकादायक वाटत नाहीये."

"ॲनी किंवा कॅरॅलिसपासून धोका नसेलही कदाचित, पण काळाच्या सीमारेषा

ओलांडून कुठेही भरकटत जाणं हे मला तरी मुळीच सुरक्षित वाटत नाही.''

''अशाच कुठल्याशा काळात भरकटत जाणार नाहीये गं. खरंच. तीन हजार वर्षांपूर्वीचं काल-वर्तुळ आणि आत्ताचं काल-वर्तुळ, या ठराविक दोनच काळात ये-जा करणं एवढंच आहे ते,'' पॉली बोलली.

''हे बघ, मला तू तीन हजार वर्षांपूर्वीच्या काळात हरवून जायला नको आहेस.''

''तसं काही होणार नाही आज्जी. मला तरी तसं मुळीच वाटत नाही.''

पॉलीचे विस्कटलेले केस हळुवार हातांनी नीट बसवत सौ. मरी म्हणाल्या, ''हा आठवडा संपेपर्यंत तारे पाहायच्या खडकापाशी जाऊ नकोस, असं तुला बिशप कोलुब्रांनी सांगितलं आहे नं, मग प्लीज तेवढं ऐक. माझ्या मनाला शांतता मिळावी म्हणून तरी. आणि त्या दगडी भिंतीपाशीसुद्धा जाऊ नकोस हं.''

''बरं ठीक आहे गं. फक्त तुझ्यासाठी हं.''

आजीनं गुडनाइट म्हणून तिची पापी घेतली आणि ती खोलीबाहेर पडली. बाहेर वाऱ्याचा वेग वाढला होता. घरावर वेगवान वारे धडका देत होते. एका खिडकीचं दार धाड्कन आपटलं. आजी-आजोबा झोपायची तयारी करत असल्याचं पॉलीला ऐकू येत होतं. तिला मात्र अजिबातच झोप येत नव्हती. पलंगावर नुसतीच अस्वस्थपणे कूस पालटत पडून राहिली होती ती. एकदा पाय जवळ घेऊन अंगाची जुडी केली, मग लगेच पाय सरळ ताणले. काही वेळ नुसतीच उताणी पडून राहिली. शेवटी तिनं कंटाळून एक भलामोठा सुस्कारा टाकला. तिला निद्रानाशाचा त्रास विशेष कधी झाला नव्हता, पण या रात्री मात्र तिला झोप लागतच नव्हती. तिनं दिवा लावून पुस्तक वाचायचा प्रयत्न केला, पण तिचं त्या पुस्तकात लक्षच लागेना. तिचे डोळे चुरचुरत होते, पण तरी तिला झोप लागत नव्हती. तिला पलंगावर शांतपणे पडून राहताही येत नव्हतं, कारण पलंगावरून कुणीतरी तिला जणू खेचून काढत होतं.

जलतरण तलाव. तिला जलतरण तलावापाशी जायलाच हवं.

तिनं स्वत:ला मनातल्या मनातच बजावलं, 'पॉली, मूर्खपणा करू नकोस. काय वाट्टेल ते झालं तरी तू तिथे जायचं नाहीस. तू तसं वचन दिलं आहेस. वेड्यागत वागू नकोस.'

पण तो पोहण्याचा तलाव मात्र तिला आपल्याकडे खेचतच होता. बहुतेक ॲनी असेल तिथे. तिला पॉलीला भेटायची गरज भासली असेल.

'नाही हं. जलतरण तलावापाशी मुळीच नाही,' असा मनाशी निर्धार करून ती पुन्हा पलंगावर आडवी झाली. तिनं रजई डोक्यावरून ओढून घेतली, आणि स्वत:लाच बजावलं, ''नाही नाही. झोपून जा. तो तलाव वगैरे विसरून जा.''

कितीही ठाम निर्धार केला तरी तिला त्याकडे दुर्लक्ष करता येईना. स्वत:ची इच्छा नसतानाही ती पलंगावरून उठली, पायात स्लिपर्स सरकवल्या आणि ती खाली गेली.

अखेर ती जलतरण तलावापाशी गेलीच. पौर्णिमा अगदीच जवळ आली होती. छतावरच्या काचेच्या खिडक्यांमधून लखलखीत चंद्रप्रकाश आत येत होता, त्यामुळे विजेचे दिवे लावण्याची गरजच नव्हती. तिचा नाइटगाऊन काढून ती पाण्यात उतरली. तलावातलं पाणी दिवसापेक्षा रात्रीच्या वेळी बरंच थंड वाटत होतं. ती पाठीवर पडून पोहत राहिली. छतावरच्या काचेतून दिसणाऱ्या आकाशाकडे बघत उताणी पोहत राहिली. लख्ख चंद्रप्रकाशामुळे तारे कमी प्रमाणात दिसत होते. अत्यंत तेजस्वी असणारे तारेच तेवढे इकडेतिकडे विखुरल्यागत दिसत होते. मग ती पालथी होऊन पाण्याखालून पोहू लागली. तलावाच्या खोल बाजूच्या तळाशी तिला काहीतरी धातूची वस्तू चमचमताना दिसली.

सूर मारून ती तळाशी गेली आणि ती वस्तू तिनं उचलली. चांगली चमकदार आणि कडक वस्तू होती ती. ते एक चांदीचं भलंमोठं गोलाकार कडं होतं. त्या कड्याच्या मध्यावर चंद्रकोर जडवलेली होती. तिला आधी ते कडंच वाटलं होतं, पण नीट निरीक्षण केल्यावर ते कडं कुठल्याही ठिकाणी खुलं नसल्याचं, म्हणजेच ते गोलाकार कडं अखंड असल्याचं, तिला दिसलं. ते मुकुटासारखं डोक्यावर बसवायचं आहे, असं तिच्या लक्षात आलं. तिनं ते तिच्या ओल्या केसांवर बसवलं. थंडगार स्पर्श होता त्याचा, आणि ते तिच्या डोक्यावर छान घट्ट बसलं. तिनं ते काढून घेतलं आणि पुन्हा त्याच्याकडे निरखून पाहू लागली. आजी-आजोबांच्या घरच्या जलतरण तलावात हा चंद्रकोर जडवलेला मुकुट कसा काय होता?

ती तलावातून बाहेर आली. तिनं स्वत:भोवती एक मोठा टॉवेल लपेटून घेतला आणि खुर्चीत बसून अंग कोरडं करू लागली. ती अजूनही अगदी टक्क जागी होती. तलावाच्या दुसऱ्या टोकापाशी असलेल्या भिंतीवर टांगलेलं मोठं घड्याळ तिला नीट दिसत होतं. अजून मध्यरात्र व्हायची होती. तिनं तिचा नाइटगाउन घातला आणि ती तिच्या खोलीत जाणारच होती, पण तेवढ्यात तो चांदीचा मुकुट चमकला. तिनं तो उचलून घेतला आणि पुन्हा एकदा नीट निरखून आपल्या डोक्यावर बसवला. त्यातली चंद्रकोर बरोब्बर तिच्या कपाळाच्या मध्यावर आली.

ती ज्या वेताच्या खुर्चीत बसली होती, ती खुर्ची आता आधीसारखी मऊ अन् लवचिक न राहता टणक आणि अतिशय थंडगार बनली. जोरदार वारा वाहू लागला.

तिला थंडीमुळे हुडहुडी भरली.

एकदम तिच्या लक्षात आलं, ती एका दगडी खुर्चीत बसली होती. त्या खुर्चीची बसण्याची जागा जराशी खोलगट होती, त्यामुळे बाजूच्या कडांवर तिला तिचे हात आरामात ठेवता येत होते. एका भव्य वेदीसमोर अशाच अनेक खुर्च्या गोलाकार रचलेल्या होत्या. ॲनारलनं तिला अशाच एका वेदीसमोर तिच्या मातेचं स्तुतिस्तोत्र गाऊन दाखवलं होतं. अगदी तशीच होती ही वेदी, पण कित्येक पट मोठी होती. प्रत्येक खुर्चीच्या मागे एक भलामोठा उभा दगड होता. तिनं स्टोनहेन्ज इथल्या दगडी रचनेची चित्रं पाहिली होती, अगदी तसंच दृश्य दिसत होतं ते. फरक एवढाच की स्टोनहेन्जमध्ये अशा सिंहासनासारख्या खुर्च्या नव्हत्या आणि पार्श्वभूमीवर असे खडबडीत डोंगर नव्हते, त्या डोंगरमाथ्यांवर बर्फ जमलेला नव्हता.

तिनं जलतरण तलावापाशी जायलाच नको होतं.

घाबरल्यामुळे तिचा श्वासोच्छ्वास जलद गतीनं होऊ लागला. हृदय अत्यंत जोरात धडधडू लागलं. खुर्च्यांच्या त्या वर्तुळाकार रिंगणात, तिच्यापासून साधारण एक चतुर्थांश अंतरावर असलेल्या एका खुर्चीत कॅरॅलिस बसला होता. त्यानं एक बाजूबंदासारखं पितळी कडं घातलं होतं, त्या कड्यात एक केर्नगॉर्मसारखा दिसणारा (स्कॉटलंडमधील केर्नगॉर्म डोंगरात आढळणारा धुरकट पिवळसर-तपकिरी रंगाचा खडा) मौल्यवान खडा जडवलेला होता. ते पाहून तिला बिशप कोलुब्रांच्या अंगठीतल्या पुष्कराज खड्याची आठवण झाली. त्यानं अंगात एक पायघोळ अंगरखा घातला होता. तो अंगरखा पांढऱ्याशुभ्र लिननच्या कापडाचा असल्यागत दिसत होता, पण बहुतेक तरी तो रंग काढून टाकून पांढऱ्या केलेल्या, अगदी मऊ कातड्याचा असावा असं वाटत होतं. त्याच्या शेजारीच त्याचा कुत्रा ताठ बसला होता. कान टवकारून सगळीकडे लक्ष देत होता. श्री. मरींनी घरात घेतलेल्या त्या कुत्र्यासारखाच दिसत होता तो. त्याच्या उजव्या बाजूला ॲनारल बसली होती. पॉलीला तलावाच्या तळाशी सापडलेल्या चांदीच्या वर्तुळाकार मुकुटासारखाच हुबेहूब दुसरा मुकुट ॲनारलनं घातला होता. पॉलीच्याही डोक्यावर तो मुकुट अजूनही होताच.

कॅरॅलिसच्या समोरच्या खुर्चीत टाव बसला होता. त्यानं एक गुडघ्यांपर्यंत पोचणारा अंगरखा घातला होता. त्याच्या एका खांद्यावर रानटी मांजराचं कातडं टाकलेलं होतं, आणि मनगटांवर आणि दंडांवर कातडी पट्ट्या गुंडाळलेल्या होत्या. त्याचा भलामोठा भाला त्यानं त्याच्या खुर्चीला टेकवून ठेवला होता. तिथे इतरही अनेक स्त्री-पुरुष होते, काही लहान वयाचे होते तर काही वृद्धही होते. त्यातल्या बऱ्याच लोकांनी कातडी कपडे घातले होते, किंवा पिसांचं वस्त्र

अंगावर पांघरून घेतलं होतं. फक्त ॲनारल आणि पॉलीच्याच डोक्यावर चांदीचा गोलाकार मुकुट होता. कॅरॅलिसच्या डावीकडची खुर्ची रिकामी होती.

कॅरॅलिसच्या खुर्चीपाठच्या उभ्या दगडाच्या थेट मागेच मावळता चंद्र दिसत होता, आणि चंद्राच्या वर एक तेज:पुंज तारा चमकत होता. 'नाही, तो तारा नाहीये... ग्रह आहे' असं पॉलीच्या मनात आलं. तिनं बोलण्यासाठी, प्रश्न विचारण्यासाठी तोंड उघडलं, पण ॲनारलनं हात उंचावून तिला गप्प राहण्याची खूण केली.

त्यांच्या मागे आणखी बरेच लोक उभे होते. तिला अगदी अस्पष्ट आवाजात ढोलाचे लयबद्ध ठोके ऐकू आले. दूरवरून येत होता तो आवाज, जणू ढोलाचा प्रतिध्वनीच. तेवढा आवाज सोडला तर अगदी पूर्ण शांतता होती. गोलाकार रचलेल्या खुर्च्यांमध्ये बसलेल्या माणसांचे चेहरे गंभीर दिसत होते, आणि त्या चेहऱ्यांवर कसलीशी अपेक्षाही दिसत होती.

कॅरॅलिस आणि ॲनारल उठून त्या गोलाबाहेर गेले. तिथे एका मोठ्या, पण उथळ खड्ड्यात आग पेटवण्यासाठी लाकडं रचून ठेवली होती. ॲनारलनं कॅरॅलिसच्या हातात गारगोट्या दिल्या. त्यानं त्या एकमेकांवर आपटून घासत ठिणग्या पाडून आग पेटवली. त्या दोघांनी आपले हात सन्मानार्थ उंचावले. मग ते दोघे अगदी सावकाश संथ लयीत, शाही नृत्य करू लागले. सर्वप्रथम त्यांनी त्या पेटवलेल्या आगीच्या भोवती नृत्य केलं आणि मग त्या उभ्या दगडांच्या रिंगणाभोवती. मग त्या रिंगणातल्या खुर्च्यांवर बसलेले लोक एकामागून एक उठले आणि एक एक लाकूड घेऊन ते त्या आगीत पेटवू लागले. ते जळतं लाकूड मागे उभ्या असलेल्या लोकांच्या हातात देऊ लागले.

जेव्हा सगळ्या लोकांच्या हातात जळती लाकडं दिली गेली, तेव्हा अतिशय सुरेल, मधुर गीताचे सूर निनादले. अत्यंत आनंदाची अनुभूती देत होतं ते संगीत. दगडी रिंगणातले आणि त्याच्या भोवतालचे सगळे लोक एका सुरात ते गीत गात होते. त्या आनंददायक गीताने पॉलीची भीती कमी झाली. हळूहळू त्या गीतगायनाची सांगता झाली आणि मग शांतता पसरली.

मग आपल्या खणखणीत आवाजात शांतपणे कॅरॅलिस बोलू लागला, "हे वर्ष तसं चांगलं होतं." आपल्या डावीकडे असलेल्या रिकाम्या खुर्चीकडे बोट दाखवत तो म्हणाला, "आपला ग्रे वुल्फ वृद्ध झाला होता, आणि तो चंद्राच्या सहाव्या रात्रीस (षष्ठी) आपल्या गत पूर्वजांमध्ये सामील झाला. त्याचा आत्मा सतत आपली काळजी घेतच राहील. वाऱ्याच्या लोकांचे आत्मे ताऱ्यांसोबत राहतात. ग्रे वुल्फचा आत्माही अशाच आत्म्यांच्या सोबत राहण्यासाठी त्यांच्यात सामील झाला आहे. ते आत्मे ताऱ्यांसोबत असले तरीही त्यांची कृपादृष्टी मात्र आपल्यापासून फार लांब

नाहीये.'' वाऱ्याची हलकीशी झुळूक पॉलीच्या गालाला स्पर्श करून गेली, आणि मग पुढे त्या भव्य उभ्या दगडांच्या वर्तुळावरून वाहत गेली. त्या दगडांच्या मागे अनेक स्त्री-पुरुषांच्या अतिभव्य सावल्या हेलकावू लागल्या. जांभळ्या, चंदेरी, निळ्या, सावल्या. त्या सावल्या एवढ्या उंच होत्या की जणू त्या ताऱ्यांपर्यंत पोचल्यागत भासत होत्या. जे काही बोललं गेलं होतं त्यातलं सगळंच पॉलीला समजलं नव्हतं, पण ती जणू एक प्रकारच्या मायाळू ताकदीत गुरफटली जाते आहे, अशी जाणीव तिला झाली.

कॅरॅलिस पुढे बोलतच होता, ''कब अजून लहान आहे, पण त्याला ती खास देणगी प्राप्त झालेली आहे. तो आपल्या गत पूर्वजांच्या मार्गदर्शनाखाली सगळं शिकेलच.''

अगदी नुकताच तारुण्यात पदार्पण केलेला एक कोवळा तरुण उठून उभा राहिला. त्यानं राखाडी रंगाचं लांडग्याचं कातडं परिधान केलं होतं. तो म्हणाला, ''आणि तुझ्याकडूनही शिकीन मी कॅरॅलिस.'' त्यानं सावकाश वळून सगळ्यांना झुकून अभिवादन केलं.

त्यानंतर टाव बोलण्यासाठी उभा राहिला. त्याच्या भव्य भाल्यावर रेलून उभा राहिला होता तो. त्याच्या केसांवर चंद्राचा प्रकाश पडल्याने ते चंदेरी दिसत होते. त्याचे राखाडी घारे डोळे चमकून त्यात चंदेरी झाक जाणवत होती. त्याच्या भाल्याभोवती पिसांची माळ बांधली होती, त्यावरही उजेड पडला होता. तो बोलू लागला, 'आपण हा विधी सन्मानपूर्वक संपन्न केला आहे. ती आग अजूनही पेटतेच आहे. देवीमातेनं आपल्याकडे पाठवलेल्या विशिष्ट व्यक्तीच्या डोक्यावरील केसांसारख्याच, त्या आगीच्या ज्वाला तेजानं झगमगत आहेत' हे बोलत असताना त्यानं पॉलीकडे निर्देश केला.

''टाव, तू सगळ्या गोष्टी फारच पट्कन आणि खूप जास्त गृहीत धरून मोकळा होतोस हं,'' कॅरॅलिसनं त्याला चांगलंच खडसावलं.

टाव बोलला, ''देवीमातेनं तिचं वचन पाळलंय, आणि तसंच मीदेखील. ती आली आहे.'' त्यानं आपला भाला पॉलीकडे रोखला.

''तूच तिला इथे आणलंय.'' कॅरॅलिस कठोर आवाजात म्हणाला.

''मी फक्त मातेच्या आज्ञेचं पालन केलं आहे. मी तो मुकुट पवित्र वेदीवर ठेवला होता आणि मातेनंच तो त्या पवित्र जलाशयात नेला.''

कॅरॅलिस म्हणाला, ''सॉवेनच्या प्रसंगी काळ नेहमीच प्रवाही बनतो. मातेची तशी इच्छा नसेलही कदाचित.''

जरासं पुढे झुकून अगदी कळकळीने टाव म्हणाला, ''माझं ऐका जरा. माता नेहमी काळोखात, पाण्याखाली, पृथ्वीच्या गर्भात तिचं म्हणणं मांडत असते.

तिच्या बोलण्याचा शब्दशः अर्थ घ्यायचा नसतो रे.''

''ती कधीही रक्ताची मागणी करत नाही!'' ॲनारलचा खणखणीत ठाम आवाज गुंजला.

''नाही करत, मान्य आहे,'' टावनं कबूल केलं. तो पुढे म्हणाला, ''मातेला तिच्या मुलांच्या रक्ताची इच्छा मुळीच नसते. 'तिची मुलं.' ऐकलंत नं तुम्ही! ही सूर्यकिरणासारख्या तांबूस केसांची मुलगी मातेची नाहीये, आणि आपलीही नाहीये. आपल्या मातेच्या पोषणासाठी आणि मातेची मागणी पूर्ण करण्यासाठीच या मुलीला आपल्याकडे पाठवण्यात आलंय.''

टाव कॅरॅलिसपेक्षा खूप भरभर बोलत होता. त्याचं बोलणं किंवा त्याचा अर्थ पॉलीला पूर्णपणे समजत नव्हता. ओगम भाषेतल्या शब्दप्रयोगांचा अर्थ समजावून घेता घेता तिची तारांबळ उडत होती. तिनं शांतपणे लक्ष देऊन ऐकलं असतं तर तिला एकेक शब्द समजला असता, पण वाक्याचा अर्थ लावायला तिला खूप वेळ लागत होता. त्या आगीचा सॉवेनशी काहीतरी संबंध होता. त्या जमातीतल्या प्रत्येक कुटुंबाकडे तो पवित्र अग्नी सोपवला गेला होता. त्या लोकांचं नृत्यही अतिशय सुंदर आणि शांत होतं. त्यांच्या गायनातून निखळ आनंदाची अनुभूती मिळून तिची भीती पळून गेली होती, पण आता तो टाव मात्र वेगळंच काही सांगत होता. जणू त्या आनंददायक संगीतात एक वेगळाच उदासवाणा सूर लावावा तसं काहीसं. तिच्या अंगावर शहारा आला.

''बरं. मग काय म्हणते आहे देवी?'' कॅरॅलिसनं विचारलं.

चंद्राकडे बघत टाव बोलू लागला, ''आपल्याला पुढे धोका असल्याचं देवी सांगते आहे. अतिशय भीषण असा धोका. तलावापलीकडच्या लोकांच्या भूभागात अजिबात पाऊस पडलेला नाहीये. मागच्या आठवड्यात दरोडेखोरांच्या टोळीनं आपल्या मेंढ्या आणि दोन गायी पळवून नेल्या. त्यांची पिकं कोमेजून जात असल्याचं, त्यांच्या ढोलांचे आवाज आपल्याला सांगतायत. जमीन कोरडी ठक्क पडली आहे, तिला पोषण मिळायलाच हवं.''

कॅरॅलिसनं उत्तर दिलं, ''ए, टाव, आपली माता रक्ताची मागणी करत नाहीये रे, आणि तलावापल्याडचे देवसुद्धा अशी मागणी करत नाहीयेत. पिकांचं पोषण करणं, त्यांची काळजी घेणं हे आपल्याकडून अपेक्षित आहे. जमिनीचा अतिरेकी वापर, वर्षानुवर्षं सतत एकाच जागी एकच पीक घेणं, नवीन कोवळ्या रोपांना पाणी न घालणं, अशा सगळ्या प्रकारच्या चुका आपण टाळाव्यात एवढीच देवीमातेची अपेक्षा आहे. आपली माता सर्वभक्षक राक्षस नाहीये रे, ती तर अत्यंत मायाळू, नवजन्म देणारी आहे.''

''आणि असल्याच विचित्र कल्पनांसाठी तुला आपल्या मायभूमीतून हाकलून

दिलं होतं. पूर्ण बहिष्कार टाकला होता तुझ्यावर,'' टाव म्हणाला. चंद्रप्रकाश पडल्याने त्याचे डोळे चमकत होते.

''आणि तुझं काय रे टाव? तुला का हाकलून दिलं होतं?'' कॅरॅलिसनं प्रश्न केला.

''आपल्या इथे अजिबातच पाऊस न पडण्याचा काळदेखील आला होताच, आणि ते उत्तरेकडचे लहानसे लोक येऊन आपली गुरंढोरं पळवून घेऊन गेले होते. तू विसरलास का? या तलावापल्याडच्या लोकांची पिकं जशी कोमेजून चालली आहेत, तशीच आपली पिकंसुद्धा तेव्हा कोमेजली होती. तेव्हाच मला समजलं, रक्ताची मागणी केली जात होती. एखाद्या बकरीचं वगैरे रक्त नाही हं, तर खरंखुरं, मानवी रक्त... त्याचीच गरज होती. त्या रात्री एक लुटारू आला होता. मी त्याच्याशी द्वंद्वयुद्ध केलं आणि त्याला मारलं. त्यामुळे आवश्यक असलेला बळी दिला गेला. मीच त्याला बलिवेदीवर ठेवलं होतं, हो, हो मीच, कारण तू तसं करायला तयार नव्हतास, आणि तू इतरांनाही तसं करू दिलं नसतं. मी, हो, फक्त मीच मातेच्या आज्ञेचं पालन केलं होतं. त्या रक्ताच्या अभिषेकामुळेच तर पाऊस आला. बळी देण्याचं ड्रूइड्स लोकांचं काम मीच पार पाडलं, आणि त्यामुळेच आपल्या दोघांची आपल्या देशातून हकालपट्टी झाली होती. तू बळी देण्यास नकार दिल्यामुळे आणि मी ड्रूइड लोकांचं काम केल्यामुळे, आपल्या दोघांना हद्दपार केलं होतं. त्या वेळीही मातेनं रक्ताची मागणी केली होती, आणि ती तशीच मागणी आत्ताही करते आहे. या बाबतीत सावधगिरी बाळगली नाही, नीट लक्ष दिलं नाही, तर आपल्यापेक्षा अधिक शक्तिशाली असलेल्या जमाती आपल्यावर हल्ला करतील आणि आपल्याला आपल्याच भूभागातून हाकलून देशोधडीला लावतील.''

ॲनारल उठून उभी राहिली. ती म्हणाली, ''टाव, सूर्याच्या तीन प्रदक्षिणा पूर्ण होईपर्यंत तू आणि कॅरॅलिस माझ्या या भूभागावर एकोप्यानं राहिले आहात. निदान आजच्या खास रात्री तरी तुमची जुनी भांडणं पुन्हा उकरून काढू नका.''

टाव निकडीनं म्हणाला, ''आणखी जास्त चोऱ्यामाऱ्या होतील. आणि गेल्या पौर्णिमेपासून आपल्या इथेसुद्धा पाऊस पडलाच नाहीये.''

''आपल्या पिकांची कापणी होऊन गेली आहे. मक्याचं छान भरपूर पीक आलंय.'' कॅरॅलिस हसत म्हणाला.

''तलावातल्या पाण्याची पातळी खाली गेलीय. नद्या कोरड्या पडल्या आहेत. आपल्या पिकांना पाणीपुरवठा करणाऱ्या जमिनीखालच्या नदीतसुद्धा पाणी कमीच आहे.''

''वर्षाच्या या वेळेला पाणी कमीच होत असतं. आता हिवाळ्यात बर्फ

पडला की मग नद्या पुन्हा पाण्याने भरून जातील.''

अत्यंत कठोरपणे त्याच्याकडे बघत कॅरॅलिस म्हणाला, ''टाव, आता आपण या वाऱ्याच्या लोकांमध्ये मिसळून त्यांच्यापैकीच एक झालो आहोत. त्यांनी आपलं स्वागत करून आपल्याला त्यांच्या आयुष्यात सामावून घेतलं आहे. असं असताना उगाचच जुन्या गोष्टी कशाला उकरून काढायच्या? इथे पूर्वीपासून राहणाऱ्या इथल्याच भूमिपुत्रांना नरबळी देणं मान्य नाहीये, आणि मलाही ते मान्य नाही.''

''अरे पण ही गोष्ट न मानणारे इतर लोकही आहेतच की. ते तलावापलीकडचे लोक, ते तुझ्यासारखा किंवा या आपल्या वाऱ्याच्या लोकांसारखा विचार करत नाहीत. आपण आपला बचाव करायलाच हवा. ते दूरवरून ऐकू येणारे ढोलांचे आवाज तुला ऐकू येत नाहीत का? तलावापल्याडचेच लोक वाजवतायत तसं. तुला काय वाटतंय? ते लोक एकदा दरोडा घालून थांबतील? अरे प्लीज समजून घे नं. तुला बळी देणं आवडत नाही, ते मला माहीत आहे रे. मलाही आवडत नाही.'' त्याच्या चेहऱ्यावर खेदाची भावना स्पष्ट दिसत होती. तो पॉलीकडे बघत म्हणाला, ''आपण आज्ञा पाळली नाही तर आपल्या भूभागाचा सत्यानाश अटळ आहे.''

कॅरॅलिसच्या मागून चंद्र क्षितिजरेषेपाशी सरकला, त्या भव्य उभ्या दगडांच्याही खाली गेला. आता फक्त तो चमकता तारा त्याच्या डोक्यावर टेकल्यागत दिसत होता, जणू एखादं चमचमतं रत्न त्याच्या पांढुरक्या केसांवर विसावलं होतं.

टाव पोटतिडीकीनं खरखरत्या आवाजात म्हणाला, ''अरे, इतर लोकांना आपली जमीन हवीच असेल तर फक्त एकच भाला युद्धासाठी पुरेसा होईल का?'' आणि मग आपला भाला उंचावून तो म्हणाला, ''आणि कॅरॅलिस, मला सांग, ही उन्हाच्या रंगाचे तांबूस केस असलेली अनोळखी मुलगी आपल्याकडे कशाला पाठवली गेली आहे रे?''

''उन्हाच्या रंगाचे केसवाली, बरोबर. ती संजीवक आहे, मृत्यू मुळीच नाही.''

ॲनारल म्हणाली, ''काळाचं द्वार खुलं झालं, म्हणून आली ती.''

''का खुलं झालं? काळाचं दार तर कितीतरी शेकडो वर्षांनी एकदा खुलं होतं. मग आत्ताच का खुलं झालं? आणि इथेच का? गरज असताना, नेमक्या त्याच गरजेच्याच वेळी का?''

ॲनारल पुन्हा उभी राहत म्हणाली, ''तिला काहीतरी चांगलं घडण्यासाठी पाठवलंय, दुष्कृत्यासाठी नाही. ही मुलगी आणि तो वृद्ध बगळा. हे दोघं आपल्या भल्यासाठीच इथे आले. त्यांच्या इथे येण्यामागचं प्रयोजन समजेपर्यंत

आपण त्यांच्याशी अदबीनं वागून त्यांचा चांगला पाहुणचार केला पाहिजे.''

टाव वैतागानं ओरडला, ''अगं, मला समजलंय ते! तुम्ही लोकांनी तुमचे कान का बंद करून घेतले आहेत?''

''बहुतेक तुझेच कान बंद झाले असतील,'' कॅरॅलिस त्याला दटावत म्हणाला.

''मला माझ्या मायदेशाची आठवण येते आहे. आमच्या इथल्या उभ्या दगडांच्या भोवती खांब होते. त्या खांबांवर आमच्या शत्रूंची मुंडकी, त्यांच्या कवट्या लटकवलेल्या असायच्या. बलिवेदीवरून रक्त ओघळून खाली जमिनीवर सांडायचं. उन्हाळा सौम्य असायचा आणि हिवाळा थोड्या काळापुरताच असायचा. इथे मात्र सूर्याच्या तडाख्याने आपण कोमेजून जातो, किंवा हिवाळ्यातल्या थंडीने आणि बर्फाने हाडं ठिसूळ होतात. वाऱ्याच्या लोकांनी आम्हाला खूप चांगलीच वागणूक दिली, अगदी खरंच आहे ते. पण त्यांच्या पद्धती जुन्या पारंपरिक प्रथेनुसार नाहीयेत. आता काळाचं दार खुलं झालंय. जर आपण सावध राहिलो नाही, तर ते पुन्हा बंद होईल. मग मात्र आपल्याकडे पाठवलेल्या व्यक्तीला आपण गमावून बसू.''

कॅरॅलिसच्या मागचा तो ताराही आता मावळतीकडे सरकला. कॅरॅलिस उठला, वेदीला वळसा घालून पॉलीजवळ आला आणि त्यानं तिच्या डोक्यावरचा तो चांदीचा अर्धगोलाकार मुकुट काढून घेतला. ''घरी जा,'' त्यानं आदेश दिला, ''घरी निघून जा.''

प्रकरण ७

अचानक हिसका बसून ती ताठ झाली, झोपेतून खाड्कन जाग यावी तसंच काहीसं. तिनं आजूबाजूला नजर फिरवली. आता तो चंद्रकोर जडवलेला चांदीचा मुकुट कुठेही दिसत नव्हता. तिच्या अंगावर फक्त तिचा ओलसर नाइटगाउन होता. ताऱ्यांच्या उजेडात न्हाऊन निघालेल्या तलावात तरंग उठत होते. चंद्र मावळला होता. दूरवरच्या चर्चच्या घंटेचे ठोके पडले, बारा ठोके. वाहत्या वाऱ्यामुळे जरासे वेगळेच ऐकू येणारे बारा ठोके. थंडीमुळे ती शहारली.

हे एखादं स्वप्न नव्हतं, एवढंच तिला कळलं होतं.

पॉलीला जाग आली तेव्हा चांगलंच उजाडलं होतं. तिच्या खिडकीतून सूर्यकिरण आत येत होते. घडलेल्या प्रकारावर स्वत:शीच वाद घालत ती पलंगावर पडूनच राहिली. 'जे काही घडलं ते आजी-आजोबांना कसं समजावून सांगणार होती ती? अगदी सॉवेनच्या दिवशीच घडलं. ऑल हॅलोज ईव्ह. पार पडला होता तो सॉवेनचा दिवस. आज शुक्रवार, ऑल सोल्स डे.'

तिला जलतरण तलावाकडून त्यांचे आवाज ऐकू आले. तयार होऊन ती खाली गेली. तिला थकवा जाणवत होता, खूप चिंताही वाटत होती. कॉफीफिल्टर मधून कोऱ्या कॉफीचं द्रावण हळूहळू काचेच्या जगमध्ये पडत होतं. तिनं स्वत:साठी कपाटातून एक कप घेतला. ते ओगम दगड अजूनही तिथेच होते. तिच्या मनात प्रश्न उभा राहिला, 'आजी ते दगड तिथून उचलून कुठे नेऊन टाकणार होती?' कॉफीचं सगळं द्रावण पूर्णपणे काचेच्या जगमध्ये पडेपर्यंत ती थांबली, आणि मग तिनं आपल्या कपात कॉफी ओतून घेतली. त्यात गरम दूध घातलं. तिला दूध आणि कॉफी एकत्र मिसळून उकळायचा कंटाळा आला होता.

तिचे आजी-आजोबा स्वयंपाकघरात आले. त्यांनी तिला गुडमॉर्निंग म्हटलं आणि विचारलं, "काय झालं गं?"

ती सगळी घटना सांगू लागली.

"थांब हं," तिचे आजोबा म्हणाले. त्यांनी स्वत:साठी एका कपात कॉफी ओतून घेतली आणि ते टेबलापाशी त्यांच्या जागेवर येऊन बसले.

आजीसुद्धा तिच्याजवळ बसली, आणि म्हणाली, "आता सांग."

ती सांगू लागली. आजी-आजोबा तिला मधेच न थांबवता लक्ष देऊन ऐकत होते. जलतरण तलावापाशी तिनं जायला नको होतं, असं काहीही बोलले नाहीत ते दोघे. सगळं सांगून झाल्यावर त्या दोघांनी एकमेकांकडे हेतुपूर्वक पाहिलं.

"नेसला बोलवायला हवं." आजोबा म्हणाले.

बिशप कोलुब्रांची वाट पाहता पाहता त्या तिघांनी सकाळचा नाश्ता उरकला. आदल्या रात्रीच सौ. मरींनी ओटमील बनवून ठेवलं होतं, आता ते मंद आचेवर छान गरम होत होतं. त्यांनी टेबलावर यंत्रवत साखर, दूध, बेदाणे वगैरे गोष्टी मांडल्या आणि सांगितलं, "ओटमीलमध्ये जे हवं ते घालून घ्या."

"या सगळ्या घटनेचा गर्भितार्थ किती वाईट आहे," श्री. मरी बोलू लागले, "पॉलीचा बचाव करण्याचा कुठलाही मार्ग दिसत नाहीये. तिला आपल्यापैकी कुणाच्यातरी शरीराशी बांधून ठेवलं, तरच फक्त तिचा बचाव होऊ शकेल."

जोरजोरात भुंकण्याचा आवाज आल्यामुळे त्यांचं बोलणं थांबलं. श्री. मरी कपाळावर हात मारून घेत म्हणाले, "अरे बापरे, मी जवळजवळ विसरलोच होतो..." ते बाहेर गेले आणि रात्री आलेल्या त्या कुत्र्याला घेऊन आत आले. तो कुत्रा खूप खूश होऊन उड्या मारत होता. त्यांनी विचारलं, "पॉली, हा त्या कॅरॅलिसचा कुत्रा आहे का?"

"मला तरी तसंच वाटतंय."

डोकं हलवत श्री. मरी पुन्हा गॅरेजमध्ये गेले आणि त्या कुत्र्याचं ब्लँकेट घेऊन आत आले. ते ब्लँकेट त्यांनी लाकडी शेकोटीपाशी पसरलं. तो कुत्रा उडी मारून त्यावर बसला, आणि जोरात जमिनीवर शेपूट आपटू लागला. हॅड्रॉननं त्याच्या अंगावर उडी मारली आणि तो त्याच्या हलणाऱ्या शेपटीशी, ती शेपूट म्हणजे जणू उंदीर असल्यागत खेळू लागला. शेवटी त्या कुत्र्यानं शरणागती पत्करल्यागत सुस्कारा टाकला.

"तीन हजार वर्षांच्या अंतराचा हॅड्रॉनला काही फरक पडलेला दिसत नाही. का कुणास ठाऊक, पण आवडतंय. अर्थात, मी जणू बुडत्याला काडीचा आधार शोधतोय बहुतेक," ते म्हणाले.

बिशप डॉ. लुईससोबत आत आले. डॉ. लुईस म्हणाल्या, "माझ्या भावाच्या कल्पनारम्य विश्वापेक्षा विवेकी शहाणपणा वरचढ ठरेल असा मला विश्वास आहे. मला साधारण एक तास तरी दवाखान्यात काही काम नाहीये, म्हणून मीसुद्धा आले."

"हा कुत्रा अजूनही इथेच आहे हं," त्या कुत्र्याच्या डोक्यावरून हात फिरवत बिशप म्हणाले.

पॉलीनं सांगितलं, "तो काल रात्री कॅरॅलिससोबतच होता. म्हणजे, कालची रात्र त्यानं जिथे कुठे घालवली असेल तिथे..."

तिचं वाक्य तोडत सौ. मरींनी विचारलं, "तुम्ही नाश्ता केलाय का?"

"हो, बराच वेळ झाला," डॉ. लुईस म्हणाल्या.

स्टोव्हकडे बघत बिशप म्हणाले, "खूपच जास्त वेळापूर्वी केला होता."

त्यांच्या हातात एक वाडगा देत सौ. मरी म्हणाल्या, "त्यात तुला जे हवंय ते घालून घे हं नेसन. आज फक्त ओटमीलच बनवलंय."

बिशपनं त्यात ओटमील घालून घेतलं, वर भरपूर साखर आणि बेदाणे घातले आणि दूधही घातलं. वाडगा घेऊन ते टेबलापाशी बसले. ते म्हणाले, "तो कुत्रा इथे आहे, ही चांगलीच गोष्ट आहे. तो रक्षण करील. बरं, पॉली, आता मला सांग काल रात्री नक्की काय काय घडलं होतं? कुठलीही गोष्ट वगळू नकोस."

पॉली सांगू लागली, "मला झोप येतच नव्हती, आणि जलतरण तलाव जणू मला त्याच्याकडे खेचतोय अशी जाणीव होत होती. मला नीट समजावून सांगता येत नाहीये. तलावापाशी जायला नको, हे मला चांगलंच कळत होतं. मला तिथे जायची इच्छाही नव्हती, पण तरी तो तलाव मला खेचत राहिला. मग मी तिथे गेले."

बिशप खात खात अगदी काळजीपूर्वक सगळं ऐकत होते. तिनं जेव्हा त्या चंद्रकोर जडवलेल्या चांदीच्या अर्धवर्तुळाकार मुकुटाचा उल्लेख केला, तेव्हा चमकून त्यांनी वर तिच्याकडे पाहिलं. ते म्हणाले, "नक्कीच चंद्रदेवतेचं प्रतीक. ॲनीनंसुद्धा तसाच मुकुट घातला होता, असं तू सांगितलंस नं?"

"हो."

"चंद्रदेवता... बरं... आणि माता, म्हणजे पृथ्वी. तुझ्या लक्षात येतंय का, सेल्टिक आणि स्थानिक अमेरिकन लोकांच्या परंपरांचं मिश्रण झाल्याचं दिसतंय. अनेक बाबतीत त्या परंपरांमध्ये साम्य आढळतं. बरं, तू पुढे सांग."

जरा वेळानं श्री. मरी तिचं बोलणं थांबवून मधेच म्हणाले, "तू सांगते आहेस, कॅरॅलिस आणि तो दुसरा कुणीतरी..."

"टाव" तिनं त्यांना आठवत नसलेलं नाव सांगितलं.

"बरोबर. तर तो टाव आणि कॅरॅलिस, त्या काळच्या अमेरिकेतील नवीन जगात, फक्त तीन वर्षांपूर्वीच आले होते?"

"मला तरी तसंच वाटतंय हो आजोबा. ॲनारल आणि कॅरॅलिस दोघांनी तेच

सांगितलं होतं.''

मान डोलावून बिशप म्हणाले, ''हो, बरोबर. मलाही त्यांनी तसंच सांगितलं होतं. मात्र तेव्हा मी काळासंबंधीच्या या बाबीकडे जास्त लक्ष दिलं नव्हतं. कॅरॅलिस आणि टाव एका बोटीतून तिथे येऊन पोचले. अर्थात, तो भलामोठा तलाव कित्येक वर्षांपूर्वीच गायब झालेला असल्यामुळे, आता तसं करणं शक्यच होणार नाही म्हणा. आता तर अगदी हिमनदीतलासुद्धा बर्फ वितळून त्या जागी पाणी गोळा होत नाही. तीन हजार वर्षांपूर्वी मात्र ते अगदीच शक्य होतं. आधी समुद्र ओलांडून, मग त्या काळी असलेल्या बऱ्यापैकी मोठ्या नदीतून प्रवास करत अखेर तलावात येऊन पोचणं; आणि मग तलाव ओलांडून इथे या जागी येणं... हे अगदीच शक्य आहे. आता तर नद्या आटून त्या नद्यांच्या जागी नुसतेच झरे आहेत, पण तीन हजार वर्षांपूर्वी तिथे बऱ्यापैकी मोठ्या नद्या होत्या. तुझं काय मत आहे अॅलेक्स?''

श्री. मरींना ते मान्य झालं. ते म्हणाले, ''शक्य आहे. एकदा समुद्र ओलांडून या खंडावर आल्यानंतर, कदाचित ते एखाद्या लहानशा होडीतून तलाव ओलांडून इथे आले असतीलही.''

''त्या काळी एवढा मोठा समुद्र ओलांडणं, हे मात्र जरा अवघड वाटतंय.'' डॉ. लुईस म्हणाल्या.

''अगं, तेव्हासुद्धा लोकांनी ओलांडले होते समुद्र, आठवतंय का? ताऱ्यांवरून दिशा ओळखत असत ते, आणि ड्रूइड्स तर उत्तम खगोलतज्ज्ञ होते.'' बिशप म्हणाले.

बिशपनं आपल्या वाडग्यात आणखी ओटमील वाढून घेत म्हटलं, ''हं, पुढे सांग पॉली.''

तिचं सगळं सांगून होईपर्यंत बिशपचा वाडगा रिकामा झालेला होता. ते म्हणाले, ''ठीक आहे. म्हणजे तू त्या वाऱ्याच्या लोकांच्या सॉवेनचा भाग झाली होतीस. या दिवशी ते गत आत्म्यांचं स्मरण करत असत.''

''कॅरॅलिस आणि टाव या दोघांना तिथल्या मूळ रहिवाशांनी आपल्यात सामावून घेतलं होतं. ते मूळ रहिवासी म्हणजेच वाऱ्याचे लोक का?'' श्री. मरींनी विचारलं.

बिशप बोलू लागले, ''कॅरॅलिस त्यांचा नवा नेता बनला होता. तो आणि टाव चक्रीवादळात सापडून तलावातून वाहात तिथे येऊन पोचले होते. हासुद्धा तिथल्या रहिवाशांना एक दैवी संकेतच वाटला असेल.'' आणखी मूठभर बेदाणे उचलत ते पुढे म्हणाले, ''कॅरॅलिस आणि टाव, दोघांना ब्रिटनमधून हद्दपार केलं होतं. अर्थात, दोघांच्या हद्दपारीची कारणं अगदी परस्परविरोधीच होती. नरबळी देण्यास नकार दिल्याबद्दल कॅरॅलिसला, आणि ड्रूइड नसतानाही स्वतःच बलिवेदीवर नरबळी दिल्याबद्दल टावला शिक्षा झाली होती. त्याला नरबळी देण्याची नितांत आवश्यकता

वाटत होती. जमीन, म्हणजेच पृथ्वी नरबळी मागते आहे, असा टावचा ठाम विश्वास होता. त्यानुसारच टावनं ती कृती केली होती.''

जड आवाजात श्री. मरी म्हणाले, ''पॉली. रक्त. म्हणजे तो त्यासाठी पॉलीचा विचार करतो आहे.''

आजोबांनी इतक्या स्पष्टपणे हे वास्तव उघड केल्यामुळे पॉलीला त्याचं गांभीर्य नीट लक्षात आलं. काल रात्री टावच्या बोलण्याचा अर्थ तिच्या फारसा लक्षात आला नव्हता.

सौ. मरींनी विचारलं, ''नरबळी देणं हा ड्रूइड लोकांच्या धार्मिक विधीचा भाग होता का?''

बिशप म्हणाले, ''तसं सिद्ध झालेलं नाहीये. पृथ्वीमाता रक्ताची मागणी करते असं ते लोक मानत असत. दर वर्षी, बहुतेक सॉवेनच्याच दिवशी, नरबळी दिला जात असे. शक्यतो एखाद्या कैद्याचा बळी दिला जाई. ते शक्य नसल्यास, साधारणपणे त्यांच्या जमातीतल्या सर्वांत कमजोर माणसाला बलिवेदीवर आडवं करून त्याचा बळी देण्यात येत असे, आणि मग जमिनीवर रक्ताचा अभिषेक केला जाई.''

पॉलीच्या अंगावर काटा उभा राहिला.

''आणि त्या कवट्यांबद्दल काय माहीत आहे?'' डॉ. लुईसनं विचारलं.

''ती काही जमातींमधली एक अगदीच सर्वमान्य प्रथा होती. बलिवेदीच्या भोवती, किंवा उभ्या दगडांच्या रिंगणाभोवती खांब उभारत असत, आणि त्या खांबांवर शत्रूची मुंडकी किंवा कवट्या लटकावून ठेवत असत. हे सगळे अश्मयुगीन लोक होते आणि त्यांची विचारसरणी आपल्यापेक्षा खूपच वेगळी होती, ही गोष्ट लक्षात ठेवा.''

''रक्तपिपासू लोक.'' डॉ. लुईस म्हणाल्या.

बिशपनं सौम्य शब्दात प्रश्न केला, ''मग बॉम्बस्फोट करून सगळ्या लोकांना जाळून टाकणं ही गोष्टसुद्धा रक्तपिपासूपणाच दर्शवते नं? यापेक्षा जास्त खुनशी होते का ते लोक? किंवा हायड्रोजन बॉम्बचा वापर करून सगळ्यांची राखरांगोळी करणं? आपली मानवी जातच मुळात रक्तपिपासू आहे. कॅरॅलिससारख्या शांतता प्रस्थापित करणाऱ्या लोकांची संख्या अतिशय कमी असते.''

श्री. मरींनी प्रश्न विचारला, ''ते जाऊ दे. पॉलीचं काय?''

बिशप म्हणाले, ''सॉवेन तर पार पडून गेलाच आहे. कॅरॅलिस पॉलीला सुखरूप घरी पाठवू शकला.''

''म्हणजे? धोका टळला आहे असं तुला सांगायचंय का?''

मान डोलावून बिशप म्हणाले, ''तसं असायला हवं. तो विशिष्ट काळ निघून गेलाय.''

कुत्रा त्याच्या ब्लँकेटवरून उठला आणि पॉलीजवळ आला. तिच्या शेजारी बसून त्यानं त्याचं डोकं तिच्या मांडीवर ठेवलं. तिनं त्याच्या गळ्यात हात टाकला. छान मजबूत वाटत होती त्याची मान. त्याच्या अंगावरचे केस जास्त लांब नसले तरी मऊ होते.

बिशप म्हणाले, ''कॅरॅलिस आणि ॲनी पॉलीचं रक्षण करतील. कॅरॅलिसनं त्याचा कुत्राही पाठवलाय.''

तीक्ष्ण आवाजात श्री. मरी म्हणाले, ''हा तोच कुत्रा असेल, असं मात्र मुळीच नाही. पॉलीनं त्या लोकांना भेटलेलं मला मुळीच चालणार नाही, त्यातल्या कुणालाही नाही. तुझं ते काळाचं दार बंद झालं की लगेचच मी पॉलीला इथून दूर पाठवणार आहे.''

''पण आजोबा, अहो, जर ते काळाचं दार बंद झालं तर मग कुठलीच समस्या उरणार नाही. आणि मग त्या टेसरॅक्टची चिंता करायची गरजही उरणार नाही.''

ही गोष्ट बिशपनाही मान्य झाली. ते म्हणाले, ''सॉवेन संपला आहे. आज 'ऑल सोल्स डे' आहे. आजच्या दिवशी आपण आपल्या पुण्यात्म्यांचं स्मरण करतो, आजचा दिवस शांततेत पार पाडतो. आज आपण आपलं दुःख हलकं करून मन शांत करू शकतो.''

''नेसन'' श्री. मरींनी खरखरत्या आवाजात विचारलं, ''आता आपण पुढे काय करायचं? पॉलीवरचं संकट पूर्णपणे दूर झालंय, अशी ग्वाही तू आम्हाला देऊ शकतोस का?''

बिशप त्यांच्या वाडग्यातल्या उरल्यासुरल्या एकमेव बेदाण्याकडे निरखून पाहू लागले, जणू उत्तर शोधत असल्यासारखं. मग ते म्हणाले, ''मला माहीत नाही. तो तरुण मुलगा झॅकरी या सगळ्या प्रकारात सामील नसता नं तर कदाचित तशी खात्री मी देऊ शकलो असतो.''

''आता त्याचं काय?''

''या सगळ्या प्रकारात त्याची नेमकी भूमिका काय आहे, हे अजूनही स्पष्ट झालं नाहीये.''

सौ. मरींनी हळूच विचारलं, ''पॉली अजूनही त्या टेसरॅक्टमधेच आहे का?''

बिशप पुन्हा त्या बेदाण्याकडे एकटक बघत म्हणाले, ''अनेक प्रश्नांची उत्तरं अजूनही मिळालेली नाहीयेत.''

“हे माझ्या प्रश्नाचं उत्तर आहे का?”

“मला माहीत नाही,” बिशप सौ. मरींकडे बघत म्हणाले. ‘मला तुमचं ते टेसरॅक्ट वगैरे समजत नाही. पॉली काळाचं दार ओलांडून पलीकडे गेली होती. जर मी ते दार उघडलं असेल तर... तर त्याबद्दल मला माफ करा.”

पॉलीनं विचारलं, “बिशप, टावबद्दल काय मत आहे तुमचं?”

“टावला वाटणाऱ्या काळजीमागे ठोस कारण आहे. त्यांच्या शेजारच्या जमाती वाऱ्याच्या लोकांसारख्या शांतताप्रिय नाहीयेत. अनेक उन्हाळ्यांपासून तिथे दुष्काळ पडत आलाय. तलावापलीकडच्या भूभागात तर खूपच तीव्र दुष्काळ आहे. तिकडे पिकांना पाणी मिळण्यासाठी जमिनीखालची नदीसुद्धा नाहीये. आत्तापासूनच दरोडे पडायला लागले आहेत. ही जमीन सगळ्यांनाच हवी आहे. तिचं रक्षण करण्यासाठी टाव लढायलाही तयार आहे.”

“कॅरॅलिससुद्धा?” श्री. मरींनी विचारलं.

“अं, मला खात्री देता येत नाही,” आपलं कपाळ चोळत बिशप म्हणाले. “तो शांतताप्रिय माणूस आहे, पण शांतता प्रस्थापित करणं हे कुणा एकट्याचं काम नसतं नं.”

कपाटापाशी जात श्री. मरी म्हणाले, ‘तुला हे ओगम दगड सापडलेच नसते, किंवा तू ते काळाचं दार उघडलंच नसतं, तर किती बरं झालं असतं.”

“अरे पण ते मी मुद्दाम नाही उघडलं..... अनवधानानं घडून आलं रे. मुद्दाम ठरवून असं काहीच केलं नाही मी.”

“नाही? तू त्या ॲनीला लुईसकडे घेऊन गेलास, तेव्हा काळाचं दार अगदी पूर्ण उघडलंस की,” श्री. मरी शांत आवाजात बोलले असले तरी त्यांनी बिशपवर आरोपच केला.

डॉ. लुईस पट्‌कन म्हणाल्या, “अरे तिचं बोट गमावून बसली असती ती. मी प्रतिजैविकांचा वापर केला नसता तर जखमेतला जंतुसंसर्ग खूप वाढला असता. चाकूच्या निसटत्या जखमेमुळे कदाचित तिचा जीवही जाऊ शकला असता.”

किंचित हसत सौ. मरी पॉलीच्या कानात कुजबुजत म्हणाल्या, “जेव्हा हातघाईची परिस्थिती उद्‌भवते तेव्हा मात्र दोघं बहीण-भाऊ एक होतात हं.” मग त्या श्री. मरींना म्हणाल्या, “बरं. पण ॲलेक्स, जोवर या सगळ्या प्रकारात पॉली गोवली गेली नव्हती, तोपर्यंत तुला अन् मला हे सगळं फार विलक्षण वाटलं होतं, त्यावर विश्वास बसला नव्हता, पण विलक्षण वाटलं होतंच.”

श्री. मरींनी विचारलं, “पॉलीला तिच्या बेन सीड बेटावरच्या घरी पाठवून दिलं तर ते तिच्या सुरक्षेच्या दृष्टीने योग्य होईल का?”

"नाही..." पॉलीनं बोलायला सुरुवात केली, पण तेवढ्यात बिशपनं हात उंचावून तिला गप्प केलं.

"मला तरी तिला एवढ्यात नको पाठवायला असंच वाटतंय. सगळ्या गोष्टी अजून स्पष्ट व्हायच्या आहेत. आपण तोपर्यंत तिला इथेच सुरक्षित ठेवू शकतो. कालच्या प्रसंगाची पुनरावृत्ती टाळण्यासाठी आपल्यापैकी एकानं सतत तिच्यासोबत राहायलाच हवं," बिशप म्हणाले.

सौ. मरी म्हणाल्या, "तू नाही हं नेस. माफ कर, पण तूच ते काळाचं दार उघडलं होतंस."

"हं, तुझं म्हणणं बहुतेक बरोबरच आहे. पण तू... तू आणि ॲलेक्स, कोणीतरी एक सतत तिच्यासोबतच राहा."

सौ. मरींनी सुचवून पाहिलं, "जर तू ते तळघर पूर्ण बुजवून टाकलंस तर काय होईल?"

"माझ्या मते काहीच नाही. ते तळघर तारे पाहायच्या खडकापासून आणि तुमच्या जलतरण तलावापासून सगळ्यात जवळ होतं. ती दोन्ही पवित्र ठिकाणं आहेत."

"पवित्र?"

"हो, पवित्रच. आपल्याला सगळ्या गोष्टी प्रत्यक्ष पुराव्यानिशी सिद्ध व्हायला हव्या असतात, त्याशिवाय आपण त्या मानत नाही. त्यामुळे आपण एखादी जागा पवित्र असेल हे मानायला तयारच नसतो. आपल्या मनातून पावित्र्याची भावना हरवत चालली आहे. जेरुसलेममधलं माउंट मोराया किंवा ग्लॅस्टनबरी ॲबे अशी काही पवित्र ठिकाणं आपल्या लक्षात आहेत. माउंट मोराया हे ॲब्राहमनं इसाकचा बळी देण्याच्या आधीपासूनच पवित्र स्थान होतं. तसंच बेथेल, म्हणजे 'देवाचं घर', हेसुद्धा कितीतरी आधीपासूनच पवित्र होतं. अगदी जेकबला ते स्वप्न पडायच्याही आधी, किंवा ती 'आर्क ऑफ द कॉव्हेनंट' तिथे थोड्या काळाकरता ठेवली जाण्याच्याही कितीतरी पूर्वीपासून बेथेल हे पवित्र स्थानच मानलं जायचं."

"नेस, तू पुन्हा चर्चच्या व्यासपीठावर उभं राहिल्यागत, तुझं प्रवचन सुरू केलंस हं," डॉ. लुईस हळूच म्हणाल्या.

ते मात्र बोलतच होते, "अशी पवित्र स्थानं एकमेकांशी 'ले लाइन्सनं' जोडली गेलेली असतात, असाही एक सिद्धान्त मानला जातो."

डॉ. लुईसनं त्यांना थांबवून विचारलं, "नेस, अरे बाबा, आता या 'ले लाइन्स' म्हणजे काय?"

"लाइन्स, म्हणजे रेषा. विद्युत-चुंबकीय बलाच्या रेषा. या अशा रेषांची

इंग्लंडमध्ये व्यवस्थित नोंद केलेली आहे. एका पवित्र ठिकाणाला दुसऱ्या पवित्र ठिकाणाशी जोडणाऱ्या रेषा, ऊर्जेच्या रेषा. तळघर आणि तारे पाहायचा खडक यांच्यामध्ये, आणि तारे पाहायच्या खडकापासून तुमच्या जलतरण तलावापर्यंत अशीच 'ले लाइन' नक्की असणार अशी मला शंका आहे.''

''नसती थेरं आहेत, अगदी फालतूपणाच आहे सगळा,'' डॉ. लुईस म्हणाल्या.

पण पॉलीला कॅरॅलिस सांगत होता ते आठवलं. तारे जोडणाऱ्या, ठिकाणं जोडणाऱ्या, लोकांना जोडणाऱ्या अशाच रेषांबद्दल तो तिला सांगत होता. तेव्हा तिला ते फालतू वाटलं नव्हतं.

बिशप सांगू लागले, ''लोकांना ती थेरं वाटू शकतात, किंवा नादिष्टपणाही वाटू शकेल. लोक त्या नादालाही लागू शकतील, पण त्यामुळे त्या स्थानांचं मूळचं पावित्र्य कमी होत नाही.''

''हे बघ, आता म्हातारपणात तू नसत्या थेरांच्या मागे लागलेलं मला चालणार नाही हं.'' डॉ. लुईसनं त्यांना बजावलं.

''लुईस, अगं हे सगळं मी काही स्वत:हून मागून घेतलं नाहीये. मी काही ते ओगम दगड मुद्दाम शोधत नव्हतो. या प्रकाराला 'फालतूपणा' असं मात्र म्हणता येणार नाही हं. तुझ्या घराचं तळघर हे साधंसुधं तळघर नाहीये, या गोष्टीची मला अजिबात कल्पना नव्हती. तीन हजार वर्षांचा कालखंड ओलांडून ती ॲनी इथे येईल अशी मी अपेक्षाही केली नव्हती. खूप गोड आणि निरागस मुलगी आहे गं ती. अगदी थोडीशीच का असेना, पण माझ्यावर तिची जबाबदारी असल्याचं जाणवतं.''

''अरे बाबा, अंदाजे तीन हजार वर्षांपूर्वी तिचा मृत्यूही झाला असेल, मग तिची जबाबदारी तुझ्यावर कशी असेल? तिची गोष्ट आधीच घडून गेली आहे. नाश झालाय तिचा. संपली आहे ती,'' डॉ. लुईस म्हणाल्या.

''खरंच? संपली आहे?'' बिशप कुजबुजत्या आवाजात म्हणाले.

दारापाशी जात डॉ. लुईस म्हणाल्या, ''मला आत्ता दवाखान्यात जायला हवं, पण तुम्ही सगळे आमच्या घरी दुपारचं जेवायला या, आणि पूर्ण दिवस आमच्याकडेच राहा. हे छान होईल. पॉलीला इथे या जागीच सगळ्यात जास्त धोका आहे, असं दिसतंय. आपण वास्तववादी विचारांचे आहोत. ती जर आपल्या सोबत असली तर तिलाही जरा सुरक्षित वाटेल. नेसचं ते काळाचं दार आपण बंद ठेवू शकू, कारण मुळात आपला त्यावर अजूनही फारसा विश्वास बसलेलाच नाहीये.''

ही कल्पना सगळ्यांनाच पटली खरी, पण तरीदेखील त्यांच्या घरी जाताना,

पॉलीनं बिशपसोबत त्या पिकअप व्हॅनमध्ये बसावं की नाही, या मुद्द्यावर मात्र चांगलाच वाद झडला.

बिशप म्हणाले, "हायवेवर काळाची दारं नाहीयेत, आपण थेट तुझ्या घरी जाणार आहोत लुईस. केट आणि ॲलेक्स त्यांच्या गाडीतून आपल्या मागोमाग येतील."

"पण पॉली केट अन् ॲलेक्सबरोबर का नाही येऊ शकणार?"

"माझ्यावर तिची जबाबदारी आहे."

"नेस, अरे ती तुझ्यासोबत तर मुळीच असायला नकोय."

पण बिशपनं आपला हट्ट सोडला नाही. शेवटी पॉली त्यांच्यासोबत येईल, पण ते गाडीची वेगमर्यादा पाळतील, आणि आजी-आजोबा त्यांच्या मागोमागच असतील, या अटींवर पॉलीला बिशपच्या गाडीत बसायची परवानगी मिळाली.

"जेवणाच्या वेळेपर्यंत मी घरी पोचते. येताना मी मांसाचे गोठवलेले काप घेऊन येते," डॉ. लुईस म्हणाल्या.

बिशप गाडीत बसल्यावर पॉली गाडीत चढून बसली. कुत्रा कुं-कुं करत, भुंकायला लागला. त्याला एकटं राहायचं नव्हतं.

श्री. मरींनी त्याला फर्मावलं, "जा रे. तू जिथून आला होतास, तिथे निघून जा."

गाडीचं इंजिन चालू करत बिशप म्हणाले, "मला माफ कर पॉली."

तिनं सुस्कारा टाकला. ती म्हणाली, "तुम्ही वाईट वाटून घेऊ नका. हे काही तुम्ही मुद्दाम ठरवून केलेलं नव्हतं. बिशप, हे सगळं भीतिदायक असलं नं, तरी रोमांचक सुद्धा आहे हं."

"तुझा बचाव व्हावा म्हणून तुला काहीतरी मंतरलेला ताईत वगैरे देता आलं असतं, तर किती बरं झालं असतं."

तिनं तिचा लाल ॲनोरक घातलेलाच होता. त्याचे खिसे चाचपडून तिनं झॅकरीनं दिलेली प्रतिमा एका खिशातून बाहेर काढली. तिनं सांगितलं, "काल दुपारी झॅकरीनं मला हे दिलं."

एका हातानं स्टिअरिंग व्हील पकडून दुसऱ्या हातानं बिशपनं ती प्रतिमा घेतली. ते म्हणाले, "रक्षक-देवदूताची प्रतिमा! किती छान! प्रचंड आनंद झालाय मला!"

त्यांच्या मागून येत असलेल्या आजी-आजोबांच्या गाडीचा हॉर्न जोरात वाजला, लगेच बिशपनं गाडीचा वेग कमी केला. ती प्रतिमा पॉलीला परत देत ते म्हणाले, "प्रेमाची ताकद अखिल ब्रह्मांडास व्यापून राहिलेली असल्याची आठवण ही प्रतिमा करून देते. तूदेखील प्रेमानं प्रतिसाद दिलास तर ते तुला

मदतच करतील.''

ती प्रतिमा पुन्हा खिशात ठेवत पॉली म्हणाली, ''एकदा माझ्या सँडीमामानं मला सेंट जॉर्ज आणि ड्रॅगनचं चित्र असलेली प्रतिमा दिली होती.''

''त्यामुळे वाईट घटना घडायच्या थांबल्या नाहीतच नं?'' बिशप पुढे म्हणाले, ''प्रतिमा ही मूर्ती नसते. ती फक्त द्वेषापेक्षा प्रेम श्रेष्ठ असल्याचं स्मरण देत असते.''

''तुमचा या गोष्टीवर अगदी खरोखरच विश्वास आहे का?''

शांतपणे मान डोलावून बिशप म्हणाले, ''तुला भौतिकशास्त्राचं बऱ्यापैकी ज्ञान आहे, हो नं?''

''त्याचा आपल्या याआधीच्या बोलण्याशी काही संबंध आहे का?''

''हो नक्कीच. सगळे भौतिकशास्त्रज्ञ, विद्युत-चुंबकीय बल, गुरुत्वीय बल, त्याचप्रमाणे तीव्र आणि सौम्य बलांमधील परस्परक्रियांना काय म्हणतात ते तुला माहीत आहे का?''

''नाही.''

''त्याला 'परस्परक्रियांची श्रेणीबद्ध रचना' असं म्हणतात. देवदूतांचं तीन विभागात वर्गीकरण करताना 'श्रेणीबद्ध उतरंड किंवा श्रेणीबंध' हा शब्द 'डायनिसियस द अरियापगाइट' यानं वापरला होता. त्या तीन विभागांपैकी प्रत्येक विभागाचे आणखी तीन उपविभाग केलेले होते. आता भौतिकशास्त्रज्ञ, भौतिक पदार्थांच्या परस्परांमधील मूलभूत क्रियाचं अशाच श्रेणीबद्ध उतरंडीमध्ये वर्गीकरण करतात. त्यावरून त्यांनी देवदूतांबद्दल निदान ऐकलेलं तरी आहे हेच दिसून येतं.''

''हे कसं काय दिसून येतं?''

''तुझ्या आजोबांनीच ते मला समजावून सांगितलं होतं.''

''म्हणजे? त्यांचा देवदूतांवर विश्वास आहे?''

''बहुतेक असेलही. माझा मात्र आहे हं विश्वास. अर्थात, ते तुझ्याजवळ असलेल्या प्रतिमेतल्या सुंदर देवदूतासारखे दिसत नाहीत म्हणा. आपल्या धर्मग्रंथानुसार देवदूत जेव्हा एखाद्यासमोर प्रकट होतात, तेव्हा अगदी सगळ्यात पहिल्यांदा काय म्हणतात?''

''काय?''

''ते म्हणतात, 'घाबरू नकोस!' यावरून ते कसे दिसत असतील याची कल्पना येते.''

पुन्हा एकदा आजी-आजोबांच्या गाडीनं हॉर्न वाजवला. बिशपनं पुन्हा वेग कमी केला आणि वळणावर वळून, टेकडीच्या वळणदार रस्त्यावर भरधाव वेगानं गाडी चालवत डॉ. लुईसच्या घरापाशी येऊन थडकले. बिशपनं गाडी बंद केली.

त्यांच्या मागोमाग मरींची गाडीही पोचली.

ते सगळे डॉ. लुईसच्या स्वयंपाकघरात जेवणाच्या टेबलाभोवती येऊन बसले. बिशप म्हणाले, ''ही या घरातली सगळ्यात उबदार जागा आहे.''

हे सगळं खरंच घडतंय, यावर क्षणभर पॉलीचा विश्वास बसेना. एका वेगळ्याच अवास्तव जगात गेल्यागत वाटलं तिला. अर्थात, अगदी वेगळ्याच हवामानात आजी-आजोबांसोबत राहण्याचा किंवा डॉ. लुईसच्या स्वयंपाकघरात असण्याचा अनुभवसुद्धा तिच्यासाठी नवीनच होता. ॲनारलच्या काळात जाण्याचा अनुभवही तितकाच नवा आणि अनोखा होता. तिचे आजी-आजोबा सतत त्यांच्या स्वत:च्याच खास अशा वैज्ञानिक जगातच राहायचे. त्यांचं घरही गावाबाहेर होतं. ती पोस्ट-ऑफिसमध्ये किंवा दुकानात जात राहिली नसती तर तिला कित्येक दिवस इतर माणसं दिसलीसुद्धा नसती.

बेन सीड बेटावरचं तिच्या आई-बाबांचं घरही इतर घरांपासून तसंच अलग पडलेलं होतं, पण तिची भावंडं, शाळा या सगळ्यामुळे तिथल्या वास्तव जगाशी तिचा आपोआपच संबंध यायचा. वास्तव जग, कसल्या प्रकारचं वास्तव होतं ते? तिच्या काऊपरटाउन-हाय शाळेत अमली पदार्थांचं सेवन ही एक मोठी समस्या बनली होती. शिवाय कुमारी मातांची समस्याही होतीच. त्याच्याच जोडीनं आळशीपणा, स्वयंप्रेरणेचा अभाव, असे दुर्गुणही विद्यार्थ्यांमध्ये आढळत होते. विद्यार्थ्यांना पोसणं ही दुनियेची जबाबदारीच आहे, असा त्या मुलांचा ठाम समज होता.

तिच्या अचानक लक्षात आलं, आजोबांच्या अभ्यासिकेत एक टेलिव्हिजन आहे, पण ते तो टीव्ही लावतच नाहीत. त्यांच्या रेडिओवरही एकच शास्त्रीय संगीताचं स्टेशन तेवढं लागतं. तिचे आजी-आजोबा वर्तमानपत्र वाचत असत, त्यामुळे जगात काहीही उलथापालथ झाली तरी आजी-आजोबा तिला सांगतील अशी तिला खात्री होती. त्यांच्याकडे आल्यापासून ती बाह्य जगापासून तुटली असल्यागत तिला वाटत असे.

आळीपाळीनं आजी-आजोबांकडे आणि बिशपकडे बघत तिनं सांगितलं, ''उद्या झॅकरी येणार आहे. त्याचं काय करायचं आपण?''

''मला तरी लुईसनं त्याला तपासायला हवंय,'' सौ. मरी म्हणाल्या.

''अगं ती हृदयरोगतज्ञ नाहीये,'' श्री. मरी म्हणाले.

''जिथे विशिष्ट स्पेशालिस्ट उपलब्ध नाहीत अशा ठिकाणी गेली कितीतरी वर्षं ती यशस्वी डॉक्टर म्हणून काम करते आहे. अनेक वर्षांच्या अनुभवातून तिला खूप ज्ञान मिळालं आहे.''

''बरं, हे मान्यच आहे. अग, पण आपण झॅकरीला शक्य तितकी सर्वसामान्य

वागणूक दिली, तर ते त्याला जास्त आवडेल. त्याला ती ॲनी चुकून दिसली असेल, किंवा त्यानं पाहिलेली ती मुलगी ॲनी नसेलच मुळी.''

''अहो पण मग दुसरं कोण असेल?'' पॉलीनं विचारलं.

अचानक बाहेर जोरजोरात भुंकण्याचा आवाज आल्याने सगळ्यांनी त्या दिशेला पाहिलं. बिशपनं दार उघडलं. मरींच्या घरी आलेला कुत्रा शेपूट हलवत धावत आत आला. आधी त्यानं श्री. मरींच्या जवळ जाऊन उड्या मारल्या, मग पॉलीच्या आणि इतर सगळ्यांच्या अंगावर उड्या मारू लागला.

बिशपनं त्याच्या डोक्यावरून हात फिरवत म्हटलं, ''अगदी इथेही भूतकाळापासून आपली सुटका होऊ शकत नाही.''

श्री. मरी ठामपणे म्हणाले, ''तो एक साधासुधा कुत्रा आहे. मला तर तो साधा रस्त्यावरचा बेवारस कुत्रा वाटतो, दुसरं काही नाही.''

बिशप म्हणाले, ''तो रक्षण करील. ही गोष्ट हसण्यावारी नेऊ नका.''

तो कुत्रा उड्या मारत सौ. मरींच्या जवळ जाऊन बसला आणि त्यानं त्याचं डोकं त्यांच्या मांडीवर ठेवलं. नकळत त्या त्याचं डोकं कुरवाळू लागल्या. त्या म्हणाल्या, ''या प्राण्याला आपल्यासोबत राहू देण्याशिवाय दुसरा पर्यायच दिसत नाहीये.''

बिशप हसून म्हणाले, ''तुमची निवड झाली आहे.'' या वाक्याला प्रतिसाद दिल्यागत त्या कुत्र्यानं त्याची बारकीशी शेपूट जोरजोरात जमिनीवर आपटली. बिशप म्हणाले, ''आता तुम्ही त्याचं काहीतरी नाव ठेवा.''

''आम्ही त्याचं नाव ठेवलं तर त्याची जबाबदारी घेण्याची बांधिलकी आमच्यावर येईल,'' श्री. मरी म्हणाले.

''ते तर झालंच आहे की आता, खरं नं?'' पॉलीनं प्रश्न केला.

हळूच निश्वास टाकून आजी म्हणाली, ''हं, तसंच दिसतंय.''

पॉली म्हणाली, ''डॉ. लुईसनंही तुम्हाला कुत्र्याची गरज आहे, असं सांगितलं होतं नं.''

बिशपनं हळूच सुचवलं, ''पॉली, तुला त्याचं नाव ठेवायला आवडेल का?''

ती त्या कुत्र्याकडे निरखून बघू लागली. त्याची जात ओळखीची वाटत नव्हती, पण तो कुत्रा एका परीनं अगदी देखणा दिसत होता. त्याची पिवळट तपकिरी त्वचा छान तुकतुकीत आणि चमकदार होती. कानांच्या फक्त कडा काळसर होत्या, आणि त्यामुळे तो उठून दिसत होता. त्याची शेपूट एखाद्या दोरखंडासारखी बारीक असली तरी चांगली लांबलचक होती आणि शेपटीचं टोक काळं होतं. पॉली म्हणाली, ''याचं एखादं सेल्टिक नाव ठेवायला हवं, असं मला

वाटतंय. म्हणजे अर्थातच जर त्याचा कॅरॅलिसशी काही संबंध असेल, तरच हं.''

''तो अगदी साधा रस्त्यावरचा कुत्राच असेल गं,'' श्री. मरी त्यांचा हेका सोडायला तयार नव्हते.

''ओगम. त्याला ओगम अशी हाक मारली तर? ओगम नाव ठेवूया त्याचं, चालेल?''

''का नाही चालणार? कुत्र्याचं नाव ठेवणं ही अगदीच सामान्य गोष्ट आहे, आणि आत्ता आपल्याला अशाच सर्वसामान्य, साध्यासुध्या गोष्टींची गरज आहे,'' सौ. मरी म्हणाल्या.

तो कुत्रा पॉलीच्या पायांपाशी बसला आणि समाधानानं झोपून गेला.

पॉलीचे आजोबा म्हणाले, ''बरं. पॉली, आता आपण अगदी सर्वसामान्यपणे अभ्यास करू या हं. मला सांग बरं, हायझेनबर्गचं अनिश्चिततेचं तत्त्व (हायझेनबर्ग्स अनसर्टेनिटी प्रिन्सिपल) म्हणजे नेमकं काय?''

पॉलीनं एक सुस्कारा टाकला. कण-भौतिकीचं विश्व विचित्र वाटत असलं तरी ते आत्ता चांगलं वाटत होतं. ती शांतपणे उत्तर देऊ लागली, ''जर तुम्ही एखाद्या सूक्ष्म कणाचा वेग मोजत असाल, तर तुम्हाला त्याच्या स्थानाचं मोजमाप, म्हणजेच तो कण नेमका कुठे आहे, त्याचं मोजमाप घेता येणार नाही. किंवा, जर तुम्ही त्या कणाच्या स्थानाचं मोजमाप घेत असाल, म्हणजेच तो कण नेमका कुठे आहे याचं मोजमाप घेत असाल, तर तुम्हाला त्याचा वेग मोजता येणार नाही. एका वेळी तुम्हाला एकच गोष्ट मोजता येईल, वेग आणि स्थान या दोन्ही गोष्टी एकाच वेळी मोजता येणार नाहीत.''

''बरोबर. एका प्रोटॉनमध्ये किती क्वार्क्स असतात?''

''तीन. प्रत्येक रंगाचा एक.''

''कसे असतात ते क्वार्क्स?''

''दोन 'अप क्वार्क्स' आणि एक 'डाऊन क्वार्क.' ''

''आणि क्वार्क्स म्हणजे?''

''अत्यंत अतिसूक्ष्म कण. 'क्वार्क' हा शब्द जेम्स जॉइसच्या 'फिनिगन्स वेक' या कादंबरीतून घेतलेला आहे.''

''हं. ज्या शास्त्रज्ञानं त्या अतिसूक्ष्म कणांना क्वार्क हे नाव दिलं, तो शास्त्रज्ञ म्हणजे 'मरे गेल मॅन.' त्यानं जेम्स जॉइसचं साहित्य वाचलं होतं ही बाब तर अगदीच स्पष्टच आहे. हे छान वाटलं.''

पॉलीलासुद्धा छानच वाटत होतं. आजोबांसोबत अभ्यास करणं ही अगदीच साधीसुधी आणि सामान्य गोष्ट होती खरी, पण डॉ. लुईसच्या स्वयंपाकघरात बसून अभ्यास करणं हे मात्र मुळीच सामान्य किंवा साधंसुधं वाटत नव्हतं.

तिच्या आजी-आजोबांनाही हे जाणवत होतं. हळूहळू त्यांचा अभ्यास बंदच पडला. आजीनं टेबलावरच्या फ्लॉवरपॉट मधली गुलाबाची कोमेजलेली फुलं काढून टाकली आणि त्यातलं पाणी फेकून देत ती म्हणाली, "ही कोमेजलेली फुलं मी कंपोस्ट खताच्या ढिगात टाकून देते आणि बागेत ताजी फुलं असली तर घेऊन येते."

तिच्या आजोबांनी विचारलं, "तू ठीक आहेस नं?"

"हो आजोबा. मी छानच आहे की."

"मी तुझ्या आजीसोबत बाहेर बागेत गेलो तर चालेल? तू इथेच बसून राहशील नं?"

"हो. मी कुठेही जाणार नाहीये हो."

"मीसुद्धा नाही जाणार," बिशपनं कबूल केलं.

"आम्ही अगदी काही मिनिटातच परत येऊ हं."

दार बंद करून आजी-आजोबा बाहेर पडले आणि लगेच बिशप म्हणाले, "काल रात्री जे काय घडलं..."

त्यांचं वाक्य अर्ध्यातच तोडून पॉली म्हणाली, "अहो, ते खूपच भीतिदायक होतं."

"भीतिदायक होतं? तू घाबरलेली आहेस का?" बिशपनं विचारलं.

"थोडीशी."

"फक्त थोडीशीच? अग मुली, तुला त्या काळाच्या दारातून पुन्हा जाऊ द्यायचं नाहीये आम्हाला."

पॉलीनं कुत्र्याकडे पाहिलं. ओगम. त्याचं काळं नाक चमकत होतं. डोळे बंद होते. त्याच्या डोळ्यांच्या पापण्या लांबसडक काळ्याभोर होत्या. ती म्हणाली, "काल रात्री मी जलतरण तलावात शिरले आणि तो चांदीचा मुकुट डोक्यावर घातला म्हणूनच मी काळाचं दार ओलांडून गेले."

"पुन्हा तसं काहीही करू नकोस."

"नाही हो बिशप, अर्थातच पुन्हा मुळीच करणार नाही. सगळ्यात पहिल्यांदा मी काळाचं दार ओलांडलं होतं नं, तेव्हा मी नुसतीच तारे पाहायच्या खडकापाशी चालत चालत जात होते."

"तुला तुझ्या आईबाबांच्या घरी जाता आलं असतं तर फार बरं झालं असतं गं."

"बिशप, अहो मी टेसरॅक्टमध्ये आहे. मला जर त्यातून बाहेर काढलं तर मला इजा होऊ शकेल, असं आजोबांचं मत आहे."

"हो, ते बहुतेक बरोबरच आहे. टाव तुझा बळी देण्यासाठी तुला त्या

वेदीवर ठेवेल असं तुझ्या आजोबांना वाटतंय का?''

''माहीत नाही. अहो, या गोष्टीवर माझा तरी विश्वास आहे की नाही, याचीच खात्री नाहीये मला.''

''तसा विश्वास ठेव बाळा. आता आधुनिक जगात कुणीही असा नरबळी देत नाहीत, पण आजकाल ज्या गोष्टी घडतायत त्यासुद्धा प्राचीन काळापेक्षा काही फार वेगळ्या किंवा चांगल्या नाहीयेत. बघ नं, इलेक्ट्रिक खुर्चीचा वापर करून विजेच्या धक्क्यानं मारणं किंवा एखादं जीवघेणं इंजेक्शन टोचणं, या शिक्षा नरबळी देण्यापेक्षा वेगळ्या आहेत का?''

''अहो पण त्या गुन्हेगारांना देण्यात येणाऱ्या शिक्षा आहेत. समाजाचं रक्षण करण्यासाठी अशा शिक्षा देतात, असं आम्हाला सांगितलं जातं.''

''मग? टावसुद्धा त्याच्या समाजाचं रक्षणच करतोय की. तो त्यासाठी त्याला माहीत असलेल्या एकमेव पद्धतीचा अवलंब करतोय. जर मातेला प्रसन्न केलं नाही, तर इतर शक्तिशाली जमातींचे लोक त्याचा भूभाग बळकावतील आणि त्याच्या जमातीवर राज्य करतील असा त्याचा ठाम विश्वास आहे.''

पॉली हळूच म्हणाली, ''टावला मी आवडते.''

''पण म्हणून त्यामुळे काय होणार ग? त्यामुळे त्याला तुझा बळी देणं अवघड जाईल, एवढंच. त्या प्रथेवर त्याचा अगदी ठाम विश्वास आहे. तुला समजतंय का? त्याची इच्छा असो, किंवा नसो, त्याला मातेच्या आज्ञेचं पालन करावंच लागणार आहे.''

''माता कसली? आईसारखी मुळीच वाटत नाही ती.''

बिशप पुढे बोलू लागले, ''मला हे सगळं तुझ्या आजी-आजोबांच्या समोर बोलायचं नाहीये. ते आधीच फार चिंताग्रस्त झाले आहेत. तुला इथून दूर पाठवण्यामुळे तुला खरोखरच गंभीर धोका निर्माण होणार असेल, तर त्यांच्या चिंतेत आणखी भर टाकण्यात काही अर्थ नाही.''

पॉली म्हणाली, ''हो, बरोबरच आहे. मी तुम्हाला आता आणखी काहीही मूर्खपणा न करण्याचं वचन देते.''

''बरं. आता झॅकरीबद्दल बोलू या.''

''अहो पण त्याचा या सगळ्याशी काय संबंध आहे? मला तर कळतच नाही.''

''कॅरॅलिसचं म्हणणं कदाचित बरोबर असू शकेल हं. जर झॅकरीचा मृत्यू जवळ आलेला असेल...''

पॉली मधेच पट्कन बोलली, ''त्याचा मृत्यू अगदी जवळ वगैरे आलेला नाहीये, पण तो खूप घाबरलाय.''

“कशाची भीती वाटतेय त्याला?”

“मृत्यूची. मरणाची प्रचंड भीती वाटते त्याला.”

“बरोबर,” बिशप मान डोलावून म्हणाले.

“त्याला वाटतं, मृत्यू म्हणजे अंत. संपूर्ण नायनाट, सर्वस्वी नि:पात.”

“आणि तुला काय वाटतं पॉली?”

“अं... उदाहरण द्यायचं झालं तर... मॅक्स या विश्वातून पूर्णपणे नाहीशी झालीय, अशी कल्पनाही मी करू शकत नाही. ती आता अस्तित्वात कशी असेल, हे जाणून घेण्याची गरजही मला वाटत नाही. कसं कोण जाणे, पण मॅक्स... ती आहे. तिला जे शिकायचं आहे, ते शिकते आहे. तिनं जे करणं अपेक्षित आहे, ते करते आहे. ती अगदी समूळ नाश पावली आहे, किंवा पूर्णपणे नाहीशी झाली आहे, अशी कल्पना मी अजिबात करू शकत नाही.”

“तुझा ज्यावर विश्वास आहे नं, माझाही त्यावर विश्वास आहे. तेवढंच पुरेसं आहे,” बिशप म्हणाले.

तेवढ्यात आजी-आजोबा परत आले. सौ. मरींच्या हातात पिवळ्या गुलाबाची फुलं होती. बागेच्या एका कोपऱ्यात फुलली होती. त्यांनी त्या फुलांच्या दांड्या खालच्या बाजूने जराशा कापल्या आणि ती फुलं फ्लॉवरपॉटमध्ये रचून टेबलावर ठेवली. सगळेच चिंताग्रस्त झालेले होते, जागा बदलल्याने बावचळून गेले होते, पण तरीही सामान्यपणे वागायचा आटोकाट प्रयत्न करत होते. असामान्य गोष्टी सामान्य करायचा प्रयत्न करत होते.

पॉली त्या दोघांना म्हणाली, “निदान तुम्हाला या प्रकाराचं गांभीर्य तरी समजलंय. बिशपना आणि मला ठार वेड लागलंय, असं तरी तुम्हाला वाटत नाहीये.”

“ते मानणं शक्य असतं, तर तुम्हाला वेडं मानलंही असतं.”

आपले सुरकुतलेले हात समोर पसरत श्री. मरी म्हणाले, “या सगळ्यात आम्हीही तुझ्यासोबत गोवले गेलो असतो तर बरं झालं असतं.”

डॉ. लुईस घरात आल्या. त्यांच्या हातातल्या ब्राउन पेपरच्या दोन कागदी पिशव्या त्यांनी टेबलावर ठेवल्या. मग त्यांनी कोट काढून दाराजवळच्या शिंगांच्या खुंटीवर टांगला. त्या म्हणाल्या, “पाव मात्र... तू बनवतोस तितका चांगला नाहीये हं ॲलेक्स, पण बरा आहे. मी वेगवेगळ्या प्रकारच्या मांसाचे गोठवलेले काप आणले आहेत.”

बिशपनं पिशव्यांमधलं सामान बाहेर काढलं, डिशमध्ये पाव आणि मांसाचे काप ठेवले. डॉ. लुईसनं फ्रिजमधून काही मसाले आणि दुधाचं भांडं बाहेर काढून टेबलावर ठेवलं. बिशप म्हणाले, “मी चहा बनवतो.”

ते सगळे टेबलापाशी बसून सॅन्डविचेस बनवू लागले. 'काय बोलावं, कुणालाच सुचत नाहीये' पॉलीच्या मनात आलं.

डॉ. लुईसनं सुस्कारा टाकला.

बिशप बोलू लागले, "ऑल सोल्स डे. लुईसला आणि मला हा दिवस नेहमी व्याकूळ करतो."

क्षणभर शांतता पसरली. पॉलीनं प्रश्नार्थक मुद्रेनं तिच्या आजी-आजोबांकडे पाहिलं. सौ. मरी हलक्या आवाजात बोलू लागल्या, "याच दिवशी लुईसचे पती, लहान बाळ आणि नेसनची पत्नी एका रेल्वे अपघातात मृत्युमुखी पडले होते. ते बाळ म्हणजे मुलगा होता गं. त्या अपघातातून लुईस वाचली. नेसन त्यांच्यासोबत नव्हताच, तो दुसऱ्या ठिकाणी गेलेला होता."

"खूप वर्षं होऊन गेली त्या घटनेला," डॉ. लुईस शांतपणे म्हणाल्या. "तेव्हा मी पुन्हा एकदा गरोदर होते, पण माझा गर्भपात झाला. माझ्या आयुष्यात जगण्यालायक असं काहीही उरलं नाही, असं मला तेव्हा वाटू लागलं होतं, पण नेसननं मला धीर दिला. मला सतत समजावत राहिला, मला जगण्याची उभारी दिली. मग मी वैद्यकीय शिक्षण सुरू केलं. चांगलं होतं ते आयुष्य. आताही माझं आयुष्य चांगलंच आहे."

बिशप म्हणाले, "आणि मी, ताऱ्यांना योग्यरीत्या मार्गक्रमण करायला लावणाऱ्या माझ्या मित्रांच्या साथीने, देवाच्या प्रेमळ हेतूवर, त्याच्या योजनांवर पूर्ण श्रद्धा ठेवली."

डॉ. लुईसनं विचारलं, "अच्छा? आणि हे सगळं? तीन हजार वर्षांपूर्वीची काल-कुपी तू उघडली आहेस, त्याचा तुझ्या श्रद्धेवर काय परिणाम झालाय?"

हसत बिशप म्हणाले, "माझ्या श्रद्धेत भरच पडलीय. माझी श्रद्धा आणखी दृढ झालीय."

डॉ. लुईसही हळूच हसल्या आणि म्हणाल्या, "नेसन तू जर ड्रूइड असतास नं, तर कदाचित तुलासुद्धा धर्मविरोध केल्याबद्दल त्या कॅरॅलिससारखं बहिष्कृत केलं असतं."

"कालचा धर्मविरोध हा उद्याचं सर्वमान्य ठाम मत बनतो." बिशप म्हणाले. पॉलीला पुन्हा एकदा जॉर्दानो ब्रूनोची आठवण आली.

जेवण झाल्यावर ते सगळे डॉ. लुईसच्या घरामागच्या वनराईत फिरायला गेले. ओगमही त्यांच्या सोबतच, त्यांच्या अगदी जवळून चालत होता. मधेच तो उड्या मारत धावत पुढे जायचा, आणि मग पुन्हा मागे वळून त्यांच्या जवळ यायचा. बिशप म्हणाले, "कुठल्याही सर्वसामान्य कुत्र्यासारखाच वागतोय ओग. देव त्याचं भलं करो."

डॉ. लुईस म्हणाल्या, “तो आपल्यासोबत असल्यामुळे तुला सुरक्षित वाटत असेल नेस, पण मला मात्र त्याला पाहिलं की पॉलीला आज दिवसभर इथेच ठेवून घेण्यामागच्या कारणाची सतत आठवण होत राहते. खरंतर ते कारण मला विसरून जायचं आहे.”

रानात फिरताना वाटेत त्यांना सुंदरशी फिक्कट गुलाबी मशरूम्स दिसली, जॅक इन द पुलपिटच्या झुडपांना लगडलेले लालचुटुक बेरीसारख्या फळांचे घोस दिसले. ते जाणूनबुजून आपलं लक्ष निसर्गसौंदर्याकडे वळवण्याचा प्रयत्न करत होते. शेवटी वाऱ्याच्या वाढलेल्या वेगामुळे आणि त्याशिवाय मनातल्या अस्वस्थतेमुळेही ते घरी गेले. बिशपनं चहा बनवला. ते सगळे बॉटिचेली हा ‘ओळखा पाहू’ प्रकारचा खेळ खेळले, इतरही काही शाब्दिक खेळ खेळले, पण त्यांचं त्यात लक्षच लागत नव्हतं. संध्याकाळ झाली, सूर्य डोंगरांच्या पल्याड गेला. श्री. मरी उठून उभे राहत म्हणाले, “चला, घरी जायला हवं. आम्ही पॉलीवर बारकाईनं लक्ष ठेवू. नेस, तू म्हणालास तसं सॉवेन पार पडला आहे. या कुत्र्याला इथेच राहू दे हं.”

पण घरी पोचल्या पोचल्या थोड्याच वेळानं बाहेर जोरजोरात भुंकणं ऐकू आलं.

“त्याला गॅरेजमधेच राहू दे हं,” सौ. मरी म्हणाल्या.

रात्रीचं जेवण, मंद संगीताच्या पार्श्वभूमीवर, शांततेत पार पडलं. जेवण झाल्यावर भांडी धुवायला पॉलीनं आजोबांना मदत केली. ते काम पूर्ण झाल्यावर आजोबा म्हणाले, “चल. जरा घराभोवतीच एक चक्कर मारून येऊ.”

त्या दोघांनी ॲनोरॅक चढवले आणि बाहेर पडले. बाहेर पडताक्षणीच ओग उड्या मारत त्यांच्या शेजारी आला. आजोबा म्हणाले, ‘आम्ही नेहमी कुत्र्याला घेऊन भाजीमळ्याभोवती तीन चकरा मारायचो. आत्ताही आपण तसंच करू शकतो. त्यामुळे मोठमोठ्या घुशी दूर पळून जातात. मी आपली जवळजवळ अर्धी फळबाग नांगरून काढली आहे आणि मातीत कंपोस्ट खतही मिसळलंय. आपल्याकडे अजूनही ब्रोकोली, ब्रसेल्स स्प्राऊट, गाजरं आणि बीट यांची छान रोपं आहेत. जुळ्या मुलांची बाग तर अतिशय सुंदर होती. कॉलेजचं शिक्षण घेण्यासाठी घराबाहेर पडल्यानंतर काही काळ त्यांनी बागेत ख्रिसमस ट्री लावले होते, पण ती सगळी झाडं विकली गेली. नंतर मग मला पुन्हा त्या जागी भाज्यांची बाग लावावीशी वाटली. बरं. उद्या तुझा तो तरुण मित्र किती वाजता येणार आहे?”

“मला वाटतं, साधारण दोन वाजण्याच्या सुमारास.”

ओग कुणाचातरी पाठलाग करत वेगानं मळ्यात घुसला. श्री. मरींनी शिट्टी

वाजवल्यावर तो लगेच धावत धावत त्यांच्याजवळ परत आला. ''गुड बॉय,'' श्री. मरींनी त्याचं कौतुक केलं. ते त्याला म्हणाले, ''मी अगदी नकळत पट्कन शिट्टी वाजवली. मी तुला जाऊ द्यायला हवं होतं.'' त्यांनी आकाशाकडे बघितलं. अगदी निरभ्र होतं आकाश. 'मिल्की वे' ही आकाशगंगा अनेक ताऱ्यांनी खच्चून भरलेल्या नदीसारखी स्पष्ट दिसत होती. पॉलीनं मान वर करून ध्रुव तारा शोधायचा प्रयत्न केला.

''लोकांना सप्तर्षी आणि त्यासोबतचा ध्रुव तारा, ध्रुवमत्स्य कसे दिसतात हे मला समजू शकतं, पण म्हणून तो संपूर्ण तारकासमूह अस्वलासारखा कसा दिसत असेल, ते मात्र कळत नाही. जर त्या ताऱ्यांना जोडणाऱ्या रेषा काढल्या तर कदाचित कॅसिओपियाच्या (शर्मिष्ठा नक्षत्र) वाकड्या खुर्चीगत दिसणाऱ्या नक्षत्राची कल्पना येऊ शकते.'' 'त्या रेषा म्हणजे ताऱ्यांना जोडणाऱ्या ले लाइन्स असतील का?' तिच्या मनात प्रश्न उभा राहिला.

''तो बघ, मृग नक्षत्राचा पट्टा. ते तीन तेजस्वी तारे दिसतायत का?'' तिच्या आजोबांनी बोट दाखवून विचारलं.

ती म्हणाली, ''मृग नक्षत्राचा पट्टा वगैरे ठीक आहे, पण मला इतरांना दिसतो तसा त्या नक्षत्रात शिकारी, किंवा व्याध मुळीच दिसत नाही. आजोबा, एखाद्या रात्री आपण फक्त आकाशनिरीक्षण करूया का? तुम्ही मला ग्रह, तारे, तारकासमूह ओळखायला शिकवा.'' ती बोलत असतानाच एक तारा आकाशातून निखळून हिरवट प्रकाशझोत फेकत नाहीसा झाला.

''हो, अगदी नक्की. आपण पुन्हा कुत्रा पाळला तर चांगलंच होईल. रात्री त्याला फिरायला नेलं की आपलंही आकाशनिरीक्षण होईल.''

''आजोबा, ओग कुठून आला असेल हो? तुम्हाला काय वाटतं?'

''तो तीन हजार वर्षांचा कालखंड ओलांडून आला असेल, असं मला अजिबात वाटत नाही. गावात कितीतरी अनाथ, बेवारशी कुत्री आहेत. शहरी लोक सुट्टी संपवून त्यांच्या घरी परत जाताना त्यांनी इथे पाळलेली कुत्री गाडीतून रस्त्यावर फेकून देतात.''

''बापरे! असं करतात लोक?''

''करतात गं. उन्हाळ्याच्या सुट्टीपुरतं एखादं कुत्र्याचं पिल्लू किंवा मांजराचं पिल्लू पाळतात, आणि मग शहरातल्या घरी परत जाताना त्यांना इथेच सोडून देतात. शहरी दुर्गुण त्यांच्या जणू रक्तातच भिनलेले असतात. या सगळ्या शहरी लोकांना वाटतं, खेड्यातली कुत्री-मांजरं स्वतःच आपली देखभाल करू शकतात. त्यांना काही होत नाही असा भ्रम असतो त्यांचा. कुणाचा कुत्रा हरवला आहे का, याची चौकशी करायला मी बऱ्याच लोकांना फोन केले होते, पण

आत्तापर्यंत तरी कुणाचंच उत्तर आलेलं नाहीये. तसा हा चांगला छानदार कुत्रा आहे, पण आजतरी तो गॅरेजमधेच झोपेल हं. घरात नाही.''

सौ. मरी झोपायचे कपडे घालून पॉलीच्या खोलीत आल्या. त्या म्हणाल्या, ''पॉली, बाळा, या खोलीत चांगलाच मोठा दुहेरी पलंग आहे हे चांगलं झालं. मी तुझ्याजवळ झोपणार आहे.''

''अगं असू दे आज्जी, मी कुठेही जाणार नाही. मी अगदी खालीसुद्धा उतरणार नाही. मी वचनच देते तसं.''

''मी इथेच तुझ्याजवळ झोपले तर तुझ्या आजोबांना आणि मला आम्हा दोघांना खूप बरं वाटेल.''

''अगं पण तुला इथे नीट झोप लागणार नाही... माझ्यामुळे तुला उगाच जागरण होईल.''

''प्लीज, झोपू दे नं. आमच्यासाठी गं.''

''बरं ठीक आहे आज्जी, पण तशी खरंच काहीही गरज नाहीये. म्हणजे, मला आवडेलच गं, पण...''

आजी हसून म्हणाली, ''अगं जरा आजोबांचे आणि माझेही हट्ट पुरव की. आम्ही दोघांपैकी एकानं तरी सतत तुझ्यासोबत राहायचं ठरवलं आहे.'' मग पॉलीच्या पलंगावर बसून आजी म्हणाली, ''आता थोडा वेळ काहीतरी वाचूया.''

पॉलीनं एक पुस्तक हातात घेतलं, पण तिचं लक्ष लागेना. अर्ध्या तासानं तिच्या आजीनं तिची पापी घेऊन तिला 'गुडनाइट' म्हटलं, आणि कुशीवर वळून झोपली. पॉलीनं दिवा बंद केला, पण तिला झोप येत नव्हती. त्या दोघींच्या मध्ये हॅड्रॉन पसरला होता. छान झोप लागली होती त्याला. त्याची मंद आवाजात घुरघुर सुरू होती.

पुन्हा एकदा तो जलतरण तलाव तिला आपल्याकडे ओढत असल्याची जाणीव झाली. या वेळी मात्र ती मोह आवरून प्रतिकार करणार होती. ती आजीच्या पाठीला घट्ट चिकटून झोपली. चंद्र जसा सागरी लाटांना खेचतो तसं टावच्या प्रभावामुळे ती त्या तलावाकडे आणि भूतकाळाकडे खेचली जात होती का?

पॉलीनं आपलं अंग ताठर करून घेतलं. 'नाही. नाही. ती त्या जलतरण तलावाकडे जाणार नाही. ती पलंगावरून उतरली तर आजी जागी होईल, आणि तिला थांबवेल.' तिच्या मनात विचारचक्र सुरू झालं.

टावला फक्त त्याची जमीन, गुरंढोरं, त्याच्या जमातीचे लोक वाचवायचे होते. त्याच्याबद्दल पॉलीला सहानुभूती वाटतच होती, त्याला तिचाही इलाज

नव्हता. ओ’कीफ कुटुंबाला सोनेरी वाळूचा सागरी किनारा लाभलेलं, निळाशार समुद्र असलेलं गेया बेट सोडावं लागलं होतं, त्याचं कारण म्हणजे तिथले बांधकाम-व्यावसायिक. त्याचप्रमाणे भ्रष्टाचार, हाव, सत्ता आणि संपत्तीची लालसा असे मानवी दुर्गुणही तितकेच कारणीभूत होते. लालसेच्या उन्मादामुळे बेटाच्या नैसर्गिक सौंदर्याकडे, तिथल्या पशुपक्ष्यांकडे आणि शतकानुशतकं तिथे राहत असलेल्या स्थानिक लोकांकडे अक्षम्य दुर्लक्ष केलं जाऊ लागलं होतं. बेन सीड हे बेटसुद्धा विकसित होऊ लागलं होतंच. लवकरच ते बेटसुद्धा कायमस्वरूपी बदलून जाणार होतं. जंगल हेच घर असलेल्या पक्ष्यांचा किंवा दोन-तीनशे वर्षं जुन्या, पण भव्य झाडांचा कुणीही विचारदेखील करणार नव्हतं.

विचार करता करता तिनं मनात स्वत:लाच प्रश्न विचारला, फक्त पराकोटीची हाव आणि भ्रष्टाचार एवढंच जबाबदार आहे का? या आपल्या ग्रहावर लोकसंख्यावाढीचा उच्चांक गाठला गेलाय. लोकांना राहण्यासाठी जागेची गरज तर असतेच नं...

मोठमोठी गृहसंकुलं, आलिशान हॉटेल्स या गोष्टी तर गरिबांसाठी नसतातच, त्या फक्त श्रीमंतांसाठी असतात. अशा आलिशान इमारती कुणी सहारा किंवा कलहारी वाळवंटात बांधल्या नव्हत्या. निदान अजून तरी नाहीच.

तीन हजार वर्षांपूर्वी मात्र या ग्रहाची लोकसंख्या इतकी जास्त नव्हती. सगळ्यांसाठी पुरेशी जमीन उपलब्ध होती. आपली घरंदारं सोडावी लागून, दुसऱ्या जमातीच्या लोकांची जमीन बळकावण्याची वेळ यावी, इतका तो दुष्काळ खरोखर भीषण होता का? या ग्रहाच्या इतिहासात एकानं दुसऱ्यांच्या जमिनीवर ताबा मिळवल्याची कितीतरी उदाहरणं आहेतच नं? त्या जेकब आणि त्याच्या सहकाऱ्यांनी केननच्या जमिनीवर कब्जा केलाच होता नं? ब्रिटिश द्वीपसमूहावर रोमन लोकांनी, मग सॅक्सन लोकांनी आणि त्यानंतर नॉर्मन लोकांनी राज्य केलंच नं? त्यानंतर ब्रिटिशांनी भारतावर राज्य केलं. काही अमेरिकन वसाहतवाद्यांची रेड इंडियन लोकांसमवेत सलोख्यानं एकत्र राहायची इच्छा झालीच, तरी इतर लोकांना मात्र ते मान्य होत नसे. ते त्या भूभागावर कब्जा करतच असत.

तिनं सुस्कारा टाकला. कुठल्याही प्रश्नाला साधंसोपं उत्तर नव्हतं.

आतापर्यंत जलतरण तलावाची ओढ कमी झाली होती. पॉली आजीला चिकटून झोपून गेली.

प्रकरण ८

पॉली सकाळी जरा उशिरानंच उठली. तिला जाग आली तेव्हा आजी आणि हॅड्रॉन दोघे उठून खोलीबाहेर गेले होते. ती पटापट आवरून खाली आली.

तिला या धाडसाचा थरार अखेरपर्यंत अनुभवायचा होता. तसा ठाम निर्धार केला होता तिनं. तिची सगळी ज्ञानेंद्रियं नेहमीपेक्षा जास्तच सावध आणि तल्लख झाली होती. धोक्याची जाणीव होत होती, तरीपण तिला अगदी पक्कं माहीत होतं की आता भविष्यात जे काही वाढून ठेवलेलं असेल, त्यापासून ती पळून जाऊ शकणार नव्हती.

तिच्या मनात प्रश्न उभा राहिला, 'कॅरॅलिस किंवा ॲनारलची परवानगी नसली तरीसुद्धा टाव तिचा बळी देईल का? ते दोघे तर कधीही परवानगी देणारच नाहीत. ते त्या जमातीचे प्रमुख होते, त्यांचं म्हणणं नक्कीच मान्य केलं जाईल.'

विचार करत करत ती कॉफीचे घुटके घेत होती. आजी-आजोबा जलतरण तलावाकडून आत आले. आजोबा कपडे बदलून टेबलापाशी आले आणि वर्तमानपत्र वाचू लागले. तिची आजी कॉफीचा कप घेऊन प्रयोगशाळेत गेली आणि तो कुत्रा उड्या मारत आत आला. उड्या मारत जणू त्यानं पॉली आणि आजोबांना अभिवादन केलं. मग तो हॅड्रॉनपाशी गेला आणि त्याचं अंग चाटलं. हॅड्रॉननं निरिच्छपणे नुसती जराशीच शेपूट हलवली. पॉली आळसावून त्या मांजराच्या पिल्लाचा आणि कुत्र्याचा खेळ बघत बसली होती. आता हॅड्रॉन उडी मारून उभा राहिला आणि अगदी मनापासून ओगचं तोंड चाटू लागला. ओग मात्र शांतपणे बसून होता.

''आजोबा, ते बघा काय चाललंय त्यांचं!''

त्या दोन प्राण्यांचा खेळ बघून आजोबा हसले आणि म्हणाले, ''आपण पाळलेले सगळेच प्राणी एकमेकांशी मैत्री करून खेळीमेळीनं राहत असत, पण हे मात्र फारच लक्षणीय आहे. आपण ओगपासून आपली सुटका करून घेऊ शकणार नाही, असंच मला वाटायला लागलंय आणि खरंतर मलाही त्याला इथेच

ठेवून घ्यावंसं वाटतंय. तो फक्त एक रस्त्यावरचा बेवारस कुत्रा आहे, हे माझं मत तसंच राहिलं असतं तर बरं झालं असतं.'' असं बोलून आजोबांनी बॉलपेन उचललं आणि ते शब्दकोडं सोडवू लागले.

दुपारच्या जेवणानंतर थोड्याच वेळानं डॉ. लुईस आल्या. बाहेर ऊन असलं तरी वारा वेगानं वाहत होता. ढग आकाशातून भराभर सरकत पुढे जात होते.

''नेस कुठे आहे गं?'' सौ. मरींनी विचारलं.

डॉ. लुईस काळजीत पडल्यागत म्हणाल्या, ''नेस कुठे आहे, ते मलाही माहीत नाही. सकाळी नाश्ता झाल्यावर त्यानं हायकिंग करायचे बूट घातले आणि दुपारी इथे येऊन भेटेन, असं मला सांगून तो निघून गेलाय.''

''आपल्याकडे तर भरपूर ओगम दगड आहेत की,'' सौ. मरी म्हणाल्या. त्यांनी कपाटावर ठेवलेल्या त्या दोन दगडांकडे नजर टाकली. अजूनही त्यांनी ते दगड तिथून हलवले नव्हते.

''तो ओगम दगड शोधायला गेला असेल, असं मला वाटत नाही. तो स्वत:च्याच तंद्रीत दिसत होता. केट, मी इथे येणं हेच मूर्खपणाचं आहे. त्या तरुण मुलाला, तुझं हृदय तपासू दे, असं मी सांगू शकत नाही नं. मला त्याच्या आजाराचा पूर्वेतिहास माहीत असायला हवा. शिवाय त्याच्या डॉक्टरांशी चर्चा करणं गरजेचं आहे, त्याशिवाय मी रोगनिदान करू शकणार नाही. पण मलाही पॉलीचं रक्षण करायची गरज वाटतेय ग. शनिवारी मला दवाखान्यात काम नसतं, आणि सध्या दवाखान्यात माझा एकच रुग्ण भरती झालेला आहे. म्हणून मग मी नेसनला इथे येऊन भेटण्याचं कबूल केलंय.''

''अगं, तू आलीस त्याचा मला आनंदच आहे की.'' सौ. मरी म्हणाल्या, आणि पॉलीनं त्यांना दुजोरा दिला.

डॉ. लुईस म्हणाल्या, ''मला मात्र खूप कुतूहल आहे हं. मला तरी हा सगळा वेडगळपणाच वाटतोय, पण एकीकडे खूप कुतूहलसुद्धा वाटतंय.'' मोठ्यानं हसून त्यांनी पॉलीकडे नजर टाकली. पॉली दुपारच्या जेवणाची भांडी धुवत होती. श्री. मरी बाहेर लाकडं कापायला गेले होते. ते एक कधी न संपणारं काम होतं. बाहेरून त्यांच्या कुऱ्हाडीचे लयबद्ध ठोके ऐकू येत होते. तो कुत्राही त्यांच्यासोबत बाहेरच होता, आणि मधूनच उत्साहानं भुंकत होता. डॉ. लुईस पॉलीला म्हणाल्या, ''काय पॉली, आणखी काही नवा प्रकार घडला नसेल अशी आशा आहे.''

''नाही. फक्त एवढंच वाटतंय की बिशप इथे असते तर बरं झालं असतं.''

''का गं?''

''मला त्यांना रक्ताबद्दल काहीतरी विचारायचं होतं.''

“रक्ताबद्दल काय?”

“अं... सगळ्याच संस्कृतींमध्ये रक्ताला महत्त्व दिलं जातं ही गोष्ट मला माहीत आहे. पूर्वेकडच्या अनेक संस्कृतींमध्ये स्त्रियांना त्यांच्या मासिक पाळीच्या वेळेस इतर सगळ्यांपासून दूर ठेवलं जातं. स्त्रियांना तेवढ्या काळापुरतं अस्वच्छ, अपवित्र मानलं जातं, हेही माहीत आहे.”

डॉ. लुईस बोलू लागल्या, “तुला वाटतंय त्या अर्थानं ‘अस्वच्छ’ मानत नसतील ते. लक्षात आहे नं, सॅनिटरी नॅपकिन्स आणि टॅम्पून्स यांचा शोध याच शतकात लागलाय.” पॉलीनं त्यांच्याकडे प्रश्नार्थक नजरेनं पाहिलं. त्या पुढे सांगू लागल्या, “माझी आजी, तिच्या वयाच्या इतर बायका, आणि त्यांच्याही आधीच्या काळातल्या बायका जुन्या चादरींचे तुकडे किंवा कुठलंही जुनं सुती कापड वापरत असत. आणखी मागच्या काळात, अश्मयुगात तर कपडे हा प्रकारच अस्तित्वात नव्हता. मासिक पाळीच्या वेळेस स्त्रियांना दूर ठेवण्यामागे स्वच्छता राखणं हेच कारण होतं. स्त्रियांना त्या विशिष्ट वेळी त्यांच्या नेहमीच्या अंगमेहनतीच्या कामातून सुटका मिळत असे. त्यांच्यासाठी ती विशिष्ट वेळ म्हणजे शांततेत प्रार्थना करत आराम करायची वेळ असायची.”

“मी त्याबद्दल असा विचारच केला नव्हता. मला वाटतंय, मी अनेक बाबी फारच गृहीत धरल्या. तरीपण... म्हणजे मी असं वाचलंय हं... त्या काळात स्त्रियांना देवही दूर लोटतो, असं सगळेच पुरुष मानायचे नं?”

हसत डॉ. लुईस म्हणाल्या, “अगं बेटा, ते तुला नेसलाच विचारावं लागेल. मी तुला एवढंच सांगीन की अंधश्रद्धा मानवजातीइतकीच जुनी आहे. मानवाच्या अस्तित्वासोबत अंधश्रद्धाही अस्तित्वात आली.”

भांडी पुसायचा टॉवेल अजूनही पॉलीच्या खांद्यावरच होता. तिनं तसंच विचारलं, “हो, ते ठीक आहे, पण रक्ताचा अभिषेक करण्याच्या, किंवा बळी देण्याच्या प्रथेबद्दल काय?”

“माझ्या मते ती निव्वळ अंधश्रद्धा आहे हं. सुपीक बनण्यासाठी पृथ्वीला मानवी रक्ताची मुळीच गरज नसते,” डॉ. लुईस म्हणाल्या.

“पण मग... अं... त्याबद्दल... त्याचं काय?”

“अगं काय? कशाबद्दल पॉली?” तिच्या आजीनं चौकशी केली.

“ठीकय... सांगते... आपल्याला वाचवण्यासाठी येशू ख्रिस्ताला क्रूसावर स्वत:चं रक्त सांडावं लागलं, स्वत:चं बलिदान द्यावं लागलं, असंच आपल्याला शिकवलं जातं नं?”

ठामपणे डोकं हलवत डॉ. लुईस म्हणाल्या, “नाही पॉली. ख्रिस्ताला त्याच्या मनाविरुद्ध तसं करावं लागलं नव्हतं.”

“पण मग...”

“हे बघ, समजा जर तुझ्या एखाद्या भावंडाला अपघात झाला आणि त्याचं खूप रक्त वाहून गेलं, तर त्याला रक्त द्यावं लागेल, हो नं? आणि त्या वेळी जर तुझा रक्तगट जुळत असला तर तुला रक्त द्यावंसं वाटणार नाही का?”

“हो, नक्कीच. पण...”

“पण तू तुझ्या भावंडावरच्या प्रेमासाठी रक्तदान करशील. तसं करणं भागच पडतंय, या कारणासाठी नाही. बरोबर नं?”

“हो, अगदीच बरोबर आहे. अहो पण...”

“मी एक डॉक्टर आहे पॉली, मी धर्मशास्त्र जाणणारी नाहीये. ख्रिश्चन धर्मातली अनेक ठाम मतं, मला सागरी खडकात चिकटून राहणाऱ्या बारनॅकल्स या जलचर प्राण्यांसारखी वाटतात. येशूनं त्याच्या मनाविरुद्ध रक्त सांडावं, अशी मागणी देवानं केली असेल असं मला मुळीच वाटत नाही. तसं करताना येशूला दुःख झालं असेल, पण त्यानं ते प्रेमानं केलं. आपल्याला जे काही दान करायचं असेल, ते आपण मनापासून आणि प्रेमानंच द्यायला हवं. देवालाही तेच अपेक्षित असतं, तेच देवाचं खरं स्वरूप असतं असा माझा विश्वास आहे.”

“बरं, ठीक आहे, हे चांगलंच आहे. मला सगळं समजलं नाही, पण बऱ्याच प्रमाणात अर्थपूर्ण वाटलं,” पॉली म्हणाली. तिनं डॉ. लुईसकडे पाहिलं. तिच्या मनात आलं, डॉ. लुईस नक्कीच एक उत्तम डॉक्टर असणार. आपलं आयुष्य विश्वासानं ज्याच्या हाती आपण सोपवू शकतो, अशाच आहेत त्या. तिच्या आजीनं विचारलं, “पॉली, तू हे असे विशिष्ट प्रश्न का विचारते आहेस?”

“अं... बरं... सांगते... तो टाव आहे नं, त्याचा बळी देण्याच्या प्रथेवर विश्वास आहे.”

“अगं तो टाव तीन हजार वर्षांपूर्वीच्या काळातला आहे. आणखी एक हजार वर्षांनंतर काय होणार आहे, याची त्याला कल्पनाही नाहीये,” आजी म्हणाली.

तेवढ्यात बाहेर कार थांबल्याचा आवाज आला आणि त्या पाठोपाठ हॉर्नही ऐकू आला. ओगमनं भुंकून गाडीचं आगमन जाहीर केलं. जोरजोरात शेपूट हलवत तो येणाऱ्या पाहुण्याच्या स्वागताला सज्ज झाला.

सौ. मरी त्याच्या डोक्यावर थोपटत म्हणाल्या, “थँक्स रे ओग,” मग दाराकडे वळून म्हणाल्या, “झॅकरी आला असेल गाडीतून.”

डॉ. लुईस म्हणाल्या, “त्याला आत घेऊन ये. आपण त्याला चहा देऊ या.”

झॅकरीनं त्याची गाडी पुन्हा घरासमोरच्या रस्त्यावर उभी केली होती. त्यानं पॉलीच्या गालावर ओठ टेकले, आणि म्हणाला, “मला इथे येऊ दिल्याबद्दल

धन्यवाद हं. माझ्यासाठी ते महत्त्वाचं आहे.''

"तुला भेटून छान वाटलं. आत ये नं, सगळ्यांना भेट.''

"कोण कोण आहे?''

"माझे आजी-आजोबा आहेत, आजोबा बाहेरच्या आवारात काम करतायत. आणि आज्जीची मैत्रीण डॉ. लुईससुद्धा आहेत. तू आधी भेटला आहेस त्यांना.''

"हो, चांगल्या आहेत त्या. मला त्यांचा जरा धाकच वाटतो, पण चांगल्या आहेत त्या. त्या कुठल्या प्रकारच्या डॉक्टर आहेत? म्हणजे कशाच्या स्पेशालिस्ट डॉक्टर आहेत त्या?'' बोलत बोलत ते गॅरेजमधून आत जाऊ लागले.

"त्या फिजिशियन आहेत. त्या गावातल्या फॅमिली डॉक्टर आहेत. आजकाल असे डॉक्टर्स फारसे सापडत नाहीत. तसे डॉक्टर्स जवळजवळ अस्तंगतच झालेत, असं त्या सांगतात.''

सौ. मरींच्या प्रयोगशाळेवरून पुढे येऊन, स्वयंपाकघराच्या तीन पायऱ्या चढून ते आत आले, आणि त्याच वेळी उकळत ठेवलेल्या किटलीतून वाफ बाहेर पडून ती शीळ घालू लागली. सौ. मरी किटलीपाशी जात म्हणाल्या, 'हॅलो झॅकरी, तू चहा घेशील नं?''

"हो, चालेल की. धन्यवाद. हॅलो डॉ. कोलुब्रा, तुम्हाला पुन्हा भेटून छान वाटलं.'' झॅकरीनं त्यांच्याशी हस्तांदोलन केलं.

सौ. मरींनी कपात कोरा चहा ओतून विचारलं, "यात काय घालून हवंय? साखर? लिंबूरस? की दूध?''

"काहीही चालेल, जसा असेल तसा चालेल.''

सौ. मरींनी त्याच्या हातात कप दिला. त्या म्हणाल्या, "शरद ऋतूतलं खूप छान हवामान असलेला दिवस आहे आज. तू आणि पॉलीनं काय करायचं ठरवलं आहे?''

झॅकरीनं जीन्स आणि पिळदार वीण असलेला जाडजूड स्वेटर घातला होता. पायात धावण्याचे नवीन बूट होते. "आम्ही फिरायला बाहेर जाऊ असं मला वाटलं होतं.''

"हो, छान की. तुम्ही गाडीनं स्कीइंग करायच्या ठिकाणी गेलात तर चालण्यासाठी अनेक छानशा वाटा आहेत तिथे.''

"पण इथे आजूबाजूलाही फिरण्यासाठी अनेक चांगल्या जागा आहेत, असं पॉली सांगत होती.''

"हो, आहेत रे. पण...''

'आता काय?' पॉलीच्या मनात प्रश्न उभे राहिले... 'आम्हा दोघांना इथून दूर कसं ठेवणार आहेत सगळे?'

सौ. मरींनी किटलीत आणखी पाणी घातलं. त्या म्हणाल्या, "तुला आवड असेल तर गावातल्या चित्रपटगृहात खूप चांगला चित्रपट लागला आहे. इथून गाडीनं जायला फक्त अर्धा तास लागेल."

झॅकरी म्हणाला, "नको. अहो चित्रपट तर मी केव्हाही बघू शकतो. मला आता फक्त इथेच जवळपास रमतगमत फिरायचं आहे, आणि पॉलीशी गप्पा मारायच्या आहेत."

पॉली स्वयंपाकाच्या ओट्याजवळ असलेल्या एका स्टुलावर बसली होती. या स्टुलावर बसून तिची आजी भाज्या चिरायची. पॉली काहीच बोलली नाही. काहीतरी बोलायला हवं, दुसरं काहीतरी सुचवायला हवं, हे तिला कळत होतं, पण तिचं डोकं जणू बधिर झालं होतं. ती अॅनारलच्या काळात जाऊन आली होती, ही गोष्ट त्याला कशी समजावून सांगावी हेच कळत नव्हतं तिला. त्याला दिसलेली मुलगी भूतकाळातली आहे, याची झॅकरीला काहीच कल्पना नव्हती. या प्रकारात तो आणखी गोवला जाऊ नये अशीच पॉलीची इच्छा होती.

सौ. मरी म्हणाल्या, "हे बघ झॅकरी, तुला फिरायलाच जायचं असेल, तर पॉलीला दुसरीकडे कुठेतरी घेऊन जा. मी सांगितलं नं, स्कीइंग करायच्या ठिकाणी अनेक चांगल्या पायवाटा आहेत."

झॅकरीनं कप खाली ठेवून म्हटलं, "चहा फारच छान होता हं. सौ. मरी, इथे काहीतरी अनोखं घडलंय का? आणि त्या अनोख्या गोष्टीचा, मला दिसलेल्या कुत्रेवाल्या माणसाशी किंवा त्या मुलीशी काही संबंध आहे का? पॉली तिच्याबद्दल फार गूढ असं बोलत होती."

"अॅनारल? एका अर्थानं, हो. आहे संबंध."

"मला उगाच चांभारचौकश्या करायच्या नाहीयेत, पण जरा स्पष्टपणे सांगाल का?"

डॉ. लुईस उभ्या राहिल्या. आपला रिकामा कप घेऊन त्या सिंकपाशी गेल्या आणि कप धुवून जागेवर ठेवून देत त्या म्हणाल्या, "बरं, ठीक आहे झॅकरी. तुला सगळं माहीत करून घ्यायचं आहे, हो नं?"

"हो. प्लीज सांगा नं."

शांत आवाजात त्या सांगू लागल्या, "माझा भाऊ एक निवृत्त झालेला बिशप आहे. त्यानं अगदीच नकळतपणे वर्तमानकाळ आणि तीन हजार वर्षांपूर्वीचा भूतकाळ यांच्या मधलं काळाचं दार उघडलं आहे. तेव्हा या भूभागात इथल्या स्थानिक लोकांसोबत ड्रूइड्सही राहत होते. तुला गुरुवारी जी मुलगी दिसली होती, ती एक ड्रूइड आहे आणि मुख्य म्हणजे त्या काळातली आहे. तिकडे दुष्काळ पडू लागलेला आहे आणि त्यामुळे इतर जमातीचे हल्लेखोर लोक हा

भूभाग बळकावू पाहतायत. तिच्या जमातीचे लोक बऱ्यापैकी शांतताप्रिय आहेत, पण ब्रिटनहून तिथे आलेल्या सेल्टिक लोकांपैकी एकाचा असा विश्वास आहे की या दुष्काळाचा अंत होण्यासाठी पृथ्वीमातेला नरबळी अर्पण करायची गरज आहे.''

झॅकरी अवाक् होऊन त्यांच्याकडे बघतच राहिला आणि मग त्याला हसू फुटलं. मोठ्यानं हसून तो म्हणाला, ''तुम्ही माझी थट्टा करताय नं!''

''ही सगळी थट्टाच असती तर बरं झालं असतं.''

''अहो, पण हे सगळं किती... अं...''

''वेडगळपणाचं?'' डॉ. लुईसच्या ओठांवर हसू फुटलं.

''कल्पनेच्याही पलीकडचं.''

डॉ. लुईस शांतपणे शिक्षकी आवाजात पुढे बोलू लागल्या, ''त्या खूप पूर्वीच निघून गेलेल्या काळात एक विशिष्ट व्यक्ती आहे. त्या व्यक्तीला नरबळी देण्यासाठी पॉली अत्यंत योग्य वाटते. त्यामुळे पॉली त्या काळाच्या दारातून ओढली जाऊन संकटात सापडावी असं आम्हाला अजिबातच वाटत नाही, आणि ते साहजिकच आहे नं.''

खूप वेळ शांतता पसरली. मग झॅकरी म्हणाला, ''बापरे, हे सगळं अत्यंत अं... कल्पनेपलीकडलं आहे.''

सौ. मरी म्हणाल्या, ''तू ॲनारलला पाहिलं होतंस की.''

''मला एक सुंदर मुलगी दिसली होती.''

''कशी होती ती? सांग बरं?''

''तिनं काळ्याभोर केसांची एक लांबसडक वेणी घातली होती. मधाळ रंगाची कांती होती तिची, आणि डोळे जास्त तिरके नव्हते, अगदी जरासे...'

त्याचं वाक्य पूर्ण करत डॉ. लुईस म्हणाल्या, ''जरासे अनोखे किंवा परके?''

''हो, नक्कीच. तिला पुन्हा बघायला आवडेल मला.''

''तीन हजार वर्षांपूर्वीच्या काळात जावं लागलं, तरीही?''

''हा तर फारच विलक्षण प्रस्ताव आहे, आणि तोही एका... अं... एका...''

''एका फिजिशियनकडून आलेला. ज्या डॉक्टरला, आत्ताचं स्वत:चं बोलणं अजिबात मान्य नाहीये, पण तरीही अशी शक्यता असेल हे कुठेतरी मान्य करणाऱ्या डॉक्टरकडून आलेला.''

''पण का मान्य करायचं? हे तर अगदीच अशक्य आहे.''

''अरे माझ्या पूर्वजांना टेलिव्हिजन, अंतराळवीर, किंवा आधुनिक वैद्यकशास्त्र हे सगळं सुद्धा अशक्यच वाटलं असतं नं. आता तर या गोष्टी आपण गृहीतच

धरतो, आपल्या जगण्याचा भागच असल्यागत.''

''हो, पण तरीही...''

''पॉली आणि माझा भाऊ त्या काळाच्या दारातून जाऊन आले आहेत. माझा भाऊ थोडासा विक्षिप्त असेलही, पण तो अजिबात मूर्ख नाहीये.''

सौ. मरीही अगदी शांत आवाजात म्हणाल्या, ''आम्हाला पॉली कुठल्याही प्रकारच्या संकटात सापडायला नको आहे. मग ते संकट खरं असो, नाहीतर काल्पनिक. काल्पनिक संकट सगळ्यात जास्त भीतिदायक असतं, कारण त्याबद्दल आपल्याला काहीच माहीत नसतं, काहीच समजलेलं नसतं.''

झॅकरीनं हे ऐकून पॉलीकडे प्रश्नार्थक नजरेनं बघून भुवया उंचावल्या.

पॉली म्हणाली, ''हा सगळा वेडेपणा वाटतोय नं, मला माहीत आहे, पण ते खरंच तसं आहे.''

झॅकरीनं तिच्या दंडाला हलकासा स्पर्श करून म्हटलं, ''मग अशा परिस्थितीत मला अजूनही तुझ्यासोबत फिरायला जायला आवडेल. हे काळाचं दार तुमच्या मालकीच्या जमिनीवरच कुठेतरी असेल नं?''

''हो. तारे पाहायच्या खडकापाशी. आपण त्या दिवशी गेलो होतो नं, तिथे. पोहण्याच्या तलावापाशीसुद्धा. तुला तिथेच, तलावापाशी ॲनारल दिसली होती.''

''पोहण्याचा तलाव ही जागा काळाच्या दारासाठी मुळीच योग्य वाटत नाही. तसंच म्हणता नं त्याला तुम्ही? काळाचं दार.''

''पोहण्याचा तलाव एका जमिनीखालच्या नदीवर बांधलेला आहे. तीन हजार वर्षांपूर्वी हा तलाव नव्हता, आणि हे घरसुद्धा नव्हतं. इथे फक्त भल्यामोठ्या उभ्या दगडांचं रिंगण होतं.''

''तू अत्यंत बुद्धिमान मुलगी असल्याचं मला माहीत आहे, म्हणून बरं. अग, तुझा यावर खरंच विश्वास बसला आहे का?''

''मी तिथे जाऊन आले आहे. म्हणजे, त्या क़ाळात.''

''म्हणजे... मला हे सगळं पुसून टाकता येणार नाहीये, किंवा विसरून जाता येणार नाहीये, खरं नं?''

''हो, खरंय,'' पॉली म्हणाली.

''सौ. मरी? डॉ. कोलुब्रा? तुम्हाला काय वाटतं?''

''ते खरं असण्याची शक्यता असेल असं वाटतं आहे,'' सौ. मरी म्हणाल्या.

''मग नक्की कुणाला माहीत आहे?'' त्याचा आवाज अचानक उदास भासू लागला. सौ. मरी आणि डॉ. लुईसकडे बघत तो म्हणाला, ''तुम्हाला पॉलीनं माझ्या ढासळत्या तब्येतीबद्दल बहुतेक सांगितलं असेल.''

''तुझ्या हृदयाची समस्या तुला सतावतेय, असं तिनं सांगितलं होतं,'' सौ.

मरी म्हणाल्या.

"माझं आयुष्यही कमी आहे हो. तुम्ही आत्ता जे सांगितलं ते खरंच तसं असेल तर तीन हजार वर्षांपूर्वीच्या भूतकाळात जायला मला आवडेल, चांगली कल्पना आहे ती."

"पॉलीला घेऊन अजिबात नाही हं," सौ. मरी ठामपणे म्हणाल्या.

जरा बिचकत पॉलीनं विचारलं, "झॅक, डॉ. लुईसनं तुला तपासलं, म्हणजे तुझ्या हृदयाचे ठोके ऐकले, तर तुला चालेल का? तू त्यांना तपासू देशील?"

"हो, नक्कीच," झॅकरी म्हणाला. मग डॉ. लुईसकडे वळून तो त्यांना म्हणाला, "पण मला वाटतंय, तुम्हाला जरासा घरघरता आवाज आणि अनियमित पडणारे ठोकेच फक्त ऐकू येतील, त्यापेक्षा जास्त काही नाही."

"कदाचित नाही ऐकू येणार. माझ्याकडे फक्त स्टेथोस्कोपच आहे. तपासून बघू या. चल, आपण दुसऱ्या खोलीत जाऊ या का?" डॉ. लुईस म्हणाल्या.

झॅकरी त्यांच्या पाठोपाठ गेला आणि पॉलीनं आजीला विचारलं, "तो बरोबरच सांगतोय बहुतेक. म्हणजे, मला म्हणायचंय, नुसत्या स्टेथोस्कोपनं त्यांना जास्त काही कळणार नाही, हो नं?"

"मलाही तसं वाटतंय, पण रोगनिदानाच्या बाबतीत लुईसला एक खास असं सहावं इंद्रिय आहे. बरं, पॉली, तू झॅकरीला क्लबमध्ये किंवा स्कीइंग करायच्या जागी फिरायला जाण्याबद्दल सांगशील का?"

"मी तसं सुचवीन गं, पण झॅकला त्यात फारसा रस नाही असं मला वाटतंय."

डॉ. लुईस आणि झॅकरी परत आले. डॉ. लुईसचा चेहरा निर्विकार होता. त्या म्हणाल्या, "झॅकरीचे डॉक्टर्स फारच उत्तम आणि कुशल आहेत. मी जे सांगितलं असतं, तेच सगळं ते करतायत. बरं, पण बाळांनो, आता मला निघायला हवं. तुम्ही काय करायचं ठरवलं आहे?"

"आम्हाला त्या समोरच्या रस्त्यावरून रमतगमत चालत गावात जाता येईल," पॉलीनं सुचवलं.

"हो, मला आवडेल," झॅकरी म्हणाला. मग तो डॉ. लुईसना म्हणाला, "डॉक्टर, तुमचे खूप खूप आभार हं. तुम्ही खूप चांगल्या आहात." सौ. मरींकडे वळून तो म्हणाला, "आम्ही फिरून परत आल्यावर चहा आणि मागच्या वेळेसारखा दालचिनीपूड घातलेला टोस्ट मिळू शकेल का?"

"हो, नक्की मिळेल. पॉली, प्लीज बाळा, समोरच्या रस्त्यावरून फिरत फिरत गावातच जा हं फक्त."

"हो आज्जी." ती आणि झॅकरी कोठीघरातून बाहेर पडू लागले. जाता

जाता खुंटीवर लटकावलेला लाल अॅनोरॅक काढून घेत पॉलीनं विचारलं, "तुझे कपडे पुरेसे गरम आहेत नं?"

"हो, अगं हा स्वेटर तर उत्तर ध्रुवीय प्रदेशातही चालेल इतका गरम आहे. पॉली, डॉक्टर लुईस माझ्या तब्येतीबद्दल चांगली बातमी देऊ शकतील अशी आशा होती ग. त्या तर काहीच बोलल्या नाहीत."

"अं... तू म्हणाला होतासच... त्यांच्याकडे स्टेथोस्कोपशिवाय दुसरं काहीही नव्हतं."

"पॉली, तुझा देवदूतांवर विश्वास आहे का गं?" झॅकरीनं विचारलं. ती कच्च्या रस्त्यावरून जाऊ लागली होती, झॅकरी तिच्या मागोमाग गेला.

"माहीत नाही. असेलही कदाचित," पॉली म्हणाली. ती मनातल्या मनात म्हणाली, 'देवदूत म्हणजे जादूची छडी घेतलेल्या, बंदुकीच्या गोळ्या रोखणाऱ्या किंवा अधू झालेलं हृदय सुधारणाऱ्या पऱ्या नव्हेत, हे मात्र मला पक्कं माहीत आहे.'

"माझी आजी जिवंत असायला हवी होती गं, मला फार वाटतं तसं. मी जसा आहे तसा स्वीकारून ती मला माझ्या मनासारखं वागू द्यायची. कुठल्याही अपेक्षांचं ओझं ती माझ्यावर लादत नसे. जर मला तेवढं आयुष्य मिळालं असतं, तर मी माझ्या बाबांचा व्यवसाय पुढे चालवला असता. आता मात्र मला त्याची खात्री नाहीये. कदाचित आयुष्यात आणखी काही चांगलं घडणार असेल."

मागे काहीतरी आवाज झाल्यामुळे त्यानं वळून पाहिलं. ओग शेपूट हलवत पॉलीकडे धाव घेत होता. तिच्या जवळ आल्यावर तो आनंदानं उड्या मारू लागला.

"ओग, खाली बस." तिनं त्याला दरडावून सांगितलं. अगदी आज्ञाधारकपणे तो पट्‌कन खाली बसला.

त्याला निरखून बघत झॅकरीनं विचारलं, "ए... हा कुत्रा कुठून आला? मी याला आधी पाहिलं आहे का गं?"

थेट त्याच्या डोळ्यांत बघत पॉली म्हणाली, "हो. तुला आठवतंय? त्या दिवशी तू मला शोधत आला होतास आणि तेव्हा तुला ओक वृक्षाखाली उभा असलेला माणूस दिसला होता, आठवतंय नं?"

"हो. त्याच्यासोबत एक कुत्राही होता."

"हाच आहे तो कुत्रा," डॉ. लुईससारख्या निर्विकार आवाजात बोलण्याचा प्रयत्न करत पॉली म्हणाली.

"पण मग तो इथे कसा आहे? तुमचाच असल्यागत वागतोय की अगदी."

"तो अचानक अवतरला."

"म्हणजे काय?"

"मी सांगितलं होतं नं. माझ्या आजी-आजोबांकडे नेहमीच आपणहून कुत्रे येतात."

"विक्षिप्तच आहे."

"असेलही. पण महत्त्वाचं म्हणजे, तोसुद्धा ते काळाचं दार ओलांडून आलाय."

झॅकरीनं नाट्यमय सुस्कारा टाकला. पुन्हा ओगकडे निरखून पाहिलं. ओग पॉलीच्या शेजारी उभं राहून शेपूट हलवत होता. तो म्हणाला, "काळाच्या दारातून ये-जा करणारे कुत्रे? किती वेडपटपणा आहे सगळा."

"हो, खरंय," पॉलीनं कबूल केलं.

"जरासा वेगळाच दिसतोय हा कुत्रा. त्याला पाहिल्यावर, इजिप्तमधल्या वास्तूंच्या भिंतींवर अगदी वरच्या बाजूला जी कोरीव चित्रमालिका असते नं, त्यातल्या कुत्र्यांची मला आठवण झाली. तो जर तीन हजार वर्षांपूर्वीचा असेल, तर मग असं साम्य असणं बरोबरच आहे, हो नं?" तो जरा वेगळंच हसला, आणि त्यानं विचारलं, "त्याचं काही नाव ठेवलंय का?"

"आम्ही त्याला 'ओग' म्हणतो, 'ओगम' या नावाचं लघुरूप."

"त्याला साजेसंच नाव आहे." झॅकरीनं एक गवताचं पातं उपटलं आणि ते तोंडात घालून चघळत तो म्हणाला, "पॉली, हा कुत्रा... ही आणखी एक खूण आहे. मला त्या जागी पुन्हा जायचं आहे... तो तारे पाहायचा खडक, तो ओक वृक्ष, आणि ती दगडी भिंत... तिथेच मी तुला भेटलो होतो."

"नाही झॅक, मी तिथे जाऊ शकत नाही. अरे, मी वचन दिलंय तसं," पॉली म्हणाली. ओगनं तिच्या हाताखाली आपलं डोकं सरकवलं. तिनं त्याच्या डोक्यावरून हात फिरवत डोकं कुरवाळलं.

"आपण तिथे गेलो नं, तर शोधण्यायोग्य असलेल्या काही गोष्टी तिथे नक्की सापडतील, असं मला खात्रीनं वाटतंय."

"झॅक, मला तसं मुळीच वाटत नाही. इथे फिरता फिरताही खूप चांगल्या गोष्टी आपल्याला सापडतील. अत्यंत सुंदर जागा आहे ही." तिथून वाहणारा एक अगदीच छोटासा झरा बघण्यासाठी ती जराशी थांबली. वॉटर विलोच्या झुडपांखालून तो झरा शांतपणे वाहत होता.

अचानकच वैतागून मोठमोठ्या आवाजात तो ओरडू लागला, "ही जागा कितीही सुंदर असली तरी मला त्याची मुळीच पर्वा नाही. मी आणखी जास्त जगू शकण्याचा काही मार्ग आहे का, तेवढंच फक्त मला जाणून घ्यायचंय. तो मार्ग मला इथे सापडणार नाहीये, म्हणजे या काळात नाही सापडणार. त्या

डॉ. लुईसनं काहीही सांगायचं काळजीपूर्वक टाळलं असलं तरी मला त्यांच्या चेहऱ्यावर ते दिसलं. त्यांच्या डोळ्यांमधले भाव मला कळले.''

पॉली ठामपणे म्हणाली, ''तू उगीचच नाही ते अर्थ लावतो आहेस. त्यांनी काहीच सांगितलं नाही, कारण त्यांच्याकडे तपासणी करण्यासाठी पुरेशी साधनं नव्हती.''

त्या छोट्या झऱ्यापलीकडून एक अगदी बारीक आणि पुसट वाट डाव्या बाजूला जाताना दिसत होती. ती बहुतेक वन्य प्राण्यांची वाट असावी, असं वाटत होतं. ''चल, या वाटेनं जाऊ या,'' झॅकरी म्हणाला.

''ही वाट कुठेच जात नाही. नुसतीच झाडाझुडपात जाऊन संपेल'' पॉली म्हणाली. याआधी ही वाट पाहिल्याचं तिला आठवत नव्हतं, पण खरंतर ती वाट फळबागेशी आणि नंतर मळ्याशी समांतर जाऊन पुढे दगडी भिंतीपाशी जात होती.

''पॉली,'' आता झॅकरीचा आवाज मंद झाला होता. तो त्याच वाटेनं पुढे गेला होता. ती त्याचं बोलणं ऐकण्यासाठी त्याच्या मागोमाग गेली. ओगही तिच्यासोबत होताच. झॅकरी बोलत होता, ''मला हे सगळं ओगम दगड वगैरे प्रकरण काय आहे ते बघायचं आहे. मी जर कुठल्यातरी मार्गानं तीन हजार वर्षांपूर्वीच्या काळात जाऊ शकलो, तर काय होईल? मी आत्ता आहे तसाच झॅकरी असेन का? माझं हृदय ठीक झालेलं असेल का?''

''मला नाही माहीत,'' पॉली म्हणाली. झॅकरी वाटेत आलेली करवंदाची काटेरी जाळी बाजूला ढकलून पुढे गेला. आता ती वाट किंचित रुंदावली होती. गवताळ उंचवट्यांना वळसे घालत तिथे सगळीकडेच दिसणाऱ्या, हिमनदीमुळे बनलेल्या, खडकांच्या पलीकडे गेली होती.

''मी बरोबर जातोय नं? ही वाट तारे पाहायच्या खडकाकडेच जाते नं?'' झॅकरीनं विचारलं.

''मी या वाटेवरून आधी कधीही गेलेली नाहीये. माझ्या मते तरी ती कुठेच जात नाही.''

मागे वळून त्यानं पॉलीचा हात घट्ट पकडला, आणि म्हटलं, ''पॉली, प्लीज गं. मला तुझ्या मदतीची गरज आहे.''

''याचा काहीही फायदा होणार नाही. चल, आपण घरी जाऊ,'' बोलता बोलता ती आपला हात सोडवून घेण्याचा प्रयत्न करू लागली.

''ए पॉली, प्लीज. प्लीज गं. असा हात ओढून मागे घेऊ नको. मला तुझ्या मदतीची खरंच गरज आहे. प्लीज.''

ओग धावत धावत त्यांच्या पुढे गेला होता. तो पुन्हा शेपूट हलवत पळत

त्यांच्या जवळ आला.

झॅकरी म्हणाला, "बघ. त्या कुत्र्यालासुद्धा सगळं ठीक वाटतंय."

ते पुढे गेले. आता ती वाट रानटी सफरचंदांच्या झाडांमधून जात होती. त्यांना वाकून चालावं लागत होतं. मग ती वाट आणखी रुंदावली आणि दगडी भिंतीकडे जाणाऱ्या रस्त्याला मिळाली. समोरच दगडी भिंत दिसत होती. मोठी लुईस भिंतीवर उन्हात पहुडली होती. ते भिंतीच्या पलीकडच्या, माळरानाच्या बाजूला येऊन पोचले होते. झॅकरी घाईघाईनं तारे पाहायच्या खडकाच्या दिशेनं जाऊ लागला.

"नाही हं. झॅकरी, परत ये!"

मोठ्या लुईसनं तिचं डोकं उंचावलं. अंगाचं वेटोळं सोडून ती काही इंच ताठ उभी झाली आणि मागे-पुढे झुलायला लागली.

पॉली पुन्हा ओरडली, "नाही, नको झॅक! झॅक! परत मागे ये!"

तो मात्र त्या वाटेनं पॉलीला हाका मारत पुढे जातच राहिला. "पॉली, ये नं! प्लीज! आता माझी साथ सोडू नको!"

ओग किंचित गुरगुरत तिला मागे ढकलू लागला, पण झॅकरीला एकटं जाऊ देणं तिला शक्य नव्हतं. धडपडत ती त्याच्या मागे धावता धावता ओरडली, "झॅकरी, हा मूर्खपणा आहे. अरे काहीही विशेष घडणार नाहीये."

"ठीक आहे नं. जर काहीच घडलं नाही, तर आपण घरी जाऊन चहा पिऊ." धावता धावता तो थांबला. त्याला धाप लागली होती, श्वास घ्यायला त्रास होत होता. त्याचा चेहरा फिक्कट पडला होता आणि ओठांच्या भोवती निळसर झाक दिसू लागली होती. त्यानं तिच्यासमोर हात पसरला. तिनं त्याचा हात हातात घेतला.

त्यांच्या पायांखालची जमीन हादरायला लागली. जणू लांबून ऐकू यावा, तसा अगदी हलकासा गडगडाट झाला. भोवतालची हवा थरथरली. त्या हवेत विजेचा लखलखाट दडला होता.

"ए...! पॉली!" झॅकरी आश्चर्यानं ओरडला.

झाडांचे बुंधे जाड झाले, त्यांच्या फांद्या आणखी उंच गेल्या. त्या दोघांच्या समोर तलाव होता आणि त्यातल्या पाण्यावर ऊन पडून ते चमचमत होतं.

"हं. घडलंच ते," पॉली सपाट आवाजात म्हणाली.

"काय घडलं?"

"आपण काळाचं दार ओलांडून पलीकडे गेलो आहोत. ती झाडं बघ. जास्त जुनी आणि मोठी वाटतायत नं. तो तलाव आहे नं, तो आपल्या काळातल्या दरीच्या जागी आहे. त्या तलावानं पूर्ण दरी व्यापून टाकली आहे. ते

डोंगर बघ. ते नव्यानं तयार झाल्यासारखे दिसतायत, जास्तच भव्य आहेत, आणि त्यांच्या शिखरांवर अजूनही बर्फ आहे. मला वाटतंय, भूगर्भशास्त्रीय शब्दांत सांगायचं तर हिमयुग पार पडून फार जास्त काळ लोटला नसेल.''

झॅकरी त्या आदिम जंगलाकडे, भव्य खडबडीत डोंगरांकडे बघतच राहिला. त्यानं विचारलं, ''कदाचित हृदयविकाराचा झटका येऊन माझा मृत्यू तर झालेला नाहीये ना?''

''नाही रे झॅक.''

''पण मग त्या परिस्थितीत तुझाही मृत्यू झालेला असायला हवा,'' तो म्हणाला.

''नाही झॅकरी. आपण मेलेलो नाही आहोत. आपण तीन हजार वर्षांपूर्वीच्या काळात आलो आहोत.''

''म्हणजे मग आपल्या काळात आपण मेलेलो असू, हो नं?''

''आत्ता या क्षणी आपण जिवंत आहोत.''

''मला काहीच वेगळं जाणवत नाहीये.'' त्यानं जणू निराशा झाल्यागत एक खोल श्वास घेतला, आणि तो म्हणाला, 'ए, आणि तो कुत्रा आपल्यासोबत अजूनही आहेच गं.''

ॲनारल त्यांच्या दिशेनं पळत येताना दिसल्यावर पॉलीनं झॅकरीच्या दंडावर हात ठेवला.

ॲनारल म्हणाली, ''पॉल्ली! अग परत जा! इथे सुरक्षित नाहीये!'' मग अचानक तिचं झॅकरीकडे लक्ष गेलं, आणि तिनं तोंडावर हात ठेवला. ''कोण...''

''झॅकरी ग्रे. त्यानं तुला त्या दिवशी पाहिलं होतं. मला वाटतंय, तूसुद्धा त्याला पाहिलं होतंस.''

झॅकरी ॲनारलकडे एकटक बघत होता. त्यानं विचारलं, ''तू कोण आहेस?''

ॲनारलच्या पापण्या खाली झुकल्या. पॉलीनं उत्तर दिलं, ''ती एक ड्रूइड आहे.''

''अरे देवा!''

''परत जा. तुम्ही दोघे. इथे सुरक्षित नाही,'' ॲनारल पुन्हा म्हणाली.

''काय सुरक्षित नाहीये?'' झॅकरीनं विचारलं.

''काल रात्री दरोडा पडला. आमच्या अनेक उत्तमोत्तम मेंढ्या आणि गायी पळवून नेल्या.''

''त्याचा काय संबंध...'' झॅकरीनं बोलायला सुरुवात केली.

तेवढ्यात ॲनारल म्हणाली, ''टाव खूप वैतागला आहे, आणि फक्त टाव नाही, आम्ही सगळेच धोक्यात सापडलो आहोत. ते लुटारू कुठल्याही क्षणी परत

येऊ शकतील.''

''टाव?'' पॉलीनं विचारलं.

''आमच्या जमिनीसाठी लढायला तयार असणारी टाव ही एकमेव व्यक्ती नाहीये. खूप रक्तपात होईल अशी भीती कॅरॅलिसला वाटयेय. तुला समजतंय ना?''

''मुळीच नाही,'' झॅकरी म्हणाला.

एखाद्या व्यक्तीचा बळी देण्याची योजना आखत असताना त्याच व्यक्तीसोबत मौजमजा करण्याची कल्पना पॉलीच्या पचनी पडत नव्हती.

ॲनारल तिच्याकडे बघत म्हणाली, ''जे काय बोललं गेलं होतं ते सगळं तुला समजलं होतं...'' ती मधेच योग्य शब्द आठवण्यासाठी थांबली. मग म्हणाली, ''...म्हणजे त्या परिषदेत... टेबलाभोवती बसून बोललं गेलेलं... तुला ते समजलं होतं नं?''

''बऱ्यापैकी समजलं होतं, म्हणजे, तसं मला वाटतंय.''

''प्लीज सांगतेस का, तुला काय समजलं होतं ते?''

''मला वाटतंय, माता... अं... पृथ्वीमाता नं?''

''हो.''

''टावचा असा विश्वास आहे की पृथ्वीमाता रक्ताचं दान मागते आहे, आणि म्हणून मला इथे पाठवलं गेलंय...'' तिच्या अंगावर काटा उभा राहिला. तिनं विचारलं, ''तुझा आणि कॅरॅलिसचासुद्धा विश्वास आहे त्यावर?''

''नाही नाही. आम्हाला तसं वाटत नाही. आमच्या मते माता अत्यंत प्रेमळ आणि दयाळू आहे. कॅरॅलिसचादेखील असा विश्वास आहे की तुला इथे पाठवलं गेलंय.''

''पाठवलं गेलंय?''

''अगं, रक्ताचं दान, किंवा बळी देण्यासाठी नाही. कॅरॅलिस नेहमी त्या खडकाळ वेदीवर आडवा होऊन प्रार्थना करतो. अगदी खूप खूप वेळ. तो सांगतो की देवाची योजना स्पष्टपणे कळत नाहीये.''

''ए... अगं तुम्ही कशाबद्दल बोलताय?'' झॅकरीनं विचारलं.

पॉलीचा चेहरा कठोर झाला होता. ती म्हणाली, ''टावचा असा विश्वास आहे की... कदाचित... पृथ्वी सुपीक बनण्यासाठी रक्ताचं दान मागते, आणि त्यासाठी माझं रक्त...'' तिचा आवाज मंदावत जाऊन बंद झाला.

ॲनारल म्हणाली, ''कॅरॅलिसच्या मते, तो आणि टाव तो भव्य जलाशय ओलांडून इथे आले नं... तिथे, त्या जलाशयाच्या पलीकडे... अं... समस्या निर्माण झाली. तो सांगत होता की आधी त्यांच्या भूभागात एका बकरीच्या पिल्लाचा बळी दिलेला... अं...'' ती थांबली.

"पुरेसा?" पॉलीनं शब्द सुचवला.

"हो, बरोबर. पुरेसा असायचा. त्या पिल्लाचे आभार मानून त्याचा बळी देत असत आणि त्याच्या निधनाचा शोक प्रकट केला जायचा. मग नंतर मोठी मेजवानी असायची. त्यानंतर मात्र पाऊस न पडण्याचा काळ आला .... तुला आठवतंय नं... टाव सांगत होता..."

"हो."

"पण मग बकरीचं रक्त अर्पण करणं हे... हे... अं."

"पुरेसं नव्हतं."

"हो, बरोबर. बकरीचा बळी देऊनही पाऊस पडलाच नाही. सगळी पिकं वाळून गेली. लोकांची उपासमार होऊ लागली. मग टावनं त्या माणसाला मारलं आणि त्याचं रक्त जमिनीला अर्पण केलं, त्यानंतर लगेच पाऊस आला."

झॅकरीनं विचारलं, "नरबळी दिल्यामुळे पाऊस आला, असं तुम्हाला वाटतं?"

"नाही, आम्हाला नाही. आम्ही वाऱ्याचे लोक त्या दैवी अस्तित्वाला, त्यानं काय करावं ते सांगायचा प्रयत्न करत नाही. आम्ही त्याची देणगी समजावून घेतो आणि तिचा योग्य वापर करतो. मग ती देणगी चांगली असो, की वाईट. माझ्या लोकांपैकी काही जणांना असं वाटतंय की तलावापलीकडच्या भागात दुसरे देव असू शकतील. ते देव संतापलेले असतील आणि त्यांचा... अं..."

"त्यांचा राग शांत करायची गरज आहे?" झॅकरीनं सुचवलं.

अ‍ॅनारलनं प्रश्नार्थक नजरेनं त्याच्याकडे पाहिलं.

पॉली म्हणाली, "तुम्ही त्या देवांना जे हवं असेल ते देईपर्यंत, ते देव तुमच्यावर असेच रागावलेले राहतील?"

"हो, बरोबर."

कपाळाला आठ्या घालून झॅकरीनं विचारलं, "पण तुमच्या देवाचं तुमच्यावर प्रेम आहे, असं तुम्हाला वाटतं नं?"

हलकेच हसून अ‍ॅनारल म्हणाली, "हो हो. कधीकधी त्या दैवी पूर्वनियोजित योजनेतलं आपलं नेमकं काम आपल्याला समजत नाही. लोकांकडून योजनेच्या विरुद्ध जाऊन काम केलं जाणं शक्य असतं. तारे, लोक, ठिकाणं यांना जोडणाऱ्या प्रेमाच्या रेषांमध्ये गुंतागुंत निर्माण होते. तो पूर्वनियोजित आराखडा एखाद्या कोळ्याच्या जाळ्याइतका बिनचूक आणि नाजूक असतो. आणि तू..." तिनं झॅकरीवर डोळे रोखून म्हटलं, "त्या आराखड्यातलं तुझं नेमकं स्थान कुठलं आहे, तुझ्याकडे कुठल्या रेषा येतात, किंवा तुझ्याकडून कुठल्या रेषा जातात, किंवा तुला स्पर्शणाऱ्या रेषा आम्हाला नेमक्या कुठल्या स्थानी स्पर्श करतात, या सगळ्या गोष्टी आम्हाला समजत नाहीयेत."

आत्तापर्यंत ओग पॉलीशेजारी शांतपणे उभा होता. तो ॲनारलपाशी गेला. तिनं त्याचं डोकं थोपटलं आणि म्हटलं, "याला कॅरॅलिसनं तुझ्याकडे पाठवलं. मला आनंद वाटला, पण आता मात्र जा. प्लीज जा. कालवर्तुळातील तुझ्या स्वत:च्या ठिकाणी जा." ती मागे वळून झरकन दूर पळून गेली.

"वाह! चल, तिच्या मागे जाऊ या," झॅकरी म्हणाला आणि त्यानं तिच्या दिशेनं घाईघाईनं काही पावलं टाकलीही.

"नाही, नको झॅक. चल, घरी जाऊ."

"का?"

पॉलीचा धीर आता सुटत चालला होता. ती म्हणाली, "ॲनारलचं बोलणं ऐकलंस नं तू?"

"हो, आणि मला आता त्या सगळ्या प्रकाराचं फारच आकर्षण वाटायला लागलंय. मला आणखी जाणून घ्यायचं आहे."

"झॅकरी, तिथे धोका आहे, सुरक्षित नाहीये ते."

"अगं, कुणी तुझा बळी देईल, असा तुला खरंच विश्वास वाटतो?'

"कशावर विश्वास ठेवावा, हेच मला कळत नाहीये. आत्ता आपण घरी जायलाच हवं, एवढंच मला कळतंय," असं बोलून ती घराच्या दिशेनं चालू लागली, पण ती झाडं मात्र तशीच अवाढव्य दिसत होती.

एका भल्यामोठ्या ओक वृक्षामागून शीळ ऐकू आली आणि ती थबकली. जणू गोठल्यागत एका जागी उभी राहिली. ओग शेपूट पायात घालून आणि कान टवकारून पॉलीला चिकटून स्तब्ध उभा राहिला.

"पॉल्ली..." टावचा आवाज होता तो. तो झाडामागून समोर आला. ओगची शेपूट पुन्हा हलायला लागली. तो म्हणाला, "तू आलीस."

"हा कोण आहे?" झॅकरी बुचकळ्यात पडला होता. तो म्हणाला, "तो बोलतोय त्यातला एकही शब्द मला समजत नाहीये."

पॉलीनं सांगितलं, "तो टाव आहे. ओगम भाषेत बोलतोय."

वैतागलेल्या आवाजात झॅकरी म्हणाला, "हो, ते कळलं गं. माझे बॉस कधीकधी या भाषेत बोलतात, पण त्यांच्यापेक्षा खूप भरभर बोलतोय तो."

पॉलीनं टावकडे पाहिलं. ॲनारलनं धोक्याचा इशारा दिलेला असूनही तिला टावला भेटून विचित्रसा अनामिक आनंद झाला होता. तिनं सांगितलं, "तो सेल्ट आहे, प्राचीन ब्रिटनहून आलेला एक योद्धा." ओग अजूनही पॉलीला चिकटून उभा होता, पण आता तो गुरगुरत नव्हता. त्याची बारकीशी लांबसडक शेपूट जोरजोरात हलत होती.

हातातला भाला घट्ट पकडून, झॅकरीकडे निर्देश करत टावनं विचारलं,

“कोण?”

“त्याचं नाव झॅकरी आहे. तो माझ्या काळातला आहे,” पॉली ओगम भाषेतले शब्द सावकाश उच्चारत म्हणाली. झॅकरीचं नाव नीट कळावं म्हणून तिनं ते विशेष काळजीपूर्वक ‘झॅक-अ-री’ असं उच्चारलं.

टावनं भुवया उंचावून म्हटलं, “झॅक?”

“झॅकरी.”

“पण आम्हाला आता आणखी दुसऱ्याची गरज नाहीये! देवीमाता आणखी एकाला इथे का पाठवेल? मला कळत नाहीये.” टावचे डोळे आश्चर्यानं विस्फारले होते. ऊन पडल्यामुळे त्याचे फिक्के पिवळट केस चंदेरी भासत होते.

झॅकरीनं विचारलं, “तो काय म्हणतोय?”

त्यांच्या मागून मंद आवाजात ढोलाची ढमढम ऐकू येऊ लागली. तो आवाज धमकावणारा वाटत होता. ओगची शेपूट पुन्हा त्याच्या पायात गेली, आणि तो गुरगुरायला लागला. त्याच्या अंगावरचे केस ताठ उभे राहिले.

टाव ऐकत होता. तो म्हणाला, “धोका आहे. परत जा. आमच्या इथे दरोडा पडला आणि आमची काही उत्कृष्ट जनावरं पळवून नेण्यात आली, हे तुला माहीत आहे का?”

“हो. मला त्याबद्दल वाईट वाटतंय,” पॉली म्हणाली.

“घरी जा गं. ताबडतोब,” टाव म्हणाला.

“मी परत जाणार नाहीये,” झॅकरी पुटपुटला.

त्याच्याकडे साफ दुर्लक्ष करून टाव म्हणाला, “माझ्या पॉल्ली, अग, पुन्हा एकदा दरोडा पडणार आहे. तू निघून जायलाच हवं. मला तर समजतच नाहीये, या...” त्यानं झॅकरीकडे बोट दाखवून पुढे म्हटलं, “या झॅकला कशासाठी पाठवलंय.”

ढोलांचा आवाज वाढला, आणखी जवळ आल्यासारखा वाटला. ओग भुंकू लागला.

पॉली टावला म्हणाली, “याला परत जाण्यासाठी कसं तयार करावं, मला समजत नाहीये.”

भाला हलवत टाव मोठ्यानं म्हणाला, “अगं तू जा नं पॉल्ली. निघून जा.”

अचानक ढोलांचा आवाज अगदी जवळ आला आणि त्या आवाजासोबत ओरडणाऱ्या, किंचाळणाऱ्या, माणसांचा घोळका जवळ येऊ लागला. त्या लोकांनी कातडी वस्त्रं परिधान केली होती, आणि त्यांच्या काळ्याभोर केसांत पिसं खोचली होती. तो माणसांचा घोळका तलावाच्या दिशेनं आरडाओरडा करत येत होता. दोन माणसांनी ॲनारलला आणि दोन माणसांनी बिशप कोलुब्रांना पकडून

ठेवलं होतं, आणि ते लोक त्या दोघांना फरफटत खेचत होते. ॲनारल किंचाळत होती, बिशप कोलुब्रा ओरडत त्या लोकांच्या तावडीतून सुटण्यासाठी धडपडत होते.

भाला उगारून टाव त्या टोळक्यावर धावून गेला. एवढ्या मोठ्या टोळक्याविरुद्ध एकच योद्धा. पॉलीनं जमिनीवरची एक फांदी उचलली आणि तीही त्याच्या मागोमाग मदतीला धावली. ओगनं ॲनारलला धरून ठेवलेल्या एका माणसाच्या अंगावर झेप घेतली. त्यानं गळ्यावर हात धरत ॲनारलला सोडून दिलं, पण दुसऱ्या माणसानं तिला पकडलेलं होतंच. पॉलीनं त्या माणसाला हातातल्या फांदीनं जोरदार फटका मारला. ती फांदी कोरडी होती, लगेच मोडून गेली. पॉली ॲनारलला सोडवण्यासाठी जमेल ते सगळं करू लागली. ती त्या माणसाला लाथाबुक्क्यांनी मारू लागली, ओरबाडू लागली, चावे घेऊ लागली... तांबूस तपकिरी केसांची, लाल ॲनोरॅक घातलेली पॉली त्या लोकांना नक्कीच भुतासारखी वाटली असणार. तिनं ॲनारलला त्या माणसाच्या हातून जवळजवळ हिसकावूनच घेतलं. त्यानं तिला जमिनीवर ढकलून दिलं.

ॲनारल मोठ्यानं किंचाळली, "नाही, नको! पॉल्ली, घरी जा!"

ते लोक ओरडत होते, उंच आवाजात गात होते. त्या गाण्याच्या प्रत्येक ओळीच्या शेवटी अत्यंत कर्कश सुरात 'हौ!' असं ओरडत होते.

अचानक बिशपदेखील गायला लागले. त्यांचा आवाज थरथरत होता, पण स्पष्ट होता. 'कीरी एलीझॉन! ख्रिस्टे एलीझॉन! कीरी एलीझॉन!'

अचानक आश्चर्यचकित शांतता पसरली. मग वाऱ्याचे लोक चहूदिशांनी भाले, धनुष्यबाण, लाठ्याकाठ्या घेऊन ओरडत धावत आले आणि पुन्हा हलकल्लोळ माजला. तुंबळ लढाई सुरू झाली. त्या गोंधळानं, आरडाओरड्यानं पॉलीचं डोकं गरगरायला लागलं, पण तरीही तिनं मारामारी सुरूच ठेवली.

आणि मग अचानक कुठूनतरी कॅरॅलिस हातात एक भक्कम सोटा घेऊन अवतरला. तो सोटा लढणाऱ्या दोन गटांच्या मध्ये खुपसायचा प्रयत्न करत तो ओरडला, "थांबा! हा वेडेपणा ताबडतोब थांबवा!"

"आता तू हे थांबवू शकत नाहीस! त्यांनी ॲनारल आणि त्या बिशप बगळ्याला पकडलंय!" टाव ओरडला.

पॉलीला एका लुटारूनं पाठीमागून पकडलं आणि उंच उचलून धरलं. तिनं त्याचे केस पकडून खेचले, त्याच्या डोक्यातली पिसं पिरगळून उपसून फेकली. ओगनं उडी मारून तिचा बचाव करायचा प्रयत्न केला, पण एका लाठीचा फटका बसून तोही बाजूला खाली पडला.

पॉली किंचाळत सुटली, "वाचवा! वाचवा! मदत करा!" मग अचानक एक

हात तिच्या तोंडावर घट्ट दाबला गेला. तिनं त्या हाताचा चावा घेतला.

"वाचवा!"

आता कॅरॅलिस त्याचा सोटा आणखी जोरात खुपसत त्वेषानं लढू लागला. त्याचे तरुण योद्धे ओरडत लढत होते. त्या भूमीवर फक्त गोंधळ आणि दहशत माजली होती.

पॉलीनं त्या माणसाच्या हातून आपलं डोकं सोडवून घेतलं.

"वाचवा!" ती पुन्हा किंचाळली.

आणि मग अचानक विचित्र अशी शांतता पसरली. जणू चक्रीवादळाच्या केंद्रस्थानी असते तशी भयाण स्तब्धता. मग भीतीची एक भयंकर कर्कश किंकाळी. ॲनारल आणि बिशपना धरून ठेवलेल्या लुटारूंनी त्यांना अचानक सोडून दिलं आणि नवल म्हणजे ते पळून गेले. पॉलीलासुद्धा त्या माणसानं जमिनीवर टाकून दिलं. ती धडपडत उठली. तिला मोठी लुईस नागमोडी वळणं घेत, सरपटत येताना दिसली. तिची लालभडक जीभ लपलपत होती.

ज्या अचानकपणे सगळं सुरू झालं होतं, त्याच अचानकपणे सगळं संपलं.

ते सगळे लुटारू घाबरून, एकमेकांवर आपटत पळून जात होते.

हे युद्ध प्राणघातक असण्यापेक्षा खूप हलकल्लोळ माजवणारं आणि धसमुसळेपणाचं होतं.

जखमी लोकांना एकत्र गोळा करण्यात आलं.

सगळे लुटारू लांबलचक होड्यांमध्ये बसले, आणि त्या होड्या तलावात बऱ्यापैकी अंतरावर घेऊन गेलेसुद्धा. तलावातल्या पाण्यात जोरजोरात वल्ही मारून ते सगळे घाईघाईने पलीकडे निघून जाण्याचा प्रयत्न करत होते.

वाऱ्याच्या लोकांमध्ये एक पांढऱ्या केसांची बाई होती. तिच्या खांद्यात एक तुटका बाण रुतला होता. कॅरॅलिसनं इकडेतिकडे पाहिलं. त्याला पॉली दिसली. तो पॉलीला म्हणाला, "आमची ईगल-वूमन जखमी झाली आहे, त्यामुळे जखमी लोकांवर उपचार करण्यासाठी तिची मदत होणार नाही. मला आणि कबला उपचारांसाठी मदत लागणार आहे. आम्हाला स्थिर हाताने आणि शांत डोक्याने मदत करणारी व्यक्ती हवी आहे," असं बोलून त्यानं पॉलीकडे प्रश्नार्थक नजरेनं पाहिलं.

"हो, नक्कीच. मला जमेल ती सगळी मदत मी करीन. मला रक्ताची भीती वाटत नाही," पॉली म्हणाली. तिची नजर झॅकरीला शोधू लागली, पण तो कुठेच दिसत नव्हता. त्या लोकांना तिच्या मदतीची गरज होती. कॅरॅलिसनं तिची एका तरुणाशी ओळख करून दिली. त्यानं लांडग्याचं राखाडी रंगाचं कातडं

खांद्यावर टाकलं होतं. हाच तरुण त्या गोलाकार रचलेल्या उभ्या दगडांच्या ठिकाणीसुद्धा होता... हॅलोवीनच्या... सॉवेनच्या दिवशी.

"हा कब आहे, आमचा लहान उपचारक."

तो तरुण म्हणाला, "मला कॅरॅलिसएवढा किंवा आमच्या मोठ्या वुल्फएवढा अनुभव नाहीये. तुझ्या मदतीबद्दल मी नेहमीच तुझा आभारी राहीन."

कॅरॅलिस आणि कबनं तिला जे काही काम करायला सांगितलं, ते सगळं तिनं मनापासून केलं. ते दोघे ईगल-वूमनच्या खांद्यात रुतलेला बाण बाहेर काढत असताना, तिनं आपले दात एकमेकांवर घट्ट रोवून धरले होते. पॉली एक मऊ कातडं ओलं करून त्यानं तिचा घाम पुसत राहिली होती. त्यानंतर ते मोडलेली हाडं जुळवून बसवायला लागले. काही ठिकाणी जखमा झाल्या होत्या, त्यातून वाहणारं रक्त थांबवण्याचा प्रयत्न करू लागले.

पॉलीचं काम होतं, एका वाडग्यात स्वच्छ पाणी भरून उपचारांच्या वेळी तो वाडगा धरून ठेवणं आणि प्रत्येक वापरानंतर तलावातून स्वच्छ पाणी आणून तो वाडगा भरून ठेवणं. हल्लेखोरांच्या टोळीतल्या एका लुटारूला डोक्यावर जबरदस्त मार लागल्याने तो बेशुद्ध झाला होता. कॅरॅलिसनं त्याला शेवाळ्याच्या बिछान्यावर झोपवलं आणि त्याला ऊब मिळावी म्हणून कातडं पांघरलं. दुसरा एक हल्लेखोर पाय मोडल्यामुळे तिथेच राहिला होता. कॅरॅलिस आणि कबनं मिळून त्याच्या पायाची हाडं जुळवून बसवली आणि पॉलीनं तेव्हा त्याचं डोकं धरून ठेवलं. चांगलाच मोडला होता त्याचा पाय. हाडं जुळवून बसवताना अत्यंत वेदना होऊन त्यानं पॉलीला घट्ट धरून ठेवलं. कबनं त्याला काहीतरी पेय प्यायला दिलं आणि त्यामुळे वेदना कमी होतील, असंही सांगितलं. नंतर त्यानं एक दाट हिरवट द्रव त्याच्या जखमांवर ओतला. त्याचं हाड मोडल्याने ते त्वचा फाडून बाहेर आलं होतं. त्या हिरवट द्रवामुळे जखमेत जंतुसंसर्ग होणार नाही, असं कबनं त्याला सांगितलं.

त्याच्या पायाचं हाड नीट जुळवून बसवलं आणि पाय दोन फळकुटांमध्ये बांधून घातला. त्यानंतर त्या हल्लेखोराला जरा बोलणं सुचू लागलं. पॉलीला त्याचं बोलणं समजायला अवघड जात होतं. कॅरॅलिस तिला भाषांतर करून सांगू लागला, "तो सांगतोय, त्यांची पिकं वाळून वाया गेली आहेत. मका तर मुळीच नाहीये. त्यांची चराऊ कुरणं वाळून गेली आहेत. जमीन कोरडी पडून भेगाळली आहे, कडक झाली आहे. ते आमच्यावर पुन्हा धाड घालतील. पुढच्या वेळी आणखी जास्त माणसं घेऊन हल्ला करतील. त्यांना दुसरा पर्यायच उरला नाहीये, म्हणजे असं तो सांगतोय हं. त्यांनी आमच्या भूभागावर, पिकांवर, गुराढोरांवर कब्जा केला नाही, तर त्यांची उपासमार होईल, असं तो म्हणतो

आहे.''

''पण त्याऐवजी इथे येऊन ते तुमच्याकडे शांतपणे अन्नधान्य मागू शकणार नाहीत का?'' पॉलीनं विचारलं.

कॅरॅलिस सुस्कारून म्हणाला, ''तसं नाही होत. तशी पद्धत नाहीये.''

पॉलीनं देखील निश्वास टाकला आणि ती म्हणाली, ''बरं, पण या लढाईत निदान कुणाचा जीव तरी गेला नाही.''

''हो, निदान या वेळेला तरी.'' कॅरॅलिस म्हणाला. ''पॉल्ली, तू केलेल्या मदतीसाठी खूप खूप धन्यवाद.'' त्यानं त्या पांढऱ्या केसांच्या बाईकडे नजर टाकली. ती जखमी लोकांच्या घोळक्यात बसली होती. गळ्यात बांधलेल्या एका छोट्याशा कातडी झोळीत तिचा दुखापत झालेला हात अडकवून ठेवला होता. ''ईगल-वूमन ही आमची... अं...'' तो योग्य शब्द आठवू लागला.

''औषधवाली बाई? वैदू? मांत्रिक?'' पॉली शब्द सुचवू लागली.

कॅरॅलिसनं डोकं हलवलं. या शब्दांचा अर्थ त्याला माहीतच नव्हता. तो म्हणाला, ''मला बिशप बगळ्यांनी जे सांगितलं आहे, त्यानुसार तुम्ही ज्यांना 'डॉक्टर' म्हणता नं, तशी आहे ती. तुमच्याकडे मात्र आमच्या कबसारखं कुणीच नसतं. उपचारकर्ता आहे आमचा कब. त्या बाईंना जडीबुटीचं प्रचंड ज्ञान आहे. त्यांना ताप, थंडीचे त्रास बरे करता येतात. आजारी किंवा जखमी व्यक्तींवर उपचार करण्यासाठी त्या कबला मदत करतात. आता मात्र त्यांच्या खांद्याला चांगलीच दुखापत झाली आहे, त्यामुळे त्या काही काळ तरी काम करू शकणार नाहीत. खांद्यात बाण घुसल्यामुळे तिथल्या हाडाची चांगलीच मोडतोड झालीय. तू खूप छान काम केलंस. इतक्या भीषण जखमा बघूनही तुला मान फिरवण्याची देखील गरज वाटली नाही. जखमांवर उपचार करण्याचं शिक्षण घेतलं आहेस का तू?''

डोकं हलवत पॉली म्हणाली, ''माझं कुटुंब फार मोठं आहे. आम्ही जेव्हा गेया बेटावर राहत होतो... इथून खूपच लांब आहे ते बेट... तेव्हा तिथे कुणी डॉक्टर्स नव्हते. त्यामुळे कुणी आजारी पडलं, किंवा जखमी झालं की अशा वेळेला मी माझ्या आई-बाबांना मदत करायची. कॅरॅलिस, झॅकरी कुठे आहे रे?' आपल्यावर झॅकरीची जबाबदारी आहे असं वाटल्यामुळे ती त्याच्या मागोमाग इथे आली होती, आणि आता तो दिसतच नव्हता.

''झॅक?''

''अरे तो माझ्याबरोबरच होता. त्याच्याबद्दल मी तुला सांगितलं होतं नं, त्याला ॲनारल दिसली होती तोच. माझ्यासोबतच होता रे तो, आणि मग लढाई सुरू झाली अन् मी त्याला विसरूनच गेले.''

कॅरॅलिस चिंतेत पडल्यासारखा वाटला. त्यानं विचारलं, ‘‘तो इथे आहे?’’

‘‘हो नं, त्याच्यामुळेच तर मी इथे आलेली आहे. मी त्याला रोखण्याचा खूप प्रयत्न केला, पण तो ऐकतच नव्हता. त्याला एकट्याला इथे येऊ देणं मला शक्य नव्हतं, म्हणून मग...’’

कॅरॅलिस मधेच म्हणाला, ‘‘तो इथे का आलाय, मला कळतच नाहीय.’’

‘‘ते तर मलाही कळलेलं नाहीये.’’

जरासा विचार करून पॉलीनं विचारलं, ‘‘कॅरॅलिस, मी अन् झॅकरी तुमच्या काळात आलो आहोत, मग त्यामुळे आमच्या काळात घडणाऱ्या गोष्टींमध्ये बदल नाही का होणार?’’

शांतपणे कॅरॅलिसनं उत्तर दिलं, ‘‘हो. अनेकदा भूतकाळामुळे भविष्यकाळात बदल घडतो. अनेक प्रकारची वेगवेगळी भविष्यं असू शकतात, पण त्या ठरलेल्या योजनेचा भाग नसतानाही, निव्वळ घोडचुकीमुळे, कुणी आमच्या काळात आला तर त्यामुळे आकृतिबंधात गुंतागुंत निर्माण होऊ शकते. एकमेकांना जोडणाऱ्या रेषा गुंततात, त्यांच्यात गाठी पडू शकतात.’’

‘‘पण जर तो त्या ठरलेल्या आकृतिबंधाचा भाग असेल, तर?’’ पॉलीनं प्रश्न केला.

कॅरॅलिस म्हणाला, ‘‘तेही शक्य आहेच. जर तसं असेल तर मात्र सगळं अवघड होणार आहे.’’

‘‘पण तो आहे तरी कुठे?’’

तो प्रश्न कानावर पडल्याने ॲनारल त्या दोघांपाशी येऊन म्हणाली, ‘‘झॅक? तो ठीक आहे. बिशपसोबत आहे.’’

मग पॉलीला आठवलं, बिशप बूट घालून बाहेर गेल्याचं डॉ. लुईसनं सांगितलं होतं. ‘त्यांची इथे गरज भासेल, ही गोष्ट जाणवल्यामुळे त्यांनी काळाचं दार ओलांडलं असेल का?’ पॉलीच्या मनात प्रश्न उभा राहिला.

ॲनारल हात धुण्यासाठी स्वच्छ पाण्याने भरलेला एक मोठा वाडगा घेऊन आली होती. त्या पाण्यानं कॅरॅलिस आणि ॲनारलनं हात धुतले. पॉलीकडे गंभीर नजरेनं बघत कॅरॅलिस म्हणाला, ‘‘तुझी खरंच खूप मदत झाली. तू खूप धाडसी आहेस हं.’’

‘‘ए, मी फारसं काही केलं नाही हं.’’

‘‘तुझ्या हातालाच गुण आहे, तुला खास देणगी आहे ती. तू त्याचा सदुपयोग करायला हवा. आता मात्र आपण उभ्या दगडांपाशी जायला हवं. तिथे सगळे आपली वाट बघत असतील.’’

ते सगळे त्या उभ्या दगडांच्या रिंगणाच्या आतील बाजूस असलेल्या दगडी खुर्च्यांवर बसले... पॉली, ॲनारल, कॅरॅलिस, कब, टाव, झॅकरी, बिशप आणि वाऱ्याच्या लोकांपैकी अनेक इतर लोक.

पॉलीला अजूनही ती विचित्र लढाई एखाद्या वाईट स्वप्नासारखीच वाटत होती. दोन सैन्यांमधली लढाई, पण सैन्य म्हणावं, इतके जास्त लोक नव्हते ते, दोन टोळ्यांमधली लढाई होती ती. त्या लढाईचा शेवट वेगळ्या प्रकारे झाला असता, तर ते लुटारू नक्कीच ॲनारलला पळवून घेऊन गेले असते.

पण बिशप कोलुब्रांचं काय? जर त्या हल्लेखोरांनी बिशपना पळवून नेलं असतं तर? त्याचा काळाच्या वर्तुळांवर काय परिणाम झाला असता? तिच्या मनात असंख्य विचार येत होते. तिनं ते विचार झटकून टाकण्यासाठी जोरात डोकं हलवलं. कॅरॅलिस आणि कबला जखमी लोकांवर उपचार करण्यासाठी तिनं मदत केली होती, हे एवढंच आत्ता महत्त्वाचं होतं. जरी त्या दोन जमातींच्या मधली लढाई आतापुरती संपली असली, तरी पुढे आणखी मोठं संकट येणार असल्याचं लक्षात ठेवणं तिला भागच होतं.

तिनं त्या गोलाकार रचनेत बसलेल्या स्त्री-पुरुषांकडे नजर टाकली. ते सगळे वाऱ्याच्या लोकांचे पुढारी होते. प्रत्येकानं चामड्याची वस्त्रं, किंवा पक्ष्यांची पिसं किंवा तशीच दुसरी काहीतरी वैशिष्ट्यपूर्ण वस्तू परिधान केली होती. त्यावरून त्या जमातीतला त्यांचा हुद्दा कळत होता. ईगल-वूमनही तिथे दगडी खुर्चीत बसली होती. तिचा चेहरा पांढरा पडला होता, पण शांत दिसत होता. तिचा दुखावलेला हात एका कातडी झोळीत अडकवून ठेवलेला होता. हाताच्या खालच्या बाजूला शेवाळ्याची आणि फर्नची उशी ठेवली होती.

पॉलीच्या समोरच बिशप बसले होते, आणि त्यांच्या शेजारी झॅकरी बसला होता. अत्यंत पांढराफटक पडला होता तो. कॅरॅलिस त्याच्या दगडी खुर्चीत बसला होता आणि प्रचंड थकलेला वाटत होता. त्यानं लांबलचक पांढराशुभ्र अंगरखा घातला होता आणि शिवाय एक कडंसुद्धा घातलं होतं. त्या कड्यात एक पुष्कराज जडवलेला होता आणि त्याचा रंग अगदी तंतोतंत बिशपच्या अंगठीत जडवलेल्या पुष्कराजसारखाच होता. ओग त्याच्या शेजारीच पहुडला होता. त्याला हल्लेखोरानं फटका मारल्यामुळे जखम झाली होती, पण त्याची हाडं मोडली नव्हती, असा कॅरॅलिसनं त्यांना दिलासा दिला.

टाव बोलू लागला, "ती नागीण, लढाई थांबवण्यासाठी ती नागीण कशी काय आली?"

कॅरॅलिसनं पॉलीकडे पाहिलं. त्यानं तिला सांगितलं, "आमच्या इथेही काही नाग आहेत, आणि त्यांना देवतास्वरूप मानलं जातं. तू त्या नागिणीला बोलावलं

असेल तर... तू नागिणीला बोलावलं होतं का?''

ती आश्चर्यानं म्हणाली, ''नाही! मी तर फक्त मदतीसाठी 'वाचवा' असं ओरडत होते.''

''पण अगदी लगेचच आली ती नागीण.''

''त्याचा माझ्याशी काही संबंध नाहीये हं.'' पॉली फणकारून म्हणाली.

''कदाचित ती नागीण नुसतीच त्या वाटेनं दुसरीकडे कुठेतरी जात असेल.''

''नाग कधीही त्यांच्या मर्जीने युद्धभूमीच्या सीमारेषा पार करून आत येत नाहीत. तूच बोलावलंस, आणि ती आली,'' कब म्हणाला.

टाव त्याचा भाला हातात धरून जमिनीवर आपटत म्हणाला, ''याआधीही ती नागीण तुझ्यासाठी आली होती. मी पहिल्यांदाच तुझ्याशी बोलत होतो नं, तेव्हा, तिथल्या त्या भिंतीवर. ती तुझी मैत्रीण आहे, असं तू तेव्हा मला सांगितलं होतं.''

पॉलीनं बोलायला तोंड उघडलंच होतं, पण तेवढ्यात कॅरॅलिसनं हात उंचावून तिला थांबवलं. तो म्हणाला, ''तूच त्या नागिणीला बोलावलं, असं त्या हल्लेखोरांना नक्कीच वाटलं असणार. तुला खास देवीनं मदत केली, आणि तुला स्वत:लाच काही खास दिव्य-शक्ती प्राप्त झालेल्या आहेत, असंच वाटलं असणार त्यांना.''

बिशप म्हणाले, ''अर्कार्डया एक्सोसीया.''

हे ग्रीक भाषेतलं असल्याचं पॉलीला कळलं होतं. शक्तीबद्दल काहीतरी होतं. बिशपनं कीरीला आवाहन केलं होतं. त्यामुळेच मोठी लुईस तिथे आली असेल का? तिच्या 'वाचवा' असं ओरडण्यापेक्षा, बिशपच्या आवाहनामुळे ती तिथे आली असण्याची शक्यता जास्त होती. किंवा फक्त योगायोगानं नेमक्या त्याच घडीला ती तिथे आली असण्याची शक्यता सगळ्यात जास्त होती.

''दैवी महातत्त्वं आणि अतींद्रिय दिव्य शक्ती,'' बिशप बोलू लागले. ''तू दैवी महातत्त्वांना आणि दिव्य शक्तींना आवाहन करू शकतेस, असंच त्या लुटारूंना वाटलं असेल.'' त्यांना खूप धाप लागली असल्याचं स्पष्ट जाणवत होतं, श्वास घ्यायलाही फार त्रास होत होता.

चिंताग्रस्त होऊन ॲनारल एकदम मोठ्यानं म्हणाली, ''बिशप! तुम्हाला काही होतंय का? बरं वाटत नाहीये का?''

सगळ्यांचं लक्ष बिशपकडे वेधलं गेलं. बिशप धापा टाकत कसेबसे श्वास घेत होते. त्यांचं हृदय अत्यंत वेगानं धडधडत होतं. त्यांच्या चौकडीच्या शर्टातून त्यांची जोरजोरात वर-खाली होणारी छाती जाणवत होती.

कब उठला आणि बिशपजवळ जाऊन म्हणाला, ''बिशप, तुम्ही तुमच्या हृदयाच्या ठोक्यांचा वेग कमी करण्याचा प्रयत्न मला करू दिला, तर मलाही

आनंद होईल. तुमचं हृदय फारच जास्त वेगानं धडधडतंय.''

मान डोलावून बिशप म्हणाले, ''हो, नक्कीच प्रयत्न कर रे कब. मला जर आत्ताच मरण आलं, तर ते सगळ्यांनाच त्रासदायक होईल. शिवाय भूतकाळात मरण पावल्यामुळे विरोधाभास निर्माण होऊन भविष्यकाळाची मोडतोड केल्यासारखं होईल.''

कबनं खाली वाकून एक हात बिशपच्या शर्टाखाली घातला आणि त्यांच्या छातीवर दाबून धरला.

झॅकरीचे डोळे आशेनं आणि कुतूहलानं चमकल्याचं पॉलीला दिसलं.

कॅरॅलिस कबकडे लक्षपूर्वक बघत होता, अधूनमधून होकारार्थी मान तुकवत होता.

टावनं कबकडे, मग कॅरॅलिसकडे आणि मग झॅकरीकडे नजर टाकली. लढाई चालू झाल्यावर झॅकरी गायब झाला होता. टाव रागारागानं झॅकरीकडे बघतोय, असं पॉलीला वाटलं.

पण झॅकरीला जाब विचारण्याऐवजी टावनं प्रश्न केला, ''ती नागीण कुठे गेली?''

''मोठी लुईस आहे ती,'' धापा टाकत बिशपनं उत्तर दिलं.

''श्श्श, बिशप'' कब म्हणाला, आणि त्यानं बिशपच्या छातीवर आपला हात आणखी घट्ट दाबून धरला. लयबद्ध आणि संथ गतीनं कबचा श्वासोच्छ्वास सुरू होता. त्याच्या हाताचा दाब हृदयाच्या ठोक्यांनुसार कमी-जास्त होत होता.

''कुठे गेली?'' टावनं पुन्हा विचारलं.

झॅकरी म्हणाला, ''ए, तो काय म्हणतोय ते मला सांग न पॉली.''

''ते सगळे त्या नागिणीबद्दल बोलतायत. ती कुठे गेली आहे, हे टावला जाणून घ्यायचं आहे.'' पॉलीनं सांगितलं.

''मी तिला त्या तिकडच्या रस्त्यानं जाताना पाहिलं. बहुतेक ती पुन्हा तीन हजार वर्षांपूर्वीच्या भविष्यकाळात गेली असेल.'' झॅकरी म्हणाला.

''ए, तू रे...'' झॅकरीकडे निर्देश करत टाव म्हणाला. आता मात्र टावचा आवाज नक्कीच जाब विचारल्यागत वाटत होता.

झॅकरीनं दगडी खुर्ची घट्ट धरून ठेवली, त्याची बोटं पांढरीफटक पडली. कॅरॅलिसनं त्याला या खुर्चीत बसायला सांगितलं होतं. तो बोलू लागला, ''तू खूप भराभर बोलतो आहेस, त्यामुळे मला तुझं बोलणं समजत नाहीये. तुमच्या त्या फालतू बेशिस्त लढाईत मी तुमची साथ का दिली नाही, याचं उत्तर तुला हवं आहे नं? तर मी हेच उत्तर देईन की माझी तुम्हाला काहीही मदत झाली नसती. माझं हृदय फार कमकुवत झालंय आणि माझा तुम्हाला अडथळाच झाला असता.''

त्याच्या आवाजात चांगलाच गर्विष्ठपणा डोकावत होता.

पॉलीनं त्याचं बोलणं, जमेल तितक्या चांगल्या तऱ्हेनं, टावला आणि इतरांना ओगम भाषेत समजावून सांगितलं.

कबनं बिशपच्या छातीवरून आपला हात काढून घेतला आणि तो म्हणाला, ''हं. झालं. आता आधीपेक्षा सुधारलंय.''

बिशप म्हणाले, ''हो रे माझ्या बाळा. माझं हृदय तुझ्या हाताखाली स्थिरावत चालल्याचं मला जाणवत होतं.''

''ते ठीक आहेत नं?'' ॲनारलनं काळजीनं विचारलं.

मान डोलावून कब म्हणाला, ''आता त्यांच्या हृदयाचे ठोके शांतपणे आणि नियमित पडतायत.''

''मी अगदी ठीक आहे,'' बिशप म्हणाले. आता श्वासोच्छ्वासही नियमित झाल्यामुळे त्यांना धाप लागत नव्हती. ते नेहमीच्याच आवाजात म्हणाले, ''आता आपण पुढे काय करायचं याचा विचार करायला हवा.''

झॅकरी कबकडे बोट दाखवत म्हणाला, ''प्लीज... मी पाहिलं, त्या मुलानं या म्हाताऱ्याचं धडधडणारं हृदय शांत केलं. प्लीज, त्यानं माझंही हृदय ठीक करावं, अशी माझी इच्छा आहे.''

पॉलीनं ते ओगम भाषेत कबला सांगितलं.

''हो, मी प्रयत्न करीन. पण आत्ता नाही, नंतर. आपण तंबूंमध्ये परत गेलो नं, की मग तेव्हा,'' कब म्हणाला.

पॉलीनं या वाक्याचं भाषांतर करून झॅकरीला सांगितलं, ''तो तुला मदत करण्याचा प्रयत्न करणार आहे.''

टाव त्याच एका मुद्द्यावर अडून बसला होता. तो बोलू लागला, ''ती नागीण... पॉल्लीसाठी आलेली ती नागीण...''

त्याचं वाक्य तोडून पॉली नकार देऊ लागली, ''नाही हं...''

पण बिशपनं हात वर करून तिला थांबवलं, आणि ते म्हणाले, ''हो, बरोबर आहे टाव. आपण पॉलीच्या नागिणीला विसरायला नको.''

''अहो पण ती माझी नाहीये...''

कॅरॅलिसनं बिशपना विचारलं, ''तुम्ही जरा स्पष्टपणे सांगाल का?''

''मलाही नीटशी खात्री नाहीये. साप तुमच्यासाठी पवित्र असतात, असं तू म्हणाला होतास नं?''

''आम्ही सापांना पूजनीय मानतो,'' कॅरॅलिस म्हणाला.

''आणि ते तलावापलीकडचे लोक? ती नागीण पाहून ते दूर पळून गेले होते.''

"खरंय." कॅरॅलिस कोपर टेकवून रेलून बसला आणि हाताच्या तळव्यात हनुवटी टेकवून म्हणाला, "आम्ही जास्त चांगलं लढत होतो हे खरंय, पण त्या लोकांनी निव्वळ तेवढ्याच कारणासाठी माघार घेतली नव्हती."

टाव बोलू लागला, "त्या लोकांना वाटलं, जर पॉल्ली त्या नागिणीला बोलावू शकते, तर ती नागिणीमार्फत त्या लोकांचं खूप मोठं नुकसानही करू शकेल. मला तरी तसंच वाटतंय." त्यानं पॉलीकडे पाहिलं. त्यानं मोठ्या लुईसला पहिल्यांदा पाहिलं होतं, त्या वेळची त्याची प्रतिक्रिया पॉलीला आठवली.

ती थेट त्याच्याकडे बघत आणि मग इतर लोकांकडे नजर फिरवत म्हणाली, "लुईस... आम्ही तिचं हेच नाव ठेवलंय... ती मला माहीत असलेली सगळ्यात निरुपद्रवी नागीण आहे. माझ्या आजी-आजोबांकडे राहायला येण्याआधी मी ज्या ठिकाणी राहत होते, तिथले जवळजवळ सगळेच साप खूप विषारी होते."

बिशप म्हणाले, "उत्तर ऑस्ट्रेलियामधल्या अनुला जमातीतले लोक पक्ष्यांचा आणि सापांचा पावसाशी थेट संबंध असतो, असं मानतात."

मान हलवत कॅरॅलिस म्हणाला, "तलावापलीकडे राहणाऱ्या लोकांच्या प्रथा आमच्यापेक्षा वेगळ्या आहेत, पण नाग, साप यांच्यामुळे पाऊस पडतो यावर त्यांचा विश्वास नाहीये. तरीही ते लोक आणि आम्हीसुद्धा, कोणीच सापांना मारत नाही."

ईगल-वूमन म्हणाली, "एखाद्या सापाला मारलंच, तर त्याचे भाऊबंद त्याचा सूड घेतात. ते येऊन आमचं नुकसान करतात. त्यामुळे स्वत:च्या बचावासाठी, किंवा अपघाताने एखादा साप मारावा लागलाच तर आम्ही त्या सापाच्या आत्म्याची माफी मागतो."

टावनं झॅकरीवर भाला रोखला आणि सगळ्यांच्या नजरा त्याच्यावर एकवटल्या.

"हा झॅकरी ग्रे आहे," पॉलीनं सांगितलं.

"तो तुझ्या काल-वर्तुळातला आहे का?" कबनं विचारलं.

"ज्याला आपली ॲनारल दिसली होती नं, तोच आहे हा. मरण जवळ आलंय त्याचं," कॅरॅलिसनं सांगितलं.

"तो काय बोलतोय गं?" झॅकरीनं विचारलं.

झॅकरीला ओगम भाषेतलं बोलणं नीट कळत नव्हतं, याबद्दल पॉलीला हायसंच वाटलं. तसा तो त्याच्या हृदयाबद्दल आणि जास्त आयुष्य उरलं नसल्याबद्दल स्वत:च बोलला होता. तरीही त्याच्या मृत्यूबद्दल इतक्या रोखठोकपणे कुणी बोलावं, हे त्याला मुळीच आवडलं नसतं. चेहरा निर्विकार ठेवण्याचा आटोकाट प्रयत्न करत ती म्हणाली, "तू कुठून आलेला आहेस, हे कॅरॅलिसला जाणून घ्यायचं आहे."

"कॅलिफोर्निया," झॅकरीनं सांगितलं.

टाव उभा राहिला आणि म्हणाला, "कॅरॅलिस, तू खूप छान लढा दिलास."

"मला लढाई करायची नव्हती, मला फक्त ती लढाई थांबवायची होती," कॅरॅलिस म्हणाला.

"अरे पण मग ते लोक ॲनारलला, पॉल्लीला आणि बिशप बगळ्यांनासुद्धा घेऊन गेले असते की."

"हो, म्हणूनच मी लढलो. आपण सगळेच चांगले लढलो, पण ते लोक खूप जास्त होते. कितीतरी जास्त. ती नागीण जर आली नसती..."

बिशप मधेच बोलले, "देव मोठ्या लुईसचं भलं करो."

कॅरॅलिसचे निळे डोळे चमकले. तो म्हणाला, "टाव, पॉलीला याच कामासाठी देवतेनं इथे पाठवलं असल्याचा हा एवढा पुरावा तुला पुरेसा वाटत नाही का?"

"माझी तर खात्रीच होती, पण कदाचित हा..." वाक्य अर्धंच सोडून टावनं झॅकरीकडे पाहिलं.

"ए! अरे जरा सावकाश बोला! मला पॉलीसारख्या पटापट भाषा शिकता येत नाहीत. ते काय बोलतायत ग पॉली?" झॅकरी घायकुतीला येऊन म्हणाला.

जरा टाळाटाळ करून, काही गोष्टी वगळून तिनं सांगितलं, "अं... आपल्यापेक्षा त्या लोकांची संख्या जास्त होती..."

तिला अर्ध्यातच थांबवून त्यानं विचारलं, "आपल्यापेक्षा? तू काय या इथल्या लोकांपैकी आहेस का?"

तिनं गोलाकार रचलेल्या दगडी खुर्च्यांकडे पाहिलं. सगळ्या दगडी खुर्च्यांमागे भव्य, उंच दगड राखण करत उभे होते. हो. खरंच ती ॲनारल, कॅरॅलिस, टाव, कब आणि तिथल्या इतर लोकांशी समरस झालेली होती, आणि बिशपसुद्धा तसेच मिसळून गेले होते. त्यांनी ते सिद्ध केलं होतं.

टाव तिच्याकडे आशेनं पाहू लागला. त्याचे डोळे तळ्यातल्या पाण्यासारखे सौम्य आणि शीतल भासत होते. तो म्हणाल, "ती नागीण तुझी मैत्रीण आहे, हे तू बरोबरच सांगितलं होतंस. मातेच्या गरजा कदाचित मलाच नीट समजल्या नसाव्यात."

"हो, तू खरंच चुकीचा विचार करत होतास," कॅरॅलिस उभा राहून पुढे म्हणाला, "बरं, बिशप बगळा, पॉली, झॅक, आता मात्र तुम्ही जायलाच हवं. आत्ताच जा. तुमच्यापाशी अजूनही वेळ शिल्लक आहे तोपर्यंतच निघून जा."

आजूबाजूला बघत बिशप म्हणाले, "आता आम्हाला जाता येणार नाही, म्हणजे मला तरी तसं वाटतंय."

"का नाही?" कबनं विचारलं.

“कदाचित मी चुकत असेनही, पण माझ्या मते काळाचं दार खुलं नाहीये.”

कॅरॅलिस आश्चर्यचकित झालेला दिसला. तो मध्यभागी असलेल्या वेदीच्या सपाट खडकापाशी जाऊन त्यावर चढला. तो तिथे हात दोन्ही बाजूंना पसरून पाठीवर आडवा झाला, डोळे बंद करून घेतले. अत्यंत स्तब्ध. जराही हालचाल नाही. काळ जणू तिथेच अडकून पडला. कुणीही एक शब्दही बोललं नाही. वाऱ्याचे इतर लोक जणू अनंत काळापर्यंत वाट पाहू शकतील, अशा वेगळ्याच मितीत गेले. बिशपनं एक खोल निश्वास टाकला. पॉली हालचाल न करण्याचा आटोकाट प्रयत्न करत होती, पण त्यामुळे पायात गोळे येतील अशी भीती तिला वाटू लागली.

सरतेशेवटी कॅरॅलिस उठून बसला. त्यानं त्याचं डोकं अगदी सावकाश हलवलं, आणि तो म्हणाला, “काळाचं दार बंद झालंय.”

प्रकरण ९

अंधार पडत चालला होता. सूर्य त्या भव्य उभ्या दगडांच्या मागे गेला होता. वायव्येकडून थंडगार वारे वेगानं वाहू लागले होते.

"आपण जराशा उबदार ठिकाणी जाऊन पुढे काय करायला हवं, ते ठरवायचं का?" बिशपनं सुचवलं.

कॅरॅलिसनं सगळ्याचं लक्ष वेधून घेण्यासाठी हात उंचावला. तो बोलू लागला, "आता शेकोटी पेटवली जाईल, आणि मेजवानीची तयारीही सुरू आहे. आपला आजचा विजय साजरा करायलाच हवा... आणि आज रात्रभर गस्त घालत राखण करण्यासाठी पुरेशी माणसंही नेमायला हवीत. ती व्यवस्थाही करायला हवी आहे."

"हो, आणि आपली सगळी शस्त्रं गोळा करून एकत्र ठेवायला हवीत." बसलेल्या खुर्चीवरून उठून बाजूला होत टाव म्हणाला, "मेजवानी तर आहेच, आणि शिवाय पॉल्लीचे आभार मानायला हवेत."

पॉली म्हणाली, "ते सगळं तर मोठ्या लुईसनं केलं. लढाईतल्या विजयाचा माझ्याशी काही संबंध नाहीये."

"काळाच्या दाराबद्दल आपण नंतर बोलू," असं म्हणून कॅरॅलिस तलावाकाठी असलेल्या तंबूंच्या दिशेनं चालू लागला.

झॅकरी त्याला हाक मारत सुटला, "ए, थांब रे!"

कॅरॅलिस थांबला.

"तुमची ती काळाची दारं-बिरं मला काही समजत नाही. मी इथे कसा काय असू शकतो, तेही मला कळत नाही, पण मी त्या लांडग्याचं कातडं अंगावर घेतलेल्या मुलाला पाहिलं..."

त्याचं वाक्य तोडून कॅरॅलिसनं सांगितलं, "कब. आमचा लहानसा ग्रे वुल्फ आहे तो."

"हो, तोच. मी त्याला त्या म्हाताऱ्याच्या हृदयाची धडधड शांत करताना पाहिलं."

पॉलीनं लगेच दुरुस्ती केली, ''ते बिशप आहेत.''

''प्लीज रे. तो मला विसरून जाऊ नये, एवढीच माझी इच्छा आहे.''

कॅरॅलिसनं सहानुभूतीनं झॅकरीकडे पाहिलं, आणि म्हटलं, ''तो तुला विसरणार नाही. आता मात्र माझ्यासोबत चला.''

तलावाजवळ एक चांगलीच मोठी शेकोटी पेटवलेली होती. आगीच्या ज्वाला धगधगत होत्या. रात्र चढू लागल्याने तारे उगवू लागले होते, पण त्या रसरसून पेटलेल्या आगीच्या झगझगाटापुढे तारेही मंदावल्यागत भासत होते. जखमी झालेल्या स्त्री-पुरुषांना देखील आनंदोत्सवात सहभागी होता यावं म्हणून जमातीतले इतर लोक सतत त्यांच्यासोबत राहून त्यांची देखभाल करत होते. त्यांच्यात ते दोन जखमी हल्लेखोरसुद्धा होते. डोक्याला मार लागून बेशुद्ध झालेला हल्लेखोर आता शुद्धीवर आला होता. ईगल-वूमन त्याच्याच शेजारी बसली होती. वेदनेनं तिचे ओठ पांढरेफटक पडले होते आणि तिचा हात गळ्यात अडकवलेल्या झोळीत बंदिस्त केलेला होता. मात्र तरीही ती त्या हल्लेखोराकडे काळजीपूर्वक लक्ष देत होती.

''त्याच्या डोळ्यांचा काळसरपणा आता सामान्य वाटतोय. तो ठीक होईल,'' ती म्हणाली.

त्या काळातल्या तारे पाहायच्या खडकापाशी पॉली, झॅकरी आणि बिशपना बसवलं होतं. त्यांना बसण्यासाठी कातडी दिली होती. त्यांच्याजवळ तो मांडीचं हाड मोडलेला हल्लेखोर बसला होता. त्याच्या शेजारी ॲनारल बसली होती आणि त्याला खाण्यापिण्यासाठी मदत करत होती. त्यांच्या पाठीमागच्या बाजूला दिमाखदार भव्य ओक वृक्ष उभे होते. त्यांच्या फांद्या जणू गगनाला भिडल्या होत्या आणि त्या फांद्यांमधून तारे चमचमत होते. मधूनच एखादं तांबूस पान हलकेच गळून पडत होतं. तलावापलीकडे अवाढव्य डोंगर उभे होते. चंद्र उगवू लागलेला असल्यामुळे त्यांची बर्फाच्छादित शिखरं चमकायला लागली होती. वाऱ्याच्या लोकांचे तंबू तलावाच्या ज्या किनाऱ्यावर होते, तिथला किनारा दूरवरून दिसत नव्हता.

कॅरॅलिस तलावाच्या काठावर पाण्याकडे तोंड करून उभा राहिला. आपले दोन्ही हात आकाशाच्या दिशेनं उंचावून तो म्हणाला, ''सूर्याचा प्रकाश अन् त्याचं अवघं आयुष्य सामावून घेणाऱ्या आणि पावसाची ग्वाही देणाऱ्या आकाशाचं कल्याण असो,'' तो मंत्र म्हणावा तसं म्हणत गेला, आणि त्यांच्या संसदेचे बाकीचे सभासद त्याच्या मागून ती मंत्रवजा प्रार्थना म्हणू लागले, जणू कॅरॅलिसच्या प्रार्थनेचा प्रतिध्वनीच.

''शांत आणि स्वप्नमय चंद्राचं कल्याण असो. तलावातल्या पाण्याचं आणि

आपल्या पायांखालच्या कणखर पृथ्वीचं कल्याण होवो. खूप खूप दूरच्या काळातून आपल्याकडे आलेल्यांचं कल्याण होवो. नागिणीला आवाहन करणाऱ्याचं आणि आपल्या मदतीला धावून आलेल्या नागिणीचं मंगल होवो. जिथून सूर्य उगवतो त्या पूर्वेचं आणि जिथे तो विश्रांतीसाठी जातो त्या पश्चिमेचं कल्याण असो. जिथून हिमकण येतात त्या उत्तर दिशेचं आणि वसंत ऋतूस आवाहन करणाऱ्या दक्षिण दिशेचं कल्याण असो. आम्हाला आमचं नाव मिळवून देणाऱ्या वाऱ्याचं कल्याण असो. सर्वप्रकारचे आशीर्वाद देणाऱ्या महान वरदायक-दात्या, आम्ही तुझे आभारी आहोत.''

तो मागे वळला आणि कातडी बैठकांवर बसलेल्या लोकांकडे पाहून हसला. सळयांवर खुपसून एक हरीण आगीवर भाजलं जात होतं. त्याच्याभोवती एक तरुण लढवय्यांचा जथा गाणं गात नाचत होता.

''ते कुठलं गाणं गातायत?'' झॅकरीनं पॉलीला विचारलं.

''बहुतेक ते त्या हरणाचे आभार मानतायत, त्यांच्यासाठी आणि अं... आपल्यासाठीसुद्धा... त्याच्या आयुष्याचं बलिदान दिल्याबद्दल...''

''त्या हरणाकडे दुसरा पर्यायच नव्हता की,'' झॅकरी म्हणाला.

कदाचित खरं असेलही त्याचं म्हणणं, पण पॉलीला त्या गाण्यात आणि नाचण्यात अदब आणि कनवाळूपणा जाणवला.

''तो मुलगा माझं हृदय केव्हा तपासणार आहे?''

त्याला दिलासा देत पॉली म्हणाली, ''लवकरच. योग्य वेळेला तपासेल. झॅकरी, प्लीज त्याच्यावर भरवसा ठेव.''

भाज्यांनी भरलेले मोठेमोठे वाडगे आणण्यात आले. त्या भाज्यांसोबत खमंग पाव होते आणि शिवाय लोण्याने, चीजने भरलेले लाकडी अन् मातीचे वाडगेसुद्धा होते. किशोरावस्थेतल्या साधारण अर्धा डझन सडपातळ मुली आणि मुलं सगळ्यांना खाद्यपदार्थ वाटू लागले. त्या मुलामुलींचे हातपाय चांगलेच लांबसडक होते. दोन तरुण लढवय्ये हरणाच्या मांसाचे पातळ काप करू लागले. एक वयस्कर स्त्री कसलंसं फिक्क्या रंगाचं पेय लहान लहान वाडग्यांमध्ये ओतू लागली. तिनं, मध्यभागी घुबडाचं डोकं बसवलेला पिसांचा मुकुट डोक्यावर घातला होता. मघाशी तीदेखील त्या उभ्या दगडांच्या गोलाकार रचनेतल्या खुर्च्यांपैकी एका खुर्चीत बसलेली होती.

पॉली, झॅकरी आणि बिशप कोलुब्रांसाठी, ॲनारल अन्नाचे वाडगे घेऊन आली. वाडगा हातात घेताना झॅकरीनं ॲनारलच्या चेहऱ्याकडे एकटक निरखून बघत हळूच तिच्या बोटांना स्पर्श केला. त्याच्या फिकुटलेल्या चेहऱ्यावर त्याचे डोळे जास्तच काळे दिसत होते. ॲनारलनं पट्कन हात मागे घेतला आणि ती

त्या जखमी हल्लेखोराकडे गेली. त्याला नीट पिता यावं म्हणून तिनं त्याचं डोकं उचलून धरलं. त्या दगडी वेदीवर शरद ऋतूत फुलणाऱ्या फुलांचा एक भलामोठा पुष्पगुच्छ ठेवलेला असल्याचं पॉलीला दिसलं. त्या पुष्पगुच्छाभोवती वेगवेगळ्या प्रकारचे भोपळे, झुकिनी, वांगी अशा अनेक रंगीबेरंगी भाज्या रचून ठेवल्या होत्या. त्यामुळे सगळे रंग खुलून दिसत होते.

झॅकरी हलक्या आवाजात पॉलीला म्हणाला, "सगळा शुद्ध मूर्खपणा आहे. इथे आपण जणू एखादं घनघोर महायुद्ध जिंकल्यासारखं बसून खात-पीत मजा करतोय, आणि होड्यांमध्ये बसून तलावाच्या पलीकडच्या किनाऱ्यावर पळून गेलेले ते गुंड लोक कुठल्याही क्षणी इथे येतील आणि सगळ्यांचा खातमा करतील."

बिशपनं त्याला समजावलं, "मला वाटतंय, त्यांच्या या उद्देशाची कॅरॅलिसला कल्पना असेलच, पण माणसांना असा खास आनंदोत्सव साजरा करण्याची गरज असते, ही गोष्टसुद्धा त्याला माहीत आहे. अशा सण-समारंभांमुळे, कर्मकांडांमुळे जीवनदान मिळत नाही, हे अगदी खरंय. कर्मकांडं खरंच अगदी अर्थहीन आणि पोकळ असू शकतात. लोकांची मन:स्थितीच त्यांना खऱ्या अर्थानं जीवन किंवा मृत्यू मिळवून देते."

"हे सगळं कुठल्याशा देवाच्या सन्मानार्थ चाललेलं आहे का?" झॅकरीनं विचारलं.

"त्या अस्तित्वाचे आभार मानण्याचाच हा एक प्रकार आहे."

"कसलं अस्तित्व?"

हलक्या आवाजात बिशप म्हणाले, "या ब्रह्मांडाचा निर्माता."

"ओ, काय फालतूपणा," झॅकरी वैतागानं गुरकावत म्हणाला.

हळूच हसून बिशप म्हणाले, "असं म्हणायची गरज नाहीये. जेव्हा धार्मिक विधी करणं हेच अंतिम ध्येय मानलं जाऊ लागतं, किंवा जेव्हा अशा कर्मकांडांमुळे एकमेकांत फूट पडते, किंवा जेव्हा फक्त कर्मकांडांचंच महत्त्व अवाजवीपणे वाढू लागतं, फक्त आणि फक्त अशाच परिस्थितीत ते विधी अर्थहीन बनतात. तुझ्याच शब्दांत सांगायचं तर, आत्ता तू अगदी तिरिमिरीनं म्हणालास नं, तसे फालतू बनतात."

तारे पाहायच्या खडकाच्या पुढच्या बाजूला, हातात भाला घेतलेला एक तरुण उभा राहून तलावापलीकडे लक्षपूर्वक बघत असल्याचं पॉलीनं पाहिलं. उभ्या दगडांच्या दिशेनं जाणाऱ्या रस्त्यावर एक स्त्री हातात धनुष्य-बाण घेऊन उभी होती. बहुतेक इतर काही लोकही असेच लक्ष ठेवून उभे असतील, पण ते पॉलीला दिसले नाहीत. कॅरॅलिस त्याच्या माणसांना असुरक्षित ठेवणार नव्हता. तोही

प्रत्येक घोळक्यापाशी जाऊन सगळ्यांशी बोलत होता, प्रत्येकाचं कौतुक करत होता. तो जिथेजिथे जाईल, तिथेतिथे ओगही त्याच्यासोबत जात होता.

खाणंपिणं झाल्यावर तरुणांनी खाद्यपदार्थांचे सगळे वाडगे उचलून नेले, आणि त्यानंतर नृत्य-गायनाचा कार्यक्रम सुरू झाला. चंद्र आता चांगलाच वर आला होता, त्याचा प्रकाश तलावातल्या पाण्यावर पडत होता.

कॅरॅलिस आणि ॲनारलनं पुढाकार घेऊन नृत्य सुरू केलं. ते सुरुवातीला संथ गतीनं ऐटबाज गिरकी घेत नृत्य करत होते, पण नंतर त्यांच्या नृत्याची लय वाढत गेली.

"ती मुलगी फार सुंदर आहे." झॅकरी पॉलीशी बोलू लागला, "तीन हजार वर्षांनंतरही काही गोष्टी बदललेल्या नाहीयेत. ते जाऊ दे, पण मला वाटतंय, त्या निॲन्दरथल माणसाला तुझ्याबद्दल फारच रस वाटतोय हं."

"कोण?" पॉलीनं विचारलं.

"तो गं, वाळक्या गवतासारखे पांढरट पिवळसर केस असलेला माणूस, त्याच्या पायांना धनुकलीसारखा बाक आहे बघ, आणि माकडासारखे लांब हात आहेत."

तो टावबद्दल बोलत होता. टावचे पाय कदाचित अगदी सरळसोट नसतीलही, त्याचे मजबूत हात लांबसडक असतीलही, पण तो निॲन्दरथल मात्र अजिबात नव्हता. पॉलीला रागच आला, पण ती काही बोलली नाही. झॅकरीचं ॲनारलविषयीचं आकर्षण अगदी स्पष्ट दिसून येत होतं. टावला पॉलीबद्दल विशेष रस वाटू लागल्याचं कळल्यामुळे झॅकरीला टावबद्दल उघडउघड मत्सर वाटू लागला होता. या दोन्ही गोष्टींमुळे पॉली अस्वस्थ झाली होती. आपला आवाज कसाबसा शांत राखत ती म्हणाली, "हे बघ, आपण कुणीच तीन हजार वर्षांपूर्वी मृत झालेल्या लोकांमध्ये गुंतायला नको."

"अगं पण आत्ता, या रात्री, तर ते जिवंत आहेत की, आणि आपणसुद्धा. इथे राहिल्यामुळे जर माझ्या आयुष्याची मर्यादा वाढवणं शक्य असेल, तर मी इथेच राहीन. शिवाय ते काळाचं दार बंद झाल्याचं बिशपनं सांगितलंय नं? आपण इथेच अडकून पडलोय, मग त्याचा जमेल तितका फायदा करून घेऊ या की."

कब त्यांच्याजवळ येऊन झॅकरीला म्हणाला, "मी तुझं हृदय तपासून बघीन. मला वाटतंय, तुझ्या हृदयात काहीतरी बिघाड आहे."

झॅकरीनं वळून पॉलीकडे पाहिलं. तिनं त्याला समजावून सांगितलं. झॅकरी चिंताग्रस्त होऊन म्हणाला, "प्लीज, मला तपासायला सांग त्याला."

कबनं झॅकरीच्या शर्टाच्या आत हात घालून डोळे मिटून घेतले. त्याचा

श्वास अगदी संथ लयीत चालू होता.

"मग? काय कळलं तुला?" झॅकरीनं उतावळेपणानं विचारलं.

कबनं हात उंचावून त्याला गप्प राहायची खूण केली. खूप वेळ तो झॅकरीच्या छातीवर हात ठेवून अंदाज घेत होता, ठोके ऐकत होता. मग पॉलीकडे बघत तो म्हणाला, "खूपच मोठी समस्या आहे. आमच्या प्राचीन वुल्फला कदाचित दुरुस्त करता आलं असतं. मी मला जमेल ते सगळं करीन, पण ते पुरेसं होणार नाही."

"पण बिशपचं हृदय तर..."

"बिशपच्या हृदयाला फक्त वय वाढल्याची समस्या त्रास देत होती, शिवाय त्यांना अशा युद्धाची सवयही नाहीये. पण हे मात्र..." त्यानं झॅकरीच्या छातीवरून हळूच हात काढून घेतला. तो पॉलीला म्हणाला, "हे बरं करण्यासाठी जे कौशल्य लागतं ते अजून मला प्राप्त झालेलं नाहीये. तरीदेखील आपण त्याच्या मनातली आशा तशीच जिवंत ठेवू या."

"काय म्हणतोय गं तो? जरा सावकाश बोलला तर बरं होईल."

पॉलीनं काळजीपूर्वक सांगितलं, 'तो म्हणतोय की तुझ्या हृदयात बिघाड झाला आहे, ते तुलाही माहीत आहेच. तुझं हृदय बरं करणं सोपं नाहीये, असंही त्यानं सांगितलं."

"त्याला ते बरं करता येणार आहे का?"

"तो त्याला जमेल ते सगळे प्रयत्न करणार आहे."

झॅकरी रडवेला झाला. त्यानं हातांनी चेहरा झाकून घेतला. थोड्या वेळानं त्यानं पॉलीकडे पाहिलं. त्याचे डोळे ओले झाले होते. तो म्हणाला, "त्याला माझं हृदय बरं करता यायला हवं होतं गं..."

"तो अगदी सर्वतोपरी प्रयत्न करणार आहे," पॉलीनं त्याला आश्वासन देण्याचा आटोकाट प्रयत्न केला, पण आता तिचाही संयम सुटत चालला होता.

कब म्हणाला, "त्याच्या हृदयात निर्माण झालेली विकृती दूर करण्यासाठी मी रोज प्रयत्न करीन. त्याच्या हृदयाचे ठोके खूपच अनियमित पडतायत. त्यात काहीच सुसंगती नाहीये."

"काय म्हणाला?" झॅकरीनं विचारलं.

"तो तुझ्यावर रोज उपचार करेल. झॅकरी, तो खरंच एक उपचारकर्ता आहे. त्याला शक्य असेल ते सगळं तो करणार आहे," पॉलीनं सांगितलं.

चिंतेनं कबच्या कपाळावर आठ्या पडल्या होत्या. "कदाचित जर कॅरॅलिस..." अर्धवट बोलून त्यानं त्याच्या हातांकडे पाहिलं. बोटांची उघडझाप करत तो म्हणाला, "आता मात्र जखमी लोकांना तपासण्यासाठी मला जायला हवं."

आशेनं उतावीळ झालेल्या झॅकरीनं पॉलीला विचारलं, "तुला काय वाटतं? इथे अंघोळीसाठी शॉवर नाही, टीव्ही नाही, स्पोर्ट्स कार नाही, तसलं काहीच नाही, पण तरीही मी इथे आनंदानं राहीन. अशा गोष्टींचं मला व्यसन असल्याचं मला वाटलं होतं. आता मात्र मला जगण्याचं व्यसन लागलंय असंच म्हणता येईल."

"तो उपचारकर्ता आहे," पॉलीनं पुन्हा सांगितलं.

आता हळूहळू ढोलाची लय वाढत चालली होती. सगळे नर्तक वाढत्या लयीच्या तालावर नाचत होते. टाव तिथे आला आणि पॉलीचा हात धरून त्यानं तिला फेर धरून नाचणाऱ्या नर्तकांच्या वर्तुळात ओढून नेलं. त्याच्या मजबूत हातांच्या स्पर्शामुळे तिला एक वेगळीच अनुभूती जाणवली, झॅकरीच्या स्पर्शामुळे तिला अशी जाणीव कधीच झाली नव्हती. आपल्याला असं का वाटतंय, तिला कळेचना. देवीनंच पृथ्वीमातेसाठी बलिदान म्हणून तिला इथे पाठवलंय, असं या अनोळखी तरुणाला ठामपणे वाटत होतं; आणि त्याच्या स्पर्शाने तिची असली प्रतिक्रिया यावी, हे कोडं तिला उलगडत नव्हतं.

बळी देण्याबद्दल डॉ. लुईस जे म्हणाल्या होत्या ते तिला ओझरतं आठवू लागलं, पण टावनं तिचे दोन्ही हात धरून तिला नाचाच्या फेरात ओढलं तेव्हा ती लगेच ते विसरून गेली.

नाचून नाचून ती दमली, तिला धाप लागली. मग तो तिला तलावाच्या काठावर घेऊन गेला. त्यानं तिच्याभोवती हात वेढून घेतला आणि म्हटलं, "मी तुला जाऊ देऊ शकणारच नाही."

ती अजूनही त्या नाचाच्याच तंद्रीत होती. तिनं विचारलं, "काय?"

"पॉल्ली, हे सगळं फार विचित्र आहे गं. मातेच्या मागण्या नेहमीच स्पष्ट असतात. आता मात्र मी गोंधळून गेलोय. तलावाच्या पलीकडे खरंच भीषण दुष्काळ पडला आहे. आमची गुरंढोरं पळवून नेलेले ते लोक आहेत नं, त्यांच्या भूभागात जर भरपूर पाऊस पडला नाही, तर ते पुन्हा हल्ला करण्यासाठी येतील. ते खूप जास्त लोक आहेत गं, आणि आम्ही कमी आहोत. आम्हाला आमचा बचाव करणं शक्य होणार नाही."

"अरे पण तू किती अप्रतिम लढलास," पॉली उद्गारली. "तू एकटाच धावून गेलास त्यांच्यावर आणि तू तर एखाद्या अं..." तिला तो आर्थर राजाच्या दरबारातल्या सेनापतीसारखा वाटला होता; पण हे सांगितलं असतं, तर त्याला त्याचा अर्थ उमगलाच नसता. म्हणून ती पुढे एवढंच म्हणाली, "...तू फार अप्रतिम लढलास."

खांदे उडवून तो म्हणाला, "मी एक योद्धा आहे. म्हणजे निदान मी माझ्या

मायदेशी तरी योद्धाच होतो. इथे आम्ही इतर जमातींपासून इतके दूर आहोत नं. या दुष्काळामुळे आपल्या भूभागाचं, आपल्या प्रेमाच्या माणसांचं, पशुधनाचं रक्षण करायला हवं हे आम्हाला चांगलंच समजलंय.'' त्यानं तिच्या हाताला स्पर्श केला आणि मग लगेच हात मागे घेतला.

एक सुस्कारा टाकून पॉली म्हणाली, ''सगळे लोक शांतपणे एकत्र राहू शकले तर किती चांगलं होईल. त्यांची भरपूर जमीन आहे की, मग त्यांना तुमची जमीन कशाला बळकवायची आहे?''

''अगं आमची जमीन हिरवीगार आणि सुंदर आहे. आमच्या इथे त्यांच्यापेक्षा जास्त पाऊस पडतो. आम्ही आमच्या नदीचं पाणी शेतासाठी...'' तो समजावून सांगायचा प्रयत्न करू लागला. तिला समजलं, वाऱ्याचे लोक एका विशिष्ट पद्धतीनं शेताला पाणी देतात आणि तलावापलीकडचे लोक मात्र तसं करत नाहीत. जरी असं असलं, तरी पुरेसा पाऊस पडला नव्हता हे मात्र निश्चितच खरं होतं. आता जर हिवाळ्यात बर्फ पडला नाही, तर मात्र सगळ्यांनाच त्रास सहन करावा लागणार होता. टाव बोलत होता, ''जेव्हा तू इथे आलीस, तेव्हा देवीनंच तुला इथे पाठवलं आहे, असा माझा स्पष्ट समज झाला होता. आता मात्र तुझ्यासोबत, याआधी इथे येऊन गेलेले बिशप बगळा तर आले आहेतच, पण तो माझ्या केसांसारख्या पांढऱ्या कांतीचा विचित्र तरुणसुद्धा आला आहे.''

''तुम्ही पाऊस पडावा म्हणून प्रार्थना करता का?'' पॉलीनं विचारलं.

मोठ्यानं हसून टाव म्हणाला, ''अगं, मग हे सगळं नृत्य-गायन कशासाठी चाललंय?''

हो, अर्थातच, खरंच की... तिच्या लक्षात आलं. वाऱ्याच्या लोकांची कर्मकांडं निव्वळ धार्मिक हेतूनंच केली जात होती.

टाव पुढे बोलला, ''फक्त नाच-गाणं पुरेसं नाहीये, आपण दान अर्पण करायला हवं.''

''मग त्यासाठी तुमचं प्रेम पुरेसं नाहीये का?'' हा प्रश्न तिनं विचारला. तिला तो प्रश्न फार भावुक वाटला खरा, पण मग तलावातल्या पाण्यावर चंद्राचं चांदणं चमकताना पाहून तिच्याच लक्षात आलं की तिला जे तरल, हळवं प्रेम अपेक्षित होतं, ते अजिबातच भावुक वगैरे नसून, ते प्रेम तारे पाहायच्या खडकासारखं मजबूत आणि कणखर होतं.

टावनं डोकं हलवलं. अगदी हळूच कुजबुजत्या आवाजात तो म्हणाला, ''मला माहीत नाही. नेमकं काय करणं आवश्यक आहे, ते मला कळतच नाहीये.'' त्याचे शब्द त्या शांत वातावरणात विरून गेले. वाऱ्याची मंद झुळूक आली आणि चांदण्यात चमकणाऱ्या पाण्यावर तरंग उठवून गेली. तो पुन्हा बोलू

लागला, "वाऱ्याच्या लोकांपैकी खूपशा स्त्रिया सुंदर आहेत. मला खूश करायला, माझ्या होऊन राहायला त्यांनाही आवडेलच, पण आत्तापर्यंत अशी खास देणगी घेऊन कुणीही आलं नव्हतं. अशी खास देणगी, की जिच्यावाचून सर्व काही निरर्थक आहे! मी तुझ्याकडे पाहतो तेव्हा मला डोंगर आणखी जास्त उंच भासू लागतात, त्यांच्या शिखरांवरचा बर्फ आणखी शुभ्र दिसू लागतो, तलाव अधिक निळाशार आणि खोल भासतो, तारे आणखी कितीतरी पटीनं तेजस्वी दिसू लागतात."

पॉलीला जे बोलायचं होतं ते ती ओगम भाषेत सांगायचा प्रयत्न करू लागली. टावनं तिच्या कपाळावरून तिच्या आठ्या पुसल्यागत बोटं फिरवली. विचार करून ती म्हणाली, "टाव, हे फार विचित्र आहे. जे काही घडतंय, ते मला मुळीच समजत नाहीये. तू जेव्हा मला स्पर्श करतोस नं, तेव्हा मला वाटतं... अं..."

"जसं मला वाटतं, तसंच?"

"मला नाही माहीत. मला जे वाटतं, त्याचा 'याच्याशी' काही संबंध नाही..." तिनं डोक्याला हात लावून तिला जे जाणवतं त्याचा तार्किक विचारांशी काही संबंध नसल्याचं सांगायचा प्रयत्न केला. मग त्याच्या डोळ्यात बघत तिनं विचारलं, "मातेला माझं रक्त हवंय, असं तुला अजूनही वाटतं का?"

कण्हल्यासारखा आवाज काढून टाव म्हणाला, "ओह, माझ्या पॉल्ली, मला कळत नाहीये ग."

"मला नाही वाटत की मातेला..." ती एकदम थांबली, तिला 'मागणी' किंवा 'सक्ती' या शब्दासाठी ओगम भाषेतला शब्द सुचत नव्हता. तिच्या मनात आलं, 'माझ्या काळाच्या जवळच्या काळात देवीसाठी सोफिया, म्हणजेच सुजाण ज्ञान, हे नाव प्रचलित होतं. देवानं निर्मिलेल्या सृष्टीची हेतुपूर्वक आणि बुद्धिपुरस्सर सूज्ञपणे काळजी घेणारी दैवी माता.'

तिच्या लक्षात आलं, जरी तिचे विचार ती ओगम भाषेत सांगू शकली, तरी ते टावला कळणार नाही. ते विचार त्याच्या काळाच्या संदर्भकक्षेच्या बाहेरचे होते.

तिचे दोन्ही हात हातात घेऊन टाव म्हणाला, "चल, आपण इतर लोकांत मिसळायला हवं, नाही तर त्यांना वाटेल..."

आता गाण्याचा प्रकार बदलल्याचं तिच्या फारसं लक्षात आलं नाही. आता नृत्यासाठी ढोल वाजत नव्हते. पॉली जेव्हा पहिल्यांदाच काळाची सीमारेषा ओलांडून सकाळच्या वेळी वाऱ्याच्या लोकांपाशी आली होती तेव्हा असंच गायन चालू होतं. आता मात्र ते अधिक सौम्य आणि मंद सुरात सुरू होतं, जणू

अंगाईगीतासारखं.

"आम्ही गुडनाइट म्हणण्यासाठी हे गीत गातो." टाव तिच्याभोवती हात वेढून घेत म्हणाला. जिथे बिशप कोलुब्रा आणि झॅकरी बसले होते त्या ठिकाणी टाव तिला घेऊन आला. त्या दोघांच्या मागे ॲनारल त्या तरुण हल्लेखोरासोबत बसली होती. लोक जसजसे जोडीनं किंवा एकेकटे आपापल्या तंबूत परत जाऊ लागले, तसतसं गायनही मंदावत जाऊन बंद झालं.

कॅरॅलिस बिशपजवळ आला. चंद्रप्रकाशात त्याचा पायघोळ पांढरा अंगरखा बर्फासारखा शुभ्र दिसत होता. पिळदार कड्यात जडवलेला पुष्कराज चमचमत होता. तो बिशपना म्हणाला, "तुम्ही माझ्या तंबूत राहिलात तर मी तो माझा सन्मान समजेन, आणि झॅक..."

"झॅकरी,"

"हो, आणि तूसुद्धा झॅकरी, माझ्याच तंबूत राहा."

उठून पॉलीचा हात धरत ॲनारल म्हणाली, "आणि तू माझ्यासोबत माझ्या तंबूत ये गं."

ॲनारलचा तंबू म्हणजे नुसतीच पडवी होती. बाजूच्या झुडपांवर कमावलेलं चामडं टाकून ती आडोसेवजा पडवी बनवलेली होती. मोठमोठ्या फर आणि पाइन वृक्षांची दाटी होऊन त्यांची जणू भिंतच तयार झाली होती, त्या जाडजूड हिरव्यागार भिंतीच्या आधाराने ॲनारलची पडवी उभी होती. आत छान ताजा सुवास पसरला होता. त्या पडवीत फर्नचे दोन बिछाने होते, त्या बिछान्यांवर मऊ कातडं अंथरलं होतं. ॲनारलनं पॉलीच्या हातात एक गुंडाळी केलेलं फरचं ब्लँकेट दिलं. पॉलीनं अंगातला लाल ॲनोरॅक काढला आणि ती एका फर्नच्या बिछान्यावर बसली.

तिच्याशेजारी उकिडवी बसून ॲनारल म्हणाली, "पॉल्ली, अं... तो टाव आहे नं... तो तुझ्याकडे आकर्षित झालाय हे तुला कळायलाच हवं."

फरचं ब्लँकेट अंगाभोवती गुंडाळून घेत पॉली म्हणाली, "हो, आणि मी त्याच्याकडे. मी त्याच्याकडे कशी काय ओढली जाऊ शकते, मलाच समजत नाहीये."

हळूच हसत ॲनारल म्हणाली, "अगं, अशा गोष्टी समजून उमजून करायच्या नसतात. त्या आपोआप घडतात. नंतर मग जर दोन व्यक्ती कायमसाठी एकत्र येणार असतील, तर मग तेव्हा समजणं सुरू होतं."

"आमच्या बाबतीत 'नंतर' असं काही असणार आहे का?" पॉलीनं विचारलं. ती पुढे बोलू लागली, "काळाचं दार आत्ता खुलं नाहीये हे मला माहीत आहे, पण मला माझ्या काळात माझ्या घरी जाणं गरजेचं आहे गं. नाहीतर..." तिला

पुढे स्पष्टपणे बोलवेना, तरी ती कशीबशी म्हणाली, "नाहीतर मातेला माझा बळी दिला जाईल."

"तसं मुळीच होणार नाही." ॲनारल म्हणाली. "पाऊस पडेल गं."

"तलावाच्या पलीकडे?"

"हो, तलावाच्या पल्याडही."

पॉली म्हणाली, "आज दुपारी ते लुटारू आले होते तेव्हा जर टाव नसता नं, तर मात्र..."

"आणि इतर लोकही होते."

"पण टाव त्यांच्यावर धावून गेला आणि लढला. त्याला वाऱ्याचे इतर लोकही लढण्यासाठी येणार आहेत हे माहीत नव्हतं, तरी लढला तो. विचित्रच लढाई होती हं ती, आणि आणखी विचित्र म्हणजे मला ती रोमांचक वाटली."

'तूसुद्धा एखाद्या योद्ध्यासारखी लढलीस हं."

"मी त्या अनोळखी विचित्र माणसांना तुला सहजगत्या पळवून नेऊ दिलं नसतंच."

एक नि:श्वास टाकून ॲनारल म्हणाली, "त्याबद्दल मी तुझी, टावची, आभारी आहे, आणि कॅरॅलिसचीसुद्धा."

"त्यानं ती लढाई थांबवण्याचा खूप प्रयत्न केला, पण जेव्हा ते अशक्य झालं तेव्हा मात्र त्यानं टावसारखाच उत्तम लढा दिला," पॉली म्हणाली.

"आम्ही वाऱ्याचे लोक नं..." ॲनारल पुन्हा एकदा सुस्कारली आणि पुढे बोलू लागली, "आम्ही नेहमीच... अं... बिशप काय म्हणतात ते... शांति... शांति..."

"शांतताप्रिय. युद्धाला विरोध करणारे," पॉलीनं तिचं वाक्य पूर्ण केलं.

मान डोलावून ॲनारल म्हणाली, "या दुष्काळामुळे सगळंच बदलून गेलं गं. आता फक्त पाऊस पडायला हवा! पाउस पडला तर किती बरं होईल! खूप खूप वर्षांपूर्वी दुष्काळ पडला होता असं आमच्या ज्येष्ठ ग्रे वुल्फनं सांगितलं होतं. म्हणून मग आम्ही... म्हणजे माझे लोक... इथे या सुपीक भूभागात आलो. आमची स्वत:ची जमीन तहानलेली होती, गवत वाळून पिवळं पडलं होतं, गायीगुरांची तर नुसती हाडं दिसत होती. मक्याला कणसांचे झुपकेसुद्धा लागत नव्हते. आमचा ज्येष्ठ ग्रे वुल्फ लहानसं बाळ होता तेव्हापासून आम्ही इथे राहतोय. ही जागा अशीच सोडून देऊन त्या तलावापलीकडच्या लोकांना आमचा भूभाग, आमची घरं काबीज करू देणार नाही आम्ही. तसं झालं तर आम्ही कुठे जाणार गं? या जंगलापलीकडे इतर कुठल्याही जमाती नाहीयेत. देवीनं पाऊस पाठवला तर किती छान होईल!"

"देवीनं पाऊस रोखून धरला आहे, असं तुला वाटतंय का?" पॉलीनं विचारलं.

मान हलवून ॲनारल म्हणाली, "विनाश करणं देवीच्या स्वभावातच नाहीये. देवी फक्त आशीर्वाद देते. आम्हीच, म्हणजे मानवजातच विनाशकारी आहे." अचानकच ती तंबूबाहेर निघून गेली.

काही मिनिटांनी ॲनारल पाण्यानं भरलेला एक मोठा लाकडी वाडगा घेऊन आत आली. तिच्या हातात टॉवेलसारखं अगदी मऊ कातडंसुद्धा होतं. तिनं ते कातडं पाण्यात बुडवून ओलं केलं आणि अगदी हळुवारपणे पॉलीचा चेहरा, हात पुसून काढायला सुरुवात केली. हा बहुतेक त्या मेजवानीसारखाच विधी होता. त्यानंतर तिनं तो लाकडी वाडगा पॉलीच्या हातात दिला. आता तिनं ॲनारलचं अंग पुसून काढायचं आहे हे पॉलीला समजलं. सगळं आटोपल्यावर ॲनारल वाडग्यातलं पाणी फेकून द्यायला बाहेर गेली. पॉलीला जणू अगदी नुकतीच व्यवस्थित अंघोळ केल्यासारखं ताजंतवानं वाटत होतं. ती त्या फर्नच्या बिछान्यावर फरचं मऊ ब्लँकेट लपेटून आडवी झाली. जरा वेळानं तिला चांगली झोप लागली.

तिला अचानक जाग आली. आधी तिला वाटलं की ती तिच्या आजी-आजोबांच्याच घरी आहे, पण नेहमीप्रमाणे तिच्याशेजारी हॅड्रॉन नव्हताच. तिनं हात लांबवला तर तिच्या हाताला केस लागले, ब्लँकेटचं फर नव्हतं ते, केसच होते. ओगचं ओलसर नाक तिच्या तळव्यावर घासलं गेलं आणि त्यानं तिचा तळवा चाटायला सुरुवात केली. ती जरा सुस्तावली आणि तशीच पडून राहून रात्रीची शांतता अनुभवू लागली. ही शांतता तिच्या काळातल्या शांततेपेक्षा खूप वेगळी होती. तिच्या काळात, झाडांमधून सळसळत वाहणाऱ्या वाऱ्याच्या आवाजात, अचानक आकाशातून रोरावत जाणाऱ्या विमानामुळे, किंवा तिच्या घरापासून मैलभर अंतरावरच्या रस्त्यावरून जाणाऱ्या ट्रकच्या धडधडीमुळे व्यत्यय निर्माण होत असे. तिच्या काळातल्या रस्त्याच्या जागीच हा तलाव होता. अधूनमधून एखादा मासा वर येऊन पुन्हा पाण्यात डुबकी मारत होता, त्याचा आवाज तिला ऐकू येत होता. अनेक लोकांच्या अस्तित्वाची जाणीव होत होती, जणू वाऱ्याचे लोक तिच्या अवतीभोवतीच असल्यागत वाटत होतं. हळूहळू तिचे डोळे अंधाराला सरावले आणि मग तिला शेजारच्या बिछान्यावर पाय पोटाशी घेऊन एका कुशीवर झोपलेली ॲनारल दिसली. तिचं मंद श्वसन ऐकू येत होतं.

पॉली काळजीपूर्वक उठून बसली. थंडी पडली होती, म्हणून तिनं तिचा लाल ॲनोरॅक अंगात घातला, आणि हळूच बाहेर आली. ओगही तिच्या

मागोमाग बाहेर आला. पहाट व्हायला अजून थोडासा वेळ होता. डोक्यावर अजून तारे चमकत होते, पण चंद्र मात्र बराच आधी मावळला होता. तलावाच्या पलीकडे, दूर क्षितिजावर, पिवळसर उजेडाची अगदी फिक्कटशी शलाका दिसत होती. एका झाडाच्या बुंध्याला टेकून तलावाकडे तोंड करून कुणीतरी बसलं होतं. बिशप कोलुब्रा होते ते, त्यांच्या अंगातल्या चौकडीच्या शर्टवरून तिनं त्यांना ओळखलं. ती चालत त्यांच्यापाशी गेली.

"बिशप..." तिनं हळूच हाक मारली.

त्यांनी मागे वळून पाहिलं आणि तिला त्यांच्या शेजारी येऊन बसायची खूण केली.

"ते काळाचं दार..." ती बोलू लागली.

त्यांनी मान हलवत सांगितलं, "ते अजूनही बंदच आहे."

"काल आमच्याकडे डॉ. लुईस आल्या होत्या नं, तेव्हा त्यांनी सांगितलं की तुम्ही तुमचे बूट घालून कुठेतरी निघून गेला आहात..."

त्यांच्या पायातल्या चामड्याच्या बुटांकडे बघत ते म्हणाले, "आपण तयार राहिलेलं बरं, असं वाटलं मला."

"म्हणजे? तुम्हाला माहीत होतं?"

"नाही, असं काही होईल हे माहीत नव्हतं, पण काहीतरी घडू शकेल अशी शंका वाटत होती. मला वाटत होतं, तू जर या जागी आणि या काळात आलीस, आणि जर तुला परत जाता आलं नाही, तर मी तुझ्यासोबत असायला हवं."

"आपल्याला परत घरी जाता येईल का हो? आपल्या स्वत:च्या काळात?"

"माझ्या मते तरी ते अगदीच शक्य आहे," बिशप म्हणाले.

"पण तुम्हाला तशी पक्की खात्री वाटत नाहीये, हो नं?"

"अगं बेटा, मला फारशी कशाचीच खात्री देता येत नाही. आयुष्य फार अनिश्चित असतं गं, ते फक्त महत्त्वाचं असतं. काही दु:खद किंवा अवघड प्रसंगांना कधी तोंड द्यावं लागणारच नाही, असं आपल्याला कुणीही सांगितलेलं नसतं. ते फक्त आपल्यासाठीच महत्त्वाचं नसतं, ते अखिल ब्रह्मांडासाठी महत्त्वाचं असतं."

पॉलीला बिशपच्या पत्नीची, डॉ. लुईस यांच्या कुटुंबाची आठवण झाली. आत्ता तलावाकाठी त्यांच्यासोबत कॅरॅलिसही हजर असल्याचं तिला कळलंच नव्हतं. तो पुढे येऊन बोलू लागल्यावर तिला ते समजलं. त्यानं सांगितलं, "झॅकरी तंबूमध्ये नाहीये."

कॅरॅलिस तलावाकडे पाठ करून उभा होता. पॉली आणि बिशपकडे बघत तो पुढे बोलू लागला, "या गोष्टीचा मला उगाचच गाजावाजा करायचा नाहीये, किंवा सगळ्यांना घाबरवून सोडायचं नाहीये. तुम्ही कुणी त्याला पाहिलं नाही का? तो तुमच्याशी काही बोललाच नाही?"

"नाही," पॉली आणि बिशप दोघे एकाच वेळी बोलले.

"तो तुमच्यासोबत असेल अशी आशा होती मला. जरा इथेच थांबा हं, प्लीज. मी इतर तंबूंमध्ये शोधून येतो. जर झॅकरी तुमच्यापाशी आलाच, तर त्याला मी परत येईपर्यंत इथेच थांबवून ठेवा." तो वळून भरभर चालत झपाट्याने निघून गेला. ओगनं पॉलीकडे पाहिलं, मग एकदा तिचा हात चाटून तो कॅरॅलिसमागे धावत गेला.

पॉली हळूच म्हणाली, "बिशप, झॅकरीला मरणाची प्रचंड भीती वाटते."

"हो," मान डोलावत बिशप म्हणाले.

"आणि त्याची तब्येत इथेच, म्हणजे याच काळात सुधारू शकेल, अशी त्याला आशा वाटतेय. त्यामुळे मला नाही वाटत की तो कुठेतरी निघून गेला असेल. वरवर बोलताना अगदी मोठमोठ्या बाता मारतो तो, पण खरंतर मनातून तो प्रचंड घाबरलेला आहे."

बिशप सहानुभूतीनं म्हणाले, "बिच्चारा मुलगा, पायाखालून वाळू घसरत जावी तसं झालंय त्याच्या बाबतीत."

पॉली म्हणाली, "जर माझ्या हृदयात असा बिघाड झालेला असता आणि माझं आयुष्य फक्त एक-दोन वर्षंच शिल्लक राहिल्याचं मला समजलं असतं, तर मलाही अशीच भीती वाटली असती."

"हो, अर्थातच गं बाळा. आपण प्रेमावर, त्याच्या हेतूवर कितीही विश्वास ठेवला नं, तरी अज्ञात प्रदेश नेहमीच भीतिदायक वाटतो. झॅकरीला तर तसा विश्वासदेखील वाटत नाही. त्यामुळे मृत्यूचा तो अज्ञात काळोख त्याला अधिकच गडद वाटत असणार."

"तसं तर मलाही तो अज्ञात काळोख चांगलाच गडद वाटू शकतो," पॉलीला ते पटलं.

"अगं, खरंतर आपल्या सगळ्यांनाच. तरीपण तुला आणि मला आशेचं वरदान मिळालंय, खरं नं?"

"हो. मला मात्र नेमकी कसली आशा वाटतेय तेच कळत नाहीये."

"ते ठीक आहे गं. तुझ्या इवल्याशा आयुष्यात तू अगदी छान वागली आहेस."

"नेहमीच नाही हो. कधीकधी मी उगीचच लोकांच्या चुका काढल्या आहेत,

दोषारोप केले आहेत, आणि त्यांना माफदेखील केलं नाही.''

"पण एकूणातच तू तुझ्या आयुष्यात सगळ्यांशी प्रेमानं वागली आहेस आणि अगदी भरभरून जगली आहेस. झॅकरीचं तेवढं आयुष्य मात्र जगण्याला नाकारण्यातच गेलं असेल, अशी मला शंका आहे. आता मात्र मीही दोष द्यायला लागलो, हो नं?''

मोठ्यानं हसून पॉली म्हणाली, "हो, पण ठीक आहे हो. लोकांना नावं ठेवणं हा माझ्या स्वभावातला एक मोठाच दोष आहे आणि मला नेहमीच त्याचा त्रास झालाय. झॅकरीची मात्र सतत सगळ्यांकडून पारख केली जात असते, सतत त्याच्यावर शिक्के मारले जातात. जर तो इतका देखणा, रुबाबदार नसता नं, तर लोकांनी त्याच्याकडे लक्षही दिलं नसतं.''

कॅरॅलिस परत तिथे आला. त्याचा चेहरा गंभीर दिसत होता. तो म्हणाला, "मला तो सापडला नाही. ज्याच्या डोक्यावर वार झाला होता नं, तो हल्लेखोरसुद्धा गायब आहे. त्या हल्लेखोराचं नाव ब्राउन अर्थ असं आहे. त्याचा बिछाना ईगल-वूमनच्या शेजारीच होता, पण तिला कबनं वेदनाशामक औषध दिल्यानं तिला गाढ झोप लागली होती. अजूनही झोपलीच आहे ती.''

बिशपनं विचारलं, "तुला काय वाटतंय? झॅकरी आणि तो लुटारू दोघे एकत्रच निघून गेले असतील?''

"त्या हल्लेखोरानं झॅकरीला ओलीस म्हणून जबरदस्तीनं नेलं असण्याची शक्यता आहे,'' कॅरॅलिस म्हणाला.

"अरे पण ते कसे निघून जातील? तू तर जागोजागी पहारेकरी नेमले आहेत नं?''

पॉलीच्या शेजारी एक लाकडाचा ओंडका पडला होता. त्यावर बसत कॅरॅलिस म्हणाला, "तलावापलीकडचे लोक आमच्यासारखेच आवाज न करता हालचाली करू शकतात. ब्राउन अर्थ कदाचित जंगलात गेला असेल आणि मग तिथून दुसऱ्याच बाजूनं तलावापाशी आला असेल. तलावाचा किनारा खूपच मोठा आहे.''

पॉलीनं ते अमान्य करत म्हटलं, "अरे पण त्या लुटारूनं झॅकरीच्या मर्जीविरुद्ध त्याला नेलं नसेलच नं. जबरदस्तीनं नेलं असतं, तर झॅकरीनं आरडाओरडा केला नसता का?''

कॅरॅलिस तलावातल्या पाण्यावर उडणाऱ्या एका पक्ष्याकडे बघत होता. तो म्हणाला, "आम्ही त्या हल्लेखोराच्या कपड्यांची झडती घेतली होती. त्याचा चाकू काढून घेतला होता. त्याच्याकडे बाण नव्हते आणि झॅकरीला बेशुद्ध करण्यासाठी विषारी द्रवदेखील नव्हता.'' अकस्मात त्या उडत्या पक्ष्यानं पाण्यात सूर मारला आणि एक मासा चोचीत पकडून तो पुन्हा आकाशात झेपावला.

"पण झॅकरी त्याच्यासोबत कशाला गेला असेल?" पॉली अत्यंत बावचळून गेली होती. तिनं सांगितलं, "कॅरॅलिस, आपल्याला इथेच जीवनदान मिळेल अशीच आशा झॅकरीला वाटत होती रे. कब त्याच्या हृदयावर उपचार करून त्याला बरं करेल, असं त्याला ठामपणे वाटत होतं. तो असाच स्वत:हून निघून गेला नसेल."

कॅरॅलिस म्हणाला, "तो काय करील किंवा काय करणार नाही, हे कुणालाच सांगता येणार नाही. तो म्हणजे अगदी अं... काय म्हणायचं ते..."

"त्याच्याबद्दल अंदाज बांधता येत नाही, असा?" बिशपनं सुचवलं.

"अं, बरोबर आहे," पॉलीनं कबूल केलं आणि पुढे म्हटलं, "पण हे पटत नाहीये, शक्य वाटत नाही."

बिशप म्हणाले, "अगं लोक अशा अनेक न पटणाऱ्या अतर्क्य गोष्टी करत असतात. आता आपण काय करायला हवं?"

सूर्य उगवला, त्याच्या तेजस्वी प्रकाशानं तलाव आणि सगळा आसमंत न्हाऊन निघाला. सूर्योदयाबरोबरच प्रभात-गीत गायला सुरुवात झाली. कॅरॅलिस म्हणाला, "मी इतर लोकांना विचारून घेतो, आणि मग आपण ठरवू काहीतरी."

कॅरॅलिस त्यांच्या वसाहतीच्या आवारात चौकशी करत फिरत होता. एकेकट्या माणसाला, जोडीनं किंवा घोळक्यानं फिरणाऱ्या अशा सगळ्याच लोकांना तो विचारत होता. ओगही त्याच्या मागोमाग चिंतेनं कुरकुरत फिरत होता. सगळे लोक झॅकरीपेक्षा तो हल्लेखोर गायब झाल्याबद्दल जास्त आश्चर्यात पडले होते, त्यांना चिंताही वाटत होती.

ईगल-वूमन स्वत:लाच दोष देऊ लागली, "मला त्याच्या हालचालींची चाहूल लागायला हवी होती. खरंतर माझी झोप नेहमी सावध असते, किंचितशा आवाजानेही मला लगेच जाग येते..."

"तुमचा खांदा बाण लागून दुखावलेला आहे नं, नेहमी असतो का तसा?" कॅरॅलिसनं त्यांना समजावलं.

"आणि तो तरुण? कुठे गेला असेल तो? त्याच्या हृदयात काहीतरी विकृती निर्माण झाली आहे, आणि त्यातून एखादं वाळकं पान वाऱ्यावर फडफडल्यासारखा आवाज ऐकू येतोय, असं मला कब सांगत होता."

कॅरॅलिस म्हणाला, "आपण भव्य दगडांच्या रिंगणाच्या ठिकाणी आपली सभा भरवू या. तोपर्यंत मात्र आपण आपली नेहमीची दिवसभराची कामं करायला हवीत. जागोजागी नेमलेल्या आपल्या पहारेकऱ्यांचं काम अजूनही तसंच चालू राहू दे. तलावातून होड्या येऊ शकतात किंवा जंगलातूनही हल्ला होऊ शकतो, सगळीकडे नीट लक्ष ठेवा आणि लगेच तसं इतरांना कळवा."

त्या उभ्या दगडांच्या वर्तुळामधल्या सभेत पॉली आणि बिशपना सहभागी केलं गेलं.

टाव बोलू लागला, "या झॅकचा वापर करून घेता येईल असं जर त्या लोकांना वाटलं असेल..."

"झॅकरी,"

"म्हणजे मला म्हणायचं आहे की त्याला ओलीस ठेवता येईल असं जर त्या लोकांना वाटत असेल, तर ते चूक करतायत. आपल्यासाठी तो अगदीच कवडीमोलाचा आहे."

शांतपणे कॅरॅलिस म्हणाला, "तो आपला पाहुणा आहे."

"पण मला कळत नाहीये, तो इथे कशासाठी आलाय? त्याच्यामुळे आपल्याला दुःखच मिळेल अशी मला आशंका आहे."

"तरीही आपल्यावर त्याची जबाबदारी आहे."

चिंतातुर होऊन कबनं कॅरॅलिसला सांगितलं, "जर ते लोक त्याच्याशी नीट वागले नाहीत, त्याला धक्काबुक्की, मारहाण केली तर त्याचं हृदय ते सहन करू शकणार नाही."

"इतकी वाईट परिस्थिती आहे त्याची?" ईगल-वूमननं विचारलं.

कबनं तिच्याकडे गंभीर मुद्रेनं पाहून मान डोलावली.

टावनं म्हटलं, "मग काल तो लढला नाही ते बरंच झालं, नाही का?"

"लढला असता तर नक्कीच त्याचा मृत्यू ओढवला असता," कब म्हणाला.

लाल रंगाचं कोल्ह्याचं कातडं पांघरलेला एक माणूस म्हणाला, "तो तर वयानं लहान आहे की, त्या मानानं त्याचं हृदय खूपच कमजोर आहे."

"कदाचित त्याला लहानपणी सांधे सुजवणारा बाल-ताप आला असेल, त्यामुळे हृदय कमकुवत होतं."

'संधिवाताचा ताप. हो, तसं असू शकेल,' पॉलीच्या मनात आलं.

"ही चर्चा पुरे झाली," टाव बोलू लागला. "आता आपण काय करणार आहोत? तो लुटारू त्याला का घेऊन गेला? त्याचा ओलीस ठेवण्याशिवाय दुसरा काय उपयोग होऊ शकतो?"

कॅरॅलिस म्हणाला, "त्यानं जर झॅकरीला ओलीस म्हणून नेलं असेल, तर ते लवकरच आपल्याशी संपर्क साधतील."

चर्चेसाठी दुसरा कुठला विषय नव्हताच. त्यामुळे कॅरॅलिसनं सभा बरखास्त केली आणि पहारा देणारे लोक वाढवले. तापवलेल्या दगडांच्या भट्टीत पाव बनवण्यासाठी पॉली ॲनारलला मदत करू लागली. तिनं ओगला शोधायला इकडेतिकडे नजर फिरवली, पण तो तिला दिसला नाही. 'नक्की कॅरॅलिससोबत

असणार तो' तिच्या मनात आलं.

पॉलीनं मनात आलेला प्रश्न ॲनारलला विचारला, "ही जी देवी आहे, ती देवी आणि माता, या दोघी एकच आहेत का?"

फुगून आलेल्या कणकेच्या गोळ्यावर गुद्दे मारून तो गोळा तिंबत ॲनारल म्हणाली, "हो, पण फक्त माझ्यासाठी आणि कॅरॅलिससाठी त्या दोघी एकच आहेत. जे लोक ड्रूइड्स नसतात, उदाहरणार्थ टाव; तर टावसारख्या ड्रूइड नसणाऱ्या लोकांसाठी देवी म्हणजे चंद्र, आणि माता म्हणजे पृथ्वी. काही लोक वारा, ओक वृक्ष, पाणी अशा गोष्टींसाठी वेगवेगळ्या देवता आहेत असं मानतात. पण माझ्यासाठी मात्र एकच दैवी अस्तित्व आहे, त्याची वेगवेगळी रूपं किंवा पैलू असतील, पण मुळात तो एकच आहे. बघ नं, तुझ्यात आणि माझ्यात अनेक बाबतीत फरक आहे, पण तरीही आपण एक आहोत नं, तसंच." तिनं तो कणकेचा गोळा दगडी भट्टीत ठेवून दिला आणि ती म्हणाली, "आपण जाऊन परत येऊ नं, तोपर्यंत पाव तयार होईल."

"आपण कुठे जातोय?" पॉलीनं विचारलं.

"त्या उभ्या दगडांपाशी. त्या ठिकाणी सर्वात शक्तिशाली ऊर्जा असते. म्हणूनच तर नेहमी तिथेच सभा घेतली जाते."

उभे दगड. भविष्यकाळात त्याच जागी पॉलीच्या आजी-आजोबांचं घर असणार होतं, आणि तो जलतरण तलावसुद्धा तिथेच असणार होता. तिथल्या जमिनीखाली असलेल्या नदीमुळे जलतरण तलाव ठरवलं होतं तेवढा खोल खणता आला नव्हता.

ॲनारलच्या पाठोपाठ जात पॉलीनं तिला विचारलं, "ते उभे दगड आहेत नं, तिथल्या जमिनीखाली पाणी आहे का गं?"

"हो, नदी आहे. ती नदी जमिनीखालून वाहत जाऊन तलावाजवळ जमिनीच्या वर येते, आणि तलावाला मिळते. त्या उभ्या दगडांच्या खालीच तिचं उगमस्थान आहे."

"तुला कसं माहीत?"

"ते तर खूप प्राचीन ज्ञान आहे."

"कुणाचं प्राचीन ज्ञान?"

"वाऱ्याच्या लोकांचं ज्ञान. टावचा आधी माझ्या शब्दांवर विश्वासच बसत नव्हता, म्हणून मग मी त्याला एका हिरव्या फांदीची लहानशी काठी बनवून दिली आणि त्याला ती काठी त्याच्या हातात अगदी सरळ धरून ठेवायला सांगितली. या काठीचा जमिनीला स्पर्श होऊ देऊ नकोस, असंही सांगितलं. मग मी त्याला माझ्या मागोमाग यायला सांगितलं. मी त्याला अं... बिशप काय

म्हणतात? हं... आदिम... किंवा मागासलेली मुलगी वाटत होते. तरीसुद्धा मोठ्यानं हसत तो माझ्या मागोमाग आला. आम्ही जेव्हा उभ्या दगडांपाशी पोचलो नं, तेव्हा त्याला ती काठी स्थिर पकडून ठेवताच येईना, जमिनीपासून दूर नेता येईना. जिवंत असल्यागत ती काठी त्याच्या हातातून खाली उड्या मारत होती. तेव्हा मात्र त्याला मी खरं बोलत होते हे पटलं.''

त्या दोघी उभ्या दगडांपाशी पोचल्या. तिथल्या सपाट खडकाच्या वेदीवर कुणीतरी आडवं झालेलं असल्याचं त्यांना दिसलं. ॲनारल दचकून हलकेच ओरडली आणि पाहायला पुढे गेली, पण लगेचच मागे येऊन म्हणाली, ''ते बिशप आहेत, वेदीवर आडवे पडून दैवी अस्तित्वाशी संवाद साधतायत.''

पॉली बघतच राहिली. बिशप हळूच उठून बसले आणि त्या दोघींकडे बघून हसले. नंतर दूरवर कुठेतरी नजर खिळवून ते कुजबुजत्या आवाजात म्हणाले, ''पण, भगवंता, मी तुझ्याकडे अनुकूल अशा वेळेस प्रार्थना करतो.'' मग ते त्या दोघींना म्हणाले, ''बायबलमधील स्तोत्रांच्या रचनाकाराचे शब्द. ती वेळ अनुकूल आहे हे त्याला कसं कळलं असेल गं? आणि ती वेळ आपण कशी ओळखायची? देवासाठी, आत्ताच्या अनुकूल वेळेपासून तीन हजार वर्षांनंतरचा भविष्यकाळ आणि तीन हजार वर्षांपूर्वीचा भूतकाळ हे दोन्ही समान अंतरावर आहेत.''

''माफ करा हं. आम्हाला तुमच्या प्रार्थनेत अडथळा आणायचा नव्हता,'' ॲनारलनं माफी मागितली.

बिशपनं हात पसरून आपले तळवे निरखत म्हटलं, ''मी ऐकायचा, समजावून घेण्याचा प्रयत्न केला.''

''तुम्ही कुणाचा आवाज ऐकायचा प्रयत्न करताय?'' पॉलीनं विचारलं.

''ख्रिस्ताचा,'' बिशपनं सांगितलं.

''अहो बिशप, पण हा आत्ताचा काळ तर एक हजार वर्षं आधीचा...''

हलकेच हसून बिशप म्हणाले, ''ख्रिसमसच्या वेळी गायलं जाणारं एक अतिप्राचीन स्तोत्र आहे. विशेषत: मला खूप आवडतं ते. तुला माहीत आहे का? ऐक हं... त्या जगत्पित्याच्या प्रेमातून...''

पॉलीनं ती ओळ पूर्ण केली, ''विश्वाची उत्पत्ती झाली.''

बिशप पुढची ओळ गाऊ लागले, ''तो अल्फा आहे आणि तोच ओमेगा, तोच आरंभ आणि तोच आहे अंत...'' पूर्ण स्तोत्र गाऊन झाल्यावर ते सांगू लागले, ''त्या पवित्र त्रिमूर्तीमधील दुसरी व्यक्ती, म्हणजेच येशू ख्रिस्त, हा अगदी आधीही सातत्यानं अस्तित्वात होता, आताही आहे, आणि पुढेही तो कायम अस्तित्वात असेलच. आत्ता, तीन हजार वर्षांपूर्वीही, मी त्याचं बोलणं ऐकू शकतो आणि शिवाय माझ्या स्वत:च्या काळातसुद्धा ऐकू शकतो. येशू

ख्रिस्त, अल्फा आणि ओमेगा, अखिल ब्रह्मांडाचं उगमस्थान म्हणजेच साक्षात परमेश्वर या लहानशा ग्रहावर आले होते, या ज्ञानाचं वरदान मला माझ्या काळात मिळालं. बघ, परमेश्वराचं किती अलोट प्रेम आहे आपल्यावर. कुठलाही काळ असू दे, कुठलंही ठिकाण असू दे, तो भगवंत आपल्याला क्षणभरही त्याची उणीव भासू देत नाही. अरे देवा, मी पुन्हा प्रवचन द्यायला लागलो.''

''असू दे हो. त्याची मदतच होते,'' पॉली म्हणाली.

बिशप म्हणाले, ''तुला खूप चांगलं धार्मिक शिक्षण मिळालेलं दिसतंय. तुला सगळं समजतंय.''

''हो, निदान थोडंसं तरी समजतं.''

बिशप त्या भल्यामोठ्या दगडी वेदीवरून घसरत खाली आले. ते बोलू लागले, ''झॅकरी...''

उतावीळपणे तिनं एकदम मधेच विचारलं, ''तो ठीक असेल नं? तुम्हाला काय वाटतं?''

''ते मला कसं कळणार? पण आपण अगदी विलक्षणरीत्या काळाची सीमारेषा ओलांडून इथे आलो नं, त्याचा झॅकरीशी काहीतरी संबंध आहे.''

''अहो ते कसं शक्य आहे?'' पॉली चक्रावूनच गेली.

''ते मलाही माहीत नाही. मी इथे या वेदीवर आडवा पडून विचार करत होतो, आणि अचानक मला झॅकरी दिसला, म्हणजे प्रत्यक्षात इथे या ठिकाणी नाही हं, माझ्या अंतर्मनाला किंवा आत्म्याला दिसला. त्याच क्षणी मला मी काळाचं दार ओलांडून जाण्यामागचं खरं कारण समजलं. मी झॅकरीसाठी काळाची सीमारेषा ओलांडली होती, हेच त्यामागचं खरं कारण होतं.''

ॲनारल खाली जमिनीवर मांडी घालून बसली. पॉली तिथल्या एका दगडी खुर्चीला टेकून बसली, आणि तिनं विचारलं, ''त्याच्या हृदयासाठी?''

मान हलवून बिशप म्हणाले, ''नाही, मला नाही तसं वाटत. मला नीट सांगता येत नाहीये. निव्वळ झॅकरीसाठी आपल्याला तीन हजार वर्षांपूर्वीच्या काळात नेण्याचा खटाटोप कशाला झाला असेल? मला तो फारसा आवडत नाही. प्रेमळ, मायाळू वाटत नाही तो.''

''अं... असू शकेल...''

तिच्या वाक्याकडे दुर्लक्ष करून बिशप बोलतच होते, ''पण मग मला येशू ख्रिस्तानं ज्यांच्यासाठी प्राणत्याग केला ते लोक आठवले. ते लोकही प्रेमळ नव्हते, किंवा कुणाला आवडावे असे तर नव्हतेच. तरीही येशूनं त्या मरण पावलेल्या तरुणाला पुन्हा जिवंत केलं, कारण त्या तरुणाची आई दुःखानं वेडीपिशी झाली होती. येशूनं एका छोट्या मुलीला मृतावस्थेतून बाहेर काढून जिवंत केलं

आणि तिला काहीतरी खायला द्या, असं तिच्या आई-वडिलांना सांगितलं. त्या मॅग्डलाच्या मेरीला सात भुतांनी झपाटलं होतं. त्या सातही भुतांना येशूनंच तिच्या अंगातून पळवून लावलं होतं. याच विशिष्ट लोकांना का मदत केली त्यानं? इतरही अनेक जास्त चांगल्या लोकांना मदत हवी होतीच की. म्हणून मग मी मला स्वत:लाच प्रश्न विचारला, मी तीन हजार वर्षांचा कालखंड निव्वळ झॅकरीसाठी पार केला, असं मला का वाटतंय? नेमकं असं काय आहे की जे मला असा विचार करायला भाग पाडतंय?''

पॉलीनं तिचे हात अंगातल्या लाल ॲनोरॅकच्या खिशात खुपसले. हे सगळंच निरर्थक वाटत होतं. झॅकरी तिच्यासाठी तितकासा महत्त्वाचा नव्हता, तो मुळीच तिच्या कौटुंबिक विश्वाच्या केंद्रस्थानी नव्हता. समजा यापुढे तिला झॅकरी पुन्हा कधीही भेटला नाही, तरी तिच्या आयुष्यात फारसा काहीच फरक पडणार नव्हता. ती अस्वस्थपणे खिशातल्या बोटांची चाळवाचाळव करू लागली. डाव्या खिशात तिच्या हाताला काहीतरी कडक वस्तू लागली. झॅकरीनं दिलेली प्रतिमा. तिनं तो लहानसा चौकोन बाहेर काढला आणि त्याच्याकडे बघत ती म्हणाली, ''मला वाटतंय, झॅकरीला रक्षक-देवदूताचा आधार मिळू शकेल.''

ती प्रतिमा निरखून बघत बिशप म्हणाले, ''एक महान देवदूत आणि एक लहान मूल. सद्‌गुणी तेजस्वी देवदूत आणि दुष्ट काळोख्या शक्ती प्राप्त केलेले देवदूत, यांच्यात युद्ध सुरू आहे. त्या युद्धात पृथ्वी भरडली जातेय.''

''त्या गोष्टीवर तुमचा विश्वास आहे?'' पॉलीनं विचारलं.

''हो, अगदी पूर्ण.''

''दुष्ट देवदूत कसा दिसतो हो?''

''बहुतेक सद्‌गुणी देवदूतासारखाच दिसत असणार. दुष्टपणाचा काळोख मनात असतो गं, बाहेर तसं काहीच दिसत नाही. बरं, पण मुलींनो, आता मात्र तुम्ही तुमची कामं करायला जा. मी इथेच थांबून वाट पाहणार आहे.''

''तुम्ही ठीक आहात नं बिशप?'' ॲनारलनं विचारलं.

''हो, अगदी छान आहे. माझ्या हृदयाचे ठोके आता शांतपणे अन् स्थिर लयीत पडतायत. आता मात्र मी कुठल्याही लढाईमध्ये सहभागी व्हायलाच नको.'' त्यांनी वर आलेल्या सूर्याकडे पाहिलं, आणि मग पुन्हा त्या दगडी वेदीवर चढून ते आडवे पडून राहिले. तिथल्याच एका भव्य उभ्या दगडाची सावली त्यांच्यावर पडत होती. त्या सावलीमुळे त्यांच्या डोळ्यांवर उन्हाची तिरीप येत नव्हती.

पॉली ॲनारलच्या मागोमाग वसाहतीकडे गेली.

सगळा दिवसच अस्वस्थ वाटत होता. दिवसभराची सगळी कामं नेहमीसारखीच चालू होती. मासे पकडले. विविध जडीबुटी वाळण्यासाठी टांगून ठेवल्या. अनेक स्त्रियांनी आपापल्या पक्ष्यांची पिसं परिधान केली होती, उदाहरणार्थ फिंच, लार्क, कार्डिनल अशा अनेक पक्ष्यांच्या पिसांचा साज त्यांनी चढवला होता. त्या सगळ्या जणी पिसांचं पायघोळ वस्त्र बनवण्यात गढून गेल्या होत्या.

कब पॉलीला हाक मारून म्हणाला, "मला बहुतेक तुझी मदत लागेल."

पॉली त्या दुसऱ्या हल्लेखोराला विसरूनच गेली होती, तोच, पायाचं हाड मोडलेला तरुण. काल रात्री ॲनारलनं त्याची अगदी हळुवारपणे देखभाल केली होती. आता तो एका पडवीत झोपला होता. त्याचे गाल लालसर दिसत होते, त्यावरून त्याच्या अंगात ताप असल्याचं स्पष्ट कळत होतं. कब त्याच्याशेजारी उकिडवा बसून म्हणाला, "हे घे, मी तुझा ताप कमी करण्यासाठी ईगल-वूमनकडून औषध आणलं आहे. हे औषध पावावर येणाऱ्या बुरशीपासून बनवलं आहे. चवीला चांगलं नाहीये, पण तरीसुद्धा तू ते घ्यायलाच हवं."

त्या हल्लेखोरानं आभार मानले. तो म्हणाला, "तू खूप दयाळू आहेस. जर तू जखमी झालेला असतास आणि माझ्या जमातीनं तुला पकडून ठेवलेलं असतं, तर आम्ही तुझी अशी नीट काळजी घेतली नसती."

"तुम्ही माझी काळजी घेऊन माझ्यावर उपचार करू शकला असता का?" कबनं विचारलं.

"अरे, आमचा उपचारकर्ता फारच महान आहे, पण आम्ही त्याचं ज्ञान कैद्यांसाठी वापरून वाया घालवलं नसतं."

"ज्ञान वाया जातं का?" कबनं एक मातीचा वाडगा त्या हल्लेखोराच्या ओठांपाशी धरला, त्यानंही त्यातला द्रव बिनविरोध पिऊन टाकला. कब त्याला म्हणाला, "आता मला तुझा पाय तपासायला हवा. पॉल्ली, प्लीज, त्याचे हात घट्ट पकडून ठेव."

पॉली त्या हल्लेखोराजवळ गुडघे टेकवून बसली. तिच्यासोबतच आलेली ॲनारल त्याच्या दुसऱ्या बाजूला जाऊन बसली. पॉलीला त्या हल्लेखोराचं बोलणं समजायला जरा अवघड जात होतं. त्याची भाषा ओगमपेक्षाही जास्त पुरातन वाटत होती. त्याचे हात घट्ट धरत तिनं विचारलं, "तुझं नाव काय आहे?"

"क्लेप" त्यानं सांगितलं, म्हणजे निदान तसं ऐकू आलं. तो सांगत होता, "सूर्य झाकोळून काळा झाला होता तेव्हा मी जन्मलो; रात्र संपून पहाट होते नं, त्या वेळी माझा जन्म झाला. माझा जन्म होताक्षणी हळूहळू पुन्हा उजेड पडू लागला, आणि माझ्या रडण्याच्या आवाज आल्याबरोबर सूर्य पुन्हा नेहमीसारखा तेजानं तळपू

लागला. तो खूप मोठा शुभशकुन होता. एक दिवस मी आमच्या जमातीचा प्रमुख नेता होणार आहे, मग मी बरेच बदल घडवून आणीन. मीसुद्धा जखमी लोकांची छान काळजी घेईन आणि त्यांना तसंच मरून जाऊ देणार नाही.'' तो अचानक वेदनेनं कळवळला. कब त्याच्या पायाची जखम कसल्याशा द्रावणाने धुवत होता. ॲनारलनं मान वळवली. पॉलीनं त्याचे हात आणखी घट्ट पकडले. त्यानंही तिला इतक्या घट्ट धरलं की तिला त्या जागी चांगलंच दुखलं. वेदना असह्य होऊन त्याचा चेहरा वेडावाकडा झाला होता. आपल्या तोंडून किंचाळी बाहेर पडू नये म्हणून त्यानं आपले दात एकमेकांवर घट्ट रोवले होते. जरा वेळानं मग तो शांत झाला. वळून ॲनारलकडे बघत तो म्हणाला, ''मला माफ कर हं.''

ती हळूच हसली आणि त्याच्याकडे बघत म्हणाली, ''तू खूप शूर आणि धीराचा आहेस.''

''आणि तू बरा होत चालला आहेस. मी आज तुला आणखी जास्त दुखवणार नाहीये,'' कब म्हणाला.

क्लेपनं एक भलामोठा सुस्कारा सोडला. तो म्हणाला, ''मी ऐकलंय, माझा साथीदार ब्राउन अर्थ इथून पळून गेलाय, आणि तुमचा एक माणूसही त्याच्यासोबत गेलाय. तो पांढरट गोरा, काळे केस असलेला, तो तुमच्यापैकीच आहे ना?''

''नाही. तो आमच्यापैकी नाहीये. तो खूप लांबून आलाय,'' कबनं सांगितलं.

अधीर होऊन ॲनारलनं विचारलं, ''ते कुठे आहेत, तुला माहीत आहे का?''

डोकं हलवून क्लेप म्हणाला, ''ते कुठे आहेत, ते इथून कसे पळून गेले, मला काहीही माहीत नाही. तुम्ही दिलेल्या औषधामुळे मी एखाद्या छोट्या मुलागत अतिशय गाढ झोपून गेलो होतो, मला काहीही ऐकूदेखील आलं नाही.''

कबनं विचारलं, ''तुला काय वाटतंय? ब्राऊन अर्थ झॅकला आपल्यासोबत घेऊन गेला असेल?''

''मला नाही माहीत. या झॅकलाच जावंसं वाटलं असेल का?'

''आम्हाला माहीत नाही. हे सगळंच फार विचित्र आहे,'' ॲनारल म्हणाली.

''मला थोडंसं जरी माहीत असतं नं, तरी मी तुम्हाला सांगितलं असतं. मी तुमचा फार आभारी आहे. तो ब्राऊन अर्थ नुसत्या मोठ्यामोठ्या बढाया मारत असतो. कदाचित त्यानं झॅकला काहीतरी वचनं दिली असतील, काहीतरी कबूल केलं असेल.''

''पाळता येण्यासारखीच वचनं दिली असतील नं?'' कबनं विचारलं.

''कुणास ठाऊक?''

“बरं. आता आराम कर. ॲनारल तुझ्यासाठी खायला आणून देईल आणि तुला ते खायला मदतही करील. मी दुपारी येऊन तुझ्या पायाला नव्या पट्ट्या बांधून देईन,” कब म्हणाला.

ते तिघे कॅरॅलिसकडे गेले आणि त्याला सगळं सांगितलं.

“यामुळे आपलं कोडं सुटतच नाहीये, पण तरी तुझी मदत झालीय. कदाचित पुढे आपल्याला क्लेपची मदत होईलही, पुढचं कुणाला माहीत आहे? धन्यवाद. पॉली, तुला ईगल-वूमननं खास धन्यवाद दिले आहेत हं. कब जेव्हा तिच्या खांद्याच्या जखमेवर औषध लावेल नं, तेव्हा त्याला पुन्हा तुझी मदत लागेल,” कॅरॅलिस म्हणाला. नंतर हळूच हसून ॲनारलकडे बघत तो म्हणाला, “ॲनारल पोषणकर्ती आहे, छान काळजी घेते, पण तिला रक्त बघवत नाही. सहनच होत नाही.”

ॲनारल म्हणाली, “हो, खरंय. माझं बोट कापलं गेलं होतं नं, तेव्हा तर मी खूप जोरात किंचाळले होते. बिच्चारे बिशप. पण क्लेपला खाण्यापिण्यासाठी मदत करायला मला आनंदच होईल हं.”

“पॉली, तू इथे आल्याचा आम्हाला आनंदच आहे, आणि तुला तुझ्या स्वत:च्या काळात परत जाता यावं, असं आम्हाला मनापासून वाटतं. तुझीही तशीच इच्छा अगदी नक्की असणार,” कॅरॅलिस म्हणाला.

मान हलवून पॉलीनं सांगितलं, “आपण झॅकरीला शोधून काढेपर्यंत नाही, आणि पाऊस पडेपर्यंतदेखील नाही.”

त्या रात्री पुन्हा हल्ला झाला. ओगनं जोरजोरात भुंकून पॉलीला जागं केलं. ॲनारल खाड्कन उठून उभी राहिली आणि तिनं भाला हातात घेतला. पॉली तिच्या मागोमाग बाहेर पडली. दिवट्या- मशालींच्या लालसर पिवळ्या उजेडात एकमेकांशी लढणारे लोक दिसत होते. आधी तर वाऱ्याचे लोक कोणते आणि हल्लेखोर कोणते हे पॉलीला कळेचना. मग तिला कॅरॅलिसच्या मदतीला धावून जाणारा ओग दिसला. एका हल्लेखोरानं कॅरॅलिसच्या बरगड्यांपाशी भाल्याचं टोक टेकवलं होतं, त्या हल्लेखोराच्या अंगावर ओगनं झेप घेतली आणि त्याचं मनगट तोंडात पकडलं. त्यामुळे त्याच्या हातातून भाला गळून पडला.

तेवढ्यात कुणीतरी पॉलीच्या डोक्यावर चादरीसारखं काहीतरी काळसर कापड टाकलं, आणि तिला बटाट्याच्या पोत्यागत उचलून तो माणूस पळत सुटला. ती जोरात ओरडली, पण तिची किंचाळी लढाईच्या धुमश्चक्रीत विरून गेल्याने कुणाला ऐकू गेली नाही. तिनं त्या माणसाच्या तावडीतून सुटण्यासाठी खूप खटपट केली, लाथा झाडल्या, पण त्यानं तिला अगदी घट्ट पकडून ठेवलं होतं.

तिला खांद्यावर टाकून तो धावतच होता. तो कुठल्या दिशेला धावतोय, तिला कळतच नव्हतं. अधूनमधून बारक्याशा फांद्या त्याच्या पायांखाली काड्कन मोडल्याचे आवाज तिला ऐकू येत होते. मधूनच बाजूच्या झाडांच्या फांद्यांचा स्पर्श जाणवत होता. सरतेशेवटी तिला खाली जमिनीवर ठेवलं गेलं आणि तिच्या तोंडावरचं कापड काढून टाकलं गेलं. ते तलावाच्या किनाऱ्यावर होते आणि वसाहतीपासून खूप दूर आले होते. वाऱ्याच्या लोकांचं पिटुकलं खेडं दिसेनासं झालं होतं. झाडं अगदी तलावाच्या काठापर्यंत आलेली होती. आकाशात चंद्र चांगलाच वर आलेला होता. एका लहानशा होडीपाशी झॅकरी उभा राहिलेला होता. त्याला बघून तिचा तर श्वासच अडकल्यागत झाला.

"झॅक!" ती ओरडली.

झॅकरी त्या माणसाला म्हणाला, "तू तिला घेऊन आलास, छान केलंस."

"चल गं, होडीत बस," झॅकरीनं पॉलीला फर्मावलं.

"हे सगळं काय चाललंय?" तिनं विचारलं.

"सगळं ठीक आहे गं पॉल, खरंच ठीक आहे. मला तुझी गरज आहे गं," झॅकरी म्हणाला.

मागे सरत ती म्हणाली, "मी कुठेही जाणार नाहीये."

तिला पकडून आणलेल्या माणसानं तिची कोपरं पकडून तिला ढकलत होडीकडे नेलं. तो माणूस ब्राऊन अर्थ नव्हता, वेगळाच होता. हा माणूस वयानं मोठा होता, पिळदार स्नायू असलेला आडदांड माणूस होता तो.

"तू गडबड केली नाहीस, तर तो तुला काहीही करणार नाही. मी शब्द देतो तुला," झॅकरीनं तिला सांगितलं. "प्लीज गं पॉली. नुसती माझ्यासोबत ये नं'

"कुठे?"

"तलावापलीकडे."

"अच्छा? जे लोक आपली जमीन हडप करण्याचा प्रयत्न करतायत, त्या लोकांकडे मी येऊ?" पॉलीचा आवाज चांगलाच चढला. तिचा विश्वासच बसत नव्हता.

"आपली जमीन?" झॅकरीनं प्रश्न केला. "अगं तुला कशाला फिकीर वाटतेय त्याची? तीन हजार वर्षांपूर्वीची घटना आहे ती. तलावापलीकडे राहणाऱ्या लोकांबद्दल तुला काहीही माहिती नाहीये. ते काही शत्रू नाहीयेत गं."

"त्यांनी आपल्यावर हल्ला केलाय."

तिच्या बोलण्याकडे साफ दुर्लक्ष करून तो अधीर होऊन बोलू लागला, "पॉली, अगं, त्यांच्याकडे एक उपचारकर्ता आहे, वयस्कर माणूस आहे. ज्ञानी

आहे, आणि त्याला खूपच अनुभव आहे. ब्राऊन अर्थनं कबला पाहिलंय.''

''अरे कब तुला मदत करील की.''

मान हलवून झॅकरी म्हणाला, ''कब फार लहान आहे. त्याला तितकंसं ज्ञान नाहीये. तो तलावापलीकडचा उपचारकर्ता आहे नं, त्याला खास शक्ती प्राप्त झाली आहे. तो मला बरं करू शकेल.''

पॉली म्हणाली, ''चांगलं आहे. मग तू एकटाच जा त्याच्याकडे, पण मला मात्र यात गुंतवू नकोस हं.''

''मी एकटा जाऊ शकत नाही गं पॉली. ते शक्य असतं नं, तर मी नक्की तसंच केलं असतं, पण त्या लोकांना तुला भेटायचं आहे.''

''मला? कशासाठी?''

''तू त्या नागिणीला बोलावलंस आणि तीही आली तिथे. तू एखादी देवी वगैरे आहेस असं त्या लोकांना वाटतंय.''

''अगदीच मूर्खपणा आहे हा. बरं, ते जाऊ दे, पण त्यांचं बोलणं तुला कसं समजलं?''

''मी त्यांना अगदी सावकाश बोलायला सांगितलं, मग मला साधारणपणे त्यांचा मुद्दा लक्षात यायला लागला. ओगम भाषा मला तुझ्याइतकी चांगली येत नाही, पण साधारण कळते, आणि हातवारे करून, खुणा करून संवाद साधता येतो,'' झॅकरी सांगत होता. ''अगं नाहीतर त्या ब्राऊन अर्थनं मला त्याच्यासोबत जाण्याबद्दल कसं सांगितलं असतं? ए प्लीज पॉली, प्लीज गं, तुला दुखापत करायला त्या माणसाला भाग पाडू नकोस. मला तसं करायची इच्छा नाहीये.''

''तुझं ऐकलं नाही, तर तू त्या माणसाला मला दुखापत करू देशील? मला तर वाटलं होतं, तुला कुणाला दुखवायला आवडत नाही... आ... आउच!'' त्या माणसानं तिच्या हातांवरची पकड आणखी घट्ट केली.

''प्लीज पॉली, अगं, फक्त माझ्यासोबत ये, बाकीचं सगळं ठीक होईल गं.''

''आधी माझे हात सोड रे.'' पॉलीनं फट्कन त्याला बजावलं. तिनं ओरडण्यासाठी तोंड उघडलं, पण त्या माणसानं तिच्या तोंडावर हात दाबून धरला. तिला वस्तीच्या दिशेनं आरडाओरडा ऐकू येत होता, त्यामुळे तिचं ओरडणं कदाचित कुणाला ऐकू गेलं नसतं. त्या माणसानं तिला होडीजवळ ढकलत नेलं. तो तिच्यापेक्षा चांगलाच उंच होता, आणि खूप ताकदवानही होता. त्याच्याशी झगडणं चुकीचंच ठरलं असतं. त्या क्षणाला तरी होडीत बसून झॅकरीसोबत जाणं हाच पर्याय तिला सोपा वाटत होता. निदान हा सगळा काय प्रकार आहे, ते तरी समजलं असतं.

ती होडीत बसल्यावर त्या माणसानं होडी तलावातल्या पाण्याकडे ढकलायला सुरुवात केली. होडी किनाऱ्याच्या वाळूवरून, लहान लहान खड्यांवरून घासत पुढे सरकू लागली. मधेच जोराचा धक्का दिल्यानं किंचित वर उडाली आणि पुन्हा वाळूवर आपटली.

झॅकरीनं हात लांबवून पॉलीच्या गुडघ्यांना स्पर्श करत म्हटलं, "माफ कर पॉली. तुला माहीत आहे नं, तुला दुखवायची माझी मुळीच इच्छा नाहीये गं." तो अतिशय चिंताग्रस्त दिसत होता. तो पुढे म्हणाला, "मी कदाचित तुला त्यांच्याकडे घेऊन येणार नाही असं त्या लोकांना वाटलं आणि म्हणूनच त्यांनी माझ्यासोबत या गुंडाला पाठवलं. त्यांचा माझ्यावर विश्वास नाहीये गं, पण तुझ्यावर मात्र आहे. तुला ते लोक खूप चांगली वागणूक देतील, मी शब्द देतो तुला. जणू एखाद्या देवीसारखं वागवतील तुला. माझ्यासाठीही एकप्रकारे तू देवीसारखीच आहेस, अर्थात, त्या लोकांना वाटतं तशा अर्थानं नाही हं."

एक भलामोठा सुस्कारा टाकून ती म्हणाली, "झॅकरी, लढाई संपल्यावर, मी कुठेही सापडले नाही तर सगळेच घाबरून कावरेबावरे होतील."

"सगळे म्हणजे कोण?"

"कॅरॅलिस, ॲनारल, बिशप, टाव, कब, अगदी सगळेच रे."

झॅकरीसोबत आलेल्या माणसानं चिडून गुरकावल्यागत आवाज काढले. पॉलीनं त्या आवाजाचा 'चला, जाऊ या' असा अर्थ काढला. त्यानं बोट दाखवून निर्देश केला, अनेक लांबलचक होड्या भराभर तलाव ओलांडून पलीकडे जात होत्या.

'हं, म्हणजे लढाई संपलेली दिसतेय' पॉलीच्या मनात आलं. त्या लढाईत कोण जिंकलं, कोण मेलं, कोण जखमी झालं, याची तिला काहीही कल्पना नव्हती. तिनं पट्कन पाण्यात उडी मारली आणि ती सरसर पोहत किनाऱ्याकडे जाऊ लागली, पण किनारा गाठण्याआधीच त्या माणसानं चपळाईनं पाण्यात सूर मारून तिला पकडलं.

"मला असं माझ्या मर्जीविरुद्ध पकडून ठेवायचा तुला मुळीच अधिकार नाहीये," ती त्याच्याशी झगडत म्हणाली.

काहीही उत्तर न देता त्यानं तिला उचलून घेतलं आणि आणि होडीत टाकलं.

"पॉली! पुन्हा असलं काही करू नकोस!" झॅकरी चांगलाच घाबरलेला दिसत होता.

त्या माणसानं तिला इतकं घट्ट पकडलं होतं की तिचा श्वास गुदमरायला लागला. श्वास घेण्याचा कसाबसा प्रयत्न ती करत होती.

"पॉली, मला मिळालेल्या संधीचा लाभ घेऊ दे गं, प्लीज त्यात अडथळा आणू नकोस नं. त्यांचा उपचारकर्ता मला बरं होण्यासाठी मदत करेल, मला माहीत आहे गं."

"आणि त्याच्या बदल्यात त्यांची काहीतरी मागणी असेलच नं?"

"मी तुला त्यांच्याकडे घेऊन जायचं, फक्त एवढीच मागणी आहे त्यांची. तू देवी आहेस, असं त्यांना वाटतं."

मान हलवून पॉली म्हणाली, "मी काही देवी-बिवी नाहीये. मी लुईसला बोलावलं नव्हतं. ती स्वत:च तिथे आली. मला कुठलीही जादुई शक्ती प्राप्त झालेली नाहीये." तो माणूस खूप भराभर वल्ही मारत होता, म्हणून आधारासाठी तिनं होडीचा काठ धरून ठेवला. तिनं विचारलं, "त्याचं काहीतरी नाव असेल नं?"

मोठ्यानं हसून झॅकरी म्हणाला, "बहुतेक काहीतरी 'ओनियन' या शब्दासारखं ऐकू येतं खरं, पण त्यांची भाषा शुद्ध ओगम नाहीये हं. त्यांच्या भाषेत प्रामुख्यानं खूपसे गुरकावल्यासारखे आवाज, इतरही वेगवेगळ्या प्रकारचे आवाज आणि हातवारे असतात. पॉली, तुला अशा प्रकारे आणावं लागलं, मला खूप वाईट वाटतंय गं, अगदी खरंच. मला माफ कर हं, अगं पण तुला कसं घेऊन जावं, मला कळतच नव्हतं. मला तुझी गरज आहे. तू माझ्यासोबत तिथे आलीस नं, तरच त्यांचा उपचारकर्ता माझं हृदय दुरुस्त करणार आहे."

'दुरुस्त... पैशाचा वापर करून सगळं दुरुस्त, त्याला हवं तसं, करून टाकण्याची सवयच आहे याला, पण सगळ्याच गोष्टी पैशांनी विकत घेता येत नाहीत' तिच्या मनात वैतागलेले विचार येऊ लागले.

अकस्मात त्यांच्या अवतीभोवती अनेक इतर होड्या गोळा झाल्या. त्या होड्यांमध्ये बसलेल्या लोकांनी त्यांच्या हातातली वल्ही उंच उचलून धरली, आणि ज्यांच्या हातात वल्ही नव्हती त्या लोकांनी आपले हात उंचावले, आणि ते लोक उंचावलेल्या हातांनी डोक्यावर टाळ्या वाजवू लागले.

"बघितलंस?" झॅकरी नेहमीप्रमाणे अगदी गोड हसत म्हणाला. "तुला बघून त्यांना किती आनंद झालाय, पाहिलंस नं?"

किनाऱ्यावर आल्यावर एका वयस्कर माणसानं तिचं स्वागत केलं. त्याच्या चेहऱ्यावर सुरकुत्यांचं जाळं उमटलं होतं. त्यानं हात देऊन पॉलीला होडीतून उतरायला मदत केली, आणि तो म्हणाला, "पॉल्ली!"

तिनं मान डोलावली.

तो म्हणाला, "टायनॅक. टायनॅक पॉल्लीचं स्वागत करतो." तो तिला त्या

अरुंद किनाऱ्यावरून चालत घेऊन जाऊ लागला. पुढे गेल्यावर सुकू लागलेलं गवत लागलं. त्या वाळक्या गवतावरून चालताना ते पायाखाली चुरडलं जात होतं. तो तिला एका उघड्या झोपडीवजा पडवीत घेऊन गेला. तिथे, ॲनारलच्या झोपडीत असलेल्या फर्नच्या बिछान्यासारखाच, फर्नपासून बनवलेला एक कोच होता. टायनॅकनं खूण करून तिला त्या कोचावर बसायला सांगितलं आणि तो स्वत: खाली उकिडवा बसला.

टायनॅकच्या एकूणच वागण्या-बोलण्यात एक राजेशाही रुबाब होता, त्यामुळे तो त्या जमातीचा प्रमुख आहे हे लगेचच कळत होतं. त्याच्याशी बोलणं सोपं नव्हतं, पण तिला एवढं तरी कळलं की तिला पळवून नेणं सोपं व्हावं म्हणून या लढाईचा निव्वळ बनाव रचण्यात आलेला होता. लढाईचं नुसतं नाटक. कुणीही गंभीर जखमी झालं नव्हतं, पॉलीशिवाय इतर कुणालाही बंदी बनवून पळवून नेलं नव्हतं.

झॅकरी तिच्या झोपडीच्या बाहेरच उभा होता, टायनॅकनं त्याला आत बोलावलं. टायनॅकच्या चेहऱ्यावर अगदी पुसटसं औपचारिक हसू होतं, त्या स्मितहास्यात आनंद नसून गांभीर्य होतं.

झॅकरी म्हणाला, ''बघ टायनॅक, मी तिला घेऊन आलो आहे हं. आतातरी तुमचा उपचारकर्ता माझ्या हृदयातला बिघाड दुरुस्त करील नं?'' त्याला नीट कळावं म्हणून झॅकरीनं आपल्या छातीवर हात ठेवून टायनॅककडे अधीर नजरेनं पाहिलं.

टायनॅकनं तावातावानं भलंमोठं भाषण दिलं. पॉलीला त्याचा अर्थ समजत नव्हता. त्याच्या भाषेत प्रामुख्यानं छोटीछोटी, उच्चारायला कठोर भासणारी अक्षरं होती, आणि शिवाय तो फार भरभर बोलत होता. तिला फक्त 'देवी', 'पाऊस', 'संताप', यांसारखे अगदी थोडेसे शब्द समजले, पण त्यावरून काही अर्थबोध होत नव्हता, कसलीच संगती लागत नव्हती.

तिनं बाहेर बघितलं. इथली जमीन वाऱ्याच्या लोकांच्या जमिनीपेक्षा खूप कोरडी आणि करड्या रंगाची दिसत होती. तलावाच्या काठापासून या पडवीसारख्या झोपडीपर्यंत जे काही थोडंफार गवत होतं ते वाळून गेल्याने ठिसूळ झालं होतं. झाडांची पानं मलूल होऊन गळून पडत होती. आकाशात क्षितिजापाशी एक वेगळीच पिवळट छटा दिसत होती, जणू रात्रीच्या काळोखावर डाग पडल्यासारखी. हवेत इतका दमटपणा होता की तलावाचा पलीकडचा किनारा नीट दिसतही नव्हता. त्या ओलसर अंधारात फक्त दूरचे भव्य डोंगर तेवढे दिसत होते. तलावाच्या या किनाऱ्यावरून ते डोंगर आणखी उंच वाटत होते. त्यांच्या शिखरांवर खूप जास्त बर्फ जमलेलं दिसत होतं. हे बर्फ वितळून खाली आल्यावर

त्याच्या पाण्यामुळे वाऱ्याच्या लोकांची जमीन अधिक सुपीक आणि हिरवीगार राहत असावी, असा विचार पॉलीच्या मनात आला. आकाशातून सरकत जाणाऱ्या ढगांआडून अंधूकसा चंद्रप्रकाश डोकावत होता.

टायनॅक उठला आणि पॉलीकडे वळून त्यानं तिला आपल्या मागोमाग यायची खूण केली. ती त्याला होडीतून उतरताना पहिल्यांदा भेटली होती, तेव्हापेक्षा आता तो बुटका वाटत होता. त्याचे चामड्याच्या डगल्याखालून बाहेर आलेले पाय लहानशा काठ्यांसारखे दिसत होते. तो मात्र अतिशय रुबाबात आपली प्रतिष्ठा जपत चालत होता. चालता चालता त्यांना अनेक तंबू असलेली वस्ती लागली, वाऱ्याच्या लोकांपेक्षा या तंबूंची संख्या खूप जास्त होती. वस्तीभोवती कुंपण घातलेलं होतं. त्या वस्तीतले काही लोक इकडेतिकडे फिरत होते. टायनॅक काहीतरी बोलला, तिला एवढंच कळलं की दिवस वर आल्यावर सूर्य तळपायला लागतो आणि चांगलंच कडाक्याचं, भाजून काढणारं ऊन पडतं. तो तिला एका शेताकडे घेऊन गेला, मक्याचं शेत होतं ते. नुकतीच कापणी झाल्यासारखी वाटत होती. चंद्रप्रकाशात मक्याच्या रोपांच्या कापलेल्या दांड्या लहानशा दिसत होत्या, बऱ्याच रोपांना कणसंदेखील आली नव्हती. टायनॅक पुन्हा बोलू लागला, या वेळेला मात्र तो अगदी सावकाश बोलत होता. तो तिला सांगत होता की त्याचे लोक जमिनीवर खूप माया करतात, तिला योग्य तो सन्मान देतात, पण आता मात्र तीच जमीन त्यांच्या विरोधात गेलीय. त्याचे बारकेसे काळेभोर डोळे तिच्या चेहऱ्यावर रोखून त्यानं सांगितलं की पाऊस पडला नाही तर त्या सगळ्यांची उपासमार होईल.

नंतर मग तो तिला परत त्या झोपडीसारख्या पडवीत घेऊन आला. तिथे एका कोपऱ्यात गुंडाळून ठेवलेलं पांघरूण त्यानं तिला दाखवलं. त्यानं तिला झुकून अभिवादन केलं आणि झॅकरीला त्याच्यासोबत येण्याची खूण करत तो निघून गेला.

थोड्याच वेळानं त्या जमातीतली एक तरुण मुलगी पॉलीसाठी एका वाडग्यात कसलासा दाट रस्सा घेऊन आली. तिनं तो वाडगा पॉलीजवळ ठेवला आणि जराशी लाजून ती तिच्याकडे बघू लागली.

तिचे आभार मानून पॉली म्हणाली, ''मी पॉली आहे, आणि तू?''

ती मुलगी हसून म्हणाली, ''डो'' आणि मग ती पळून गेली.

पॉलीला दिसलं, एक शेकोटी पेटवून तिच्याभोवती जमातीतले सगळे लोक गोळा झाले होते. अंगत-पंगत करून एकत्र जेवत होते. त्यातून तिला मात्र वगळलं होतं. का बरं? वाऱ्याच्या लोकांनी तर त्या दोन्ही हल्लेखोरांना मेजवानीत सामील करून घेतलं होतं. तलावापलीकडचे लोक त्यांच्या कैद्यांना तितकीशी

चांगली वागणूक देत नाहीत, असं क्लेपनं सांगितलंच होतं.

तिनं वाडग्यातला रस्सा खाल्ला. चवीला फारसा चांगला नव्हता, पण ताकद टिकवून ठेवायची असेल तर खाल्लं पाहिजे ही गोष्ट तिला कळत होती. कदाचित या रश्श्यात वाऱ्याच्या लोकांकडून पळवून आणलेल्या एखाद्या प्राण्याच्या मांसाचाच वापर केलेला असेल असं तिच्या मनात आलं. खाऊन झाल्यावर, ती पाय पोटापाशी घेऊन गुडघ्यांवर हनुवटी टेकवून नुसतीच विचार करत बसून राहिली. तिच्या लक्षात आलं, या लोकांनी जर वाऱ्याच्या लोकांकडून प्राणी पळवून आणले नसते तर आज मेजवानी तर अशक्यच, पण त्यांना जेवायलाही मिळालं नसतं. वाऱ्याचे लोक यांच्यापेक्षा नशीबवानच, त्यांची जमीन अजूनही सुपीक होती. याआधी पॉलीनं गरीब किंवा मागासलेले लोक पाहिले होते, पण एवढी उपासमार होणारे लोक मात्र पाहिलेले नव्हते.

ती बिछान्यावर आडवी झाली. आरामाची गरज आहे हे तिला कळत होतं, पण शरीरातला प्रत्येक स्नायू ताठरला होता. बाहेर त्या जमातीतल्या लोकांचं गाणं-बजावणं, आरडाओरड चालूच होती. त्यामुळेही तिला झोप लागत नव्हती. हे गाणं वाऱ्याच्या लोकांच्या गाण्यासारखं आनंदी नव्हतं, तर ते रडव्या आवाजातलं शोकगीत वाटत होतं. 'त्यांना क्लेपची काळजी वाटत असेल का? क्लेप, त्यांचा भावी प्रमुख कैदेत होता' तिच्या मनात प्रश्न उभे राहू लागले.

ती डोळे मिटून आराम करायचा प्रयत्न करत होती. पुढे जे काय वाढून ठेवलं असेल, त्याचा सामना करण्यासाठी तिला तयार राहायचं होतं. हताश झालेल्या तिच्या मनाला एक वेगळीच शांतता जाणवत होती. तीन हजार वर्षांपूर्वीच्या भूतकाळात ती अडकून पडली आहे आणि कदाचित तिला कधीच घरी जाता येणार नाही, ही गोष्ट अगदीच आकलनापलीकडची होती. तरीही ती इथे होती, एक कैदी होती.

झॅकरीमुळे.

पण ते काळाचं दार काही झॅकरीनं बंद केलं नव्हतं.

नाही, पण तोच तिला इथे, तलावापलीकडे घेऊन आला होता. मृत्यूचं इतकं प्रचंड भय त्याच्या मनात दाटलं होतं की त्यापुढे इतर कुणाचेही किंवा कशाचेही विचार त्याच्या मनातही येत नव्हते. समजा, ती जर त्याच्या जागी असती, तर तिनं काय केलं असतं? तिलाही कळत नव्हतं. असंख्य उलटसुलट विचारांनी तिच्या मनात थैमान घातलं होतं. तिनं डोळे मिटून घेतले आणि हळूहळू तिला थोडीशी झोप येऊ लागली. जागेपणा आणि गाढ झोप या दोन अवस्थांच्या मध्ये ती हेलकावत होती. त्या अर्धवट अवस्थेत तिला एक स्वप्न पडलं. स्वप्नात असताना तिला एक वेगळीच सुरक्षेची भावना जाणवली.

तलावापलीकडून खास तिच्यासाठी आलेल्या प्रेमभावनेत ती जणू गुरफटली गेलीय, असं तिला जाणवलं. हे प्रेम पाठवलं होतं वाऱ्याच्या लोकांनी, बिशप आणि ॲनारलनं, कॅरॅलिसनं, टावनं, आणि अगदी क्लेपनंसुद्धा. ती कुठे आहे, कोणासोबत आहे, हे इतर लोकांपेक्षा क्लेपला जास्त चांगलं माहीत होतं. त्या प्रेमभावनेच्या सुरक्षाकवचात ती निवांत होऊन कुशीवर वळली.

त्या अर्धवट झोपेतल्या स्वप्नात तिला टाव दिसला. तिनं त्याच्या चंदेरी डोळ्यांत पाहिलं. तिला त्याच्या दाट पांढरट पापण्या, डोक्यावरचं फिक्क्या रंगाच्या केसांचं छप्पर दिसलं. तो तिला प्रश्न विचारत होता. तलावापलीकडच्या लोकांना ती देवी वाटते हे मान्य करत होता. त्या लोकांनी तिला कसं पकडून नेलं, असं विचारत होता. तो प्रत्यक्षात खरोखर आपल्याजवळ असायला हवा, असं तिला आसुसून वाटलं आणि तिला आणखी गाढ झोप लागू लागली.

''झॅकरी आणि तिकडच्याच एका माणसानं मिळून माझं अपहरण केलं,'' ती स्वप्नात टावला सांगत होती.

संतापानं त्याच्या कपाळावर पडलेल्या आठ्या तिला स्पष्ट दिसल्या. तो बोलला, ''पण कोणीही, मग तो अगदी झॅक असला तरीही, असलं काम कोण आणि कशासाठी करील?''

पॉली पुटपुटली, ''क्लेप सांगत होता नं, ते बहुतेक बरोबरच होतं. त्या ब्राऊन अर्थनं झॅकरीला बहुतेक काहीतरी वचन दिलंय.''

''कसलं वचन?'' टावनं विचारलं.

''जर झॅकरी मला त्या लोकांकडे घेऊन गेला, तर त्यांचा उपचारकर्ता त्याच्या हृदयातला बिघाड दुरुस्त करेल, असं वचन दिलंय त्याला.''

''पण झॅकरीनं असलं काही मुळीच करायला नको होतं!'' ॲनारलचा संतापलेला आवाज आला.

''मला वाटतं, जर तुम्हाला आपला मृत्यू जवळ आल्याचं कळलं असेल, आणि जर तुम्हाला सांगितलं गेलं की एखादी विशिष्ट व्यक्ती तुम्हाला जिवंत ठेवू शकते, तर तुमच्या मनात दुसरा कुठलाही विचार येणारच नाही. झॅकरीच्या बाबतीतही तेच झालं. बरं, मला इथे कुठल्याही प्रकारचा धोका नाहीये याचा त्याला विश्वास आहे. ते लोक जिला देवता मानतात, तिला ते कुठलीही इजा करणार नाहीत, हो नं?''

''आकाशात पूर्ण गोलाकार चंद्र येईपर्यंत ते काहीच करणार नाहीत. पॉली, आम्ही त्या लोकांना तुला काहीही करू देणार नाही हं. क्लेपचा मोडलेला पाय दुरुस्त करण्यासाठी तू त्याला मदत केली, त्याला वेदना होत असताना त्याचे हात घट्ट धरून ठेवले, या सगळ्याबद्दल तो तुझा खूप आभारी आहे.''

ॲनारल हलकेच म्हणाली, ''तो चांगला आहे. खूप चांगला.''

''तुला मदत करणं, तुला सोडवण्यासाठी मदत करणं हे तो त्याचं कर्तव्य मानतो. क्लेपनं त्याची निष्ठा पूर्णपणे तुला समर्पित केली आहे.'' टावचं बोलणं ऐकता ऐकता पॉलीनं कूस पालटली. तिला या स्वप्नातून जागं व्हायचंच नव्हतं. मग टाव स्वप्नातच पुढे झुकला आणि त्यानं त्याची गोरीपान बोटं हळूच पॉलीच्या कानांवर ठेवली. मग त्यानं तिच्या डोळ्यांना, ओठांना हलकासा स्पर्श केला. तो म्हणाला, ''आम्ही तुला श्रवण करण्याची खास देणगी देतो. क्लेप तुझ्यासाठी झाडांचं बोलणं ऐकता येण्याची देणगी देतोय.''

सौम्य आवाजात ॲनारल म्हणाली, ''आम्ही तुला श्रवण करण्याची खास देणगी देतो. मी तुला तलावातल्या पाण्याचं बोलणं ऐकू येण्याची देणगी देते. तुला पाणी किती जास्त आवडतं, ते मला माहीत आहे.''

टाव हलक्या आवाजात बोलला, ''आणि मी, मी तुला वाऱ्याच्या आवाजाचा अर्थ समजण्याची देणगी देतो, आम्ही वाऱ्याचे लोक आहोत नं. वाऱ्याचा आवाज म्हणजे देवतेचा आवाज. तू ऐक, आणि घाबरू नकोस हं.''

''घाबरू नकोस,'' ॲनारलनंही तेच पुन्हा सांगितलं.

''घाबरू नकोस,'' त्यांच्या आवाजाचा प्रतिध्वनी तिच्या कानात घुमत राहिला. तिनं पुन्हा कूस पालटली आणि ती एकदम स्वप्नातून जागी झाली. तिला काहीही होणार नाही, या टावच्या सांगण्यावर तिला भरवसा ठेवावासा वाटत होता. जिला ते लोक देवता मानतात, तिलाच ते इजा करणार नाहीत अशी तिलाही खात्री वाटत होती, पण तिचं अंतर्मन मात्र सांगत होतं, ज्या लोकांच्या जमिनीचा दुष्काळामुळे विध्वंस झाला आहे, त्या लोकांना तर देवतेचा बळी देणं म्हणजे जणू एखाद्या महान शक्तीचं बलिदान देण्यासारखंच वाटत असेल.

ती त्या फर्नच्या बिछान्यावर फरचं ब्लँकेट पांघरून पडून राहिली. त्या स्वप्नाचा सुखद अनुभव तिला पुन्हा हवा होता, पण ते शक्य झालं नाही. तिचं मन इथून पळून जाण्यासाठी वेगवेगळे मार्ग शोधू लागलं. ती पोहण्यात अत्यंत पटाईत होती. तिचं जवळजवळ बरंचसं आयुष्य पोहण्यातच गेलं होतं. तिचा दमसास आणि पाण्यात टिकाव धरून राहण्याची क्षमता सामान्य नसून अतिशय उच्च दर्जाची होती. अनेकांनी तिला ऑलिम्पिक्स खेळांमधील पोहण्याच्या स्पर्धेत सहभागी होण्याबद्दल सुचवलं होतं, आणि तिची क्षमता लक्षात घेता ही सूचना अत्यंत योग्यच होती. तिच्या आई-बाबांना मात्र ऑलिम्पिकमधील अतितीव्र स्पर्धा नकोशी वाटायची आणि तिलाही तिच्या आई-बाबांचं हे मत पूर्णपणे मान्य होतं. तिच्या मनात तलावाचा विचार आला. तलाव प्रचंड मोठा होता. विशेषत:

थंडगार पाण्यातून एवढं जास्त अंतर पोहून जाणं अवघड होतं. तिच्या आजी-आजोबांच्या घरचा जलतरण तलाव उबदार राखला जायचा. साधारण बहात्तर किंवा त्र्याहात्तर अंश फॅरनहाइट एवढं तापमान सातत्यानं राखलं जायचं. इथल्या तलावाचं पाणी त्यापेक्षा खूप थंडगार असेल. 'तलावातून पोहत जाणं हा अगदीच शेवटचा पर्याय शिल्लक राहिला असेल, तरच पोहून जाण्याचा विचार करू या, अन्यथा नको.' असं तिनं ठरवलं.

'तिला या पडवीत एकटं ठेवलंय, पण मग झॅकरी कुठे आहे?' तिला प्रश्न पडला. आता त्या लोकांच्या गाण्याचा, आरडाओरड्याचा आवाज बराच कमी झाला होता. तिनं वाकून बाहेर पाहिलं. अनेक लोक घोळक्यानं शेकोटी सोडून आपापल्या तंबूंमध्ये जाऊ लागले होते. त्यांची मेजवानी आता संपली होती, अर्थात, मेजवानीच होती नं ती? पण कशासाठी? तिथे देवी अवतरल्याबद्दल? तिला प्रश्नच पडला.

मिट्ट अंधार पडला होता, अगदी मूर्त भासत होता तो काळोख. तिला तिच्या छातीवर जणू खूप मोठं दडपण असल्यासारखं वाटलं. 'पण ही केवळ भीती आहे. मला माझी भीती दूर करता आली तर किती बरं होईल' ती मनात म्हणाली.

तिच्या अंगावर शहारा आला. 'बळी देण्यात येणाऱ्यांना कसं मारलं जायचं? चाकूनं? ही तर अगदी झटपट पार पडणारी आणि सगळ्यात सहृदय पद्धत होती' तिच्या मनात विचारांचं काहूर उठलं होतं.

ती जाणीवपूर्वक संथपणे श्वास घेऊ लागली. कुठल्याही तंबूतून आवाज येत नव्हता. तलावातल्या पाण्याच्या मंद लहरी किनाऱ्यावर हळूच आपटून माघारी जात होत्या. ती ऐकू लागली. स्वप्नात टावनं आणि ॲनारलनं तिला दिलेल्या देणग्या आठवण्याचा प्रयत्न करू लागली. त्यात पाण्याचं बोलणं ऐकू येण्याची देणगीही होती. पाणी सांगत होतं, "श्श्शऽ श्शऽ शांतता. झोपऽऽ"

वारा वेगानं वाहू लागला. झाडांमधून वाहत पानापानांतून सळसळू लागला. तिची पडवी एका महाकाय ओक वृक्षाच्या बुंध्याला चिकटून उभारलेली होती. त्या वृक्षाच्या फांद्या पडवीच्या कातडी छतावरून पुढे आलेल्या होत्या. त्यामुळे पडवी अधिक सुरक्षित झाली होती. उन्हाळ्यात त्या झाडाला अगदी भरपूर पानं असत, त्यामुळे कडाक्याच्या उन्हापासूनही पडवी सुरक्षित राहत असे. क्लेपनं तिला झाडांचं बोलणं ऐकायची देणगी दिली होती. ती ऐकू लागली. तलावाच्या पाण्यावरून वाहत येणाऱ्या वाऱ्यासोबत या देणग्या खरंच पाठवल्या गेल्या आहेत, अशी तिला खात्री होती. तिला संथ लयीत पडणारे ठोके ऐकू आले. जणू एखाद्या भल्यामोठ्या हृदयाचे ठोके असावेत, अगदी तसेच वाटत होते ते ठोके. त्या

ठोक्यांची लय कधीच चुकत नव्हती, जणू स्थिरतेची ग्वाहीच. तिच्या स्वत:च्या काळातल्या कुठल्याही झाडापेक्षा हा ओक वृक्ष सगळ्यात जुना होता, शेकडो वर्षं जुना. निव्वळ त्याच्या असण्यानेच तिला एक अनोखा दिलासा मिळत होता. तो ओक वृक्ष दिलासा देणाराच होता.

सरतेशेवटी ती टावच्या देणगीचा विचार करू लागली. वाऱ्याचा आवाज ऐकायची देणगी. तिच्या छपरावरच्या पानांमधून वारा हलकेच सळसळत गेला. त्यानं तलावाच्या पाण्याला स्पर्श करून त्यावर तरंग उठवले. परत येऊन वारा पडवीत शिरला आणि तिच्या गालांना हलकेच स्पर्शून गेला. तिला कुठलेही शब्द ऐकू आले नाही, पण एक आश्वस्त करणारी सुखद जाणीव तिला झाली.

ती झोपून गेली.

तिनं डोळे उघडले तेव्हा उजाडलं होतं. टायनॅक तिच्या शेजारी उकिडवा बसून तिच्याकडे एकटक बघत होता. बाहेर तलावावर पहाटेचे कोवळे किरण पडून पाण्याला गुलबट छटा आली होती. बर्फाच्छादित शिखरं असलेल्या डोंगरांमागून सूर्य नुकताच उगवत होता. हे डोंगर वाऱ्याच्या लोकांची संरक्षक ढाल बनून त्यांचा बचाव करत होते. तलावाच्या या किनाऱ्यावरून तेच डोंगर अजस्त्र आणि धमकावत असल्यागत वाटत होते. त्या वस्तीच्या आवारात लोकांची हालचाल सुरू झालेली दिसत होती. स्वयंपाकाच्या चुलींमधून निघणाऱ्या धुराचा वास येत होता.

पहाटेचे लांबलचक तिरपे किरण तिच्या पडवीत डोकावले, त्या किरणांनी पॉलीला स्पर्श केला. टायनॅकनं एक हात उंचावून त्या हाताचं बोट तिच्यावर रोखलं. आधी पॉलीला तो नेमका कशाकडे बोट दाखवतोय, हे कळलंच नाही. मग तिच्या लक्षात आलं, तो तिच्या केसांकडे बोट दाखवत होता. याआधी टायनॅकनं असे तांबूस लाल केस कधीही पाहिले नव्हते. रात्रीपेक्षा आत्ताच्या तिरप्या सूर्यकिरणांमध्ये ते चांगले चमकत होते. तिच्या स्वत:च्या काळात असे लालसर केस फारसे असामान्य मानले जात नाहीत, अनेक लोकांचे असे केस असतात, ही गोष्ट त्याला कशी समजावून सांगावी हे तिला कळेचना. ती नुसतीच अदबीनं हसून म्हणाली, ‘‘गुड मॉर्निंग.’’

‘‘क्लेप...’’ टायनॅकचा आवाज उतावीळ वाटत होता.

ती सावकाश बोलू लागली, ‘‘क्लेपचा पाय मोडला आहे. आमचा उपचारकर्ता त्याच्यावर व्यवस्थित उपचार करतो आहे, त्याची नीट काळजी घेतली जाते आहे. तो ठीक होईल.’’

‘‘तो परत येईल का?’’

“ते मात्र मला माहीत नाही. कैद्यांबाबत पुढे काय निर्णय घेतला जातो, मला माहीत नाही.”

“तो परत यायलाच हवा! तू देवी आहेस, आम्हाला मदत हवी आहे.”

“मी देवी नाहीये. मी एक अगदी सामान्य मानव आहे.”

“तू नागिणीला बोलावलंस, आणि ती आली.”

“मला माफ कर, पण त्याच्याशी माझा काहीही संबंध नाहीये. मला कुठलीही दैवी शक्ती प्राप्त झालेली नाहीये. ती नागीण तिथे कशासाठी आली होती, मला माहीत नाही. तो नुसताच एक योगायोग होता.” तिच्या मोडक्यातोडक्या ओगम भाषेमधून त्याला निदान तिचे महत्त्वाचे मुद्दे तरी कळावेत अशी आशा तिला वाटत होती.

“नागीण. ती कोण?”

“लुईस ही अगदी सामान्यशी काळी नागीण आहे. असे साप अगदीच निरुपद्रवी असतात.”

“तिचं नाव?”

“मोठी लुईस.”

टायनॅक गुरकावला. काहीही न समजल्यागत तिच्याकडे बघत राहिला. नंतर काहीही न बोलता वळून तिच्या पडवीतून बाहेर निघून गेला. जरा वेळानं पातळसर खिरीनं भरलेला एक लाकडी वाडगा घेऊन तो परत तिच्याजवळ आला.

तिनं तो वाडगा हातात घेतला आणि म्हटलं, “धन्यवाद.”

“तू पावसाला बोलावू शकतेस का?” त्यानं विचारलं.

“अरे बाबा, तसं करता आलं असतं तर किती बरं झालं असतं.”

“तू प्रयत्न तरी करायलाच हवा,” तो म्हणाला. त्याचा सुरकुतलेला चेहरा उदासवाणा दिसत होता. त्याच्या चेहऱ्यावर धमकावणारे भीतिदायक भाव मुळीच नव्हते, चांगलाच प्रेमळ वाटत होता तो.

तिनं मनात विचार केला, ‘अगदी माझ्या काळातसुद्धा, आम्हाला वाटतं की आपलं सगळ्या गोष्टींवर कितीतरी नियंत्रण आहे, पण तरीदेखील आम्हाला मात्र अजूनही हवामानाचा अचूक अंदाज करता येत नाही, मग हवामानावर नियंत्रण मिळवण्याची बाब तर अशक्यच. आपल्या काळातसुद्धा दुष्काळ पडतो, पूर येतात, भूकंप होतात. अजूनही अस्थिर असलेल्या ग्रहावर आपण राहतोय.’

“तू प्रयत्न करशील नं?” टायनॅक तिच्या मागेच लागल्यागत म्हणाला.

“प्रयत्न करीन.”

“तू जिथून आलेली आहेस, तिथे देव-देवता असतात का?”

तिनं मान डोलावली. नेहमीच एखाद्या एकाकी बेटावर राहत आल्यामुळे तिला शास्त्रशुद्ध धार्मिक शिक्षण कमीच मिळालं होतं. ती राहत असे तिथे संडे स्कूल हा प्रकारच नव्हता. रात्रीच्या जेवणाच्या वेळी मात्र बऱ्याचदा तत्त्वज्ञान, धर्मशास्त्र, आणि विज्ञान या विषयांबद्दलच तिच्या कुटुंबीयांचं संभाषण चालत असे. तिचा धर्मपिता तर चर्चचा एक धर्मगुरू होता. त्यानंच तिला प्रेममय, करुणामय देवाबद्दल सगळं शिकवलं होतं. असा देव, जो गूढ आणि भव्यदिव्य आहे. 'हायड्रोजनचे दोन अणू आणि ऑक्सिजनचा एक अणू मिळून पाण्याचा रेणू तयार होतो' हे जसं पट्कन समजतं, तसं देवाला तितक्या झटपट समजून घेता येत नाही. प्रेमभावनेतून निर्माण झालेल्या प्रत्येक गोष्टीची हा देव काळजी घेतो आणि त्यात तीन हजार वर्षांपूर्वीच्या या लोकांचाही समावेश होतो. बिशप कोलुब्रांचासुद्धा या सर्वार्थानं प्रेमस्वरूप असलेल्या देवावर विश्वास होता. तर्कशुद्ध व्यवहारी विचारांच्या डॉ. लुईसचादेखील त्या देवावर विश्वास होता.

ॲनारल दैवी अस्तित्वाबद्दल बोलली होती. हे नाव पॉलीला इतर कुठल्याही नावापेक्षा चांगलं वाटलं. ती टायनॅकला ठामपणे सांगू लागली, "आम्ही त्या दैवी अस्तित्वावर विश्वास ठेवतो. तोच तो एकमेव, ज्यानं आपल्या सगळ्यांची निर्मिती केली. तोच आपली काळजी घेतो."

"हे दैवी अस्तित्व बळी देण्याची मागणी करतं का?"

"त्याला फक्त प्रेम हवं असतं." तिनं सांगितलं. 'पण खरोखरच, प्रेम कदाचित सगळ्यात महान बलिदान असेल' ती मनात म्हणाली.

"हे अस्तित्व पाऊस पाठवतं का?"

"नेहमी नाही. आमच्या इथेही दुष्काळ पडतोच."

"तू जिथून आली आहेस, तिथे?"

'जिथून नव्हे, ज्या काळातून... असा प्रश्न हवा,' तिच्या मनात आलं, पण तरी तिनं मान डोलावली. त्याला समजावून सांगणं अशक्य होतं.

टायनॅकवर प्रभाव पडेल अशी, तिच्या स्वत:च्या काळातली एखादी वस्तू तिच्याजवळ होती का? हा विचार मनात येऊन तिनं लाल ॲनोरॅकचे खिसे तपासायला सुरुवात केली. बऱ्याचशा वस्तू तिच्या खिशांमध्ये होत्या, आणि त्या वस्तूंमध्ये खास शक्ती आहे असं टायनॅकला वाटू शकलं असतं. खिसे तपासताना झॅकरीनं दिलेली प्रतिमा तिच्या बोटांना लागली. तिनं ती बाहेर काढली आणि टायनॅकसमोर धरली. झॅकरीला तिची काळजी होती आणि म्हणूनच त्यानं ही प्रतिमा तिच्यासाठी विकत घेतली होती.

टायनॅक अगदी सगळं लक्ष एकवटून त्या प्रतिमेकडे बघत राहिला. बऱ्यापैकी घाबरला होता तो. नंतर मग त्यानं प्रश्नार्थक मुद्रेनं तिच्याकडे पाहिलं.

तिनं त्या प्रतिमेतल्या लहान मुलाच्या चित्रावर बोट ठेवलं आणि मग तेच बोट स्वत:वर रोखलं. त्यानंतर तिनं प्रतिमेतल्या देवदूताच्या चित्रावर बोट ठेवलं आणि मग आपले हात उंचावून पसरले, जणू टायनॅकच्या पूर्ण वस्तीला, तिथल्या तंबूंना, तलावाला, पलीकडच्या बर्फाच्छादित शिखरं असणाऱ्या अवाढव्य डोंगरांना कवेत घेत असल्यासारखे.

टायनॅकनं तिच्या हातातून ती प्रतिमा घेतली आणि तो त्या प्रतिमेकडे आणि पॉलीकडे आळीपाळीनं एकटक बघू लागला. त्यानं देवदूताच्या चित्रावर बोट ठेवून विचारलं, "याला उडता येतं?" त्याचं बोट देवदूताच्या पंखांवर होतं.

"हो."

"देवी आहे?"

मान हलवून पॉली म्हणाली, "देवदूत."

त्यानं त्या शब्दाचा उच्चार केला, "देव-दूत. देव-दूत तुला मदत करील?"

तिनं मान डोलावली.

"देव-दूत तुला कुठलीही इजा होऊ देणार नाही?"

"देवदूत माझ्यावर प्रेम करतो." तिनं काळजीपूर्वक उत्तर दिलं.

त्यानं अनेकदा मान डोलावली. ती प्रतिमा उलटी करून पाठीमागच्या लाकडी पृष्ठभागाकडे पाहिलं. मग पुन्हा ती प्रतिमा सुलटी केली आणि विचारलं, "हे तुला कुठे मिळालं?"

"मला ते झॅकरीनं दिलं."

"झॅक. झॅक. आता तू त्या झॅकशी बोल."

तिनं ती प्रतिमा घेण्यासाठी हात पुढे केला आणि म्हटलं, "प्लीज ते मला परत दे."

त्यानं हात मागे घेतला, त्यानं ती प्रतिमा मात्र पकडूनच ठेवली होती.

"प्लीज ते परत मला दे." तिनं पुन्हा सांगितलं आणि हात लांबवला.

"नाही! देव-दूत-शक्ती टायनॅक स्वत:जवळच ठेवणार."

तिला तरी ती प्रतिमा कशाला हवी होती? तिनं जर ती प्रतिमा हिसकावून घेण्याचा प्रयत्न केला असता, तर इतर लोक ताबडतोब धावून आले असते. त्याच्या काळ्याभोर डोळ्यांत बघत ती म्हणाली, "देवदूताकडे फक्त माझ्यासाठी शुभ-शक्ती आहे. तुझ्यासाठी मात्र ती शक्ती वाईट बनेल."

"तसं काही नाही. मी देव-दूत माझ्याकडे घेतो. मी तुझी शक्ती घेतो."

टायनॅकनं ती प्रतिमा घेतली या गोष्टीचा इतका धसका वाटावा, हेच मुळी फार विचित्र होतं. ते तर फक्त लाकडी पृष्ठभागावर काढलेलं एक चित्र होतं. त्याला काहीही किंमत नसल्याचं झॅकरीनंही सांगितलं होतं. ते चित्र झॅकरीला तिची काळजी

असल्याचं निदर्शक होतं. तिला कधीही दुखावणार नाही असं वचन त्यानं अगदी मनापासून दिलं होतं, या गोष्टीचंही निदर्शक होतं ते चित्र. तिचा आवाज कापायला लागला, “तुझ्यासाठी वाईट, अनिष्ट शक्ती.” ती परत परत फक्त एवढंच बोलू शकली.

गुरगुरण्याचा हलकासा आवाज ऐकू आल्यावरच ती थांबली. पाण्यानं निथळणारा ओलाचिंब ओग तिच्याकडे झेपावत येत होता.

“ओग!” त्याला पाहिल्यावर, तिला टावला बघून झाला असता तसा अत्यंत आनंद झाला.

तो तिच्या शेजारी येऊन टायनॅककडे बघून दात विचकत उभा राहिला.

“दे मला,” तिनं पुन्हा प्रतिमा घेण्यासाठी हात पुढे केला आणि म्हटलं, “बघितलंस नं? माझ्यासाठी चांगली शक्ती. तुझ्यासाठी मात्र वाईट शक्ती.”

टायनॅकनं ती प्रतिमा तिच्या हातात ठेवली आणि तो पट्कन बाहेर निघून गेला.

ओगनं हळूच तिचा हात चाटला. ती मात्र ओक्साबोक्शी रडायला लागली.

प्रकरण १०

ओग तिचे अश्रू चाटून पुसण्यासाठी धडपडत होता. ते पाहून पॉलीला हसू आलं. तिनं डोळ्यांतून वाहणारं पाणी पुसलं आणि त्याला म्हटलं, "ओग, अरे तुला बघून मला किती आनंद झालाय रे! तू इथे कसा आलास?" तिला वाटलं, कदाचित ॲनारल, टाव किंवा कॅरॅलिस यांच्यापैकी कुणीतरी होडीतून ओगला घेऊन आलं असेल. कसलाही अंदाज येत नव्हता. ओग तिच्यासोबत आहे या एवढ्याच गोष्टीने तिला अत्यंत हायसं वाटत होतं, आभार मानावेसे वाटत होते.

ती त्या प्रतिमेकडे निरखून पाहू लागली. टायनॅकनं असं रंगवलेलं चित्र याआधी नक्कीच कधीही पाहिलं नसणार. आत्ता जर तिच्याकडे फोटोची तयार प्रत झटपट देणारा पोलरॉइड कॅमेरा असता तर तिनं त्याचा फोटो काढून त्याच्या हातात दिला असता. मग तर तिच्याकडे दैवी शक्ती असल्याची त्याची पक्की खात्रीच पटली असती. पण आत्ता तिच्याकडे कॅमेरा नव्हता.

ओग जरासा गुरगुरला. तिनं मान वर करून पाहिलं. तिच्यासमोर ट्रेकिंगचे ऐटबाज कपडे घातलेला झॅकरी उभा होता. या दुष्काळानं होरपळलेल्या अतिप्राचीन खेड्यात त्याचे कपडे अगदीच विसंगत दिसत होते.

"ए पॉली, तू ठीक आहेस नं?" त्यानं विचारलं.

झॅकरीच्या फिकुटलेल्या चेहऱ्याकडे, डोळ्यांखाली उमटलेल्या काळ्या वर्तुळांकडे बघत ती म्हणाली, "तू माझं अपहरण केलंस."

त्या पडवीचा आधार असलेल्या खांबावर हात ठेवून झॅकरी म्हणाला, "पॉली, अग तुला समजत नाहीये का? मला तुझी गरज होती नं. अगदी प्रचंड गरज होती गं."

"पण मग तू थेट माझ्याशीच का नाही बोललास?"

फर्नच्या बिछान्यावर तिच्याशेजारी खाली बसून तो म्हणाला, "तुला सांगितलं असतं, तर तू माझ्यासोबत आली नसतीस, असं मला वाटलं."

"अरे पण तू तसा प्रयत्नसुद्धा केला नाहीस. तू सरळ त्या माणसाला माझं

अपहरण करू दिलंस.''

''ओह पॉली, तसं म्हणू नकोस ग. त्या लोकांनी मला अगदी स्पष्टपणे सांगितलं होतं की जर मी देवीला त्यांच्याकडे आणलं नाही, तर त्यांचा उपचारकर्ता माझ्या जवळदेखील फिरकणार नाही.''

''मी काही देवीबिवी नाहीये, तुला तर माहीतच आहे की.''

''अगं पण हे त्यांना कळत नाही नं.''

थेट त्याच्या डोळ्यांत बघत ती म्हणाली, ''झॅकरी, पाऊस पडावा म्हणून तो टायनॅक माझा बळी देण्याचा विचार करतो आहे, हे तुला कळतंय का?''

''नाही नाही. अगं तो काही इतक्या टोकाला जाणार नाही.'' झॅकरी अचानक खूप अस्वस्थ होऊन बोलू लागला, ''तू एक देवता आहेस. तुझ्याकडे दैवी शक्ती आहे असं वाटल्यामुळे त्याला तू फक्त इथे यायला हवी होतीस.'' मग ओगकडे बघत तो पुढे म्हणाला, ''आणि तुझ्याकडे खरंच तशी शक्ती आहे, हो ना? हा कुत्रा तलावापलीकडून तुझ्यापाशी आला, टायनॅकला तर ही प्रचंड महान शक्ती वाटेल, हो नं?'' तो खूप भरभर आणि जास्तच बोलत सुटला होता.

''झॅकरी, टायनॅकनं माझा बळी दिला तर ते चालेल तुला? तू टायनॅकला माझा बळी देऊ देशील?''

''नाही गं पॉली, कधीच नाही' झॅकरी तिला विनवत म्हणाला, 'पॉली, मला त्यांच्या उपचारकर्त्याची मदत हवी आहे गं.''

''ही अशी किंमत मोजून? माझे प्राण पणाला लावून?''

''किंमत वगैरे काही नाहीये गं.''

''किंमत मोजावी लागणार नाही? माझ्या आयुष्याच्या बदल्यात तुझं आयुष्य?''

''नाही, नाही. टायनॅकला तू देवता आहेस असं वाटतं.'' झॅकरीनं त्याच्या काळ्याभोर केसातून हात फिरवला आणि पुढे म्हटलं, ''पॉली, ऐक नं गं. त्या टायनॅकनं मला स्पष्टपणे सांगितलं होतं, त्यांचा उपचारकर्ता मला तोपर्यंत स्पर्शही करणार नाही, जोपर्यंत तू... अं... बरं ठीकय, हीच खरी समस्या आहे. अग, मला बरं करण्याच्या बदल्यात त्याला नक्की काय हवंय ते मला कळलंच नाही. तो सांगत होता, पण मला समजलं नाही. तुला त्याचं बोलणं समजतं का ग?''

''थोडं थोडं.''

''तू माझ्यावर रागावली आहेस.''

''का नाही रागावणार?''

''पॉली, तुझ्याजवळ मी दिलेली प्रतिमा आहे. तुला माझी काळजी आहे. तो

टायनॅक म्हणाला, तू जर इथे आलीस तरच उपचारकर्ता माझ्यावर उपचार करील. अगं, तू एक देवी आहेस, तुला समजत नाहीये का?''

मान हलवून तिनं त्याच्याकडे नजर टाकली. चांगला देखणा दिसत होता तो, पण उदासवाणा वाटत होता. त्याला जे हवं असेल ते मिळवण्यासाठी तो कुठल्याही थराला जाऊ शकेल, अशी तिला जाणीव झाली. या वेळेला तर फारच मोठी गोष्ट पणाला लावली होती : आयुष्य. तेच पणाला लागलं होतं.

''मी जगावं असा तुला वाटत नाही का गं?'' तो तिची मनधरणी करत तिला विनवू लागला.

''माझ्या जिवावर?''

''पॉली, प्लीज गं, अतिशयोक्ती करून उगाच वाढवू नकोस.''

''तसं करतेय मी?''

झॅकरी उभा राहून बोलला, ''हे बघ पॉली, मला तुझ्याशी बोलायचं होतं, पण आता मात्र तुझ्याशी बोलण्यात काहीही अर्थ नाहीये असंच दिसतंय. तू काही समजूनच घेत नाहीयेस. मी टायनॅककडे परत जातो. मी त्याच्याच तंबूमध्ये राहतोय. तुला उत्सुकता असेल तर सांगतो, त्याच्या तंबूमधल्या खांबांवर कवट्या लटकवलेल्या आहेत.'' त्याचा आवाज कठोर आणि कातडीबचाऊ वाटत होता. तो म्हणाला, ''तूच मला भूतकाळातल्या या असल्या ठिकाणी आणलंस. इथले लोक अगदीच क्रूर आणि रानटी आहेत. तुला जबाबदारीची थोडीतरी जाणीव असायला हवी की गं.''

''अच्छा? ते लोक जर इतके मागासलेले रानटी आहेत, तर त्यांचा उपचारकर्ता तुझं हृदय ठीक करेल असा भरवसा तुला का बरं वाटतोय?' तिनं प्रश्न केला.

''ए पॉली, तू माझ्यावर रागावलेली मला सहन होत नाही ग. आपली छान मैत्री आहे, असा मला वाटलं होतं.''

मैत्री? कुणाला मित्र म्हणायचं, याचीच तिला खात्री पटत नव्हती. मैत्रीबद्दल ॲनारलशी झालेलं बोलणं तिला आठवलं. मित्र एकमेकांची काळजी घेतात, एकमेकांना वाचवण्याचा प्रयत्न करतात, असं तिनं ॲनारलला सांगितलं होतं. मैत्रीचा मार्ग दुहेरी असतो, एका हातानं टाळी वाजत नाही. झॅकरी इथून निघून जावा असा तिला मनापासून वाटलं. तिनं ती प्रतिमा पुन्हा खिशात ठेवून दिली. झॅकरीच्या आजीचा देवदूतांवर विश्वास होता, म्हणून त्यानं ही प्रतिमा पॉलीला दिली होती. बिशप कोलुब्रांचासुद्धा देवदूतांवर विश्वास होता. जर बिशप स्वत: देवदूतांच्या अस्तित्वावर विश्वास ठेवू शकतात, तर तीदेखील विश्वास ठेवू शकते. अर्थात, या रंगवलेल्या चित्रातल्या देवदूतावर नाही, पण प्रेमाच्या शक्तीवर

तर नक्कीच विश्वास ठेवू शकते. ही प्रतिमा म्हणजे दुसरं-तिसरं काही नसून त्याच प्रेमभावनेच्या शक्तीची ग्वाही होती.

टायनॅकला मात्र ती प्रतिमा म्हणजे एक गूढ वस्तू वाटत होती.

"मग, आज तू त्या उपचारकर्त्याला भेटलास का?" तिनं झॅकरीला विचारलं.

"हो, भेटलो आणि त्याच्याशी जमेल तसं बोललोसुद्धा. तो खूप म्हातारा आहे गं. टायनॅकपेक्षाही जास्त वयस्कर. लांबलचक हडकुळे हात आहेत त्याचे, आणि हातांचे पंजे मात्र चांगलेच मोठेमोठे आणि मजबूत आहेत. ऐक नं पॉली, तू मला मदत करशील, हो नं? करशील ना गं?"

तो प्रचंड भीतीने कावराबावरा झाला होता, जणू वेडापिसा झाल्यागत. त्याला त्यामुळे धड काही सुचतही नव्हतं. तिला त्याची व्याकूळ अवस्था समजत होती. टायनॅक तिचा बळी देणार असल्याचं झॅकरी कितीही नाकारत असला, तरीही त्याच्या नकाराला काहीही अर्थ नव्हता, आणि ही गोष्टसुद्धा पॉलीला चांगलीच कळली होती. दुःखानं तिच्या छातीत कळ आली.

"निघतो मी," झॅकरी सामान्य होण्याचा प्रयत्न करत म्हणाला आणि निघून गेला.

आता सूर्य क्षितिजरेषेच्या चांगलाच वर आला होता. तिच्या पडवीवर उन्हाचे उबदार तिरपे किरण पडत होते. शरदातला चांगलाच उबदार दिवस असणार होता तो. 'इंडियन समर?' तिच्या मनात प्रश्न उभा राहिला. तिनं अंगातला ॲनोरॅक काढून टाकला. पौर्णिमेपर्यंत तरी काहीही घडणार नाही, असं टाव म्हणाला होता. 'पौर्णिमा परवाच आहे की. तोपर्यंत बरेच बदल घडून येतील,' तिच्या मनात आलं.

ती पडवीतून बाहेर पडली आणि वस्तीच्या आवारात फेरफटका मारू लागली. ओगही तिच्यासोबत होताच. तिथले लोक तिच्याकडे सावधपणे, कुतूहलानं बघत होते. काही लोकांच्या चेहऱ्यावर तर भीतीदेखील दिसत होती, पण कुणीही तिच्याशी बोललं नाही. 'कदाचित त्यांना तिचे लालसर केस धगधगत्या आगीगत वाटले असतील आणि म्हणूनच लोक असे बघतायत,' असं तिच्या मनात आलं. ते लोक हळूच चोरट्या नजरेनं ओगकडे बघत होते. हे लोक कुत्र्यांना सरावले नव्हते, निदान पाळलेल्या कुत्र्यांनातरी नक्कीच नाही. कदाचित त्या लोकांना ओग म्हणजे तिच्या जादुई शक्तीचाच एक भाग वाटत होता. बहुतेक त्यासाठीच ओगला तलाव ओलांडून इथे पाठवलं असेल. ओग रक्षण करील, असं बिशपदेखील म्हणाले होते. तिला या संरक्षणाची फार गरज होती.

आता ऊन चांगलंच तापलं होतं, पिवळंधमक चमकतं ऊन डोळे दिपवत

होतं. खरोखरच खूप गरम होत होतं, पण ही उष्णता जरा विचित्रच वाटत होती. आकाशाला निळ्या रंगाऐवजी पिवळी छटा आली होती. या क्षणी तरी तिला एकच आशा वाटत होती, हे इतकं विचित्र हवामान कदाचित वादळाची आणि पावसाची पूर्वसूचना असू शकेल.

ती जेव्हा एखाद्या घोळक्यापाशी जायची, तेव्हा त्यांचं संभाषण एकदम बंद व्हायचं. ओगनं तिला नाकानं ढुशी मारली आणि तो तिला हलकेच तिच्या पडवीच्या दिशेनं ढकलू लागला. त्यामुळे ती परत पडवीत गेली.

दुपार झाली, सूर्य डोक्यावर आला. डो तिच्यासाठी सूपने भरलेला वाडगा आणि जाडजूड पाव घेऊन आली. तीही पॉलीशी काहीच बोलली नाही. पॉलीनं जेवण संपवलं आणि हात डोक्याखाली ठेवून तिच्या बिछान्यावर पडून राहिली. वरच्या कातडी छताकडे पाहत ती विचार करू लागली, पण तिला सुसूत्र विचार करताच येईना. तिनं ॲनोरॅकची गुंडाळी केली आणि ती गुंडाळी डोक्याखाली उशाला घेतली. कुशीवर वळून ती त्या उघड्या झोपडीतून बाहेर दिसणाऱ्या वस्तीच्या आवारापलीकडे, तलावापलीकडे बघू लागली.

'टायनॅकच्या तंबूत कवट्या आहेत, असं झॅकरी म्हणाला होता. म्हणजे हे अश्मयुगीन लोक खरंच फार रानटी किंवा खुनशी होते. पण तिच्या काळातले लोक तरी काही कमी खुनशी होते का? ज्यू, जिप्सी तसेच इतर काही लोक आर्यन वंशाच्या वर्चस्वाला आव्हान देऊ शकतील असं वाटल्यामुळे, त्यांना छळछावणीमध्ये डांबण्यात आलं होतं. विषारी वायूचा वापर करून त्यांना मारून टाकण्यात आलं होतं. त्या लोकांचा वैद्यकीय प्रयोगांसाठी वापर करून घेण्यात आला होता. छळछावणीमध्ये मरण पावलेल्या लोकांच्या शरीरातली चरबी काढून, ती चरबी साबण बनवण्यासाठी वापरली गेली होती. साधारण त्याच काळात, तिच्या स्वतःच्या देशातसुद्धा अमेरिकेचे नागरिक असलेल्या जपानी लोकांना एकत्र करून खास अमेरिकन धर्तीच्या छळछावणीत डांबलं गेलं होतं. अर्थात, ही छावणी जर्मन छळछावणीएवढी क्रूर नव्हती म्हणा, पण ते अमेरिकनसुद्धा या अतिप्राचीन काळातल्या तलावाच्या दोन्ही काठांवर राहणाऱ्या लोकांइतकेच क्रूर, खुनशी होते' तिच्या मनात विचारांचा कल्लोळ उठला होता.

मग तिला त्या भव्य दगडी वेदीवर आडवे पडून प्रार्थना करणारे बिशप कोलुब्रा आठवले. तिनं डोळे मिटून घेतले आणि ती मनातून इतर सगळे विचार काढून टाकण्याचा प्रयत्न करू लागली. तिला त्यांच्या प्रार्थनेचा भाग बनायचं होतं. ती आणि झॅकरी पलीकडच्या किनाऱ्यावर आहेत, हे त्यांना आणि कॅरॅलिसला माहीत होतं. त्यांनीच ओगला तिच्याकडे पाठवलं होतं. ते तिच्यासाठी प्रार्थना करत असतील असं तिला मनापासून वाटत होतं. त्यांना तिची काळजी आहे, ते

तिला कधीही एकटं टाकणार नाहीत याचीही तिला खात्री होती. टाव तिला या संकटातून सोडवेल, असंही खात्रीनं वाटत होतं.

पण तरीही तिच्या हृदयात अजूनही कळ उठतच होती.

***

दुपारी, जरा उशिरानं, तलावापल्याडच्या डोंगररांगांमधून गडगडाट ऐकू येऊ लागला, वीजदेखील लखकन चमकली. ढग दाटून आले आणि पाण्याचा पडदा धरल्यासारखा जोरात पाऊस कोसळायला लागला. मात्र हा पाऊस फक्त तलावाच्या पलीकडे पडत होता, टायनॅकच्या जमिनीवर नाही. 'वाऱ्याच्या लोकांवर पावसाचा चांगलाच वर्षाव होतोय की' पॉलीच्या मनात आलं. पावसाचा खास मृद्‌गंध हवेत पसरला, खास उन्हाळी सुगंध होता तो. हवा मात्र अजूनही उष्ण आणि जडशीळ भासत होती.

टायनॅक पुन्हा तिच्याकडे आला.

ती प्रतिमा वाचवण्यासाठी पॉली ॲनोरॅकवर बसली. ओग तिच्या शेजारी बसला होताच. टायनॅकनं ओगकडे बोट दाखवून प्रश्नार्थक मुद्रेनं तिच्याकडे बघत विचारलं, "प्राणी?"

"तो कुत्रा आहे. कुत्रा."

"तो कुठून आला?"

"तो तलावापलीकडे राहतो. तो कॅरॅलिस नावाचा ड्रूइड आहे नं, बहुतेक हा कुत्रा त्याच्यासोबतच समुद्र ओलांडून आला असेल, असं आम्हाला वाटतं. कॅरॅलिस, त्या लोकांचा प्रमुख नेता."

टायनॅकनं वादळी पावसाकडे निर्देश केला. अजूनही पलीकडच्या तीरावर पाऊस कोसळतच होता. तो म्हणाला, "शक्ती. तुझ्याकडे शक्ती आहे. पाऊस तयार कर."

पॉलीनं मान हलवली.

"जमिनीवर पाऊस पडायलाच हवा. रक्त, आणि मग पाऊस."

"बकरीचं रक्त?" पॉलीनं सुचवलं.

"त्या रक्तात तितकीशी ताकद नसते. पुरेशी शक्ती नसते."

फक्त पॉलीच्याच अंगात बलिदान यशस्वी करण्याची शक्ती होती. बलिदान कलंकित नसावं. टायनॅकला पॉलीच्या शक्तीची भीती वाटत होती. त्यानं तिच्याऐवजी झॅकरीचा बळी देण्याचाही विचार केला होता. त्यानं पॉलीला तसं सांगितलं. पण झॅकरीच्या अंगात, देवांचा संताप कमी करून इथल्या जमिनीवर पाऊस पाडण्याइतकी पुरेशी शक्ती नसेल, असं त्याला वाटलं होतं, हेही त्यानं पॉलीला सांगितलं.

"तू झॅकरीला त्याचं हृदय ठीक करण्यासाठी मदत करशील असं आश्वासन दिलं होतं," पॉलीनं आपल्या हृदयावर हात ठेवत त्याला आठवण करून दिली.

टायनॅकनं नुसतेच खांदे उडवले.

पॉलीनं आपला मुद्दा सोडून दिला नाही, ती चिकाटीनं म्हणाली, "झॅकरीनं जर मला तुझ्याकडे आणलं, तर तुझा उपचारकर्ता त्याच्या हृदयावर उपचार करेल असं वचन तू दिलं होतंस. तू काही तत्त्वं वगैरे मानतोस की नाही? तू दिलेला शब्द पाळत नाहीस?"

'तत्त्वं' टायनॅकनं विचारात पडून मान डोलावली. "बघ, प्रयत्न करून," असं म्हणून तो निघून गेला.

ती त्याच्याकडे बघतच राहिली. 'झॅकरीचं इतकं कमकुवत झालेलं हृदय दुरुस्त करून त्याला नवजीवन देता येण्याइतकी क्षमता खरंच त्यांच्या उपचारकर्त्याकडे आहे का?' तिला प्रश्नच पडला.

संध्याकाळ पडू लागल्यावर, मांसाचे तुकडे आणि भाज्या घालून शिजवलेल्या दाट रश्श्यानं भरलेला वाडगा घेऊन डो पॉलीकडे आली. पॉलीनं खाणं संपवलं आणि ती नुसतीच आवाज ऐकत बसून राहिली. मागच्या ओक वृक्षाच्या फांद्यांमधून वारा सळसळत होता. खूप जास्त उकाडा जाणवत होता. सगळी वस्ती शांत होती. टायनॅक तिला तिथे मोकळं सोडून निघून गेला होता. कदाचित त्याला वाटलं असेल, पॉली इथून पळून दुसरीकडे कुठेही जाऊ शकणार नाही. पाठीमागच्या बाजूला निबिड अरण्य होतं, आणि समोर तो भलामोठा तलाव.

तलावाच्या पाण्यावर हलकेच तरंग उठत होते. वारा जणू तिला खुणावत असल्याचं जाणवत होतं. वारा तिला नक्की काय सांगू पाहतोय, तिला कळेचना. चंद्र उगवला. पूर्ण गोलाकार चंद्रापेक्षा अगदी किंचितसाच कमी गोल दिसत होता तो. वस्तीतले लोक झोपायच्या तयारीत होते. शेकोट्या विझवल्या गेल्या होत्या. झाडाझाडांतून सळसळणाऱ्या वाऱ्याच्या आवाजाशिवाय दुसरा कोणताही आवाज नव्हता. तलावाच्या पाण्यावर वाहत्या वाऱ्यामुळे तरंग उठत होते. सगळी वस्ती शांत झोपली होती.

ओग उठला आणि तिला ढुशा मारू लागला. तो झोपडीच्या उघड्या बाजूपर्यंत गेला आणि पॉलीकडे बघत, तिची वाट पाहत उभा राहिला. मग तो बाहेर तलावाकाठी गेला आणि त्यानं एक पंजा पाण्यात बुडवून बाहेर काढला, तिच्याकडे वळून पाहिलं अन् पुन्हा पंजा पाण्यात घातला, पुन्हा शेपूट हलवत तिच्याकडे वळून पाहिलं. सरतेशेवटी त्याला काय सांगायचंय ते तिला समजलं, तो तिला तलावातल्या पाण्यात शिरून पोहत पलीकडे जायला सुचवत होता. तिनं अंगातले बूट-मोजे, जीन्स, स्वेटर काढून टाकले आणि फक्त दोन

अंतर्वस्त्रं घालून ती पडवीबाहेर आली. ओग तिला तलावाच्या काठाकाठाने वस्तीपासून जास्तीत जास्त दूर नेऊ लागला.

वस्तीतून कसलाही आवाज येत नव्हता. सगळी वस्ती गाढ झोपली होती. तलावापल्याडच्या डोंगरांवरचं बर्फ चंद्रप्रकाशात चमकत होतं. पॉली शक्यतो आवाज न करता ओगच्या मागोमाग जात होती. तिला किंचितही आवाज न करता चालणं जमत नव्हतं. टाव आणि अॅनारलला मात्र तसं चालणं अगदी सहज जमत असे. पॉलीच्या पायांखाली जमिनीवर पडलेल्या बारक्या बारक्या काटक्या काडकन मोडत होत्या, त्यांचा आवाज होत होता. वाटेत पसरलेल्या वेलींमध्ये ती अडकत होती. बराच वेळ चालत होते ते. आता बाजूच्या जंगलातली झाडं थेट तलावाच्या किनाऱ्यालगत आलेली होती. त्या झाडांच्या फांद्यांना न घसटता पुढे जाण्याचा प्रयत्न ती करत होती. अनवाणी पावलांना जमिनीवरचे खडे, काटक्या रुतल्यावर न ओरडण्याचा प्रयत्नही चालूच होता.

शेवटी ओग पाण्यात शिरला. त्यानं मागे वळून पाहिलं, ती त्याच्या मागून येत असल्याची खात्री करून घेतली. ती तलावाच्या पाण्यात चालत गेली. किनाऱ्यालगतचं पाणी उथळ होतं. पाणी जास्त खळबळू न देण्याची काळजी ती घेत होती. गुडघ्यांच्या बरंच वर पाणी आल्यावर ती पोहू लागली. ओग अगदी स्थिर गतीनं पोहत होता. पाणी अत्यंत थंडगार होतं. तलावाच्या पृष्ठभागाचं पाणी दिवसाच्या कडकडीत उन्हामुळे जरासं उबदार होतं, पण खालचं पाणी मात्र खूपच थंड होतं. तिच्या आजी-आजोबांच्या घरी असलेल्या जलतरण तलावापेक्षाही खूपच थंडगार. दिवसभर आग ओकत तळपणाऱ्या सूर्यामुळे ते निदान सहन करता येण्याइतपत झालं होतं. ती ओगच्या मागोमाग पोहू लागली. ती दमदार पोहत होती, पण घाई करत नव्हती. शरीराचं तापमान कमी होणार नाही इतक्याच स्थिर गतीनं तिला पोहावं लागणार होतं. जास्त घाईनं भराभरा पोहली असती तर पलीकडचा किनारा गाठायच्या आधीच ती थकून गेली असती.

पाणी तसं शांत होतं, पण थंड. अतिशय थंडगार. ओगच्या मागोमाग ती पोहत राहिली. तिला त्याच्या बरोबरीनं सहज पोहता येईल, इतपत संथ गतीनं तो पोहत होता. ते दोघे पोहत, पाणी कापत पुढे जात राहिले. आता तिचं शरीर थंड पडू लागलं होतं. थंडीनं तिच्या अंगावर काटा उभा राहिला होता. तिला ओगवर विश्वास होता. त्या दोघांना जर तलावाच्या पलीकडच्या तीरावर पोहून जाणं शक्य नसतं तर त्यानं तिला तलावात उतरण्याबद्दल सुचवलंच नसतं. कळायला लागल्यापासून जवळपास आयुष्यभर पोहतच आली होती ती. अगदीच गरज भासली तर ती निरंतर पोहत राहू शकली असती.

ते दोघे पोहत राहिले, पोहतच राहिले. पॉलीचे हात-पाय यंत्रवत् हालचाली करत होते. किती वेळ? किनारा अजून किती दूर होता? आता अगदी लख्ख चंद्रप्रकाशातसुद्धा टायनॅकची मागे पडलेली वस्ती दिसत नव्हती. पलीकडच्या किनाऱ्यावरचेही फक्त बर्फाच्छादित शिखरांचे डोंगरच तेवढे दिसत होते.

तिला दमल्यामुळे धाप लागू लागली, ती जोरजोरात तोंडानं श्वास घेऊ लागली. आपण पलीकडच्या तीरापर्यंत पोचू शकणार नाही, असं तिला वाटू लागलं. तिनं समोरच्या किनाऱ्यावरील जमिनीकडे पाहण्याचा प्रयत्न केला, पण अतिशय दमणूक झाल्यामुळे तिच्या डोळ्यांसमोर अंधारी येऊ लागली होती. ती खाली गेली, पाणी गिळलं आणि पुन्हा उसळी घेऊन पृष्ठभागावर आली. ओगनं मागे वळून पाहिलं, पण तो पोहतच राहिला. आता तर सतत जोरजोरात श्वास घेऊन तिच्या छातीतही दुखायला लागलं होतं. तिनं 'ओग!' अशी हाक मारायचा प्रयत्न केला, पण तिच्या तोंडातून आवाजच फुटला नाही. अतिश्रमांनी तिचे पाय खाली गेले. तिला पुढे जाता येईना.

आणि खाली जाता जाता तिच्या पायांना पाण्याखालची खडकाळ जमीन लागली.

ओग पाण्यातून धडपडत भुंकत भुंकत किनाऱ्यावर झेपावला.

टाव किनाऱ्यावरील वाळूतून धावत तिच्याकडे येत होता. तो, कॅरॅलिस आणि ॲनारल पाण्यातून धावत तिच्यापाशी आले. बिशप फरचा पायघोळ उबदार अंगरखा हातात घेऊन घाईघाईनं येत होते. ॲनारलनं त्यांच्या हातातला अंगरखा घेतला आणि तो पॉलीच्या ओल्याचिंब शरीराभोवती गुंडाळला.

टावनं तिला आपल्या मजबूत मिठीत घेतलं आणि उचलून कॅरॅलिसच्या तंबूत नेलं.

ती आता सुरक्षित होती.

तंबूच्या मध्यभागी दगडांच्या रिंगणात शेकोटी रचून पेटवली होती. तंबूच्या छतावरचं, धूर बाहेर जाण्यासाठी केलेलं भोक उघडून ठेवलं होतं. धुराची निळसर वलयं त्या भोकातून बाहेर पडून रात्रीच्या काळोखात विलीन होत होती. ॲनारल पॉलीसाठी काहीतरी गरमागरम पेय घेऊन आली. त्यामुळे तिच्या हाडापर्यंत पोचलेला गारठा जरासा कमी झाला.

तिनं विचारलं, "इथे आज दुपारी पाऊस पडला होता का?"

"हो, पाऊस आला," कॅरॅलिस म्हणाला.

पॉलीनं त्या सुखावणाऱ्या गरम पेयाचा घुटका घेतला. ती अजूनही थंडीनं कुडकुडत होती. ॲनारलनं तिला पायांभोवती गुंडाळायला आणखी एक फरचं

ब्लँकेट दिलं. बिशप कोलुब्रांनी हात लांबवून तिच्या ओल्या डोक्यावर थोपटलं. ती अत्यंत दमली होती. फरचं उबदार ब्लँकेट गुंडाळून ती आडवी झाली आणि क्षणार्धात तिला गाढ झोप लागली.

पोहण्याच्या श्रमांमुळे असेल, किंवा त्या पेयामुळे असेल, पण पॉलीला गाढ झोपेतही स्वप्न पडू लागलं. स्वप्नात ती, तेजस्वी रेषांनी बनलेल्या एका जाळ्याच्या केंद्रस्थानी होती. या तेजस्वी रेषा तारे जोडत होत्या आणि शिवाय पृथ्वीपर्यंत पोचल्या होत्या, थेट तिच्या आजी-आजोबांच्या घरापासून तारे पाहायच्या खडकापर्यंत, पलीकडच्या बुटक्याशा टेकड्यांपासून बर्फाच्छादित डोंगररांगांपर्यंत, सगळ्यांना जोडत होत्या त्या रेषा. त्या प्रकाशरेषा बिशप कोलुब्रा आणि कॅरॅलिस, टाव अन् कब, ॲनारल अन् क्लेप या सगळ्यांना एकमेकांशी जोडत होत्या आणि त्या सगळ्या रेषा तिला स्पर्श करून तिच्यात एकवटत होत्या. तिला ऊब देत होत्या. ममतामय सहृदय शक्तीच्या रेषा...

मग ते स्वप्न बदललं, एक वाईट स्वप्न बनलं. त्या रेषा एका कोळ्याच्या जाळ्याच्या रेषा बनल्या. त्या कोळ्याच्या जाळ्याच्या मध्यभागी, झॅकरी एखाद्या माशीगत अडकून पडला होता. तो अंगाला झटके देत, हातपाय झाडत त्या जाळ्यातून बाहेर पडायचा निष्फळ प्रयत्न करत होता. तो कोळीही त्याला जखडून ठेवण्यासाठी अनेक धागे त्याच्या अंगावर फेकत होता. तो कोळी झॅकरीच्या जवळ जाऊ लागला. झॅकरी किंचाळत सुटला आणि त्याच्या किंचाळीने पॉलीचं स्वप्न भंगलं.

धक्का बसून ती खाड्कन जागी झाली.

"तू ठीक आहेस नं?" ॲनारलनं चिंतातुर आवाजात विचारलं.

"अग तुला शांत झोपेची अजूनही खूप गरज आहे, झोप तू," टाव म्हणाला.

मान हलवून ती म्हणाली, "मी ठीक आहे."

अतिशय मायेनं बिशप म्हणाले, "बाळा, देवाची कृपाच आहे हं तुझ्यावर. झॅकरीनं तुझं अपहरण केल्याचं आम्हाला माहीत आहे. तू त्याबद्दल सविस्तर माहिती सांगतेस का?"

ती अजूनही कुडकुडत होती. ती म्हणाली, "बरं, पण मी झॅकरीला तिथे एकटं टाकू शकत नाही." ती असं काही म्हणेल, याची कुणालाही अपेक्षा नव्हती.

बिशप कोलुब्रा सौम्यपणे पण जरा कडक आवाजात म्हणाले, "पॉली, सांग बरं सगळं."

तिनं थोडक्यात सगळा वृत्तान्त सांगितला, तिचं झॅकरीशी, टायनॅकशी

झालेलं संभाषणसुद्धा सांगितलं.

तिचं बोलून झाल्यावर टाव संतापाने ताड्कन उभा राहिला. ''म्हणजे त्या झॅकनं स्वत:चं आयुष्य वाचवण्यासाठी तुला पळवून नेलं.''

''हृदय वाचवण्यासाठी,'' तिनं दुरुस्ती केली.

''त्याला जिवंत राहता यावं म्हणून तुझा मृत्यू झालेला त्याला चालला असता,'' ॲनारल म्हणाली.

डोकं हलवून पॉली म्हणाली, ''ते सगळं इतकं साधं, सरळ नाहीये. तो काय करतोय हे बहुतेक त्याचं त्यालाच कळत नाहीये, त्यानं ते मनाशी मान्य केलं नसेलही.''

''अगं पण तू त्याची बाजू कशाला घेते आहेस?'' टाव ओरडला.

''माहीत नाही. ते सगळं इतकं साधं सोपं नाहीये एवढंच मला कळतंय.'' तिनं मनात विचार केला, 'पण मीसुद्धा झॅकरीवर अगदी हाच आरोप केला होता की.' उघडपणे मात्र ती एवढंच बोलली, ''मला वाटतंय, मला परत जावं लागेल.''

''नाही हं. त्याची परवानगी मिळणार नाही,'' टावनं दरडावून सांगितलं.

''अगं इथे तू सुरक्षित आहेस. इथेच राहा नं,'' ॲनारल तिची मनधरणी करू लागली.

बिशपनं विचारलं, ''पॉली, तुला परत तिकडे कशासाठी जायचं आहे?''

ती उगाचच थातुरमातुर कारणं देऊ लागली. तिलाही ती कारणं निरर्थक वाटतच होती, पण कोळ्याच्या जाळ्यात अडकलेल्या झॅकरीचं दृश्य सतत तिला आठवत होतं. ''माझे कपडे तिकडेच राहिले आहेत. झॅकरीनं दिलेली प्रतिमा माझ्या ॲनोरॅकच्या खिशातच आहे. त्या प्रतिमेत महान दैवी शक्ती असल्याचं टायनॅकला वाटतंय. त्यानं ती प्रतिमा माझ्याकडून घेण्याचा प्रयत्न केला होता, पण बहुतेक आता त्याला त्याची भीती वाटत असावी. आणि मी जर परत तिकडे गेले नाही नं, तर झॅकरीचं काय होईल, मला माहीत नाहीये.'' स्पष्टपणे विचार करता यावा म्हणून तिनं डोकं झटकलं, आणि सांगितलं, ''मी तिकडे कशासाठी जायला हवंय, ते खरंच मला कळत नाहीये. मला फक्त एवढंच कळतंय, मला परत जायलाच हवं.''

हातातला भाला दाणकन जमिनीवर आपटून टाव ओरडला, ''त्या झॅकचं काहीही होऊ दे, ते महत्त्वाचं नाहीये. तू, तूच महत्त्वाची आहेस. मला तुझी काळजी आहे गं.''

ती म्हणाली, ''टाव, मी त्या लोकांसाठी पाऊस तयार करू शकत नाही रे, आणि जर पाऊस पडला नाही तर ते पुन्हा तुमच्यावर हल्ला करतील. तूच

म्हणाला होतास नं.'' तिला हात पुढे करून त्याचे हात हातात घ्यावेसे वाटत होते. त्यानं तिला आपल्या मिठीत ओढून घ्यावं अशीही उत्कट इच्छा होत होती, पण असल्या भलत्यासलत्या इच्छा पूर्ण करायची ही वेळ नव्हती.

''कॅरॅलिस...'' तिनं कॅरॅलिसशी बोलायला सुरुवात केली, पण तो तिथे नव्हताच.

बिशपनं तिला सांगितलं, ''तो त्या उभ्या दगडांपाशी गेलाय. तू त्याला इथून जाताना पाहिलं नाहीस का? त्यानं ओगला या तंबूतच थांबायची खूण केली आणि मग तो गेला.''

''पण तो परत येईल नं?'' तिनं काळजीत पडून विचारलं.

''हो, येईल हं,'' तिला दिलासा देत ॲनारल म्हणाली. ''ते शक्तिस्थान आहे. त्यानं तिथे असणं गरजेचं आहे.''

पॉली ओठ चावून विचार करत म्हणाली, ''टायनॅकला जर मी देवी वाटत असेन, तर तो मला काहीही करणार नाही. बिशप, अहो त्याच्यावर त्या प्रतिमेचा तर भयंकर परिणाम झालाय. अं... आणखी काय काय आहे माझ्यापाशी?'' ती आठवू लागली. ''अं... माझ्या ॲनोरॅकच्या खिशात एक अगदी छोटासा टॉर्च आहे, लहान असला तरी चांगलाच लख्ख प्रकाश पडतो त्याचा. एक लहान कात्रीही आहे, शिवाय एक लहान डायरी आणि पेनसुद्धा आहे. इतरही काहीबाही वस्तू आहेत. टायनॅकनं याआधी त्या वस्तू कधीच पाहिल्या नसतील.''

''डायरी आणि पेन? बिशपकडे आहे तसं? ते लिहिण्यासाठी वापरतात नं?'' ॲनारलनं विचारलं.

''हो,''

''माझ्या माहितीतल्या लोकांपैकी फक्त कॅरॅलिसलाच लिहिता येतं, आणि तो फक्त खडकावर किंवा लाकडावर लिहितो. त्याचं जे खरंखुरं ज्ञान आहे नं, ते मात्र लिहिलेलं नाहीये. ते इथे साठवलं आहे.'' ॲनारलनं तिचं बोट आधी डोक्यावर टेकवलं आणि मग हृदयावर. ती पुढे म्हणाली, ''मी तुला काय बरं देऊ? ए, हे बघ! माझं बोट कापलं होतं नं, तेव्हा बिशपनं मला हे दिलं होतं.'' तिनं कमरेच्या बटव्यात हात घालून एक लहानसा सोनेरी चाकू बाहेर काढला. ''हा चाकू हरणाचं कातडं सोलून काढण्यासाठी फारसा उपयोगी पडणार नाही, पण तो चांगलाच धारदार आहे. आणि माझ्याकडे हे पण आहे गं. हे घे,'' असं म्हणून तिनं पॉलीला बँड-एडची पट्टी दिली.

''थांब गं!'' टाव ओरडला. ''नाही हं! पॉल्ली परत तिकडे जाणार नाही!''

''टाव, अरे मला जावं लागेल.''

''तू पोहून आलीस. किती मोठं अंतर पोहून आली आहेस! कित्येक

लोकांना अगदी उन्हाळ्यातसुद्धा तो तलाव पोहत ओलांडता येत नाही. तू आलीस. आता आम्ही तुला जाऊ देणार नाही.''

''मला जावंच लागेल.'' ती हट्ट करू लागली.

बिशप म्हणाले, ''पॉली, तू अजूनही आम्हाला खरं कारण सांगितलेलं नाहीये.''

''मी झॅकरीला तिथे बळी जाण्यासाठी सोडून देऊ शकणार नाही.''

''का नाही?'' टावनं विचारलं.

''मी तसं नाही करू शकत. टायनॅकला मी देवी आहे असं वाटतंय. मग कदाचित मी त्याला थोपवू शकेन.''

डोकं हलवत टाव म्हणाला, ''तू. अग ते तुझा बळी देतील.''

पॉली म्हणाली, ''नाही. मी त्यांना देवी वाटते.'' ती इतक्या ठामपणे बोलत असली तरी मनातून मात्र साशंकच होती.

बिशपचा चेहरा जणू दु:खानं पिळवटल्यागत झाला. ते म्हणाले, ''हं. पॉली बरोबर बोलतेय. झॅकरीचा उगाच निरर्थक बळी जाऊ देणार नाही ती. त्यानं काय केलंय, तो कसा वागलाय हे तितकंसं महत्त्वाचं नाही, तसा विचार करणं पॉलीच्या स्वभावातच नाहीये.''

''नाही!'' टाव ओरडला.

तंबूच्या दारावरचा पडदा सारून कॅरॅलिस आत आला. तो म्हणाला, ''बिशप बगळा अगदी बरोबर बोलतायत. पॉली बरोबर सांगतेय. आपण त्या तरुण मुलाचा बळी थांबवायला हवा. बळी दिल्याने पाऊस पडणार नाहीये. एक जीव खर्ची घालूनही आपल्या पदरात काहीच पडणार नाही.''

''पॉल्लीचा जीव'' टाव म्हणाला.

''देशासाठी एका माणसानं आपला जीव देणं कधीच फायदेशीर नसतं, ते योग्यही नाही,'' बिशप म्हणाले.

''आपण आपले सगळे योद्धे एकत्र गोळा करू आणि...'' टावनं बोलायला सुरुवात केली.

''अरे ते लोक आपल्यापेक्षा खूप जास्त आहेत,'' कॅरॅलिसनं लक्षात आणून दिलं.

''माझ्यासाठी लोकांनी लढाई केलेली मला अजिबात चालणार नाही. त्या लढाईत लोक जखमी होतील किंवा मारलेही जातील. टाव, लढाईतून काहीच चांगलं निष्पन्न होणार नाहीये. तुम्ही त्याबद्दल विचारही करायला नको. आज इथे पाऊस पडलाय. कदाचित तलावाच्या पलीकडेही असाच वादळी पाऊस पडेल. आपल्याला तेच तर हवंय.''

कॅरॅलिस म्हणाला, ''डोंगरांच्या स्थानामुळे आणि योग्य दिशेनं वाहणाऱ्या वाऱ्यामुळे इकडे चांगलाच जास्त पाऊस पडतो. तलावापलीकडे मात्र एवढा पाऊस पडत नाही. पाऊस पडण्याची शक्यता मात्र नक्कीच आहे. पाऊस येईल, नुसतंच वादळ नाही, तर तलावावर, तलावाच्या दोन्ही तीरांवर पाऊस पडेल.''

''हो,'' पॉलीनं त्याला दुजोरा दिला. ''पाऊस येईल. लढाई नाही. पाऊस.''

तिच्याकडे विचारपूर्वक बघत कॅरॅलिस म्हणाला, ''मी त्या दगडी वेदीवर आडवा पडून ऐकत होतो. आजच्या रात्री तारे अगदी शांत आहेत. 'झॅकरीला वाचवायला हवं', एवढंच फक्त मला ऐकू येत होतं.''

''मला काहीही कळत नाहीये.'' टावचा आवाज उग्र भासत होता.

कॅरॅलिस म्हणाला, ''मलाही नाही. मी जे ऐकलं फक्त तेवढंच मला माहीत आहे.''

''तू ताऱ्यांचा सल्ला घेतोस?'' पॉलीनं विचारलं.

कपाळाला आठ्या घालून कॅरॅलिस म्हणाला, ''सल्ला? नाही गं. मी फक्त ऐकतो.''

''उपदेश मिळण्यासाठी?''

''नाही गं. उपदेशापेक्षाही अं...'' योग्य शब्द आठवण्यासाठी तो थांबला.

''योग्य दिशा मिळण्यासाठी?'' बिशपनं सुचवलं.

''नाही. ताऱ्यांमध्ये ठराविक आकृतिबंधाच्या रेषा असतात आणि त्या रेषा आपल्याला स्पर्श करतात, आपल्यातल्या रेषा एकमेकींना स्पर्श करतात नं, तशाच. तारे कधीही भविष्य सांगत नाहीत, कारण जे अजून घडलेलं नाहीये, ते घडण्यासाठी स्वतंत्र असायला हवं. जे घडायचं असेल, ते घडणारच असतं. मी फक्त ताऱ्यांकडे पाहतो आणि ऐकून घेतो, तो ठराविक आकृतिबंध समजून घेण्याचा प्रयत्न करतो.''

मान डोलावत बिशप म्हणाले, ''या कथेचं भाकीत कुणीही केलेलं नाहीये. बळजबरीनं भविष्य बदलण्याचा उपद्व्याप करायलाच नको. हे तर अगदी बरोबरच आहे.''

गंभीरपणे पॉलीकडे बघत कॅरॅलिस म्हणाला, ''तू झॅकरीकडे परत जाणारच असलीस तर आता ती वेळ झाली आहे.''

टावनं बिशपकडे वळून त्यांना विचारलं, ''तुम्ही पॉलीला परत तिथे जाऊ द्याल?''

''जाऊ द्याल का, असा परवानगीचा प्रश्नच उरलेला नाहीये.''

त्यांच्याकडे बघत मान डोलावून पॉली म्हणाली, ''मी तसं करणार आहे. मी

तिथे जाणार आहे.''

टाव म्हणाला, ''बरं, मग मी तुला माझ्या होडीतून तिकडे नेतो.''

ॲनारल म्हणाली, ''तुला जरा उबदार कपडे लागतील. मी हिवाळ्यात घालते तो गुडघ्यांपर्यंत लांबीचा गरम कोट देते तुला.''

पॉली म्हणाली, ''धन्यवाद गं. मला खरंच गरज लागेल त्याची.''

ॲनारल पुढे म्हणाली, ''टाव, मी तुझ्यासोबत येते. मी पॉलीला सोडवून आणण्याचा मार्ग शोधण्यासाठी क्लेपबरोबर खूप चर्चा केली आहे. त्यानं मला सांगितलं, वस्तीजवळ एक लहानसं बेट आहे. ते बेट जमिनीच्या उंचवट्यामागे दडलंय आणि तिथून अगदी थोड्याशाच अंतरावर तलावाचा किनारा आहे.''

''क्लेप!'' पॉली त्या पाय मोडलेल्या तरुणाला विसरूनच गेली होती. तिनं विचारलं, ''तो बरा आहे का?''

हसून कॅरॅलिस म्हणाला, ''हो, आता पुष्कळ बरा झालाय तो. आता त्याला ताप येत नाही. त्याची जखम चांगली भरून येते आहे. पण त्याला चालता मात्र येत नाहीये, त्यासाठी अजून काही आठवडे लागतील.''

''त्याच्या जमातीच्या लोकांकडे परत जाण्याआधी पॉली त्याच्याशी बोलली तर बरं होईल,'' ॲनारलनं सुचवलं.

कॅरॅलिसनं मान डोलावून मान्यता दिली. तो म्हणाला, ''हो, ते बरं होईल. टाव तू आणि कब मिळून त्याला इथे घेऊन येता का?''

''मीच त्याच्याकडे गेले तर चालणार नाही का? ते जास्त सोपं नाही का? हालचाल करताना त्याला दुखणार नाही?'' पॉलीनं विचारलं.

''टाव आणि कब त्याला अगदी काळजीपूर्वक घेऊन येतील. तू इथे असल्याचं जितक्या कमी लोकांना कळेल, तितकं चांगलं.''

टाव आधीच बाहेर पडला होता. ॲनारलनं तिच्या कमरेच्या पट्ट्यात अडकवलेला बटवा काढून हातात घेतला. त्यातून मूठभर खडे बाहेर काढले. तिनं ते उभ्याउभ्या पायांपाशी जमिनीवर टाकले आणि खडे कुठे पडले आहेत ते बघू लागली. ती सौम्य आवाजात सांगू लागली, ''जर एक खडा हरवला, तर सगळेच हरवतील.'' तिनं खाली वाकून एका खड्याला स्पर्श केला आणि म्हटलं, 'आपण जर एक वाचवला, तर सगळं काही शक्य होईल.'' पुन्हा खाली वाकून दुसऱ्या खड्याला हात लावला. ''तारे मार्गदर्शन करतील. त्यांच्यावर विश्वास ठेवा.'' पुन्हा आणखी एका खड्याला हात लावून ती म्हणाली, ''पवित्र स्थानांना जोडणाऱ्या, त्याचप्रमाणे काळ भेदून लोकांना एकमेकांशी जोडणाऱ्या रेषा असतात नं, त्या रेषा म्हणजे ताऱ्यांना जोडणाऱ्या रेषांचं प्रतिबिंबच असतात.'' तिनं वर पाहिलं अन जणू स्वप्नातून जाग येत असल्यागत पापण्यांची उघडझाप केली.

तिच्याकडे बघून मंद हसत कॅरॅलिस म्हणाला, "तू त्या खड्यांचा छान अर्थ लावलास हं."

ॲनारल हसत म्हणाली, "ते खरं सांगतात."

बिशप शोधक नजरेनं ॲनारलकडे बघत म्हणाले, "ॲनी, बाळा, हे खडे म्हणजे ते भविष्यदर्शक खडे तर नाहीत नं?"

"नाही नाही," कॅरॅलिस पट्कन म्हणाला. त्यानं पुढे सांगितलं, "खडे भविष्यात काय घडणार आहे ते सांगत नाहीत, किंवा आपण काय करायला हवं तेसुद्धा दर्शवत नाहीत. ताऱ्यांसारखंच. ते फक्त त्या भव्य आकृतिबंधातलं आपलं सध्याचं स्थान दर्शवतात. आपण आत्ता नेमके कुठे आहोत, ते दर्शवतात. एवढंच फक्त. या गोष्टीमुळे तुम्ही चिंतेत पडलात का बगळे महाराज?"

बिशप म्हणाले, "नाही रे. माझा तुझ्यावर विश्वास आहे कॅरॅलिस. तुझ्यावर आणि ॲनीवरही."

पॉली म्हणाली, 'माझ्या शाळेतल्या काही मुलांना अशा भविष्यदर्शक गोष्टींचं, भविष्य पाहण्याचं खरोखर वेडच लागलं होतं. असल्या गोष्टींबद्दल माझ्या आई-बाबांचं मत फारसं चांगलं नाहीये, त्यांना ते पटतच नाही."

"मलासुद्धा," कॅरॅलिस म्हणाला. "या दगडांचा गैरवापर होऊ नये म्हणून फक्त ॲनारलच ते हाताळते आणि त्यांचा अर्थ लावते."

तेवढ्यात टाव आणि कब तंबूत आले, त्यांनी त्यांच्यासोबतच क्लेपला दोन्ही बाजूंनी धरून आत आणलं. त्याच्या मोडक्या पायाच्या दोन्ही बाजूंनी ओकच्या लाकडाची दोन फळकुटं बांधून ठेवली होती, त्यामुळे त्याचा पाय सरळ आणि स्थिर राहत होता. त्या दोघांनी त्याला शेकोटीसमोर अलगद बसवलं. शेकोटी अजूनही धगधगत होती, त्या उजेडात सगळा तंबू उजळून निघाला होता. पॉलीला पाहून त्याला जणू सुटकेचा आनंद झाला आणि तो हसला.

त्यानं तिला विचारलं, "तू ठीक आहेस नं?"

त्याच्याकडे हसून बघत तिनं सांगितलं, "आता माझ्या अंगातला गारठा कमी झालाय, मी अगदी ठीक आहे."

"तू संपूर्ण तलाव पोहून आलीस?"

"अरे मी जन्मापासून बेटावरच वाढले आहे, जवळपास सगळं आयुष्य पोहण्यातच गेलंय."

"तरीसुद्धा, तो तलाव खूपच मोठा आहे गं."

तोंड वाकडं करून ती म्हणाली, "माहितीये नं. मला तर, मी किनारा गाठू शकणार नाही असंच वाटायला लागलं होतं."

“आणि आता तू परत जाणार आहेस?”

त्याच्याशेजारी उकिडवं बसत तिनं विचारलं, “क्लेप, मला एक सांग, मी जर परत तिकडे गेले नाही, तर झॅकरीचं काय होईल?”

त्यानं प्रतिप्रश्न केला, “तलावाच्या पलीकडच्या, म्हणजे माझ्या भूभागात काल पाऊस पडला होता का?”

“नाही रे. अगदी एक थेंबसुद्धा नाही.”

त्यानं गुरकावल्यागत आवाज काढून म्हटलं, “मग आता तर बळी द्यावाच लागेल.”

“झॅकरी? त्याचा बळी देतील?”

“हो.”

“पण पौर्णिमेपर्यंत ते थांबतील, हो नं?”

“हो.”

“म्हणजे आत्तापासून दोन रात्रीनंतर,” कॅरॅलिस बोलू लागला. “पॉली, ओग तुझ्यासोबत येईल. तुला मदतीची गरज भासली, तर त्याला पाठव. तुझ्यासारखाच तोसुद्धा एखाद्या माशासारखा पोहतो. पॉली, काहीही झालं तरी आम्ही तुला साथ देणार आहोत हे कायम लक्षात ठेव. ताऱ्यांमधल्या आणि आपल्यामधल्या रेषा जणू... अं... जणू...”

“टेलिग्राफच्या तारांसारख्या,” बिशप कोलुब्रांनी शब्द सुचवला, आणि ते पुढे सांगू लागले, “कॅरॅलिस, तुला याचा अर्थ कळणार नाही, पण आमच्या काळात आम्ही विद्युत-तारांच्या साहाय्याने शब्द, किंवा शाब्दिक संदेश पाठवू शकतो.”

“फॅक्स पण पाठवू शकतो,” पॉलीनं आणखी सुचवलं.

“हे बघ पॉली, तू तुझं मन आमच्यासाठी खुलं केलंस तर आपल्यातल्या रेषाही मोकळ्या होतील आणि संवाद साधता येईल.”

“ए कॅरॅलिस,” बिशप उठून उभे राहिले आणि हात हलवत म्हणाले, “अरे आत्ताच एक विचार माझ्या डोक्यात आला.” बिशपनं सभोवार पाहिलं, क्लेपवर नजर रोखली आणि मग ते कॅरॅलिसला म्हणाले, “तू या क्लेपला, तुमचा कैदी किंवा गुलाम म्हणून इथेच ठेवून घेणार नाहीयेस नं? बरोबर?”

“नाही. पूर्ण बरा झाल्यावर तो इथून जाऊ शकतो.”

“टाव आणि कब मिळून त्याला इथे घेऊन येऊ शकले, तितपत बरा झालाय तो. मग आपण पॉलीसोबत त्याला होडीत बसवू शकतो की. तिच्याबरोबर आपण त्यालाही परत पाठवू या. त्यामुळे पॉली ही क्लेपची सुटका करून त्याला परत आणणारी देवी आहे, असा त्या लोकांचा पक्का समज होईल.”

क्लेपला खुशीनं जोरात हसू फुटलं. तो म्हणाला, "ही तर एकदम मस्त कल्पना आहे! पण मला इथून जावंसं वाटतच नाहीये, किती विचित्र गोष्ट आहे नं," त्याची आणि ॲनारलची नजर एकमेकांत गुंतली. दोघं एकमेकांकडे बघतच राहिले, त्या दोघांमधल्या प्रेमाच्या रेषा जवळजवळ स्पष्ट दिसू लागल्या.

कॅरॅलिस म्हणाला, "पण तरीही तू जाणार आहेस. बिशप बगळ्यांची कल्पना अगदी बरोबरच आहे. आणि क्लेप, तुला तुमच्या जमातीचा प्रमुख बनायचं असेल तर तू जितक्या लवकर तिकडे जाशील तितकं चांगलं."

"मी अजून लहान आहे." क्लेप कुरकुरत म्हणाला. ते ऐकून पॉलीला तिच्या धाकट्या भावाची, चार्ल्सची, आठवण झाली. त्याच्या वयाच्या मानानं तो खूप हुशार, समजूतदार आणि प्रेमळ होता.

"तुमचा आत्ताचा प्रमुख वयस्कर असला तरी अजून बरीच वर्षं जगेल हं." कॅरॅलिसनं त्याला आश्वस्त केलं. तो पुढे म्हणाला, "आपण दोन होड्या पाठवू या. पॉली खूप दमलीय. तिनं क्लेपबरोबर एकटीनं होडी वल्हवत जायला नको. टाव, तू पॉली आणि क्लेपच्या होडीत बसून ती वल्हवत पलीकडे ने. कब, तू ॲनारलसोबत दुसऱ्या होडीतून जा. टाव, तुमची होडी पलीकडच्या तीराच्या थोडंसं जवळ पोचली की पुढे पॉली ती होडी घेऊन तीरापर्यंत जाईल, आणि मग तू ॲनारल अन कबसोबत त्यांच्या होडीतून जा."

"तिकडे पहाटेच्या आत पोचायचं असेल तर आपण घाई करायला हवी," क्लेप सांगू लागला.

सगळ्या गोष्टी इतक्या पटापट घडत गेल्या की पॉलीला विचार करायला वेळच मिळाला नाही. या अशा परिस्थितीत बिशपनं सांगितलेली योजना सगळ्यात उत्तम होती, हे मान्य करण्यावाचून दुसरा पर्यायच उरला नाही. तिला मेंढीच्या कातड्याचा उबदार कोट घालायला दिला गेला. तिनंही तो आभार मानत अंगात घातला. क्लेपला होडीच्या मध्यभागी ठेवण्यात आलं. पॉली होडीच्या पुढच्या भागातल्या बाकावर बसली, तिच्या पायाशी ओग मुटकुळं करून बसला. टाव होडीच्या मागील बाजूस बसला. ॲनारल आणि कब जराशा लहान होडीत बसले.

काळोख्या पाण्यात त्यांनी आपापल्या होड्या ढकलल्या. पॉलीनं वळून बिशप आणि कॅरॅलिसला हात हलवून निरोप दिला. मग मात्र तिनं आपली नजर तलावापलीकडच्या काळोख्या क्षितिजावर एकवटली.

प्रकरण ११

दोन्ही होड्या आवाज न करता शांतपणे तलावातून तरंगत चालल्या होत्या. टाव आणि कब एकाच लयीत, पाण्याचा अजिबात आवाज होऊ न देता, काळजीपूर्वक वल्ही मारत होते. होड्या पुढे पुढे सरकवत होते.

क्लेप होडीत आडवा पडून आकाशाकडे निरखून बघत होता. कृत्रिम शहरी उजेडाचा स्पर्शही न झालेल्या मखमली काळ्याभोर आकाशात तारे दिसत होते, पण ते तारे हलक्याशा धुक्यामुळे मंदावले होते. काही तारे ढगाआड दडले होते. ॲनारलचा मेंढीच्या कातड्याचा कोट घातलेली पॉली अंगाची जुडी करून बसली होती. हवा थंडगार होती, आणि त्यात नुकतंच एवढं मोठं अंतर पोहून आलेली असल्यामुळे तिला जास्तच थंडी वाजत होती.

तिनं मागे वळून टावकडे पाहिलं. वल्ही मारताना त्याच्या पिळदार स्नायूंच्या लहरदार हालचाली होत होत्या. तो जसा विचार करतो तसा विचार तिला कधीही करता येणार नाही, असं तिच्या मनात आलं. तिचा मेंदू या देवीदेवतांच्या, पृथ्वीमातेच्या, जगाबद्दल कल्पना करून, किंवा काल्पनिक चित्र उभं करून, समजून घेऊ शकत होता, पण तिचं मन मात्र ते मानायला, समजून घ्यायला तयार नव्हतं. त्या भव्यदिव्य पूर्णत्वाचा भाग बनल्याशिवाय तिला ते कळणारही नव्हतं.

"ए, टाव," तिनं कुजबुजत्या आवाजात हाक मारली.

"पॉल्ली? काय गं?"

"जर टायनॅकनं मातेला माझा बळी अर्पण करण्याचं ठरवलं..."

"नाही," टावनं तिचं वाक्य अर्ध्यावर तोडत ठासून सांगितलं. "मी तसं होऊ देणार नाही."

"पण पाऊस पडलाच नाही, तर?"

"मी त्या टायनॅकला तुला जराशीही इजा करू देणार नाहीये."

"पण जर मी तुझ्याकडे, म्हणजे वाऱ्याच्या लोकांकडे परत आले आणि

दुष्काळ तसाच राहिला, जास्त पाऊस पडलाच नाही, तर मग तू काय करशील?''

भयाण शांतता पसरली. ती शांतताच सगळं स्पष्ट करून गेली.

''टाव? सांग नं.''

''मला माहीत नाही,'' जड आवाजात तो म्हणाला, क्षणभर त्याच्या हातातलं वल्हं अडखळलं आणि पाण्यावर हळूच आदळलं. तो म्हणाला, ''मला वीर योद्धा बनण्याचं प्रशिक्षण मिळालंय. भव्य समुद्रापार असलेल्या माझ्या मायभूमीत असताना, आम्ही आसपासच्या जमातींमधून पकडलेल्या लोकांचा बळी द्यायचो. आम्हाला मनापासून प्रिय असलेल्या व्यक्तींचा बळी देण्याची मागणी मातेनं केली नव्हती.''

''मातेला प्रसन्न करण्यासाठी बळी देऊन रक्त अर्पण करण्याची गरज असते, असं तुला अजूनही वाटतं का रे?'' हा प्रश्न विचारल्यावर तिच्या लक्षात आलं, टावला 'प्रसन्न' या शब्दाचा अर्थ समजला नसेल, कारण या शब्दाला ओगम भाषेत काय म्हणतात, ते तिला माहीत नव्हतं, आणि म्हणून तिनं 'प्रसन्न' हाच शब्द वापरला होता. त्यामुळे तिनं तोच प्रश्न शब्द बदलून विचारला, ''मातेला रक्त हवं असतं. तिची ती मागणी पूर्ण झाली नाही तर ती संतापेल आणि पाऊस रोखून धरेल, हो नं?''

टाव म्हणाला, ''मला माहीत नाही. आत्तापर्यंत तरी मातेनं आमच्यावर कृपा केलेली आहे. कॅरॅलिसला असलेल्या ताऱ्यांच्या ज्ञानामुळे तो आम्हाला समुद्रापार सुखरूप घेऊन आला, वाऱ्यांनीही आमच्यावर दया केली. मग आम्हाला एक होडी मिळाली, ती या होडीहून मोठी होती. वारे आणि पाऊस आम्हाला नद्यांमधून वाहत घेऊन गेले, आणि नंतर आम्ही या तलावातून वाऱ्याच्या लोकांकडे येऊन पोचलो. त्याच वेळी वादळ शांत झालं आणि आकाशात इंद्रधनुष्य उगवलं. मी जिवंत राहिलो. कॅरॅलिस हा एक उपचारकर्ता आहे. आम्ही मातेची प्रार्थना करून तिचे आभार मानले, तिला दुवा दिला. तिनंही आम्हाला आशीर्वाद दिले. आता मात्र पाऊस रोखला गेलाय. आमची जमीन अजूनही हिरवीगार असली तरीही जर दुष्काळ असाच टिकून राहिला तर आम्ही आमचा भूभाग वाचवू शकणार नाही. मला वाटलं होतं की मला मातेबद्दल सगळं कळतंय, मी तिच्याशी आज्ञाधारकपणे वागायचा प्रयत्न करतच आलोय. आता मात्र मला कळतच नाहीये. मला खरंच काही समजत नाहीये.''

पॉली मनात म्हणाली, 'ज्या निर्मात्याने हे ब्रह्मांड आणि त्यातली प्रत्येक गोष्ट निर्माण केली त्या जगन्नियंत्याबद्दल मलासुद्धा फारसं काही समजत नाही.'

तिनं वर आकाशाकडे पाहिलं. ढगांच्या विरळ पुंजक्यांमधून तारे शांतपणे चमकत होते. तिच्या मनात आलं, 'जरी मला त्या निर्मात्याबद्दल अगदी सगळंच

समजलं, तरी त्यात नवल वाटण्यासारखं काही नाही, कारण माझा ज्या गोष्टींवर विश्वास आहे, तो विश्वास मला मिळणाऱ्या ज्ञानापेक्षा खूप मोठा आहे.'

"काय ग पॉल्ली," टावनं तिला विचारांतून जागं करत विचारलं, "त्या झॅकला तलावापलीकडच्या उपचारकर्त्याला भेटायची एवढी प्रचंड इच्छा कशासाठी आहे गं? अग, त्याच्यापेक्षा कितीतरी महान उपचारकर्ता तर आपल्याचबरोबर राहतो की."

"त्याच्यापेक्षा महान उपचारकर्ता? कोण?"

"अगं कॅरॅलिस," टावनं संयम सुटल्यागत सांगितलं. "तुला माहीत नव्हतं?"

"पण मग, कब...?"

तिच्या बोलण्याकडे दुर्लक्ष करून टाव सांगू लागला, "कबला त्याच्या जमातीकडून उपचारांचं ज्ञान मिळालंय, आणि तो अजूनही शिकतोय. बिशपच्या बाबतीत तू अनुभवलं आहेसच."

"हो,"

"पण कॅरॅलिस मात्र... अं... कसं सांगू तुला... त्यानंच कबच्या क्षमतेचा विकास केलाय."

टावनं सांगितल्यावर ही बाब आता अगदी स्पष्टपणे तिच्या लक्षात आली. 'हे याआधी कसं कळलं नाही? झॅकरीचं सगळं लक्ष आधी कबवर आणि मग तलावापलीकडच्या उपचारकर्त्यावर एकवटलं होतं. त्यामुळे कॅरॅलिसचा एक उपचारक म्हणून विचारही तिच्या डोक्यात आला नव्हता' तिनं मनात म्हटलं. ती उघडपणे एवढंच बोलली, "मी मूर्खपणा केला."

टाव तिची बाजू सावरून घेत म्हणाला, "अगं तेव्हा किती आणि काय काय गोष्टी घडत होत्या. श्शश, आता किनारा फार लांब राहिला नाहीये."

टाव म्हणाला होता की मनापासून प्रिय असलेल्या व्यक्तींचा बळी देण्याची मागणी मातेनं कधीही केली नव्हती. तिनं हे वाक्य मनात साठवून ठेवलं. त्यानं तिला जवळ घ्यावं, तो तिचा बचाव करील, तिची काळजी घेईल. तिला बळी देण्यासाठी बलिवेदीवर ठेवू देणार नाही, हे सांगावं, अशी तिला मनातून इच्छा होत होती. 'टायनॅकपासून तिचं रक्षण करण्याचं आश्वासन टावनं दिलं होतं, तो ते पूर्ण करू शकेल का? तोसुद्धा तिच्याइतकाच गोंधळलेला होता. दोघांच्या विचार करायच्या पद्धतीत आणि विचारांमध्येही अतिप्रचंड भिन्नता होती. ताऱ्यांना जोडणाऱ्या, पवित्र शक्तिस्थानांना जोडणाऱ्या, लोकांना परस्परप्रेमानं जोडणाऱ्या रेषादेखील त्या दोघांच्या विचारांना जोडू शकल्या नसत्या. तशी कल्पनाही अशक्यच होती.

'पृथ्वीमातेला रक्ताच्या बलिदानाची गरज असते, हे तिला समजणं अवघड

होतं. त्याचप्रमाणे जर आधुनिक शहरांमधल्या बकाल झोपडपट्ट्या, हिंसाचार, अमली पदार्थांचा व्यापार, अणुऊर्जेची निर्मिती करताना तयार होणारे निरुपयोगी किरणोत्सारी पदार्थ हे सगळं टावनं पाहिलं असतं, तर त्यालाही ते सगळं महाभयानक वाटलं नसतं का? शहरांमधला हिंसाचार आणि त्याकडे मानवाचं होणारं दुर्लक्ष या दोन भीषण गोष्टी त्या तारे जोडणाऱ्या रेषांनी कशा जोडल्या जातील?' तिच्या मनात अशा उलटसुलट विचारांचा कल्लोळ उठला होता.

दोन्ही होड्या एकमेकींजवळ आल्या. ॲनारलनं हात लांबवून शेजारच्या होडीतल्या पॉलीचा हात धरला. पॉलीला जरासं बरं वाटलं आणि शिवाय दोन्ही होड्या जवळ आणण्यात मदतही झाली.

टाव तोल सांभाळत उभा राहिला आणि मग तो शेजारच्या होडीत गेला. दोन्ही होड्या जराशा डचमळल्या, पण जास्त नाही. टाव होडीत खाली बसल्यावर त्यानं हातातलं वल्हं पॉलीला दिलं.

त्यानं विचारलं, "तुला होडी वळवता येते नं?"

"हो,"

"तू जर उजवीकडे वळून किनाऱ्याच्या दिशेनं वल्हवत राहिलीस नं, तर तू टायनॅकच्या वस्तीजवळ पोचशील."

"हो, बरोबर."

हळुवार आवाजात ॲनारल म्हणाली, "क्लेप, तुझ्या पायाला आराम दे हं. पाय बरा होण्यासाठी योग्य तेवढा वेळ जाऊ दे. अगदी लगेचच पायाची हालचाल करू नकोस."

"मी काळजी घेईन हं," क्लेपनं शब्द दिला. "तूसुद्धा काळजी घे. काळजी घे गं, काळजी घे." पुन:पुन्हा तेच शब्द म्हणत राहिला तो, त्यात जणू शब्दातीत अर्थ दडला होता.

"मी घेईन हं काळजी. नक्की घेईन," ॲनारलनं त्याला आश्वासन दिलं.

"तुझं वल्हं माझ्याकडे दे गं," टाव पॉलीला म्हणाला.

तिला कारण कळलं नाही, पण तरी त्यानं जे सांगितलं ते तिनं केलं. तिचं वल्हं वापरून त्यानं दोन्ही होड्या खेचत अगदी जवळ आणल्या. आता ती आणि टाव एकमेकांशेजारी अगदी जवळजवळ आले. त्यानं तिच्या ओठांवर बोट टेकवलं. इतकं सुंदर, तरल चुंबन तिनं आजवर अनुभवलं नव्हतं. तिनंही हात लांबवून त्याच्या ओठांना स्पर्श केला.

"ओह, माझी पॉल्ली... जा आता," त्यानं तिचं वल्हं हळूच तिच्या होडीत ढकललं.

टाव, ॲनारल आणि कब यांना घेऊन ती दुसरी होडी मागे वळून परतीच्या प्रवासाला निघाली. पॉली त्या होडीकडे एकटक बघतच राहिली.

क्लेप हळूच म्हणाला, "टाव तुम्हा दोघांना जोडणारी रेषा तयार करील."

टावच्या सूचनांनुसार पॉलीनं टायनॅकच्या वस्तीच्या दिशेला होडी वळवली. तिनं विचारलं, "त्याचं माझ्यावर प्रेम आहे, असं तुला वाटतं का?"

"प्रेम? प्रेम म्हणजे काय?" क्लेपनं विचारलं.

'बिशप कोलुब्रांच्या वहीत काय शब्द होता बरं?' ती आठवू लागली. शेवटी तिनं जमेल तसं सांगितलं, "जेव्हा दोन लोकांची सतत एकत्र असण्याची खरंच खूप प्रबळ इच्छा असते नं, तेव्हा ते एकमेकांवर प्रेम करत असतात."

"प्रेम. म्हणजे एक होणे?" त्यानं विचारलं.

"हो. तुम्ही जेव्हा एखाद्यावर प्रेम करता नं, तेव्हा तुम्ही त्या व्यक्तीसाठी काहीही करायला तयार असता. मैत्रीसारखंच, पण त्यापेक्षा खूप जास्त."

"दोघांना जोडणाऱ्या रेषा लहान होत जातात. मी आणि ॲनारल, आमच्यामधली रेषा आखूड होते आहे नं, तसंच. आता तर मला ती रेषा तिच्याकडे खेचते आहे असंच जाणवतं." ॲनारलच्या दूर जाणाऱ्या होडीकडे आसक्तीनं बघत क्लेप म्हणाला.

"हो, त्यालाच प्रेम म्हणतात."

"तू प्रेम करते?"

"हो. खूप लोकांवर."

'प्रेम, कुणावर?"

"माझे आई-बाबा, आजी-आजोबा, माझे भाऊ, बहिणी."

"पण तू त्यांच्याशी जोडली जाऊन एक नाही होऊ शकत."

"नाही, ते वेगळं आहे रे. माझे आई आणि बाबा, ते दोघे एक झाले आहेत, आणि माझे आजी-आजोबासुद्धा."

"तू आणि टाव?"

नकारार्थी डोकं हलवून ती म्हणाली, "एखाद्या व्यक्तीवर प्रेम करण्यासाठी तुम्हाला त्या व्यक्तीसोबत खूप दिवस वेळ घालवावा लागतो, त्या व्यक्तीला समजून घ्यावं लागतं. आज जर परिस्थिती वेगळी असती ना..." तिनं वाक्य अर्ध्यातच सोडलं आणि मनातल्या मनातच म्हटलं, 'जर आम्हा दोघात तीन हजार वर्षांचं अंतर नसतं, आमच्या विचारांमध्ये एवढी प्रचंड दरी नसती, जर... जर...' आणि मग ती उघडपणे म्हणाली, "म्हणजे जर आम्ही खूपच जास्त वेळ एकत्र घालवला असता, तर कदाचित ते शक्य झालं असतं."

"मी आणि ॲनारलनं खूप जास्त वेळ एकत्र घालवलेला नाहीये, पण तरी

आमच्यातली रेषा मजबूत आहे.''

हो. क्लेप आणि ॲनारलमध्ये टाव आणि पॉलीसारखंच आकर्षण होतं, पण त्या दोघांमध्ये हजारो वर्षांचं अंतर नव्हतं. ॲनारल ड्रूइड असली तरी क्लेपही एक दिवस त्याच्या जमातीचा पुढारी बनणार होता. त्याचा जन्मदेखील शुभशकुनी मानला गेला होता.

''जर पाऊस पडला, जर माझ्या लोकांनी तुमची गायीगुरं, मेंढ्या चोरायचं थांबवलं...'' क्लेप बोलत होता.

तिच्या मनात आलं, 'पुन्हा रोमिओ आणि ज्युलिएटची गोष्ट... किंवा त्या गोष्टीचा पूर्वाभास, पूर्वानुमान, असंच म्हणावं लागेल... तलावापलीकडचे लोक विरुद्ध वाऱ्याचे लोक?' पण उघडपणे ती एवढंच म्हणाली, ''तसं झालं तर तुमच्यासाठी चांगलंच असेल की. तेच अं...'' तिला 'योग्य' किंवा उचित या शब्दांसाठी ओगम शब्द माहीत नव्हता, त्यामुळे ती विचार करून म्हणाली, ''तेच बरोबर होईल.''

''मला आणि ॲनारलला जोडणारी रेषा, मी कल्पनाही करता येणार नाही अशा पद्धतीनं लहान करीन.''

क्लेपच्या शब्दकोशात 'प्रेम' हा शब्दच नव्हता. ॲनारल त्याला शिकवेल, पॉलीनं विचार केला.

आता किनारा अगदीच जवळ आला होता. पॉलीला एक सावली दिसू लागली. कुणीतरी तिथे वाट बघत उभं होतं. तिनं वल्हं पाण्यात खोलवर खुपसलं आणि जोर लावून होडी किनाऱ्यावरच्या वाळूत ढकलली. ती उडी मारून होडीतून बाहेर आली. होडी पुन्हा पाण्यात घसरून जाऊ नये म्हणून तिनं ती किनाऱ्यावर आणखी आत खेचून घेतली. ओगही तिच्या बाजूला होताच.

ती सावली तिच्याजवळ आली. तो टायनॅक होता.

''मी क्लेपला तुझ्याकडे घेऊन आले आहे.'' तिनं सांगितलं.

त्याच्यासाठी ती देवी होती.

त्यानं प्रश्न विचारायला सुरुवात केल्यावर ती त्याच्याकडे बघून फक्त मंद हसली.

''मी त्याला तुझ्याकडे आणलाय. तेवढं पुरेसं नाहीये का?'' तिनं चिडून विचारलं. आपल्या आवाजातल्या मगरुरीचं तिलाच नवल वाटलं.

क्लेपसुद्धा काही न बोलता नुसताच हसत होता. हातांचा आधार घेऊन वर उंचावून तो त्याच्या वस्तीकडे बघू लागला. वाऱ्याच्या लोकांपेक्षा या लोकांची वस्ती कितीतरी मोठी आहे, ही गोष्ट पॉलीच्या नव्यानं लक्षात आली. टायनॅकनं

चार तरुणांना खुणेनं बोलावलं, त्या चौघांनी क्लेपला त्याच्या तंबूत उचलून नेलं. वस्तीतल्या सगळ्यात मोठ्या तंबूंपैकी एक तंबू होता तो. टायनॅक आणि पॉली त्यांच्या मागोमाग गेले. क्लेपच्या पायाला हिसके बसू नयेत, याकडे पॉली लक्ष ठेवून होती. तिच्या शेजारून ओग चालत होता. तो अधूनमधून हळूच तिच्या हाताला नाकानं ढुशी देत होता. तो तिला सोडून कुठेही जाणार नव्हता.

क्लेपला त्याच्या बिछान्यावर ठेवलं. त्याच्या बिछान्याच्या वरच्या बाजूला काळविटाची भलीमोठी शिंगं अडकवलेली होती. ही शिंगं डॉ. लुईसच्या स्वयंपाकघरातल्या शिंगांपेक्षा कितीतरी मोठी होती.

टायनॅक म्हणाला, "दिवसाचा प्रकाश आल्यावर उपचारकर्ता येईल आणि तुझा पाय तपासेल हं."

क्लेपनं सांगितलं, "माझा पाय चांगला आहे." मग पॉलीकडे बोट दाखवत तो म्हणाला, "ही आहे नं, हिच्याकडे बरं करण्याची दैवी शक्ती आहे."

पॉलीला आता देवी असल्यागत मुळीच वाटत नव्हतं.

क्लेपनं विचारलं, "तुला थंडी वाजते आहे का?"

ॲनारलनं दिलेल्या त्या मेंढीच्या कातड्याचा कोट घातलेला असला तरी तिला अजूनही थंडी वाजतच होती. स्वत:भोवती हात लपेटून घेत तिनं टायनॅकला आदेश दिला, "कुणालातरी माझा कोट आणायला सांग." ओळखीचा ॲनोरॅक घालून तिला बरं वाटलं असतंच, पण त्याशिवाय टायनॅकनं झॅकरीची प्रतिमा घेतली आहे का, तेसुद्धा तिला तपासायचं होतं.

क्लेपला उचलून नेणाऱ्या माणसांपैकी एकाशी टायनॅक काहीतरी बोलला, अन् शेवटी म्हणाला, "जा पट्कन!" तो माणूस भरकन धावत गेला.

क्लेप टायनॅकला सांगू लागला, "तलावाच्या पलीकडे असताना मला त्या लोकांनी खूप चांगली वागणूक दिली होती."

मान डोलावून टायनॅक म्हणाला, "हो, मला ब्राऊन अर्थनेदेखील असंच सांगितलं."

"ते लोक मला कैदी किंवा शत्रू मानत नव्हते. ते सगळे माझ्याशी अगदी मित्रत्वाच्या नात्यानं वागत होते."

खांदे उडवत टायनॅक म्हणाला, "पट्कन बसलेला विश्वास तेवढ्याच पट्कन नाहीसादेखील होतो."

क्लेपनं विचारलं, "तो झॅक कुठे आहे?"

"माझ्या तंबूत. बघ, मीसुद्धा त्याच्याशी दयाळूपणे वागतोय."

"तो ठीक आहे नं?"

पुन्हा खांदे उडवून टायनॅक म्हणाला, "ते आपला उपचारकर्ताच सांगेल."

पॉलीचा लाल ॲनोरॅक घेऊन तो माणूस परत आला. तिनं तो ॲनारलच्या कातडी कपड्यावरूनच अंगात घातला, आणि ती त्याचे खिसे तपासू लागली. खिशातली प्रतिमा गायब झाली होती. अर्थात, त्यात नवल वाटण्यासारखं काही नव्हतंच. तिनं खिशातला छोटासा टॉर्च बाहेर काढला आणि तो चालू करून त्याचा उजेड थेट टायनॅकच्या डोळ्यांवर चमकवला. तिनं कडक शब्दात फर्मावलं, "माझा देवदूत मला परत दे."

प्रचंड घाबरून टायनॅकनं डोळ्यांवर हात ठेवले.

तिनं टॉर्च बंद केला, आणि लगेच पुन्हा चालू केला. ती म्हणाली, "मला माझा देवदूत परत दे."

टॉर्चच्या चमकत्या उजेडामुळे टायनॅक खूप घाबरलेला होता, पण तरीही त्यानं डोकं हलवून नकार दिला.

पॉली त्याच्या डोळ्यांवर टॉर्चचा प्रकाशझोत चमकवत राहिली, त्यानं मान वळवून तो झोत टाळायचा प्रयत्न केला. पॉली त्याला म्हणाली, "त्या प्रतिमेला स्वत:ची अशी शक्ती नाहीये. देवदूताची शक्ती फक्त माझ्यासाठीच आहे." तिनं स्वत:च्या छातीवर बोट टेकवून त्याला समजावण्याचा प्रयास केला. ती पुढे म्हणाली, "तू जर ती प्रतिमा तुझ्याजवळच ठेवून घेण्याचा प्रयत्न केलास, तर ती तुझ्यावरच उलटेल."

"उद्या" त्यानं वचन दिलं. "उद्या."

त्यानं ती प्रतिमा कुठे लपवली होती?

तिनं टॉर्च बंद केला आणि म्हटलं, "न जाळणारा प्रकाश."

तिनं पुन्हा टॉर्चचं बटण दाबून तो चालू केला, पण त्याचा झोत टायनॅकच्या डोळ्यांवर न पाडता तिनं तंबूत सगळीकडे प्रकाशझोत फिरवला. क्लेपच्या कपाळावर आणि ओठांच्या वरच्या बाजूला घाम जमा झाला होता. तलाव पार करून इथे येणं, मग त्याच्या तंबूत जाणं हेदेखील त्याला कष्टाचंच झालं होतं. पॉलीनं त्याच्यावर प्रकाशझोत टाकला आणि सांगितलं, "त्याला आरामाची गरज आहे. त्यानं हाक मारल्यास मदतीसाठी इथे कुणीतरी थांबायला हवं."

टायनॅक म्हणाला, "डो थांबेल."

"आता मीसुद्धा जाते. मी दमले आहे, मला आराम करायचा आहे," असं म्हणून पॉली तंबूच्या दारावरील पडद्याकडे निघाली. तिच्यासोबत ओगही निघाला.

टायनॅकनं लवून अभिवादन केलं आणि तो तिला तिच्या पडवीपर्यंत सोडायला आला. चालताना ओगजवळ न जाण्याची खबरदारी तो घेत होता. त्यांच्या मागोमाग आणखी दोन माणसे चालत होती. क्लेपला उचलून नेणाऱ्यांपैकीच होते ते दोघे, पण ब्राऊन अर्थ नव्हता त्यांच्यात, तो ओनियन आणि दुसराच एक

माणूस होता. चांगले बलदंड आणि मजबूत शरीराचे होते दोघे. टायनॅक त्या दोघांशी तावातावाने काहीतरी भरभर बोलला आणि मग त्यानं पुन्हा झुकून अभिवादन केलं अन् तो क्लेपच्या तंबूकडे निघून गेला. ती दोन माणसे तिच्या पडवीच्या दोन्ही बाजूंना उभी राहिली. तिच्यावर पहारा बसवण्यात आला होता. ती पळून जाऊ शकते हे नुकतंच तिनं दाखवून दिलं होतं, त्यामुळे टायनॅक तसं पुन्हा घडू नये याची खबरदारी घेणार होता.

पॉली पडवीत गेली आणि तिनं तिच्या जीन्स चढवल्या. थंडीमुळे आणि दगदगीमुळे ती थरथरत होती. तिनं ॲनोरॅकची झिप पूर्णपणे लावून घेतली आणि मग फरचं ब्लँकेट अंगाभोवती लपेटून घेतलं. ती इतकी दमली होती की तिनं बिछान्यावर अंग झोकून दिलं. ओग तिच्याशेजारी झोपला.

***

तिला जाग आली तेव्हा उजाडलं होतं. टायनॅक तिच्या पडवीच्या दारात उकिडवा बसून तिच्याकडे आणि ओगकडे बघत होता. ओग पॉलीशेजारी कान टवकारून उठून बसला होता. ते दोन्ही पहारेकरी आता जरासे दूर उभे होते, पण ते तिथेच होते, निघून गेले नव्हते. पौर्णिमेला अजून एक दिवस बाकी होता.

ती उठून बसली. क्षणभर टायनॅककडे निरखून पाहिलं, आणि मग तिच्या मते देवीसाठी योग्य वाटणारा खास आवाज काढून तिनं हुकूम सोडला, "मला माझा देवदूत आणून दे. आत्ताच्या आत्ता."

त्यानं तिच्याकडे पाहिलं, त्याचे डोळे चांगलेच बेरकी दिसत होते.

तिनं ॲनोरॅकच्या खिशात हात घालून छोटी डायरी आणि पेन बाहेर काढलं. तिनं ती डायरी उघडली. 'ही डायरी नक्कीच आजोबांची असणार,' तिच्या मनात आलं. त्याचं कारण म्हणजे, डायरीची सुरुवातीची पानं अनेक अनाकलनीय समीकरणांनी भरून गेली होती. ती सगळी समीकरणं घाईघाईत खोडाखोड करत लिहिलेली होती. तिनं ते टायनॅकला दाखवलं. त्यानंतर तिनं एक कोरं पान उघडलं. पेनचं टोपण काढलं आणि त्या पानावर तिनं टायनॅकसारख्या दिसणाऱ्या वयस्कर माणसाचं चित्र रेखाटलं. ती कुशल चित्रकार नव्हती, पण तिनं ओळखता येईल इतपत चांगलं चित्र काढलं होतं. तिनं ते त्याच्या समोर धरलं. त्यानं ते घेण्यासाठी हात पुढे केल्यावर तिनं झट्कन ते मागे घेतलं.

ती बोलू लागली, "शक्ती. याच्यात महान शक्ती आहे. माझी देवदूताची प्रतिमा घेऊन ये. झॅकरीला घेऊन ये. उपचारकर्त्याला घेऊन ये."

तो उभा राहिला. हात पुढे करून त्यानं विचारलं, "प्रतिमा? माझी?"

"तुझं चित्र म्हणजे प्रतिमा नाही. माझी देवदूताची प्रतिमा मला आणून दे. मी

तुला हे चित्र देईन. चि...त्र.''

त्यानं पुन्हा हात पुढे केला.

''आत्ता नाही. देवदूत आणून दिल्यानंतर.''

जमेल तितका ताठा दाखवत तो निघून गेला. ती दोन माणसे पडवीच्या थोडी जवळ येऊन उभी राहिली. काही मिनिटांनी डो पॉलीसाठी खिरीचा वाडगा घेऊन आली. ती ओगकडे बघून घाबरू लागली. पॉली तो वाडगा हातात घेत म्हणाली, ''धन्यवाद.'' मग दुसरा हात ओगच्या मानेवर ठेवून ती म्हणाली, ''तो तुला काहीही करणार नाही हं.''

ओगनं हळूच शेपूट हलवली. डो हसून तिथेच उभी राहिली आणि पॉलीचं निरीक्षण करू लागली. जास्त जवळ येत नव्हती ती. तिला पॉलीशी बोलावंसं वाटत होतं हे तर अगदी स्पष्ट दिसत होतं. तिला शक्य असतं तर नक्कीच बोलली असती ती, पण पॉलीला संशय आला की ती ओगला घाबरल्यामुळे किंवा भाषा येत नसल्यामुळे गप्प राहत नाहीये. टायनॅकनंच सगळ्यांना तिच्याशी बोलण्याची मनाई केली असेल, असा दाट संशय तिला वाटत होता.

डो तिला सावधगिरीचा इशारा देत म्हणाली, ''क्लेपनं सांगितलंय, काळजी घे. सावध राहा.''

एका पहारेकऱ्यानं आत डोकावून त्यांच्याकडे पाहिलं.

डो घाईघाईनं तिथून पळून गेली, पॉलीनं तिला हळूच म्हटलं, ''धन्यवाद.''

तिनं ती लापशी खायला सुरुवात केली, फारशी चव नव्हती, पण पौष्टिक वाटत होती. ते खाताना तिला आजीच्या हातची ओटमील लापशी आठवली. 'या लापशीपेक्षा आजीची लापशी चवीला जास्त छान असते. आजीच्या हातची लापशी परत कधी मिळेल का?' तिच्या मनात प्रश्न उभा राहिला. तिनं तो वाडगा पडवीच्या दारापाशी ठेवून दिला आणि ती नुसतीच बसून राहिली. वाट बघत नुसती बसून होती ती. तिची पडवी ज्या ओक वृक्षाच्या बुंध्याच्या आधारानं उभी होती, त्या भव्य ओक वृक्षाच्या फांद्या आकाशात उंचच उंच गेल्या होत्या. ओक आजोबांपेक्षाही कितीतरी उंच होता हा वृक्ष. पॉली कान देऊन ऐकू लागली. तिला त्या अवाढव्य वृक्षाच्या जणू हृदयाची धडधड ऐकू येत असल्याचा भास झाला. जमिनीतून शोषून घेतलेला पोषक रस जणू त्याच्या धमन्यांमधून हळूहळू वाहत होता. 'संयम बाळग. घाबरू नकोस. ताऱ्यांचीच एक रेषा माझ्या मुळांपर्यंत येऊन त्यांना स्पर्श करते आणि माझी मुळं तुझ्याखालीच पसरली आहेत' असं काहीसं ऐकू येत असल्यागत वाटलं तिला.

त्या झाडाच्या फांद्यांमधून वारा सळसळला. त्या वाऱ्यानं तलावातल्या पाण्यावरही तरंग उठवले. तो वारा चांगला उबदार होता, या ऋतूत खरंतर असे

उबदार वारे वाहत नाहीत, तरीही वाऱ्याचा अनोखा उबदारपणा जाणवत होता. 'ओक वृक्षाची धडधड जे सांगतेय, ते ऐक. आम्ही तुझ्यासोबतच आहोत. काल रात्री तुला पाण्यानं सुखरूप वाहून नेलं होतं नं. आमच्यावर विश्वास ठेव,' वारा तिला सांगत होता.

'हो. ती नक्कीच विश्वास ठेवेल. ही चराचर सृष्टी, ब्रह्मांड मुळात एकच तर आहे. त्या सृष्टिनिर्मात्याच्या प्रेमानं सृष्टीतले सगळे चराचर जीव एकमेकांशी जोडले गेले आहेत. ॲनारल म्हणाली होती तसंच : सगळ्या समस्या मानवानंच निर्माण केलेल्या असतात. एकमेकांना अलग करू पाहणारे, दुष्ट काळोख्या शक्ती प्राप्त असलेले दानव त्या विध्वंसात आणखी भर घालतात,' ती विचार करत बसली होती.

पॉली वाट पाहत नुसतीच बसली होती. आपली शेपूट तिच्या मांडीवर ठेवून ओग तिच्याशेजारी पसरला होता. अचानक तो ताड्‌कन उठला. त्याची शेपूट पायात गेली, आणि अंगावरचे केस उभे राहिले.

टायनॅक.

त्यानं पॉलीला देवदूताची प्रतिमा परत दिली. तिनं ती ॲनोरॅकच्या खिशात ठेवून दिली आणि डायरी बाहेर काढली. ज्या पानावर तिनं त्याच्यासारख्या दिसणाऱ्या वयस्कर माणसाचं चित्र काढलं होतं, ते पान डायरीतून फाडून तिनं ते टायनॅकला दिलं.

टायनॅक ते पान हातात घेऊन निरखून पाहू लागला, मग ते पान त्यानं उलटं केलं. मागचं कोरं पान पाहून पुन्हा ते पुन्हा सुलटं केलं. स्वत:च्या छातीवर बोट टेकवून मग ते चित्रावर ठेवलं आणि त्यानंतर त्यानं ते अगदी जपून त्याच्या ढगळ सदऱ्याच्या खिशात ठेवून दिलं. त्याचं समाधान झाल्यावर त्यानं पॉलीला खुणावून आपल्या मागोमाग यायला सांगितलं. ओगकडे बोट दाखवून तो म्हणाला, "इथेच राहू दे."

"नाही. ओग माझ्यासोबतच येईल."

टायनॅकनं मान हलवून नकार दिला, पण तो वस्तीच्या आवारातून चालू लागला. मधेच मागे वळून तो पॉली त्याच्या मागोमाग येत असल्याची खात्री करून घेत होता. दोन्ही पहारेकरी पॉलीच्या मागून थोडं अंतर ठेवून चालत होते. ओग जरासा तिच्या पुढे चालत होता, जणू त्याला टायनॅक आणि पॉलीच्या मध्ये राहायचं होतं.

टायनॅक, तलावापलीकडच्या लोकांचा प्रमुख, पॉलीला एका मोठ्या तंबूत घेऊन गेला. हा तंबू इतर तंबूंपेक्षा बराच मोठा होता. दारावरचा पडदा बाजूला सारून खोचून ठेवला होता, त्यामुळे तिला आतमधलं दृश्य दिसत होतं.

झॅकरीनं अगदी बरोबर सांगितलं होतं. जमिनीत खोलवर पुरलेल्या, तंबूला आधार देणाऱ्या खांबांवर कवट्या लटकवलेल्या होत्या. तंबूत झॅकरी आणि एक वृद्ध माणूसही होता. तो टायनॅकपेक्षा वयानं खूप मोठा होता. अगदी बारकुडा होता तो, आणि हिवाळ्यातल्या वाळक्या पानागत कमजोरही वाटत होता. त्याच्या चेहऱ्यावर मात्र लहान मुलांसारखा मोकळेपणा होता, डोळ्यात प्रेमळ भाव होते. त्यानं ओगकडे प्रश्नार्थक नजरेनं पाहिलं. पॉलीनं ओगला खुणावून तिथेच शांत पडून राहायला सांगितलं.

"अगं कुठे गेली होतीस तू?" झॅकरीचा आवाज चिंतेमुळे, भयामुळे थरथरत होता. "आम्ही सगळे घाबरून गेलो होतो, पण तू कुठे गेली होतीस?" तो बिछान्यावरून उठला. त्याचे केस जरासे ओलसर दिसत होते, काळ्याभोर डोळ्यांत भीती काठोकाठ भरली होती. तिनं काहीच उत्तर दिलं नाही, म्हणून मग त्या वृद्ध माणसाकडे बोट दाखवून तो सांगू लागला, "हा त्यांचा उपचारकर्ता आहे. तू नसलीस तर तो मला हातसुद्धा लावणार नाही."

पॉलीनं त्या वृद्धाकडे पाहिलं आणि जरासं झुकून अभिवादन केलं. तो तिच्याकडे बघून हसला, अगदी लहानशा मुलागत निर्व्याज आणि प्रसन्न हसू होतं ते. त्यानं पॉलीच्या केसांकडे बोट दाखवलं आणि तो मान खालीवर हलवू लागला, जणू आश्चर्य आणि समाधान, दोन्ही वाटल्यासारखं. मग त्यानं टायनॅककडे पाहून पुन्हा पॉलीच्या केसांच्या दिशेनं बोट रोखलं.

झॅकरी म्हणाला, "त्या लोकांना तुझे लालसर केस ही तू देवी असल्याची निशाणी वाटतेय. त्यांचा अशा खूपशा चिन्हांवर, संकेतांवर फार विश्वास आहे हं. बरं, तू आता त्या म्हाताऱ्याला मला तपासायला लावतेस का?"

"तुम्ही झॅकरीचं हृदय तपासू शकता," तिनं सांगितलं. ही देवीची भूमिका तिला आवडत नव्हती. त्यांच्या उपचारकर्त्याला नीट समजावं म्हणून तिनं आधी आपल्या छातीवर हात दाबून धरला, आणि मग झॅकरीच्या छातीकडे बोट दाखवलं.

त्या वृद्ध उपचारकर्त्यानं झॅकरीला बिछान्यावर आडवं होण्याची खूण केली. मग तो झॅकरीच्या बिछान्यापाशी गुडघे टेकून बसला. त्यानं झॅकरीचं मनगट, तळव्याच्या किंचित वरच्या बाजूला, दोन्ही हातांनी अगदी हलकेच धरलं. डोळे मिटून, सगळं लक्ष केंद्रित करून तो झॅकरीच्या नाडीचे ठोके ऐकत होता. मधेच तो झॅकरीच्या नाडीवरची बोटं अलगद वर उचलायचा आणि मनगटावरील हवेत अगदी हळुवार नाचवायचा. एखादं फुलपाखरू फुलावर भिरभिरावं, किंवा तलावातल्या पाण्यावर एखादा चतुर भिरभिरावा तशाच त्याच्या बोटांच्या हालचाली होत होत्या. मग काही क्षणांनी अगदी हळूच ती बोटं पुन्हा मनगटावर स्थिरावायची.

जरा वेळानं त्यानं अदबीनं पण प्रश्नार्थक मुद्रेनं पॉलीकडे पाहिलं. तिनं मानेनं खुणावून मान्यता दिली. त्यानं पुन्हा झॅकरीकडे पाहून त्याला अंगातला शर्ट आणि जॅकेट काढायची खूण केली.

झॅकरीनंही अगदी आज्ञाधारकपणे थरथरत्या हातांनी शर्ट काढला आणि मग तो परत आडवा झाला. तो वयोवृद्ध उपचारकर्ता त्याच्यावर ओणवला. त्यानं झॅकरीच्या छातीपासून अंदाजे एक इंच अंतरावरील हवेत आपल्या दोन्ही हातांचे तळवे पसरून धरले. तो त्याची बोटं अगदी अलवारपणे, काळजीपूर्वक हवेत फिरवू लागला. त्याची बोटं झॅकरीच्या छातीवरील हवेत काल्पनिक समकेंद्री वर्तुळं रेखाटू लागली. बऱ्याच वेळानंतर त्यानं त्याच्या बोटांची टोकं झॅकरीच्या छातीवर अलगद टेकवली आणि पुन्हा वर उचलली. पुन्हा टेकवली, पुन्हा उचलली. पॉलीला त्याच्या बोटांची हालचाल जणू फडफडत्या पंखांसारखी भासत होती. मग त्यानं त्याच्या हातांचे तळवे झॅकरीच्या छातीवर दाबून धरले. तो उपचारकर्ता झॅकरीच्या अंगावर पूर्णपणे वाकला होता, त्यामुळे त्याच्या शरीराचं सगळं वजन त्याच्या हातांवर आलं होतं. काही मिनिटातच त्यानं हात उचलून घेतले आणि तो टाचा जमिनीवर टेकवून उकिडवा बसला. कमीत कमी अर्धा तास तरी त्यानं आपलं लक्ष पूर्णपणे झॅकरीवर एकवटलं होतं.

त्यानं पॉलीकडे पाहिलं. मान जराशी हलवत तो म्हणाला, ‘‘हृदयात खूप मोठी दुखापत.’’

झॅकरीनं ओरडून विचारलं, ‘‘तुला ते दुरुस्त करता येईल का?’’

तो उपचारकर्ता टायनॅकशी काहीतरी बोलू लागला. पॉलीला ते समजत नव्हतं, तिला फक्त एवढंच कळलं की तो क्लेपबद्दल काहीतरी सांगत होता.

टायनॅक तिला म्हणाला, ‘‘तू, देवता, तू क्लेपला मदत केलीस. या झॅकला मदत कर.’’

पॉली हातवारे करत समजावू लागली, ‘‘कबनंच त्याच्या पायाची हाडं नीट बसवली, मी फक्त क्लेपचे हात घट्ट धरून ठेवले होते. मला मदत करता आली असती तर मी नक्कीच केली असती, पण मला उपचार करण्याचं प्रशिक्षण मिळालं नाहीये.’’ त्यांना तिचं बोलणं समजलं की नाही, तिला कळेचना.

तिचे हात बघायचे आहेत, असं उपचारकर्त्यानं खुणेनं सांगितलं. पॉलीनं त्याच्या पुढ्यात हात पसरून धरले. त्यानं ते हातात घेतले आणि तिचे हात उलट-सुलट अशा दोन्ही बाजूंनी नीट निरखून पाहिले. ते करत असताना तो मान डोलवत पसंतीदर्शक आवाज काढत होता. मग त्यानं पुन्हा स्वतःचे हात पसरले आणि पॉलीनं तिचे हात त्याच्यासारखेच झॅकरीच्या छातीवर ठेवावेत, असं खुणेनं सांगितलं.

तिनं ओगला कडक शब्दात आदेश दिला, "असाच इथे बसून रहा रे." आणि मग ती त्या उपचारकर्त्याच्या शेजारी गुडघे टेकवून बसली. त्यानं तिच्या हातांवर आपले हात ठेवले आणि झॅकरीच्या छातीवरील हवेत दोघांचे हात एकत्रित फिरू लागले. तिला तिच्या हातांच्या तळव्यांमध्ये अनोख्या झिणझिण्या जाणवू लागल्या. आता तिचे हात सामान्य राहिले नाहीत, ते एका सामान्य काळात काम करत नाहीयेत, असा भास तिला होऊ लागला. त्या दोघांचे एकत्रित झालेले चार हात किती वेळ अशा हालचाली करत होते, शोध घेत होते, झॅकरीच्या त्वचेला स्पर्शही न करता त्याच्या हृदयाला स्पर्श करत होते, ते तिलाही कळलं नाही. अगदी हळूहळू तिच्या हातांना यातना होऊ लागल्या आणि विरोधही जाणवू लागला.

उपचारकर्त्यानं आपले हात उचलून घेतले, अन् त्याच क्षणी अचानक पॉलीची बोटं बर्फागत थंडगार पडली. तिनं उपचारकर्त्याकडे पाहिलं. तो म्हणाला, "शक्ती. चांगली शक्ती, पण पुरेशी नाही."

"काय म्हणतोय गं तो?" झॅकरीनं मोठ्यानं विचारलं.

"तो सांगतोय की एकत्रितपणे आम्हा दोघांना चांगली शक्ती मिळते."

झॅकरी म्हणाला, "तू डॉक्टर नाहीयेस. तो काय करतोय हे त्याचं त्याला तरी कळतंय का?"

"हो. माझ्या मते तरी त्याला ते कळतंय." हे ऐकून डॉ. लुईसना काय वाटेल, तिला प्रश्नच पडला.

"तुला खरंच तसं वाटतं?"

"झॅकरी, हे लोक आपल्यासारखा विचार करत नाहीत. उपचार करण्याचा त्यांचा दृष्टिकोन खूपच वेगळा आहे."

"मग? आता मी बरा झालोय?"

तिनं उपचारकर्त्याला विचारलं, "तो आधीपेक्षा थोडासा बरा झालाय का?"

"थोडा बरा, पण..."

"त्याचं हृदय?"

डोकं हलवत उपचारकर्ता म्हणाला, "थोडा बरा, पण..."

"अगं काय म्हणतोय तो?" चिंताग्रस्त होऊन झॅकरीनं विचारलं.

"तुझं हृदय आधीपेक्षा थोडंसं बरं आहे, पण पूर्णपणे ठीक झालेलं नाहीये असं सांगतोय तो."

"का नाही?"

"तो म्हणतोय, पुरेशी शक्ती नाहीये."

झॅकरीनं जणू अंग आक्रसून घेतलं. लहान मुलासारखा रडक्या आवाजात तो ओरडला, "पण का नाहीये?"

उपचारकर्ता उठून उभा राहिला आणि त्यानं पॉलीला खुणावून बाहेर बोलावलं. त्याच्या मागोमाग बाहेर जाता जाता ती ओरडून झॅकरीला म्हणाली, "मी परत येते रे." तिच्यासोबत सावलीसारखा ओगही बाहेर पडला. उपचारकर्ता तिला क्लेपच्या तंबूत घेऊन गेला.

क्लेपनं हसून त्यांचं स्वागत केलं. तो म्हणाला, "उपचारकर्ता म्हणतो, मी, मी... अं... चमत्कार आहे."

ते मान्य करून पॉली म्हणाली, "तू चांगलाच बरा होत आलायस. छान निरोगी आणि तरुण वयाचा आहेस तू. आता ॲनारल सांगते तशी स्वत:ची नीट काळजी घेतलीस, तर काही आठवड्यातच तू पूर्णपणे बरा होशील."

उपचारकर्ता क्लेपशी काहीतरी बोलला आणि मग खाली वाकून तो क्लेपचा पाय तपासू लागला. मधून मधून तो मान पसंतीदर्शक डोलावत होता.

क्लेप म्हणाला, "तू छान मदत केलीस, पण झॅकच्या हृदयात फारच मोठा बिघाड झालाय आणि ही गोष्ट तुला कळायला हवी, असं उपचारकर्त्याचं म्हणणं आहे."

"हो, मला माहीत आहे. क्लेप, अरे, तो इतका घाबरला आहे नं," पॉली म्हणाली.

"उपचारकर्त्यानं जमेल तेवढी मदत केली आहे. त्याच्याकडे जास्त शक्ती असती, तर त्याने आणखी मदत केली असती. तो झॅक एवढा का घाबरतो गं? हे जीवन खूप सुंदर आहे, पण ते संपल्यावर आपण जिथे जातो नं, तेसुद्धा छान असतं."

"त्या गोष्टीवर झॅकरीचा विश्वास नाहीये."

"ते जीवन खूप वाईट असेल, असं त्याला वाटतं का?"

"नाही रे. त्याच्या मते, नंतर काहीही नसतं, तो कायमचा नाहीसा होईल, पूर्ण संपून जाईल."

मान हलवून क्लेप म्हणाला, "बिच्चारा झॅक. उपचारकर्ता पुन्हा प्रयत्न करील हं, मदत करायचा पूर्ण प्रयत्न करील."

'शस्त्रक्रियेचं सगळं सुसज्ज आधुनिक तंत्रज्ञान उपलब्ध असूनही आधुनिक डॉक्टर्सना जे करता आलं नाही, ते काम या उपचारकर्त्याला जमेल?' तिला प्रश्न पडला. पण तिला मात्र हा वृद्ध माणूस अगदी खऱ्या अर्थानं परिपूर्ण उपचारकर्ता असल्याची खात्री वाटत होती. मात्र तिला अशी खात्री का वाटतेय, ते तिलाही कळत नव्हतं.

तिला करण्यासारखं काही विशेष नव्हतंच. ती जिथे जिथे जाई, तिथे तिथे ते

दोन्ही पहारेकरी तिच्या मागोमाग सतत असत. अगदीच तिच्या बरोबरीनं चालत नसत, पण ती सतत त्यांच्या नजरेच्या टप्प्यात राहील, याची ते काळजी घेत असत. ती ओगसोबत वस्तीत फेरफटका मारायला गेली होती. वस्तीतले लोक मात्र कुत्रा पाहून अस्वस्थ होऊन पॉलीकडे भेदरलेल्या नजरेनं पाहत होते. त्यांच्या नजरेत भीतीसोबतच संतापही नक्कीच दिसत होता, त्यांच्या रागामागचं कारण पॉलीच्या लक्षातच येत नव्हतं.

टायनॅकच्या मनात नेमकं काय चाललंय, तेसुद्धा तिला कळत नव्हतं. त्याच्या तंबूत त्यानं झॅकरीसोबत बराच वेळ घालवला. मग बाहेर येऊन तो आकाशाकडे निरखून पाहू लागला, जणू पावसाचं चिन्ह शोधत असल्यागत.

डो पॉलीसाठी दुपारचं जेवण घेऊन आली. जेवण देऊन ती निघून न जाता जरा मागे सरून तिथेच उभी राहिली. पॉलीनं विचारलं, "मी एकटंच जेवायचं का? का गं असं मला एकटं पाडता?"

मान हलवून डो पहारेकऱ्यांकडे नजर टाकत म्हणाली, "टायनॅक."

"लोक मला कशासाठी घाबरतात?"

"देवी" डो डोळ्यात चिंताग्रस्त भाव आणून म्हणाली, "पाऊस कुठे?"

जेवण झाल्यावर टायनॅक तिच्या पडवीपाशी आला. त्यानं प्रश्न केला, "देवदूत?"

पॉलीनं ॲनोरॅकच्या खिशातून ती प्रतिमा काढून त्याला दाखवली, पण त्याच्या हातात मात्र दिली नाही.

"देव-दूताकडे शक्ती असते?"

"हो, फक्त माझ्यासाठी. चांगली शक्ती."

टायनॅकनं त्याच्या सदऱ्याच्या खिशातून त्याचं चित्र बाहेर काढलं. तिनंच रेखाटलं होतं ते. ते दाखवत तो म्हणाला, 'शक्ती'

"शक्ती माझी आहे." पॉली ठामपणे म्हणाली.

"माझी" असं म्हणून त्यानं ते चित्र बाजूला केलं. खूप चुरगाळलं होतं ते. त्यानं ते चित्र बहुतेक खूप लोकांना दाखवलं होतं. "चल, ये," त्यानं तिला सांगितलं. ती त्याच्या मागोमाग जाऊ लागली, ओगही तिच्यासोबतच चालू लागला. टायनॅक तिला वस्ती पार करून पुढे एका अरुंद वाटेनं जंगलात घेऊन गेला. खूप भव्य आणि प्राचीन झाडांची दाटी होती तिथे. ते त्या जंगलातूनही आणखी पुढे गेले आणि एकही झाड नसलेल्या उजाड मैदानात जाऊन पोचले. त्या मैदानाच्या अवतीभोवती असलेल्या झाडांची अगदी सगळी पानं गळून पडली होती. एक लहानसं पानसुद्धा फांदीला लटकलेलं दिसत नव्हतं. झाडांचे बुंधे, फांद्या, उघड्यावाघड्या पडून काळसर दिसत होत्या, फार भयानक दिसत

होती ती झाडं. त्या मैदानापासून सगळ्यात दूरवर असलेल्या झाडांवर थोडीफार वाळकी पिवळट पानं दिसत होती. ती पानंसुद्धा अगदी फिक्की पडून पांढरट दिसू लागली होती आणि त्या झाडांवरचं एक एक पान निर्जीवपणे जमिनीवर गळून पडत होतं. त्या मैदानाच्या मध्यावर एक भलामोठा सपाट खडक होता. त्याचा पृष्ठभाग किंचित अंतर्वक्र दिसत होता. टायनॅक त्या खडकाजवळ गेला. पॉलीही त्याच्या मागोमाग गेली. हवेत एक विचित्रच गारठा जाणवत होता. पॉलीला छातीत दडपण आल्यागत भासलं, म्हणून तिनं एक मोठा श्वास घेतला. त्या खडकावर खूप मोठेमोठे तपकिरी डाग पडले होते.

त्या डागांकडे बोट दाखवून पॉलीनं विचारलं, "हे काय?"

"रक्त" टायनॅक म्हणाला.

'रक्त. सुकलेलं रक्त. म्हणजे इथे, या ठिकाणीच, सगळे बळी दिले गेले आहेत तर, आणि आता टायनॅक आणखी एक नवा बळी देण्याच्या विचारात आहे,' पॉली मनात म्हणाली.

ओग घशातल्या घशात गुरगुरू लागला. पॉलीनं त्याच्या डोक्यावर हात ठेवून त्याला शांत करण्याचा प्रयत्न केला. भीतीने तिच्या अंगावर काटा उभा राहिला होता.

"देव-दूत रक्षण करेल?"

कसाबसा मगरुरीचा आव आणून ती म्हणाली, "हो." तिनं खिशातून पट्कन डायरी आणि पेन काढलं, आणि टायनॅकचं आणखी एक चित्र रेखाटलं. तिचे हात थरथरत होते, त्यामुळे ते आधीच्या चित्राएवढं चांगलं आलं नव्हतं, पण तरीही ओळखता येत होतं. तिनं खिशातून कात्री काढली आणि ते चित्र कापून त्याचे दोन तुकडे केले. मग टायनॅकच्या नजरेला नजर भिडवून ती म्हणाली, "शक्ती."

जणू काही तिनं खरंच त्याच्यावर वार केल्यागत टायनॅकनं आपली छाती आवळून धरली.

पॉलीनं ते दोन्ही तुकडे डायरीत एकत्र ठेवले, डायरी बंद केली आणि परत खिशात ठेवली.

टायनॅक भीतीनं हादरून गेल्याचं स्पष्ट दिसत होतं. त्यानं विचारलं, "देव-दूत तुला दोन पाती असलेला चाकू देतो?"

"देवदूत माझं रक्षण करतो. हा ओग माझं रक्षण करतो. तू मला इथे कशाला आणलं?"

"शक्तीचं ठिकाण."

"वाईट जागा." पॉली म्हणाली.

“चांगली शक्ती. पाऊस तयार करते. झॅकचं हृदय चांगलं करते.”

“मला झॅकशी बोलायचं आहे,” कडक शब्दात पॉलीनं फर्मावलं.

तिच्याकडे तिरप्या नजरेनं बघत टायनॅक धूर्तपणे म्हणाला, “देवीच्या रक्तात खूप जास्त शक्ती असते. उद्या पौर्णिमा. शक्ती.”

तिला थेट प्रश्न विचारणं भाग पडलं, “झॅकरीला माहीत आहे का?”

“काय?”

“या जागेबद्दल? आणि अं...” तिचा गळा दाटून आला होता, कसाबसा आवंढा गिळून तिनं म्हटलं, “माझं रक्त उपचारकर्त्याला जास्त शक्ती मिळवून देईल, त्याबद्दल... झॅकरीला माहीत आहे?”

“झॅकला माहीत आहे. झॅकला ते हवंय.”

पॉली म्हणाली, “समजा, उद्या मी इथे नसलेच तर? समजा, मला देवदूत इथून घेऊन गेला तर?”

चुळबुळत जरासं दूर उभ्या असलेल्या पहारेकऱ्यांकडे नजर टाकून टायनॅक म्हणाला, “नाही. देवदूत तुला इथून दूर नेणार नाही.”

“आणि जर उद्याच्याही आधी पाऊस पडला, तर?”

टाळ्या वाजवत टायनॅक म्हणाला, “मग तर आणखी छान. आणखी जास्त शक्ती.”

“मग उपचारकर्ता झॅकरीला मदत करेल? त्याला बरं करेल?”

खांदे उडवून टायनॅक म्हणाला, “उपचारकर्त्याला जास्त शक्ती मिळाली तर करेलही.”

ओग अजूनही धमकी दिल्यागत गुरगुरत होता.

“बंद कर,” टायनॅक म्हणाला.

तिनं ओगच्या डोक्यावर हात दाबून धरला. ‘टायनॅकनं ओगला ठार मारण्यासाठी मुळीच मागे-पुढे पाहिलं नसतं. ओगला मारून तिची शक्ती कमी होईल असं जर त्याला वाटलं, तर तो ओगला नक्कीच मारेल. टायनॅकला तिला त्या खडकावर खेचत नेऊन, तिच्यावर वार करायचे होते, तिचं रक्त तिथल्या रक्ताच्या डागांमध्ये मिसळायचं होतं. ते काम सोपं करण्यासाठी जे काही करावं लागेल ते सगळं करण्यासाठी तो एका पायावर तयार होता. जर त्यानं ओगला आधी मारलं नाही, तर ओग तिचं रक्षण करण्यासाठी लढा देईल. तिचा सहजपणे बळी देऊ देणार नाही. तरीदेखील ओगचा संपूर्ण जमातीसमोर टिकाव लागणार नाही,’ तिच्या मनात विचारांचं वादळ उठलं होतं. तिनं टायनॅककडे निरखून पाहिलं. त्यानं आत्तापर्यंत ओगला मारून टाकलं नाही, याचं कारण तिनंच मनाशी निश्चित केलं. ओगला मारल्यास पॉलीची आणि देवदूताची

शक्ती त्याच्यावर सूड उगवेल अशी भीती त्याला वाटत होती, आणि म्हणूनच त्या अंधश्रद्धेमुळे त्यानं ओगला अजून मारलं नव्हतं.

'आता काय करता येईल?' तिच्या मनात प्रश्न उभा राहिला. तिचं हृदय अत्यंत जोरात धडधडत होतं, ते थोडं दुखतही होतं, जणू दगडाचं बनल्यागत जड वाटत होतं. 'झॅकरीलादेखील त्याच्या बिघडलेल्या हृदयाचा कायम असाच अनुभव येत असेल का?' तिला प्रश्न पडला.

टायनॅक त्या भीषण खडकापासून माघारी वळला आणि तिला परत तिच्या पडवीपाशी घेऊन आला. ते दोन्ही पहारेकरी पुन्हा आपापल्या जागी उभे राहिले. एकाच्या हातात धनुष्यबाण होता, तर दुसऱ्याच्या हातात भाला. ती देवी असेलही, पण त्याचबरोबर ती कैदीसुद्धा होती.

टायनॅक निघून गेल्यानंतर ती पडवीतून बाहेर आली. ते दोन्ही पहारेकरी एक शब्दही न बोलता लगेच तिच्या मागोमाग चालू लागले. ती तलावापाशी गेली आणि जोरात ओरडून तिनं ओगला आदेश दिला, "ओग, जा रे!" लगेचच ओग वेगानं धावत तलावात शिरला आणि भराभर पोहत पुढे जाऊ लागला. तिनं गरकन मागे वळून पाहिलं, दोघांपैकी एक पहारेकरी धनुष्यावर बाण चढवत होता. 'नाही!' मोठ्यानं ओरडून तिनं फर्मान सोडलं.

काय करावं हे न समजल्याने ते दोन पहारेकरी नुसतेच एकमेकांकडे पाहू लागले. एकानं भाला उचलून पेलल्यावर तिनं त्याच्या हातावर जोरदार फटका मारला. तिला अजिबात दुखापत न करण्याचा आदेश त्या दोघांना दिलेला असणार, याची तिला खात्री होती. तिचं रक्त फार मौल्यवान होतं, ते उगाचच न सांडता फक्त विधिवतच अर्पण केलं जावं अशीच टायनॅकची इच्छा असणार, याचीही तिला खात्री होती. ओग दिसेनासा होईपर्यंत ती त्याच्याकडे बघत राहिली. तो सपासप पाणी कापत बाणाच्या किंवा भाल्याच्या टप्प्याबाहेर गेला. मगच ती पडवीत परत गेली. धनुष्यबाणवाला पहारेकरी घाईघाईनं तिथून निघून गेला. तो टायनॅकला हे सगळं सांगायलाच गेला होता.

तिनं ओगला परत पाठवलं होतं आणि ती तेवढंच करू शकत होती.

पडवीत येऊन ती बिछान्यावर बसली. 'झॅकरी काय करतोय, त्याचं त्याला तरी कळतंय का? उपचारकर्त्याला थोडीशी जास्त शक्ती मिळाली तर तो झॅकरीला नक्की बरं करू शकेल, आणि ही शक्ती पॉलीच्या रक्तातून मिळेल, असलं काहीबाही टायनॅकनं झॅकरीला पटवून दिलंय का?' तिच्या मनाला प्रश्न पडत होते. आपल्या हृदयातला बिघाड दुरुस्त होण्याच्या आशेनं झॅकरी तिला जाणूनबुजून, स्वत:च्या मर्जीनं, तिला ठार करू देईल? तो असं करील की नाही, हे लक्षात

येण्याइतपत पॉलीची त्याच्याशी पुरेशी ओळखदेखील नव्हती.

तिला फुलपाखरांच्या नजाकतीनं झॅकरीवर भिरभिरणारे उपचारकर्त्याचे हात आठवले. तिच्या हातांवर आपले हात ठेवून एकत्रितपणे काम करणारे हात आठवले. त्या एकत्र झालेल्या हातांमधून ऊब वाहत होती, तो अनुभवही आठवला. त्या वृद्ध माणसाच्या हातांमध्ये प्रचंड शक्ती आणि शिवाय सौंदर्यही होतं. तो एक उपचारकर्ता आहे, आणि तरीही शक्ती वाढण्यासाठी तो तिच्या रक्ताचा वापर करील? सुष्ट आणि दुष्ट शक्ती एकत्र काम करू शकतील? सकारात्मक आणि नकारात्मक शक्ती या तर मूळ आदिशक्तीचेच पैलू आहेत.

उपचारकर्त्याच्या दृष्टीनं पॉली अत्यंत नगण्य होती. त्याचा ब्रह्मांडाबाबतचा दृष्टिकोन तिच्यापेक्षा पूर्णपणे वेगळाच होता. तिच्या काळातल्या रीतीभाती, प्रथा ती त्याच्यावर लादू शकत नव्हती.

टायनॅकच्या तंबूत कवट्या होत्या.

ती तिच्या घरापासून तीन हजार वर्षांच्या अंतरावर होती.

ती जाणीवपूर्वक श्वसनावर लक्ष एकवटू लागली. शांत, संथ गतीनं श्वास घेण्याचा प्रयत्न करू लागली. प्रार्थना करायचा प्रयास करू लागली. बिशप कोलुब्रांनी अगदी स्पष्टपणे सांगितलंच होतं, नाझरेथचा जीझस अजून एक हजार वर्षांनी जन्म घेणार असला, तरीही ख्रिस्त मात्र कायमस्वरूपी सोबत आहेच. ओ'कीफ कुटुंबाची आवडती प्रार्थना पॉली म्हणू लागली–

मजसोबत राहो सदा ख्रिस्त
मम अंतरंगी असो ख्रिस्त
माझ्या पाठी असावा ख्रिस्त
माझ्या पुढे असावा ख्रिस्त
मम शेजारी असो ख्रिस्त
मला जिंकण्या असो ख्रिस्त
मम सुखाची ठेव ख्रिस्त
नवजीवन देई मला ख्रिस्त''

बिछान्यावर हात डोक्याखाली घेऊन ती आडवी पडून राहिली होती. पडवीच्या कातडी छताकडे बघत प्रार्थना म्हणत होती. लख्ख ऊन पडले होते. वर असलेल्या ओकच्या फांद्यांच्या सावल्या संथ लयीत छतावर हलताना दिसत होत्या. 'श्‌श्‌श. पॉली, संथ श्वास घे. घाबरून जाऊ नकोस' जणू त्या तिला सांगू पाहत होत्या. ओक वृक्षाच्या फांद्याफांद्यातून वाहणारा जीवनरस म्हणजे जणू मानवी शरीराच्या धमन्यांमधून वाहणारं रक्तच. त्या सावल्यांची लय तिच्या प्रार्थनेच्या लयीशी जणू एकरूप झाली होती.

माझ्या खाली असो ख्रिस्त
माझ्या वरती असो ख्रिस्त
मौनातही असो ख्रिस्त
संकटसमयी असो ख्रिस्त
मजवरी जयांचे प्रेम असे,
सर्वांच्या मनी असो ख्रिस्त
मित्र, आणखी अनोळखी जे,
सर्वांच्या मुखी नाम ख्रिस्त.''

'बिशप कोलुब्रा या प्रार्थनेला मंत्र असं म्हणतील का? अडचणीत सापडल्यावर मदतीसाठी केली जाणारी देवाची प्रार्थना, किंवा देवाचा धावा. ती साक्षात ख्रिस्तालाच मदतीसाठी हाक देत होती.' तिच्या मनात विचार सुरूच होते.

'संकट. ती सर्व बाजूंनी फार मोठ्या संकटात सापडलीय, हे तिला कळत होतं. उपचारकर्त्याला झॅकरीचं हृदय दुरुस्त करण्यासाठी आणखी जास्त शक्ती हवी होती. टायनॅकला पाऊस पाडण्यासाठी शक्ती हवी होती.'

'मजवरी जयांचे प्रेम असे, सर्वांच्या मनी असो ख्रिस्त.'

आत्ताच्या क्षणी तिला आई-बाबा, भाऊ-बहिणी यांच्यापेक्षा आजी-आजोबा, बिशप कोलुब्रा, डॉ. लुईस यांचीच जास्त आठवण येत होती. आत्ता तिच्यासोबत काय घडतंय, याची तिच्या आई-बाबांना अजिबातच कल्पना नव्हती. बिशप, ॲनी, कब, टाव हे सगळे तलावापलीकडे राहिले होते, वाट बघत होते. त्यांचं तिच्यावर प्रेम होतं. त्या सगळ्यांच्या हृदयात तिला खास स्थान होतं. ओग पोहत पोहत तिकडे पोचल्यावर त्या लोकांना काय वाटेल? तिनंच ओगला पाठवल्याचं त्या लोकांना कळेल का? मग ते लोक काय करतील?

'मित्र, आणखी अनोळखी जे, सर्वांच्या मुखी नाम ख्रिस्त.'

'आता कॅरॅलिस आणि ॲनारल अनोळखी राहिले नव्हते. ते तिचे मित्र झाले होते. कब तर लहान भावासारखा होता. टाव. हं... टावच्या हृदयात तिला अगदी खास स्थान होतं. क्लेपनं त्याला आणि ॲनारलला, तसंच टाव अन् पॉलीला जोडणाऱ्या रेषांबद्दल सांगितलं होतंच. प्रेम होतं ते.'

'अनोळखी.'

'हं, टायनॅक अजूनही अनोळखीच होता. पॉली आणि टायनॅकमध्ये कुठल्याही प्रकारची रेषा नव्हती, पण पॉली आणि तो उपचारकर्ता यांच्यात मात्र काहीतरी बंध असल्याचं जाणवत होतं. झॅकरीची नाडी, श्वास आणि हृदय तपासताना, ख्रिस्ताची प्रेमळ शक्ती त्याच्या अलवार हालचाली करणाऱ्या हातात नक्कीच आलेली असणार.'

'आणि पॉली आणि झॅकरी यांना जोडणारी रेषा होती का? या रेषा कुणाकुणाला जोडतील, कुठे जातील, याची निवड आपण करू शकतो का? जर पॉलीचा बळी देऊन झॅकरी आपलं आयुष्य वाचवण्याचा प्रयत्न आपल्या मर्जीनं करत असेल, त्यासाठी पॉलीला स्वत:चं बलिदान देण्याचा आग्रह धरत असेल, तर मग त्यांना जोडणाऱ्या रेषेचं काय? अशा प्रसंगी ख्रिस्त कुठे होता?'

'ख्रिस्त नाही, अशी एकही जागा नाही, असं बिशप कोलुब्रा म्हणतील याची तिला खात्री होती.'

'तिच्या स्वत:च्या मनात तरी ख्रिस्त कुठे होता? आत्ता तिच्या मनात तर फक्त बंडखोरीचे विचार होते, आणि त्या जंगलातल्या, भयानक खडक असलेल्या उजाड मैदानाबद्दलची फक्त तीव्र नकारात्मक भावनाच होती.'

रक्तदान करण्याबद्दल डॉ. लुईस जे सांगत असत ते शब्द तिला आठवले. 'जर तिच्या भावा-बहिणींपैकी कुणाला रक्त देऊन वाचवण्याची वेळ आली, तर ती स्वत:चं रक्त देऊ करणार नाही का?' या प्रश्नाचं उत्तर तिला सांगता येईना, तिला ते माहीत नव्हतं. हजार वर्षांनंतर रक्तदान अगदी सरसकट केलं जाणार होतं. 'जाऊ दे. एवढं पुरे झालं. सगळं समजलंच पाहिजे, असं नाही'; तिच्या मनात आलं.

हवेची मंद झुळूक हलकेच तिच्या पडवीत शिरली आणि त्या झुळकेनं तिच्या गालांना स्पर्श केला. छान उबदार होती ती झुळूक. थंडगार नव्हती. तलावातल्या छोट्या छोट्या लाटा किनाऱ्यावर अलगद आदळत होत्या. त्या भव्य ओक वृक्षानं आपल्या भरभक्कम फांद्या तिच्या डोक्यावर पसरल्या होत्या. ती जिथे झोपली होती, त्या जमिनीखाली त्या वृक्षाची मुळं बुंध्यापासून सर्व दिशांना पसरली होती. जणू शक्तीच्या रेषाच. ओक वृक्षाची खोल गेलेली मुळं तर पृथ्वीच्या केंद्रभागाजवळ पोचली होती. जणू मध्यभागी असणाऱ्या पृथ्वीच्या हृदयाला ऊब देण्याचं काम करणाऱ्या अग्नीपर्यंत पोचली होती ती मुळं. फांद्या तलावाच्या दिशेनं पसरल्या होत्या, जणू पल्याडच्या तीरावर वाट पाहणाऱ्या, तिच्यावर प्रेम करणाऱ्या लोकांकडे निर्देश करत होत्या. उंच उंच आकाशात गेलेल्या फांद्या जणू ताऱ्यांना स्पर्श करत होत्या, जणू प्रेमाच्या रेषांनी तयार होणारा आकृतिबंध पूर्ण करत होत्या.

त्या अवाढव्य वृक्षाच्या पानापानांतून वाऱ्याची झुळूक सळसळत गेली. तिच्या पडवीच्या छतावर एक मोठं पान गळून पडलं. तिला आतून त्याची सावली दिसत होती. ती कान देऊन ऐकत राहिली. तिच्या शरीरात हळूहळू एका वेगळ्याच ताकदीचा संचार होऊ लागला.

त्या दोन पहारेकऱ्यांपैकी भालाधारी पहारेकऱ्यानं हातातला भाला जमिनीवर दाणकन आपटून तिला मागोमाग यायला खुणावलं आणि तिची विचार-समाधी मोडली. धनुष्य-बाणवाला पहारेकरी तिला बिछान्यातून ओढून काढायला खाली वाकला, पण तिनं त्याला ढकलून दिलं अन् ती उभी राहिली. उबदार दिवस होता, पण तरीही तिनं ॲनारलच्या कातडी कोटावरून ॲनोरॅक चढवला. त्याचा झिपर ओढून झिप बंद करत असताना ते दोन पहारेकरी विस्मयचकित होऊन बघत होते. ही इतकी साधीशी कृती म्हणजे शक्तिप्रदर्शन मानलं जाईल, असं तिला कल्पनेतही वाटलं नव्हतं. तिनं खिशात हात घालून प्रतिमा तिथेच असल्याची खात्री करून घेतली.

त्यांची नावं समजली, तर त्यांच्या वागण्यातला उग्रपणा जरा कमी करता येईल, अशा विचारानं ती म्हणाली, "मी पॉली आहे." 'पॉली,' 'देवी नव्हे.' ती मनातच म्हणाली. 'तुम्ही कोण?' असं विचारून मग धनुष्यबाणवाल्या पहारेकऱ्याकडे प्रश्नार्थक नजरेनं बघत विचारलं, "मी पॉली. तू कोण?"

"विंटर फ्रॉस्ट" अत्यंत नाखुशीनं, नाईलाज झाल्यागत तो बोलला.

"आणि तू?" भाला घेतलेल्या पहारेकऱ्याकडे बघत तिनं विचारलं, "मी पॉली. तू?"

"डार्क स्वालो."

"धन्यवाद विंटर फ्रॉस्ट, डार्क स्वालो. तुमची नावं खूप सुंदर आहेत हं." त्यांना जरी काहीही समजलं नसलं तरी तिच्या आवाजातून, तिच्या हावभावातून त्यांच्यापर्यंत काहीतरी पोचवता येईल, असं तिला वाटलं.

डार्क स्वालो पुढे चालत रस्ता दाखवू लागला. पॉली त्याच्या मागोमाग चालत होती. तिच्या मनात आलं, आत्ता तिच्यासोबत ओग असता तर किती बरं झालं असतं. ओग पोहत पोहत पलीकडच्या किनाऱ्यावर पोचलाय, आणि त्याला पाहून ती संकटात सापडल्याचं वाऱ्याच्या लोकांना कळलंय, असं दृश्य जणू तिच्या डोळ्यांसमोर उभं राहिलं. 'पण ते लोक तरी काय करू शकतील? बरीच लहानशी जमात आहे ती. वाऱ्याच्या लोकांची संख्या तर टायनॅकच्या जमातीच्या लोकसंख्येच्या अर्ध्यापेक्षाही कमीच आहे,' ती मनातच म्हणाली.

विचारमग्न झाल्याने चालता चालता तिची पावले सावकाश पडू लागली. विंटर फ्रॉस्टनं तिला लगेच धनुष्यानं ढोसलं.

ते दोघे तिला जंगलातल्या, अवतीभोवती पर्णहीन झाडं असलेल्या, उजाड मैदानावर घेऊन चालले होते. तिथे तो रक्तानं माखलेला खडक तिची वाट बघत होता. पण आत्ता तर दिवस होता, सूर्य चांगलाच वर आलेला होता. रात्र होऊन चंद्र उगवेपर्यंत ते लोक काहीही करणार नाहीत, असं तिला खात्रीनं वाटत होतं.

तरीदेखील ती मागे सरू लागली, पण विंटर फ्रॉस्टनं तिला पुन्हा ढोसलं.

टायनॅक आणि उपचारकर्ता तिथेच उभे होते. टायनॅकनं मानेनं खुणावून त्या दोन्ही पहारेकऱ्यांना दूर जायला सांगितलं. ते त्या मैदानाबाहेर वाट बघत उभे राहिले. टायनॅक आणि उपचारकर्ता दोघे एकाच वेळेस बोलू लागले. मग आधी टायनॅक बोलला आणि नंतर उपचारकर्ता. एकमेकांत न गुंतलेले वेगवेगळे शब्द भराभर उच्चारले जात होते. पॉलीला ते शब्द समजतच नव्हते.

तिनं त्यांना विनवलं, "सावकाश. प्लीज आणखी सावकाश बोला."

त्या दोघांनी तसा प्रयत्न केला, पण तरीही तिला काही काही शब्दच कळले. तिला प्रत्येक गोष्ट समजेपर्यंत ते ती पुन्हा पुन्हा सांगत राहिले. ते तिला विचारत होते, "ती देवी असल्यामुळे अमर आहे का? तिला त्या खडकावर ठेवून तिचा बळी दिला आणि उपचारकर्त्याची शक्ती वाढावी म्हणून तिचं रक्त काढून घेतलं, तर ती मरून जाईल का? का देवी असल्याने ती पुन्हा जिवंत होईल?"

तिनं आपले दोन्ही हात वर केले आणि म्हटलं, "मी तुमच्यासारखी मर्त्य मानवच आहे, अमर नाहीये. माझा मृत्यू होईल तेव्हा मी इतर लोकांसारखीच मेलेली असेन." त्याला समजलं का? तिला प्रश्न पडला. ते कपाळाला आठ्या घालून तिच्याकडे बघत होते, त्यामुळे तिनं परत समजावून सांगण्याचा प्रयत्न केला. "माझं हे शरीर हे मर्त्य आहे. तुम्ही जर माझ्या शरीरातलं रक्त काढून घेतलं, तर हे शरीर मरण पावेल."

उपचारकर्त्यानं तिचे हात आपल्या किंचित थरथरत्या हातात घेतले. तो जेव्हा झॅकरीला तपासत होता, तेव्हा त्याचे हात फुलपाखरासारख्या हालचाली करत होते, पण ते थरथरत मात्र नव्हते. तो तिचे हात उलथे-पालथे करून निरखून पाहत राहिला.

तिनं विचारलं, "माझं रक्त झॅकरीचं हृदय दुरुस्त करण्यासाठी पुरेशी शक्ती देईल, असं खरंच वाटतं तुम्हाला? तुम्ही एक उपचारकर्ता आहात. माझ्या रक्ताची गरज आहे, अशी खात्री आहे का तुमची?"

तिचं बोलणं त्याला समजणारच नव्हतं, पण तरीही तिनं विचारलं. त्यानं डोकं हलवलं, त्याचे डोळे उदासवाणे दिसत होते.

तिला अचानकच एक कल्पना सुचली. तिनं खिशातून ॲनारलचा सोनेरी चाकू बाहेर काढला आणि तो उघडला. तिनं आपल्या हातावर मनगटापासून थोड्याशाच लांब अंतरावर चाकूनं पट्कन लहानशी जखम केली आणि तो हात उपचारकर्त्याच्या पुढ्यात धरला. जखमेतून रक्त वाहू लागलं होतं. तिनं विचारलं, "एवढं रक्त पुरेसं होईल?"

त्यानं रक्ताचा एक थेंब बोटावर घेतला, ते बोट नाकापाशी, तोंडापाशी नेऊन त्याचा वास घेतला.

टायनॅक ओरडला, "पुरेसं नाही! मुळीच पुरेसं नाहीये!"

पॉलीनं हात तसाच लांब धरून ठेवला होता, पण उपचारकर्त्यानं मान हलवली. ॲनारलनं त्या चाकूसोबतच बँड-एडच्या पट्ट्यासुद्धा दिल्या असल्याचं तिला आठवलं. तिनं दुसरा हात खिशात घालून एक पट्टी बाहेर काढली आणि त्या छोट्याशा जखमेवर चिकटवली. टायनॅक आणि तो उपचारकर्ता, दोघेही बँड-एडच्या पट्टीकडे डोळे विस्फारून एकटक बघत होते.

'पण बँड-एडच्या पट्ट्या काही फारशा प्रभावशाली नव्हत्या. कसे मारत असतील ते लोक? तिचा गळा कापतील? का थेट तिच्या छातीवर, हृदयावरच वार करतील? तसं झाल्यावर मात्र कुठलीही बँड-एडची पट्टी ते भळभळून उसळत वाहणारं रक्त थोपवू शकणार नाही. त्या रक्तासोबतच तिचा जीवही निघून जाईल' तिच्या मनात आलं.

तिनं सांगितलं, "मला झॅकरीशी बोलायचं आहे."

"झॅकची इच्छा नाही. त्याला तुझ्याशी बोलायचं नाहीये." टायनॅक म्हणाला.

कसंबसं उसनं अवसान आणून, धीर गोळा करून ती मगरुरीनं म्हणाली, "झॅकरीला माझ्याशी बोलायची इच्छा आहे की नाही, याचा मला काहीही फरक पडत नाही. मला त्याच्याशी बोलायचं आहे." असं बोलून ती त्यांच्याकडे पाठ फिरवून, त्या भकास मैदानापासून दूर नेणाऱ्या वाटेवरून तरातरा चालत निघून जाऊ लागली.

लगेच ते दोन पहारेकरी तिची वाट अडवून उभे राहिले.

मागे वळून अतिशय चढेल आवाजात ती ओरडली, "टायनॅक!"

टायनॅकनं उपचारकर्त्याकडे पाहिलं.

मान डोलावत उपचारकर्ता म्हणाला, "झॅककडे घेऊन जा."

झॅकरी टायनॅकच्या तंबूत सावलीत बसला होता. तंबूचा पडदा उघडाच होता, त्यातून आत येणारा प्रकाश खांबांवरच्या पांढऱ्या कवट्यांवर पडल्याने त्या ठळकपणे डोळ्यात भरत होत्या. झॅकरीच्या चेहऱ्याचा पांढरटपणा आणखीच प्रकर्षानं जाणवत होता.

"तिला इथे आणू नका, असं मी सांगितलं होतं नं," झॅकरी टायनॅकला म्हणाला.

टायनॅक आणि उपचारकर्ता दोघे तंबूच्या दारात बसून राहिले. पॉली झॅकरीसमोर उभी ठाकली.

“ए, जा गं,” तो खाली जमिनीकडे पाहात म्हणाला.

“झॅंकरी, तुला मला भेटायची इच्छा का नव्हती?”

“काय उपयोग आहे त्याचा?”

“आज पौर्णिमा आहे.”

“बरं. मग?”

“झॅंकरी, मला कळायलाच हवं. माझ्या रक्तामुळे उपचारकर्त्याला जास्त शक्ती मिळावी आणि त्याला तुझं हृदय दुरुस्त करता यावं, या कारणासाठी माझा त्या खडकावर बळी दिलेला चालेल का तुला? तुझी तीच इच्छा आहे का?”

“अगं अर्थातच नाही! माझी तशी इच्छा नाहीये! पण ते तसं करणार नाहीत ग, तू तर देवी आहेस नं.”

“झॅंक, ते माझं रक्त मिळवण्यासाठी माझा बळी देणार आहेत. हे तुला माहीत असेलच.”

त्यानं काही न बोलता नुसतेच खांदे उडवले. तिची नजर चुकवून तो दुसरीकडेच बघू लागला.

“माझ्याकडे बघ.”

त्यानं मान हलवून नकार दिला.

“मग? तुला या प्रकाराबद्दल काय वाटतंय?”

त्यानं आपले भेदरलेले काळेभोर डोळे उचलून तिच्याकडे पाहिलं आणि म्हटलं, “ए, माझ्या मनात उगाच अपराधी भावना जागवायचा प्रयत्न करू नकोस हं. माझ्यावर काहीही परिणाम होणार नाही.”

“पण तू त्या लोकांना माझं रक्त काढून घेऊ देशील?”

“अगं, मी त्या लोकांना कसं अडवू शकणार?”

“तुझं हृदय ठीक करता येण्यासाठी, माझं रक्त उपचारकर्त्याला शक्ती देईल, असं तुलाही खरंच वाटतंय?”

“मूर्खासारखी बडबड करू नकोस. पाऊस पडावा म्हणून चाललंय ते सगळं.”

“पण माझ्या रक्ताची शक्ती वापरून उपचारकर्ता तुला बरं करील, असंच वाटतंय नं तुलाही?”

“कुणास ठाऊक?”

“झॅंकरी, मी मरून गेले तर चालणार आहे का तुला? तू मरू देशील मला?”

तो मोठ्यानं ओरडला, “गप्प बस ग! माझा या प्रकाराशी काहीही संबंध नाहीये! चल निघ! इथून निघून जा!”

ती इतक्या गर्रकन मागे वळली की खांबावरची कवटी एकदम तिच्या अगदी चेहऱ्यासमोरच आली, आदळणारच होती ती त्या कवटीवर. एके काळी त्या कवटीच्या पांढऱ्या हाडांवर मांस होतं, डोळ्यांच्या खोबणीत डोळे होते, हसरे ओठ होते. पण ही कवटी ज्या कुणाची होती, ती व्यक्ती तीन हजार वर्षांपूर्वीच निधन पावली होती, अगदी टायनॅकसुद्धा, आणि तो उपचारकर्तादेखील.

'जर तिच्या जिवावर झॅकरी इथेच राहिला, जर ती मेली आणि झॅकरी मात्र जिवंत राहिला, तर तोसुद्धा, तीन हजार वर्षांपूर्वी मरण पावलेला असेल,' तिनं विचार केला.

तरीही, तिचा बळी जाऊ देण्याची त्याची तयारी होती, या गोष्टीचं दुःख मात्र कमी होणार नव्हतं.

प्रकरण १२

सूर्याचा धगधगता गोळा तप्त कांस्य धातूच्या ढालीगत दिसत होता. त्या आगीतून एक विचित्रशी उष्णता पृथ्वीवर येताना जाणवत होती. तलावातल्या पाण्यावर ऊन पडून ते झगमगत होतं. ती तलाव पोहून पलीकडे गेली होती, त्या दिवसापेक्षाही आता जास्तच उष्मा जाणवत होता. दोन्ही पहारेकरी तिच्यावर लक्ष ठेवून होते. ओग तिथून निसटून गेल्यामुळे आता ते पॉलीच्या बाबतीत जास्तच सावध राहणार होते.

तिनं आत्तापर्यंत ज्याच्याबद्दल ऐकलं होतं, हा तोच इंडियन समर (उन्हाळा) होता. हाडं गोठवणाऱ्या लांबलचक थंडीच्या आधीच्या उन्हाळ्याची आठवण करून देणारा, नोव्हेंबर महिन्यातला इंडियन समर. तिला वाटलं होतं त्यापेक्षा कितीतरी जास्त उष्ण होता हा इंडियन समर. अपेक्षेपेक्षा जास्त उष्ण? कदाचित तीन हजार वर्षांपूर्वीचं हवामान वेगळं असेल. तलावापलीकडच्या आकाशात विजा लखलखत होत्या आणि जोडीला ढगांचा गडगडाटही होताच. टायनॅकचे लोक ढोल वाजवत होते, आणि जणू त्या ढोलांच्या संथ ठोक्यांना साथ देण्यासाठी म्हणून ढग गडगडत होते. टायनॅकचे लोक पावसासाठी ढोल बडवत होते. दर तासागणिक त्या ढोलांचा आवाज वाढत चालला होता. पावसासाठी, की बळी देण्यासाठी?

हवेत भयानक उष्णता आणि दमटपणा आला होता, त्यामुळे फर्नचा बिछाना ओलसर झाला होता. पॉलीनं तो ओढत ओढत पडवीच्या दारापाशी आणला. त्याला जरा तरी हवा लागेल, असं वाटलं तिला. त्या बिछान्यावर ती डोळे बंद करून पडून राहिली. गरम हवेची एक मंद झुळूक तिच्या गालाला स्पर्शून गेली. तिनं आपल्या मनातच तिच्या खोलीचं दृश्य नजरेसमोर आणलं. आधी ती खोली चार्ल्स वॉलेसची होती. खोलीच्या खिडकीतून बाहेरची शेतजमीन, पल्याडचं रान, आणि त्या अतिप्राचीन डोंगरवजा टेकड्या दिसत असत. त्या टेकड्या जणू तिला आश्वासक वाटत असत. हीच आश्वासक जाणीव या खडबडीत अवाढव्य डोंगरांबाबत

मात्र वाटत नव्हती. आता तिनं मनातच आजीची प्रयोगशाळा नजरेपुढे आणली. तिथे तिला नेहमीच प्रचंड थंडी वाजायची. जमिनीच्या मोठमोठ्या दगडी फरशांवर पाय टेकवले की ते जणू गोठूनच जायचे. मग तिनं स्वयंपाकघराच्या खिडकीतून बाहेर दिसणारं चित्र मनात उभं केलं. ट्रॅक्टरवर बसलेले आजोबा, दगडी भिंतीपाशी असणारे बिशप कोलुब्रा, उन्हात ऊब खात पहुडलेली मोठी लुईस, अगदी सगळं दिसलं तिला. शिवाय डॅफोडिलच्या फुलांसारखा पिवळा स्वेटर घातलेल्या डॉ. लुईस त्यांच्या भावाकडे चालत जातानाही दिसल्या तिला.

पॉली मनातल्या मनात अशाच पद्धतीनं तीन हजार वर्षांनंतरच्या काळात फेरफटका मारून आली. अनंत कालावधीकरता, तिचा स्वत:चा काळ आणि हा तीन हजार वर्षांपूर्वीचा काळ, दोन्ही जणू एकाच कालखंडात असल्यागत तिला भासलं. 'जर ती या अनोळखी विचित्र काळात मरण पावली, तर तीन हजार वर्षांनंतरच्या तिच्या स्वत:च्या काळात ती जन्म घेईल का? तिचा जन्म झालेला आहे, हे सत्यच असल्यामुळे या भूतकाळात ती मृत्यूला हुलकावणी देऊ शकेल का? नाही. तेही बरोबर नाही. या काळातल्या प्रत्येक व्यक्तीचं निधन कधी ना कधी झालेलं आहे. ती जर तिच्या स्वत:च्या काळात जन्माला आली आहे, तर या काळात ती अगदी तिला मुलं होईपर्यंत तरी जिवंत राहायला हवी नं? म्हणजे मग ती तिच्या स्वत:च्या काळात तिचीच वंशज म्हणून जन्म घेऊ शकेल. कॅरॅलिसला असली कोडी लगेच समजतात.' पॉलीच्या मनात विचारांचं थैमान सुरू होतं. तिनं जणू विचारांचा गुंता सोडवण्यासाठी डोकं जोरजोरात हलवलं, आणि ती जरा वेगळ्या प्रकारे विचार करू लागली.

'वस्तुमान x (प्रकाशाचा वेग)^{२} = ऊर्जा. आइनस्टाईनच्या या समीकरणाचा खराखुरा अर्थ काय होता? आजोबांना तो समजला होता का? तिच्या स्वत:च्या काळातले आजोबा, आजी, डॉ. लुईस हे सगळे चिंताग्रस्त होऊन प्रचंड घाबरून गेले असतील. डॉ. लुईसना तर त्यांच्या, ट्रेकिंगचे बूट घालून गेलेल्या, भावाचं पुढे काय झालं ते समजणारच नाही.'

'आणि शिवाय, या भूतकाळात, तलावापलीकडे बिशप, कॅरॅलिस, टाव, कब, ॲनारल हे सगळे काय करत असतील? ओग त्यांच्यापाशी पोचला असेल तर ते एकमेकांना मदतीबद्दल विचारत असतील; काहीतरी योजना आखण्याचा प्रयत्न करत असतील.'

तिच्या पडवीवर पानं गळून पडत होती. हवेत अतिशय दमटपणा असल्याने ती इतकी जड भासत होती, की जणू हातात घेऊन दाबून पाणी काढून टाकता येईल.

काहीतरी ओढत आणल्यासारखा आवाज आल्याने तिनं वर पाहिलं. उपचारकर्ता आणि एक तरुण योद्धा क्लेपला धरून तिच्याकडे घेऊन येत होते. क्लेप त्याच्या चांगल्या पायानं लंगडी घालत येत होता.

ती ओरडली, "अरे काय हे क्लेप! तुझा पाय आणखी जास्त दुखावेल नं!"

उपचारकर्त्यानं आणि त्या योद्ध्यानं मिळून क्लेपला तिच्याशेजारी अलगद खाली ठेवलं. त्याचा चेहरा फिकुटला होता, कपाळावर खूप घाम साचला होता.

"क्लेप! अरे हे काय केलंस तू? तू इथे यायला नको होतं!" पॉली बोलत बोलत त्याच्याशेजारी गुडघे टेकून बसली.

"मी टायनॅकशी बोललो गं," क्लेप कुजबुजत्या आवाजात म्हणाला.

उपचारकर्त्यानं खुणावलं. क्लेपकडे विस्मयानं बघून ते पहारेकरी अनेक पावलं मागे गेले. मग क्लेपच्या दुसऱ्या बाजूला उपचारकर्ता गुडघे टेकून बसला आणि त्याचा मोडका पाय तपासू लागला. त्यानं पायाच्या जखमेभोवती गुंडाळलेलं शेवाळं काढलं. त्याची जखम आता खूप बरी होत आली होती. तिथली त्वचा नव्यानं आलेली असल्यामुळे गुलाबीसर दिसत होती. त्यानं जखमेवर हात ठेवले आणि डोकं हलवत तो पुटपुटला, "पुन्हा ताप आलाय. त्यानं असं अस्वस्थ व्हायला नको." पॉलीला बोलणं समजलं. तो पुढे सांगत होता, "त्याच्या तंबूत तो अं... चिडून धुसफुस करत होता..." त्यानं आपले हात त्याच्या पायावर हवेत पसरून धरले, मग पॉलीकडे बघून तिला मानेनं खुणावलं. तिनंही त्याच्या हातांच्या वरच्या बाजूला आपले हात पसरून धरले. उपचारकर्त्यानं त्याचा उजवा हात पॉलीच्या हाताला स्पर्श न करता वरती धरला. मग हातांच्या अलवार घिरट्या घातल्यागत हालचाली सुरू झाल्या. तिच्या हातांना पुन्हा झिणझिण्या जाणवल्या आणि त्यासोबतच एक विचित्रशी उष्णताही जाणवू लागली. जणू ते दोघे मिळून क्लेपच्या अंगातला ताप खेचून घेत होते. त्यानंतर मात्र ती उष्णता नाहीशी झाली आणि रंगाची जाणीव होऊ लागली. सोनेरी रंग. पहाटेच्या आकाशाचा सोनेरी रंग, फुलपाखरांच्या पंखांचा सोनेरी रंग, उंच झेपावलेल्या फिंच पक्ष्याचा सोनेरी रंग.

क्लेपच्या चेहऱ्यावर दिसणारी वेदना हळूहळू कमी होत नाहीशी झाली, त्याच्या शरीरावर आलेला ताण नाहीसा झाला. उपचारकर्त्याकडे अन् पॉलीकडे कृतज्ञ नजरेनं पाहत तो म्हणाला, "धन्यवाद. तुम्हाला त्रास झाला त्याबद्दल माफ करा. मला इथे येणं भागच होतं." नजरेनंच उपचारकर्त्याची विनवणी करत तो पुन्हा बोलू लागला, "मी टायनॅकशी बोललो आहे. त्याचं असं म्हणणं आहे की तूच ती देवदूताची प्रतिमा त्याच्याकडून हिरावून घेतलीस आणि तलावाच्या पलीकडच्या किनाऱ्यावर पाऊस पाडलास."

पॉलीनं त्याची चूक सुधारली, "हे बघ, मी त्याच्याकडून प्रतिमा घेतली नव्हती. त्यानंच ती माझ्याकडून हिरावून घेण्याचा प्रयत्न केला होता."

'तो खूप चिडलेला आहे, आणि भीतिदायकही वाटतोय तो. आमच्या भूभागावर पडणारा पाऊस तूच रोखून धरला आहेस, असं तो म्हणतो. लोकही खूप संतापले आहेत."

पॉलीला जरी क्लेप बोलत असलेला प्रत्येक शब्द कळत नसला तरीही त्याच्या बोलण्याचा साधारणपणे एकूणात अर्थ समजत होता.

ती म्हणाली, 'अरे मी पावसावर नियंत्रण ठेवत नाही. इथे पाऊस पडायला हवा असं तुमच्याइतकंच मलाही वाटतंच रे."

उपचारकर्ता काहीतरी पुटपुटला. पॉलीनं त्याच्या बोलण्याचा अंदाज लावला, बहुतेक तो म्हणत होता, "राग शांत करण्यापेक्षा मोडलेला पाय दुरुस्त करणं सोपं असतं."

पॉलीनं थोडा वेळ डोळे मिटून घेतले. कापऱ्या आवाजात ती म्हणाली, "आपल्या हृदयातला बिघाड दुरुस्त करता यावा म्हणून माझा बळी देण्यासाठी झॅकरीनं माझं अपहरण करून मला इथे पळवून आणलं, असं मला वाटलं."

"नाही नाही," उपचारकर्ता मान हलवत बोलू लागला, आणि त्याच्या बोलण्यावरून पॉलीला एवढाच अंदाज आला की जोपर्यंत पॉली त्यांच्याकडे पोचत नाही, तोपर्यंत टायनॅकनंच उपचारकर्त्याला झॅकरीवर उपचार करण्यास मनाई केली होती. उपचारकर्ता नेहमी उपचारच करतो.

क्लेपनं सांगितलं, "तसा झॅकरीचा समज झाला होता. टायनॅकनं झॅकरीच्या मनावर तेच ठसवलं होतं. बहुतेक त्याला अजूनही तसंच वाटतंय. लोकांना झॅकरीची अजिबातच फिकीर नाहीये. आता अन्न मिळवण्यासाठी सतत धाडी घालून लोकही थकले आहेत, कंटाळले आहेत. त्यांना बळी द्यायचाच आहे, म्हणजे मग पाऊस पडेल असं त्यांना वाटतंय."

ॲनारलनं पवित्र वेदीवर फुलं अर्पण करताना मातेसाठी स्तोत्र गायलं होतं, त्याची आठवण पॉलीला झाली. पहाटेचं अन् संध्याकाळचं स्वागत करण्यासाठी वाऱ्याच्या लोकांनी रचलेलं स्तुतिस्तोत्र होतं ते. तिनं विचारलं, "तुमचा देव बळी आणि रक्ताची मागणी करतो आहे? तसं केलं नाही, तर देव पाऊस पडू देणार नाहीये?"

क्लेप म्हणाला, "प्रत्येक माणसासाठी देव वेगवेगळा असतो."

"म्हणजे काय? प्रत्येकासाठी वेगवेगळे देव असतात?"

"तसं नाही गं. प्रत्येक जण देवाबद्दल वेगवेगळी कल्पना करतो."

"क्लेप, तुझं काय मत आहे? तुझा कशावर विश्वास आहे?"

"तू खूप चांगली आहेस. पावसाशी किंवा दुष्काळाशी तुझा काहीही संबंध नाहीये. तुझ्या शरीरातलं रक्त म्हणजे तुझं जीवन आहे. ते तुझ्या शरीरात असेपर्यंत तू त्याचा वापर चांगल्या गोष्टींसाठीच करशील. पण तू जिवंत असशील, तेव्हाच तुझ्यात शक्ती असेल. तू मेल्यावर आणि तुझं रक्त जमिनीवर सांडल्यावर शक्ती नाहीशी होईल." मग तो पुढे म्हणाला, "मी एक ड्रूइड आहे, असं ॲनारल म्हणते," आणि मग तो हळूच हसला.

पॉली अगदी लक्ष एकवटून ऐकत होती. त्याच्या शब्दांचा अर्थ लावण्याचा प्रयत्न करत होती.

क्लेप बोलतच होता, "उपचारकर्त्याला खूप शक्ती प्राप्त झालेली आहे. एका प्राणहीन माणसाला पुन्हा जिवंत करताना मी त्याला पाहिलं आहे. असं असलं तरीसुद्धा तुझ्या शरीरातून रक्त वाहून गेल्यावर तो ते रक्त पुन्हा तुझ्या शरीरात आणू शकणार नाही."

उपचारकर्ता बोलू लागला. आता तो बोलण्यापेक्षा हातवारे करून आपलं म्हणणं मांडत होता. तरीही पॉलीला या वेळी त्याचं म्हणणं समजेना.

क्लेपनं त्याच्या बोलण्याचा अर्थ सांगितला, "तो म्हणतोय, तुझ्या स्वतःच्या ठिकाणी निघून जा."

"अरे तसं करता आलं तर किती छान होईल."

क्लेपनं उपचारकर्त्याकडे वळून त्याला ते सांगितलं. मग ते दोघे खूप वेळ काहीतरी बोलत होते. पॉलीला त्यांचं बोलणं कळतच नव्हतं. सरतेशेवटी क्लेपनं उपचारकर्त्याकडे बघून मान डोलावली आणि तो पॉलीला म्हणाला, "आज रात्री, आकाशात चंद्र वर आला की, खूप खूप लोक एकत्र गोळा होतील, खूप गडबड असेल. आम्ही दोघं तुला तलावात शिरायला मदत करू. आम्ही तुझ्या दिशेनं मारले जाणारे भाले, बाण रोखून धरू, म्हणजे मग तुला पोहत जाता येईल."

"तुम्हाला जमेल का ते?"

क्लेप ठामपणे उग्र आवाजात म्हणाला, "कुठल्याही प्रकारचा बळी दिला जाणार नाही. उपचारकर्त्याकडे महान शक्ती आहे. त्याच्या दिशेनं कुणीही भाला फेकणार नाही, कुणीही त्याला थोपवू शकणार नाही. तू धावत पाण्यात शिरून पोहत जाईपर्यंत तो तुझं रक्षण करील."

आशेचा किंचितसा किरण दिसला. अगदीच किंचित असली तरीही आशेला अजून जागा होती. आता पुन्हा एवढं अंतर पोहता येईल असा भरवसा तिला वाटत नव्हता, पण त्या भीषण खडकावर मारलं जाण्यापेक्षा बुडून गेलेलं जास्त चांगलं.

“धन्यवाद हं, मी खरंच खूप आभारी आहे,” ती म्हणाली.

क्लेप म्हणाला, “तू माझ्याशी खूप चांगली वागलीस. तुमचे वाऱ्याचे लोकही माझ्याशी चांगलेच वागले. मी आणि अ‍ॅनारल एक होणार आहोत. मी तुझ्याकडून खूप शिकलो. मी प्रेम करतो, हे शिकलो. प्रेम. किती छान शब्द आहे नं.”

“हो. तो खरंच छान शब्द आहे.”

“मी जे काही करतो ते फक्त तुझ्यासाठीच करत नाही. अर्थात, मी जे काही चांगलं करीन, ते अ‍ॅनारलसाठी नसलं, तरीही मी ते करीन. पण जर तुझा बळी दिला गेला, तर वाऱ्याचे लोक मला अ‍ॅनारलला भेटू देतील का गं? आमच्या प्रेमासाठी तरी? का प्रेम म्हणजे काय हे शिकल्यावर माझ्या प्रेमाला तुझ्यासोबत बळी जाऊ द्यायचं?” क्लेपच्या कपाळावर पुन्हा घाम साचून आला. मग त्यानं विचारलं, “तू पोहत जाशील नं?”

“हो, जाईन,” तिनं त्याला खात्री देण्याचा प्रयत्न केला, निदान त्याच्या समाधानासाठी तरी.

उपचारकर्ता पुन्हा काहीतरी बोलला.

क्लेप म्हणाला, “तुला उपचार करण्याची देणगी प्राप्त झालेली आहे. उपचारकर्ता सांगतोय, तू तुझ्या देणगीचा चांगल्या कामासाठी उपयोग केला पाहिजे.”

‘त्याला सांग, मी तसा नक्की प्रयत्न करीन.” डॉ. लुईसनं आयुष्यभर तेच केलं होतं. पॉलीदेखील ते करण्याचा पूर्ण प्रयत्न करेल, तिनं मनात निश्चय केला.

क्लेपनं मान डोलावली. त्यानं वस्तीकडे नजर टाकली. लोक घोळक्या घोळक्यानं उभे राहून बोलत होते. त्यांचं बोलणं खूप भीतिदायक वाटत होतं. क्लेप म्हणाला, “मी तुझ्यासोबतच राहीन. मी जास्त काही करू शकणार नाही, पण माझी उपस्थितीची तुला मदतच होईल.”

उपचारकर्ता पॉलीकडे बघत म्हणाला, “मी राहीन.”

उपचारकर्ता तिच्यासोबत असला तर निदान पौर्णिमेचा चंद्र उगवेपर्यंत तरी लोक तिच्या पडवीपाशी येऊन तिला बाहेर ओढून काढणार नाहीत. एक तरुण अन् एक वयस्कर, अशी ही दोन माणसे तिच्या सोबतच आहेत, त्यांना तिची काळजी आहे एवढ्या विचारांनीदेखील तिला छान वाटलं.

तिनं विचारलं, “क्लेप, अरे पण झॅकरीचं काय? तुझ्यासोबत तलावाच्या या किनाऱ्यावर मी निव्वळ झॅकरीसाठीच आले होते.”

“झॅक? अगं तो अजिबातच महत्त्वाचा नाहीये.”

तिला समजलंच नाही. तिनं पुन्हा विचारलं, ‘अरे पण त्याचं हृदय बरं करता यावं म्हणून माझा बळी दिला जाणार आहे, असं मला वाटलं होतं.”

“ते तर... अं...” क्लेप योग्य शब्द शोधू लागला. मग तो म्हणाला, “ते मुख्य नाहीये. त्याला बरं करणं हे केंद्रस्थानी नाहीये.”

तिला समजलं. झॅकरीची समस्या त्या लोकांसाठी दुय्यम दर्जाची होती. पण ही गोष्ट त्याला माहीत होती का?

उपचारकर्ता आरामात आपल्या टाचांवर उकिडवा बसला होता. त्याच्याकडे बघत क्लेप बोलू लागला, “जर पाऊस आला, लोक शांत झाले, तर मग त्यानंतरच उपचारकर्ता झॅकरीला बरं करायचे प्रयत्न करेल. तो एक उपचारकर्ता आहे. जिथेजिथे दुखापत असेल, तिथेतिथे त्यानं उपचार केलेच पाहिजेत. टायनॅकला वाटलं, तुला अन झॅकला जोडणारी रेषा लहान आहे; आणि म्हणूनच झॅक महत्त्वाचा असल्याचं त्यानं तुला भासवलं. टायनॅकला वाटलं, तू झॅकवर प्रेम करतेस.”

“नाही रे क्लेप...”

तिचं वाक्य अर्ध्यात तोडून क्लेप म्हणाला, “मला माहीत आहे, तुला आणि टावला रेषा जोडते, तुला आणि झॅकला जोडत नाही.”

ती मान हलवून पुन्हा म्हणाली, “मी जिथून आले आहे नं, तिथे हे फार लवकर मानलं जातं. टाव आणि माझ्यातले बंध मला जाणवत असतीलही, पण प्रेम मात्र...” कसं समजावून सांगावं, तिला कळेचना. आत्ता टावलाच काय, पण कुणालाही आपलं मन देण्यासाठी तिची तयारी नव्हती. अजून तर तिला खूप शिकायचं होतं. तिच्या काळात ती फार लहान मानली जात होती, आणि शिवाय तिचा स्वत:चा काळ म्हणजे तीन हजार वर्षांनंतरचा भविष्यकाळ होता. अर्थात, कदाचित अखिल ब्रह्मांडाचा विचार केला तर तीन हजार वर्षं हा काही जास्त मोठा कालावधी नव्हता, पण एका व्यक्तीच्या आयुष्याच्या मानानं तो प्रचंड मोठा होता.

ढग गडगडले. तिनं तलावापलीकडे पाहिलं. तिथे पावसाच्या धारा कोसळत होत्या, त्या धारांचा जणू पडदाच तयार झाल्यागत दिसत होतं.

क्लेपनंही तिकडे पाहिलं. तो म्हणाला, “ए, पॉली, तू तो पाऊस इथे आणू शकलीस तर किती छान होईल गं!”

“क्लेप, अरे, मला शक्य असतं तर नक्कीच आणला असता रे!”

उपचारकर्ता पडवीच्या दारापाशी अगदी सावलीत उकिडवा बसला होता. त्या विचित्रशा उजेडामुळे त्याच्या चेहऱ्याला एक वेगळीच हिरवट छटा आली होती. तो एखाद्या अत्यंत पुरातनकालीन बेडकासारखा दिसत होता. घोगऱ्या आवाजात तो म्हणाला, “एक उपचारकर्ता दुसऱ्या उपचारकर्त्याला असंच सोडून देणार नाही.” त्यानं पॉलीच्या नजरेला नजर भिडवली. तो तिला फक्त रक्षणाचं आश्वासन देऊ

करत नव्हता, तर तो तिला त्याची सहकारी म्हणत होता.

लोकांचे घोळके अजूनही बडबडतच होते, तिच्या पडवीकडे बघत तुच्छतेनं फूत्कार टाकत होते, गांधीलमाशांचा थवा एकाच वेळी उडत फिरावा, तसे ते आवाज वाटत होते, पण ते लोक जवळ येत नव्हते. क्लेप आणि तो उपचारकर्ता इथे थांबले नसते, तर काय झालं असतं तिला कल्पनाही करवेना.

आता तलावापल्याडचं वादळ दूर गेलं, आणखी खूप दूर गेलं आणि क्रुद्ध झालेल्या ढगांआडून निलाजरा सूर्य पुन्हा तळपू लागला. झाडांवर जी उरलीसुरली पानं शिल्लक राहिली होती, तीही कोमेजून गळून पडू लागली, निस्तेज आणि मरगळलेली पानं.

पॉलीनं डोळे बंद केले. तिच्या हाताला एका वृद्ध, सुकलेल्या हाताचा स्पर्श जाणवला. उपचारकर्ता होता तो. मग हळूहळू थंडगार वाऱ्याची झुळूक आली, त्या झुळकेनं तिच्या गालांना, पापण्यांना स्पर्श केला. तलावातल्या छोट्याशा लाटा किनाऱ्यावर अगदी अलगद धडकू लागल्या. संतापलेले लोक शांत झाले.

हळूहळू आकाश निरभ्र झालं. गडगडणारे ढगही पांगले. ढोलांचे आवाज मात्र तसेच ऐकू येत राहिले.

दिवस तसाच सरकत राहिला. क्लेप कुशीवर आडवा पडून, डोक्याखाली हात घेऊन, लहान मुलासारखा गाढ झोपून गेला होता. उपचारकर्तासुद्धा डोळे मिटून पडला होता, पण त्याला झोप लागलेली नसावी असं पॉलीला वाटत होतं. तिला वाटलं, तो मनातल्या मनातच तिला जणू प्रगाढ शांततेच्या मध्यावर धरून ठेवू पाहतोय. तिच्या धमन्यांमधून वाहणारं रक्त तिला जाणवलं. तिचं सळसळतं जिवंत रक्त, तिचं मन, तिचे विचार, तिचं सगळं अस्तित्व जिवंत ठेवणारं रक्त.

हे रक्त ती सहजपणे, स्वत:च्या मर्जीने देऊन टाकेल का? तिच्या मनात विचारांचा कल्लोळ उठला.

झॅकरी कुठे होता? तो अजूनही कशाच्याही बदल्यात, अगदी कसंही करून आयुष्याला पकडून ठेवण्याचा प्रयत्न करतो आहे का? स्वत:शिवाय दुसरी कसलीही काळजी, कुठलीही इच्छा नाहीये त्याला. त्याची मागणी त्याला तरी समजली होती का?

सूर्यास्त असा काही नव्हताच. फक्त उजेड हळूहळू कमी होत गेला, पण ढगांवर संध्याकाळच्या रंगांची उधळण झालीच नाही. आकाश फक्त हळूहळू काळसर होत गेलं. आणखी काळं झालं. स्वयंपाकघरांमध्ये चुली पेटल्या. लोकांची बडबड पुन्हा सुरू झाली. वाऱ्याच्या लोकांच्या भूभागावर, पौर्णिमेचा पूर्ण चंद्र जंगलातल्या भव्य झाडांमागून उगवत असे, पण तलावाच्या या तीरावर मात्र तोच

चंद्र तलावातून उगवणार होता, गोल चंद्रबिंब पाण्यातून वर येणार होतं.

तिला अपेक्षांचे भयावह फूत्कार ऐकू आले. टायनॅक त्या भकास मैदानाकडे निघाला होता. त्याआधी त्यानं तलावापलीकडे पाहिलं आणि मग मागे वळून तो वस्तीच्या पलीकडे असणाऱ्या काळोख्या जंगलाच्या, तो रक्ताळलेला खडक असलेल्या उजाड मैदानाच्या दिशेनं नजर रोखून पाहू लागला.

हवेतून एक बारीक किंकाळी ऐकू आली. अत्यंत भेदरलेल्या आवाजातली ती किंकाळी ऐकून पॉली शहारली. पुन्हा एकदा तीच किंकाळी ऐकू आली. 'त्या भयानक खडकावर आधीच दुसरं कुणीतरी होतं का? चेहऱ्यासमोर धारदार चाकू दिसत असेल का?' तिला प्रश्न पडला. ती त्या किंकाळीचा उगम शोधण्याचा प्रयत्न करू लागली.

तिला झगडत किंचाळणारा झॅकरी दिसला. त्याला दोन माणसांनी पकडून ठेवलं होतं. तो त्यांच्या पकडीतून सुटण्याचा प्रयत्न करत होता, पण त्यांनी त्याला खूप घट्ट पकडून ठेवलं होतं. ते दोघे झॅकरीला टायनॅकपाशी घेऊन येत होते.

तलावाच्या पलीकडच्या क्षितिजावर अगदी मंद उजेड दिसू लागला.

झॅकरी किंचाळत होता, "नाही! तुम्ही तिला मारू शकत नाही! माझ्या बोलण्याचा तसा अर्थ मुळीच नव्हता! तुम्ही तसं करू शकत नाही, मुळीच नाही!" अत्यंत भीतीने तो बडबडत, ओरडत होता. त्याचं पॉलीकडे लक्ष गेलं आणि अचानक तो हुंदके देत गदगदून रडायला, ओरडायला लागला. "मला तसं वागायचं नव्हतं! मी चुकलो! थांबवा त्या लोकांना, कुणीतरी थांबवा नं, मला मरून जाऊ दे, त्या लोकांना पॉलीला इजा करू देऊ नका हो..."

टायनॅक त्याच्या जवळ आला, आणि त्याला खाड्‌कन सणसणीत थप्पड मारून म्हणाला, "खूप उशीर झालाय."

झॅकरी त्या धक्क्याने एकदम गप्प झाला. त्यानं आपला एक हात सोडवून तोंड पुसायचा प्रयत्न केला, पण त्या माणसानं त्याला घट्ट धरून ठेवलं होतं. रक्ताचा एक बारीकसा ओघळ त्याच्या हनुवटीवरून खाली घसरला.

टायनॅक म्हणाला, "बलिदान हे नेहमीच निष्कलंक असायला हवं. तू त्या लायकीचा नाहीस."

पॉली तो संपूर्ण तलाव पोहल्यानंतर जशी थंड पडली होती, तसंच आत्ताही तिचं अंग थंडगार पडलं. तिचं शरीर गोठल्यागत झालं होतंच, पण तिचं हृदय, तिचे विचारसुद्धा गोठून गेले होते.

पॉलीच्या खांद्यावर हात ठेवून आधार घेत उपचारकर्ता उठून उभा राहिला. उभं राहिल्यानंतरही त्यानं त्याचा हात पॉलीच्या खांद्यावरच राहू दिला, जणू सुरक्षेची

सूचक निशाणी.

क्लेप धडपडत उठून बसला. पॉलीला त्याच्या कमरेच्या पट्ट्याला अडकवलेला वक्राकार पात्याचा खंजीर दिसला. त्यानं तो पट्ट्यातून बाहेर काढून उंच उगारला आणि त्याची मूठ घट्ट धरून ठेवली.

तो टायनॅकला बजावून सांगू लागला, ''खबरदार टायनॅक, मी तुला बजावतोय...'' पण टायनॅकनं धमकी दिल्यागत हात उंचावून त्याला गप्प केलं. त्या जमातीचा प्रमुख होता टायनॅक, त्याला कुठल्याही हत्याराची गरज नव्हती. क्लेप दोन फळकुटांच्या मध्ये मोडका पाय बांधलेल्या अवस्थेत होता. त्यामुळे त्याला हालचाल करता येत नव्हती.

ज्या दोन माणसांनी हिसके देत झगडणाऱ्या झॅकरीला धरून ठेवलं होतं, त्या दोघांना टायनॅकनं अतिशय तिरस्कारानं खुणावलं. एखादं मेलेलं जनावर टाकावं त्या पद्धतीनं त्यांनी झॅकरीला जमिनीवर टाकलं. तो रडत, कण्हत जमिनीवर कोसळला. मग ते दोघे पॉलीजवळ आले. त्यांनी उपचारकर्त्याकडे पाहिलं, पण त्यानं पॉलीच्या खांद्यावरचा हात काढला नाही. पॉली या माणसांना ओळखत नव्हती. ते विंटर फ्रॉस्ट किंवा डार्क स्वालो नव्हतेच, वेगळेच कुणीतरी होते. माफी मागितल्यासारखं पुटपुटत एका माणसानं उपचारकर्त्याचा हात हलकेच बाजूला केला, आणि पॉलीला जोरात बाहेर ओढलं.

''थांबा! थांबा!'' क्लेप ओरडू लागला. ती माणसं पॉलीला टायनॅककडे खेचत खेचत घेऊन जाऊ लागली. परिस्थितीमुळे निराश होऊन संतापलेला क्लेप ते नुसतंच पाहत राहिला, त्याच्याकडे दुसरा पर्यायच नव्हता.

क्लेप धमकावू लागला, ''टायनॅक! तू तिला जराशीही इजा केलीस, तर ते सगळ्या जमातीसाठी घातक ठरेल!''

इतर सगळे लोक ओरडतच होते, ''रक्त! देवांसाठी रक्त! जमिनीसाठी रक्त, पावसासाठी रक्त, वाढ होण्यासाठी रक्त, आयुष्यासाठी रक्त!'' आता वारा वेगानं वाहू लागला, लोकांच्या हातातल्या पेटत्या मशालींमधून धूर निघू लागला. तलावातल्या पाण्यातून चंद्रबिंब वर येऊ लागलं. रक्तासारख्या लालसर रंगाचा भलामोठा चंद्र. आपलं हृदय आता बंद पडेल, असंच पॉलीला वाटलं. लोक ओरडतच होते, ढोलांच्या ठोक्यांच्या तालावर पाय आपटत होते आणि त्याच तालात ''रक्त, रक्त,'' असा घोष करत होते. झॅकरीचं बारीक आवाजातलं रडणं तर ऐकू येईनासं झालं होतं, जणू धुराच्या वलयासोबत विरून जात होतं. लोक जणू मंत्रघोष करावा तसं ''रक्त! रक्त! रक्त!'' असं ओरडत होते.

ते पॉलीला हळूहळू ओढत वस्तीतून जंगलात जाणाऱ्या वाटेवर घेऊन जाऊ

लागले.

झॅकरी ताड्कन उठून पॉलीकडे झेपावला आणि त्यानं स्वत:ला पॉलीच्या अंगावर झोकून दिलं. एका पहारेकऱ्यानं त्याला चांगलंच जोरात मारलं. तो पुन्हा जमिनीवर पडून आजारी पडलेल्या लहान मुलासारखा मुळूमुळु रडू लागला.

"ए, ते बघा!" क्लेप त्या घोळक्याच्या आरडाओरड्याच्या वरचा आवाज लावून ओरडला. "टायनॅक! बघ तिकडे, लोक आले! अरे तलावाकडे बघ! तुला दिसत नाही का?"

आणि मग एकदम सगळे लोक भीतीनं, आश्चर्यानं ओरडू लागले.

ताठ उभी राहण्यासाठी धडपडत असलेल्या पॉलीनंदेखील वळून पाहिलं. चंद्राच्या भव्य तबकडीच्या पार्श्वभूमीवर एक भलीमोठी होडी येताना दिसत होती. त्या होडीची दोन्ही टोकं गोलाकार वळलेली होती. ती होडी आणखी जवळ आल्यावर तिला त्यातली दोन माणसे दिसली. खूप मोठं वल्हं घेतलेला कॅरॅलिस दिसला, त्याच्याशेजारी ओग रुबाबात उभा होता. होडीच्या अगदी पुढच्या भागात बिशप कोलुब्रा उभे होते आणि चकाकत्या अंगाची मोठी लुईस त्यांच्या हातावर वेटोळं घालून बसली होती.

क्लेप विजयी स्वरात ओरडला, "बघितलंत नं! देवीनं त्यांना हाक दिली, आणि ते आलेसुद्धा! आता देवीला हात लावायची तरी हिंमत आहे का तुमच्यात?"

पहारेकऱ्यानी पॉलीला पट्कन सोडून दिलं आणि प्रचंड घाबरून ते मागे सरू लागले.

"बिशप! कॅरॅलिस!" हाका मारत पॉलीनं किनाऱ्याकडे धाव घेतली.

टायनॅकही तिच्या मागे धावला.

आकाशाच्या पार्श्वभूमीवर बिशप अन् कॅरॅलिस दोघे काळ्या सावल्यांसारखे दिसत होते.

पॉली धावत धावत पाण्यात गेली आणि त्यांची होडी किनाऱ्याकडे ओढायचा प्रयत्न करू लागली. टायनॅकनं खूण केली. त्यानुसार डार्क स्वालो आणि विंटर फ्रॉस्टनं मिळून ती होडी किनाऱ्याच्या वाळूवर ओढत आणली.

अचानक भल्यामोठ्या काळ्या ढगानं चंद्र झाकून टाकला, तो ढग आकाशात पसरू लागला आणि त्यानं तारेही झाकून टाकले. वाऱ्याचा वेग वाढला, फरफरत्या मशालींमधून धुराचे लोट निघाले. गोंधळलेले, घाबरलेले लोक आरडाओरड करू लागले.

क्लेपनं ओरडून सांगितलं, "शकुन आहे हा! त्या शकुनाची दखल घ्या,

त्याच्याकडे लक्ष द्या!"

कॅरॅलिस उडी मारून होडीतून खाली उतरला आणि मग त्यानं बिशपना हात देऊन खाली उतरायला मदत केली. बिशपचे पाय लटपटत होते, कॅरॅलिसच्या खांद्याचा आधार घेत ते उभे राहिले. मोठ्या लुईसनं स्वत:ला त्यांच्या हाताभोवती घट्ट गुंडाळून घेतलं होतं. उपचारकर्ता त्यांच्याजवळ आला, त्यानं आधी कॅरॅलिसकडे आणि नंतर बिशपकडे अगदी निरखून पाहिलं. अचानक वीज लखलखली आणि त्या उजेडात बिशपचा चेहरा उजळून निघाला. त्यानंतर क्षणभरातच ढग गडगडू लागले. वाऱ्याच्या लोकांच्या भूभागातील डोंगररांगा आणि तलावापल्याडचे डोंगर, या दोन्ही डोंगररांगांमध्ये भराभरा ढग दाटून आले.

आणि मग पाऊस कोसळू लागला, आधी पावसाचे मोठेमोठे थेंब तलावात पडले आणि मग ते किनाऱ्यावर, वस्तीतल्या तंबूंवर पडू लागले. मग मात्र पावसाच्या अगणित धारा कोसळू लागल्या, त्या धारांचा जणू पडदाच तयार झाला. तलावाचं पाणी तर जणू पावसाळी ढगांना भेटण्यासाठी वर उसळत जातंय, असंच भासत होतं.

कॅरॅलिस आणि टाव जेव्हा वादळात सापडून वाहत वाहत वाऱ्याच्या लोकांकडे येऊन पोचले होते, तेव्हा आकाशात इंद्रधनुष्याची कमान दिसू लागली होती. तो शुभशकुन मानला गेला होता. इथे, या भूभागात, पाऊस कित्येक दिवस नुसतीच हुलकावणी देत होता, आणि आता तो आला होता. पण हे तलावापल्याडचे लोक, या पावसाला ढग आणि वाऱ्यांमुळे पडणारा नैसर्गिक पाऊस मानायलाच तयार नव्हते. खरंतर वाऱ्यामुळे वादळी ढग पूर्वेकडून वाहत आले होते. ते खाली आले आणि त्यामुळे खूप मोठ्या प्रमाणावर स्थिर विद्युत निर्माण झाली आणि त्यातूनच विजांचा लखलखाट आणि ढगांचा गडगडाट सुरू झाला. या तलावापल्याडच्या लोकांच्या मतानुसार मात्र, हा पाऊस म्हणजे बिशप, नाग, कॅरॅलिस आणि कुत्रा यांनी एकत्रितपणे घडवून आणलेला चमत्कारच होता. पॉलीनं या चौघांना बोलावलं आणि म्हणून हा चमत्कार तिच्यामुळे घडल्याचं, त्या लोकांचं ठाम मत झालं होतं.

"आपापल्या तंबूंमध्ये जा!" टायनॅक ओरडला. लोक पळापळ करू लागले. स्त्रिया लहान मुलांना गोळा करून घेऊन जाऊ लागल्या. टायनॅकनं वर आकाशाकडे बघत तोंड उघडलं आणि तो कोसळणाऱ्या पावसाचं पाणी पिऊ लागला.

उपचारकर्ता बिशपना पॉलीच्या पडवीत घेऊन गेला. कॅरॅलिस आणि पॉलीही त्यांच्या मागोमाग गेले.

तिला रडू येत होतं. ती रडत म्हणाली, "ओह, बिशप, कॅरॅलिस, धन्यवाद. आणि लुईस, ओग, तुम्हालासुद्धा खूपखूप धन्यवाद."

क्लेप त्या पावसात चांगलाच भिजला होता. कॅरॅलिस, पॉली आणि उपचारकर्ता या तिघांनी मिळून त्याला ओढत पडवीत आणलं.

झॅकरी अजूनही तसाच कोसळत्या पावसात जमिनीवर पडून राहिला होता. त्याच्याकडे कुणाचंही लक्षच गेलं नाही.

पॉलीनं बिशपकडे नजर टाकली. सगळेच पावसाच्या पाण्यात भिजून निथळत होते. मोठी लुईस पडवीच्या सगळ्यात मागच्या कोपऱ्यात जाऊन विसावली होती. पुन्हा वीज लखलखली आणि ढग गडगडले. तलावातल्या पाण्यात वीज कडाडत कोसळली आणि विजेचा पाण्याला स्पर्श होताच चरचरता आवाज झाला. पॉली झॅकरीकडे पळत गेली आणि त्याला हलवत म्हणाली, 'झॅक. ऊठ, चल इकडे ये.''

''मला मरून जाऊ दे.'' तो रडत म्हणाला.

''नाटकं करू नकोस. चल, चल. खूप पाऊस पडतोय. आता कुणाचाही बळी दिला जाणार नाही.''

झॅकरी जमिनीत तोंड लपवत म्हणाला, ''मला एकटं सोड गं.''

तिनं त्याला ओढायचा प्रयत्न केला, पण तिला ते जमेना. तो ओरडली, ''झॅक, ऊठ रे.''

कॅरॅलिस तिच्या मदतीला आला. त्या दोघांनी मिळून झॅकरीला उभं केलं.

''ए, चल रे झॅक. किती विजा कडाडतायत बघ. इथून दूर चल.'' पुन्हा कुठेतरी वीज कडाडत कोसळली आणि ढगही जोरात गडगडले. पॉलीचा चेहरा आक्रसला.

तिनं आणि कॅरॅलिसनं मिळून त्याला ओढत पडवीत आणलं. त्यांनी त्याचे हात सोडल्यावर तो जमिनीवर अंगाची जुडी करून पडून राहिला.

''जाऊ दे. त्याला तसंच पडून राहू दे.'' बिशप कोलुब्रा हळूच म्हणाले.

तलावावर, सगळ्या वस्तीवर पाऊस कोसळतच राहिला. पडवी तशी लहानशीच होती, पण पावसाचं पाणी उबदार होतं. पुन्हा तलावात बाणागत वीज कोसळली, शिवाय किनाऱ्याच्या खडकांवरही पडली. प्रचंड कडकडाट होऊन विस्फोट झाल्यागत आवाज आला. ढगांचा गडगडाट तर जणू त्या आवाजाचा प्रतिध्वनीच वाटला.

क्लेप म्हणाला, ''एखाद्या झाडावर वीज पडली बहुतेक.''

अगदी हळूहळू वादळ शमू लागलं. आधी विजेचा लखलखाट आणि ढगांचा गडगडाट यांच्यात पाच आकड्यांचा फरक असल्याचं पॉलीनं मोजलं होतं. थोड्या वेळानं ते अंतर दहा आकड्यांएवढं वाढलं. आणखी थोड्या वेळानं तर वीज लखलखली की फक्त क्षितिजावर आकाश उजळून निघत होतं आणि ढगांचा

गडगडाटही थोडा मंदावला होता.

टायनॅक त्यांच्यापाशी आला. आपण शस्त्रहीन आहोत, हे दाखवण्यासाठी त्यानं हात पसरून धरले. त्यानं कॅरॅलिसला वाकून अभिवादन केलं आणि मग तो अदबीनं पॉलीला म्हणाला, "तू पाऊस आणलास." त्याच्या आवाजात विस्मय होता.

"नाही हं टायनॅक. पाऊस आपोआपच आला. मी पाऊस आणला नाही."

तिच्यातील दैवी शक्तींमुळे पाऊस आला नव्हता, हे टायनॅकला समजावणं अशक्य होतं. त्याच्या मते पॉली ही पाऊस आणणारी देवीच होती.

तिला ही देवीची भूमिका आवडत नव्हती. तिनं बिशपना गळ घातली, "बिशप, तुम्ही सांगा नं त्याला."

बिशप बिछान्यावर बसले होते. आता ढगही पांगले होते. चंद्राचा प्रकाश पडवीत येऊन त्यांच्या हातातल्या पुष्कराजाच्या अंगठीवर पडत होता. ते टायनॅकला म्हणाले, "पाऊस आला, एवढंच पुरेसं आहे. त्याचं कारण समजण्याची गरज नाहीये."

"तुम्ही उपचारकर्ते आहात?" टायनॅकनं विचारलं.

"तुमच्या उपचारकर्त्यासारखा किंवा कॅरॅलिससारखा नाही. पण मला तसं बनायचं होतं, हे मात्र खरं."

टायनॅक त्यांच्याकडे एकटक बघत राहिला. मग त्याची नजर कोपऱ्यातल्या सावलीत वेटोळं घालून बसलेल्या मोठ्या लुईसकडे गेली. मग कॅरॅलिसकडे बघून त्यानं विचारलं, "तू येशील का?"

मान डोलावून कॅरॅलिस म्हणाला, "पॉलीसुद्धा येईल."

"कुठे?" पॉलीनं विचारलं.

"आपली सभा भरवण्यासाठी. आपण भेटणार आहोत."

"झॅकरी..."

"झॅकरी इथेच थांबेल," निर्विकार आवाजात कॅरॅलिस म्हणाला.

कॅरॅलिस पुढे म्हणाला, "बिशप बगळा, तुम्ही आलात, तर ते अगदीच योग्य होईल." त्यानं बिशपना उठून उभं राहण्यासाठी हात दिला.

"मीसुद्धा येतो," क्लेपनं अधिकारवाणीनं जाहीर केलं. तो त्यांच्या जमातीचा भावी नेता होता. त्याला मदत करण्यासाठी विंटर फ्रॉस्ट आणि डार्क स्वालो यांना खुणावलं गेलं.

पॉली मात्र त्याला विरोध करत म्हणाली, "हे बघ क्लेप, तू तुझ्या पायाची काळजी घेशील, असं वचन ॲनारलला दिलं आहेस. आता आणखी हालचाल करणं तुझ्या पायासाठी त्रासदायक होईल."

"मी येतो," क्लेप ठामपणे म्हणाला.

पावसाची चिन्हं पुन्हा जाणवू लागली होती. ढग पुन्हा जमू लागले होते, चंद्रावरून सरकत होते. त्यामुळे चंद्रप्रकाश आणि सावल्यांचा लपंडाव चालू होता. ते सगळे चालत जात असताना उजेड-सावलीच्या खेळामुळे सावल्यांचे विविध आकार तयार होत होते. ते त्या उजाड मैदानाकडे जाणाऱ्या वाटेवरून चालत जात होते, आणि ती वाट जिथे संपत होती तिथे अचानक अडथळा निर्माण झालेला त्यांना दिसला. वीज कोसळल्यामुळे एक महाकाय ओक वृक्ष मुळापासून उन्मळून वाटेवर पडला होता. आता ते त्या भकास मैदानाकडे जाऊ शकतच नव्हते.

कॅरॅलिस त्या झाडापाशी गेला. त्यानं त्या झाडाच्या भव्य बुंध्यावर हात फिरवला. ओग उडी मारून त्याच्याजवळ गेला. टायनॅक किंचित मागे सरून तिथेच उभा राहिला.

"हे झाड म्हणजेच आपलं सभास्थान मानू या," कॅरॅलिस म्हणाला.

पॉलीकडे बघून, तिला लवून अभिवादन करत टायनॅक म्हणाला, "देवी. देवीकडे महान आणि गूढ शक्ती आहे."

"मी देवी नाही..." पॉलीनं बोलायला सुरुवात केली, पण कॅरॅलिसनं हात उंचावून तिला थांबवलं.

कॅरॅलिसनं शांतपणे तिच्याकडे एकटक पाहिलं. त्याचे निळे डोळे चंद्रप्रकाशात नीलमण्यासारखे चमकत होते. तो म्हणाला, "पॉली, तू टायनॅकला आपल्या शांतता-कराराच्या अटी सांग. ते योग्य होईल."

असल्या गोष्टीसाठी ती अजिबात तयार नव्हती. तिनं चमकून त्याच्याकडे पाहिलं. त्याचा चेहरा शांत होता. त्याच्या कड्यातलं रत्न पेटत्या आगीसारखं झगमगत होतं. तिनं विचारात पडून आवंढा गिळला. मग खोल श्वास घेतला. पुन्हा आवंढा गिळला.

मग टायनॅककडे वळून ती म्हणाली, "आता यापुढे कुठल्याही स्वरूपाच्या धाडी घातल्या जाणार नाहीत, हल्ले होणार नाहीत. जर तुम्हाला अन्न-धान्याची गरज भासली, तुम्ही भुकेलेले असाल, तर तुम्ही क्लेपला कॅरॅलिसबरोबर बोलणी करण्यासाठी तिकडे पाठवा. अर्थात, त्याचा पाय पूर्ण बरा झाल्यानंतरच. वाऱ्याचे लोक शांतताप्रिय आहेत. ते त्यांच्या अन्न-धान्यातला वाटा तुम्हाला देतील. ते तुम्हाला सिंचनाच्या योग्य पद्धती शिकवतील, म्हणजे मग तुमचं पीकही छान जोमदार येईल, आणि तुम्हाला जास्त चांगलं उत्पादन मिळेल. आणि जर कधीतरी त्यांना गरज भासली, तर तुम्ही त्यांना तुमच्यातला वाटा द्याल. वाऱ्याचे लोक आणि तलावापलीकडचे लोक यांनी एक होऊन राहायचं आहे." ती जरा थांबली. 'त्याला

समजलं का?' तिला प्रश्न पडला.

टायनॅक मान डोलवत कॅरॅलिसशेजारी उभा राहिला.

ती पुढे बोलू लागली, "या वचनावर शिक्कामोर्तब म्हणून, ॲनारलच्या संमतीने, ती आणि क्लेप दोघं अं..." 'लग्न' हा शब्दच त्या लोकांना माहीत नव्हता. ती विचार करून पुढे म्हणाली, "अं... ते दोघे एक होतील, एकत्र राहतील, शांततेचं रक्षण करतील. क्लेप, तुला मान्य आहे?"

"माझी तीच इच्छा आहे," आनंदानं हसत क्लेप म्हणाला.

टायनॅक आळीपाळीनं पॉली आणि कॅरॅलिसकडे पाहत राहिला. कॅरॅलिस त्या अजस्र झाडाला टेकून उभा होता. मग त्यानं विंटर फ्रॉस्ट आणि डार्क स्वालो या दोघांनी धरून ठेवलेल्या क्लेपकडे पाहिलं.

पॉली म्हणाली, "या आमच्या अटी आहेत. तुला मान्य आहेत?"

"हो. मी मान्य करतो." टायनॅक म्हणाला. तो अचानक जास्त वयस्कर वाटला.

"क्लेप? तुला?"

"मी मान्य करतो. अगदी आनंदानं. ॲनारल आणि मी मिळून तलावाच्या दोन्ही तीरांवर शांतता आणि आरोग्य नांदेल यासाठी प्रयत्न करू."

बरगड्यांना कुणीतरी टोचणी लावल्यागत पॉलीला वाटलं. उपचारकर्ता तिला बोटानं ढोसत होता. तो म्हणाला, "रक्त."

तिनं मान डोलावली. त्याचा अर्थ तिला कसा कळला असेल, तिलाही समजेना, पण तिला समजलं होतं, हे मात्र निश्चित. बहुतेक लहानपणी ऐकलेल्या रक्ताच्या भावा-बहिणींच्या कथांमुळेही असेल. तिनं ॲनारलचा सोनेरी चाकू खिशातून बाहेर काढला. हा चाकू ॲनारलला बिशपनं दिला होता. मग डायरी बाहेर काढून तिनं डायरीचं एक कोरं पान उघडलं. तिनं तो चाकू खट्कन उघडला. टायनॅककडे बघत ती त्याला म्हणाली, "तुझा हात पुढे कर."

कसलाही प्रश्न न विचारता त्यानं तिच्यासमोर हात पसरला. तिनं चाकूनं वरच्यावर कोरून त्याच्या मधल्या बोटाच्या टोकावर अगदी किंचितशी जखम केली. रक्ताचा थेंब बाहेर येईपर्यंत तिनं ते बोट दाबून धरलं. नंतर तिनं तो थेंब डायरीच्या कोऱ्या पानावर टेकवून पसरवला.

"कॅरॅलिस?" ती म्हणाली. त्यानंही काहीही न विचारता हात पसरला. तिनं पुन्हा तीच कृती केली, आणि डायरीच्या पानावर रक्ताचे दोन्ही थेंब ओढून एकत्र मिसळले.

"आता हे आपल्या शांतता-करारावर झालेलं शिक्कामोर्तब आहे." असं

म्हणून तिनं डायरीचं पान काढून घेतलं. मग खिशातून कात्री बाहेर काढून तिनं तो कागद मधोमध कापला. त्यामुळे दोन्ही तुकड्यांवर एकमेकांत मिसळलेल्या रक्ताचे डाग दिसत होते. तिनं एक तुकडा कॅरॅलिसला दिला, आणि दुसरा तुकडा टायनॅकला दिला. त्यानंतर तिनं टायनॅकच्या चित्राचे दोन्ही तुकडे खिशातून बाहेर काढले. एक तुकडा टायनॅकला दिला आणि दुसरा कॅरॅलिसला. ती टायनॅकला म्हणाली, "यापुढे तू कधीही शांततेचा भंग करणार नाही, या वचनाची ही निशाणी आहे. जर तू शांततेचा भंग केलास, तर आता तुझी शक्ती कॅरॅलिसकडे दिलेली आहे."

वेदना झाल्यागत टायनॅकनं पुन्हा छाती आवळून धरली.

पॉलीनं सांगितलं, "कॅरॅलिस तुला कधीही दुखावणार नाही. फक्त तूच आपल्या हातानं स्वत:चं नुकसान करू शकतोस." तिला एकदम थकवा जाणवू लागला. ती म्हणाली, "आता मला तलावापलीकडे परत जायचं आहे."

उपचारकर्ता तिला ढोसत म्हणाला, "झॅक."

ती इतकी दमली होती, की झॅकरीचा विचारही तिच्या मनात आला नाही. "काय?" तिनं विचारलं.

बिशपनं तिला आठवण दिली, "झॅकरीची समस्या अजून तशीच आहे नं."

ती त्या पडलेल्या झाडाला टेकली. आता आणखी उभं राहण्याइतकीदेखील ताकद वाटत नव्हती.

बिशप तिला सांगू लागले, "अगं, तू झॅकरीसाठीच या तलावापल्याडच्या लोकांकडे परत आली होतीस नं, पण आता तुझीच इच्छा नसेल तर तू त्याबद्दल विसरून जाऊ शकतेस."

"ते शक्य आहे का? बिशप, अहो मला शक्य आहे का?" तिला पुन्हा झॅकरीचा विचारही करावासा वाटत नव्हता. तरीही ती झाडापासून दूर होऊन म्हणाली, "आपण त्याच्याकडे जाऊ या. मला वाटतंय, तो अजूनही त्या पडवीतच असेल."

ते सगळे वस्तीत परत आले. विंटर फ्रॉस्ट आणि ब्लॅक स्वालो दोघांनी क्लेपला आधार दिला होता. दोघांच्या खांद्यांवर हात ठेवून, चांगला पाय जमिनीवर टेकवून, तो लंगडी घालत पुढे जात होता. त्यामुळे त्याच्या जखमी पायावर ताण येत नव्हता. इतर लोक आपापल्या तंबूमधून बाहेर येऊ लागले होते. पाऊस पडून गेल्याने हवा छान ताजी वाटत होती. मातीचा खास पावसाळी सुवास दरवळत होता. आता ते लोक पॉलीकडे अदबीनं, विस्मयानं बघत होते.

झॅकरी पडवीत तसाच अंगाची जुडी करून पडून राहिलेला होता. पॉली

त्याच्याशेजारी गुडघे टेकून बसली, तिनं त्याच्या गालावर हात ठेवला आणि त्याच्या डोळ्यांत बघता यावं म्हणून त्याचा चेहरा आपल्याकडे वळवला.

त्यानं डोळे घट्ट बंद करून घेतले.

बिशपकडे वळून ती म्हणाली, ''मला वाटतंय, हा आपलं ऐकण्याच्या पलीकडे गेलाय, म्हणजे सुधारण्यापलीकडे गेलाय.''

बिशप कोलुब्रा म्हणाले, ''नाही. पॉली, तसं कधीही म्हणू नये.''

उपचारकर्ता झॅकरीच्या दुसऱ्या बाजूला गुडघे टेकून बसला.

झॅकरी कण्हू लागला.

बिशप म्हणाले, ''एखादा अट्टल दारुडा असतो. त्याची व्यसनाधीनता अगदी हाताबाहेर गेल्यानंतरच तो सुधारायची सुरुवात करू लागतो. त्याला ते शक्य असतं, कारण त्याच्याकडे दुसरा पर्यायच नसतो. झॅकरीचा स्वार्थीपणासुद्धा एक प्रकारचं व्यसनच होतं, अगदी दारूचं व्यसन असतं नं, तसंच.'' मग त्याच्यावर ओणवून त्यांनी कडक आवाजात फर्मावलं, ''डोळे उघड रे.''

झॅकरीनं डोळे किलकिले केले.

बिशपनं पुन्हा फर्मावलं, ''उठून बस. झॅकरी, तू अजूनही सुधारू शकतोस.''

रडक्या आवाजात झॅकरी म्हणाला, ''मी पॉलीचा बळी द्यायला तयार झालो होतो.''

''हो. पण जेव्हा प्रत्यक्षात ती वेळ आली, तेव्हा मात्र तुला ते पटलं नव्हतं झॅक. तू त्यांना रोखायचा प्रयत्न केला होतास,'' पॉली ओरडली.

''पण त्याला फार उशीर झाला होता,'' झॅकरीच्या डोळ्यातून घळघळा पाणी वाहू लागलं.

''माझ्याकडे बघ! मी इथेच आहे नं! आता कुणाचाही बळी दिला जाणार नाहीये!''

आता त्यानं डोळे उघडले. त्याची भेदरलेली नजर पॉलीच्या नजरेस भिडवून त्यानं विचारलं, ''तू ठीक आहेस?''

''हो, अगदी छान आहे.''

तो उठून बसला आणि म्हणाला, ''तुला मदत होणार असेल तर मी मरून जाईन हं. खरंच मी तयार आहे, मी मरून जाईन.''

''त्याची गरज नाहीये झॅक. आता तलावाच्या दोन्ही किनाऱ्यांवर शांतता आहे.''

''अगं पण मी जे काही केलंय, त्यासाठी मला माफी मिळू शकणार नाहीये नं...'' तो घाबरून पॉलीकडे, टायनॅककडे, बिशपकडे आळीपाळीनं बघू लागला.

बिशप सौम्यपणे, पण लक्षवेधी आवाजात म्हणाले, ''झॅकरी, विल्यम लँगलंड या चौदाव्या शतकातल्या कवीनं म्हटलंय, की मानवानं कितीही पापं केली, किंवा पाप करण्याचा विचार केला, तरी देवाच्या दयेपुढे ती सगळी पापं भव्य समुद्रात टाकलेल्या लहानशा निखाऱ्यागत अगदी नगण्य ठरतात.''

मान हलवत झॅकरी म्हणाला, ''अहो मी तर दयेच्याही पलीकडे गेलोय हो.'' त्यानं तोंडानं धाप लागल्यासारखा मोठा श्वास घेतला, त्याच्या ओठांभोवती निळसर छटा दिसत होती, ती आणखी गडद झाली. उपचारकर्त्यानं हात लांबवून त्याच्या छातीवर ठेवला. कबनं ज्या प्रकारे बिशपना लागलेली धाप कमी केली होती, त्याच पद्धतीनं उपचारकर्त्यानं झॅकरीची धाप कमी केली.

''त्याला मदत द्या.'' टायनॅकनं आदेश दिला. ''आत्ता इथे मृत्यू होणं अशुभ ठरेल.''

कॅरॅलिस गुडघे टेकून बसला आणि त्यानं झॅकरीला मानेखाली हात घालून उचललं. त्याला आपल्या छातीवर रेलून धरलं. मग त्यानं आपला उजवा हात झॅकरीच्या ओल्या कपड्यांच्या आत घातला आणि उपचारकर्त्याकडे बघून मानेनं खुणावलं. वृद्ध उपचारकर्त्यानं त्याच्या जॅकेटची, शर्टाची बटनं काढून त्याची छाती उघडी केली. मग उपचारकर्त्याचे हात कॅरॅलिसच्या हातांसोबतच अतिशय अलगद फिरू लागले, जणू त्याची बोटं कानोसा घेत होती. झॅकरीच्या लुळ्या पडलेल्या शरीराला, कॅरॅलिसच्या श्वासाच्या लयीला साथ देता यावी म्हणून, कॅरॅलिस अगदी स्थिर लयीत संथ श्वसन करत होता. त्यानं बिशपना विनंती केली, ''प्लीज, तुम्हीही सामील व्हा.''

बिशपही गुडघे टेकून खाली बसले आणि त्यांनी त्यांचे लांबसडक हडकुळे हात झॅकरीच्या छातीवर ठेवले.

उपचारकर्त्यानं पॉलीलाही खुणावलं.

तिनं तिचे हात पसरले, आणि तत्क्षणी ती उपचारकर्ता, कॅरॅलिस, आणि बिशपच्या संजीवक शक्तींमध्ये गुरफटली. त्यांचे हात एकमेकांना स्पर्शही करत नव्हते, नुसतेच झॅकरीच्या सुरकुतलेल्या निस्तेज छातीवर फिरत होते. पॉलीला पुन्हा त्या सोनसळी झिणझिण्या जाणवू लागल्या. मग अचानक तिच्या शरीरात, एक तीव्र वेदना विजेचा धक्का बसल्यासारखी संचारली, आणि मग कमी झाली. शक्तिपात झाल्यागत ती थरथरू लागली. पुन्हा सोनेरी ऊब जाणवली.

कॅरॅलिसच्या हातात तर जणू प्राण फुंकला गेला होता. त्याचे हात पक्ष्याच्या पंखांसारखे भिरभिरत होते. त्याच्या डोळ्यांचा शांत निळा रंग बदलून त्यांना कड्यातल्या पुष्कराजासारखी झगमगती सोनेरी छटा आली होती. चेहऱ्यावरच्या

पुसट रेषा ठळक झाल्या होत्या. पॉलीला वाटलं होतं, त्यापेक्षा तो वयानं खूप मोठा होता. तिला जाणवलं, कॅरॅलिस, उपचारकर्ता आणि बिशप मिळून झॅकरीच्या शरीरातून पाठवत असलेल्या संजीवक विद्युत्शक्तीत तिचे हात, डोळे, मन, तिचं सगळं शरीर, अडकलं होतं. तिला असंही वाटलं, की ते सगळे मिळून जणू त्याच्या हृदयावर उपचार करतायत, पण ते फक्त त्याचं हृदय ठीक करत नसून त्यापेक्षाही अधिक काहीतरी दुरुस्त करत आहेत. फक्त शारीरिक उपचार करत नसून जणू ते उपचार त्याच्या आत्म्यापर्यंत पोचत होते.

समय जणू चमचमत थांबून राहिला. पॉलीला आपला श्वास, आपल्या हृदयाची धडधड, सुरू आहे की नाही हेदेखील कळेना. सगळं काही फक्त झॅकरीवर एकवटलं होतं.

टायनॅकनं फूत्कार टाकल्यागत आवाज काढला, आणि समय पुन्हा पुढे सरकू लागला. पॉलीला तिच्या हृदयाचे संथ गतीत पडणारे ठोके जाणवू लागले. तिच्या हातांच्या उबदार झिणझिण्या नाहीशा झाल्या. या वेळी त्या थंडगार नव्हत्या, छान उबदार आणि कोरड्या होत्या. कॅरॅलिस मागे होऊन टाचांवर टेकून बसला. झॅकरी अजूनही त्याच्या छातीवर रेलला होताच.

"ठीक आहे," उपचारकर्ता खोल श्वास घेऊन म्हणाला.

कॅरॅलिस हसून म्हणाला, "ठीक आहे."

बिशप उभे राहून झॅकरीकडे बघत म्हणाले, "ते ठीक आहे."

पॉलीसुद्धा टेकून बसली. तिनं विचारलं, "झॅकरी?"

झॅकरीच्या ओठांची निळसर छटा नाहीशी झाली होती. तो अडखळत बोलू लागला, "मी... मी..."

बिशपनं त्याला गप्प करत म्हटलं, "श्शशऽ काहीही बोलायची गरज नाहीये." मग त्यांनी कॅरॅलिसकडे बघत विचारलं, "त्याचं हृदय?"

"ठीक आहे. अगदी पूर्णपणे बरं झालं नाहीये, पण ठीक आहे." कॅरॅलिसनं सांगितलं.

उपचारकर्ता म्हणाला, "जास्त शक्ती. खूप छान, चांगली शक्ती." त्यानं ओगकडे नजर टाकली. ओग तिथे कान उभे करून लक्ष ठेवून बसला होता. मग त्या उपचारकर्त्यानं वेटोळं घालून शांतपणे बसलेल्या मोठ्या लुईसकडे पाहिलं, आणि तो म्हणाला, "सगळे एकत्र काम करतात. हे उत्तम."

थरथरत्या आवाजात झॅकरीनं विचारलं, "मी... मी... मी ठीक आहे का?"

"अगदी पूर्णपणे बरा झाला नाहीयेस, पण कॅरॅलिस म्हणतोय की तुझं हृदय ठीक आहे, काम करेल," बिशप म्हणाले.

त्याच्या फिकुटलेल्या गालांवर गुलबट छटा येऊ लागली. तो म्हणाला, "हो हो. मला तर काय बोलावं तेच कळत नाहीये."

"काहीही बोलू नकोस."

"पण मी तर पॉलीला मरू द्यायला तयार झालो होतो, आणि तरीही तुम्ही मला मदत केलीत."

"हे बघ, तू अशी अपराधभावना सतत मनात बाळगल्याने कुणाचंही काहीही भलं होणार नाहीये. आता स्वतःची नीट काळजी घेऊन तू स्वतःलाच मदत करणार आहेस. तुझ्या हृदयापेक्षाही आणखी बरंच काही तुला सुधारायचं आहे."

"मला माहीत आहे. मला कळलंय ते. हो, या वेळी मला खरंच कळलंय."

कॅरॅलिस उभा राहिला. तो म्हणाला, "चला. वादळ संपलं आहे. आता छान पाऊस पडेल." ढग आणखी जास्त दाटून आले आणि पाऊस सुरू झाला. रिमझिमता पाऊस, भेगाळलेल्या जमिनीत खोल शिरून जमिनीची तहान भागवणारा भीजपाऊस. आता हिवाळी गव्हाचं बियाणं पेरता येईल, वसंतात त्याचं पीक कापणीसाठी तयार होईल. त्या वसंतासाठी जमीन तयार झालीय. कॅरॅलिस म्हणाला, "चला, तलाव पार करूया. ॲनारल, टाव, कब सगळे अगदी आतुरतेनं आपली वाट पाहतायत."

टायनॅक आणि उपचारकर्ता त्यांना निरोप देण्यासाठी होडीपर्यंत आले. क्लेप, विंटर फ्रॉस्ट आणि डार्क स्वालो यांच्या आधाराने किनाऱ्यावर उभा राहिला आणि त्यानं निरोपादाखल हात हलवला.

क्लेप त्यांना म्हणाला, "तू ॲनारलला माझं प्रेम देशील." क्लेप 'प्रेम' हा शब्द नुकताच शिकला होता, त्यामुळे तो शब्द वापरताना प्रत्येक वेळी त्याचा चेहरा आनंदानं अगदी खुलून येत असे.

उपचारकर्त्यानं आशीर्वाद देण्यासाठी हात उंचावले.

टायनॅक क्लेप आणि उपचारकर्त्याला म्हणाला, "चला आता. आज पौर्णिमा होती. आजपासून सहाव्या दिवशी (षष्ठी) आपण त्यांना मेजवानीसाठी आमंत्रण देऊ या. अगदी सगळ्या जमातीलाच आमंत्रण देऊ. अर्थात, जरी आपण त्यांच्याकडूनच अन्न-धान्य घेतलं, तरी ते लोक हरकत घेणार नाहीत म्हणा!'

कॅरॅलिस मोठ्यानं हसला. विंटर फ्रॉस्ट आणि डार्क स्वालो दोघे कॅरॅलिसची होडी पाण्यात ढकलू लागले. ती होडी पाण्यावर चांगल्यापैकी तरंगू लागेपर्यंत ते दोघे पाण्यात शिरून होडी ढकलत होते.

कब आणि ॲनारल त्यांचं स्वागत करण्यासाठी आतुरतेनं वाट पाहत होते. होडी किनाऱ्याजवळ येऊ लागल्यावर ते दोघे धावत पाण्यात शिरले आणि होडी किनाऱ्याकडे ओढू लागले. किनाऱ्यावर पोचल्यावर ती थरथरत असल्याचं पॉलीच्या लक्षात आलं. तिचे हात-पायही लटपटत होते. कबनं तिच्या खांद्याभोवती हात लपेटले आणि तिला आधार देत कॅरॅलिसच्या तंबूत नेलं. तो तिला फर्नच्या एका बिछान्यावर बसवत म्हणाला, "तू खूपच जास्त दान दिलं आहेस."

'टाव कुठेय?' तिला प्रश्न पडला.

तिच्याकडे मायेनं पाहत बिशप म्हणाले, "तिच्यातल्या सगळ्या चांगुलपणाचं दान दिलं गेलं आहे. तो चांगुलपणा तिला परत प्राप्त होईलच."

"मला आता पुन्हा देवी बनायचं नाहीये हं," पॉली म्हणाली.

ॲनारलनं तिला काहीतरी गरमगरम पेय आणून दिलं, तिनं त्याचा एक घुटका घेतला. ते गरम पेय तिच्या घशातून खाली उतरत शरीराला ऊब देत गेलं.

"क्लेप?" ॲनारलनं विचारलं.

"तो अगदी ठीक आहे गं," पॉलीनं सांगितलं.

"खरंच ठीक आहे नं?"

"त्यानं त्याच्या पायाची जरुरीपेक्षा खूप जास्त हालचाल केलीय, पण तो ठीक आहे. त्याचं तुझ्यावर खूप प्रेम आहे गं ॲनी."

तिचे गाल हलकेसे लालसर झाले. ती म्हणाली, "मला इतका आनंद झालाय नं, मी खूप खूश आहे आज," तिनं पॉलीचा हात दाबला.

पॉलीनंही तिचा हात दाबला आणि ती इकडेतिकडे बघत टावला शोधू लागली. तिच्या लक्षात आलं, टाव तर कुठे दिसत नव्हताच, पण झॅकरीदेखील दिसत नव्हता. तिनं विचारलं, "झॅकरी कुठे आहे?"

"तो कॅरॅलिससोबत आहे," कबनं सांगितलं. तो तिच्या शेजारी उकिडवा बसला आणि तिचं मनगट हळूच पकडून तो तिची नाडी तपासू लागला. त्याचं समाधान झाल्यावरच त्यानं तिचं मनगट सोडलं.

"त्याला इथे येऊ देऊ नको हं," पॉलीनं विनवणी केली.

प्रश्नार्थक मुद्रेनं कब तिच्याकडे पाहू लागला.

"मला त्याला भेटायची इच्छा नाहीये." जर तिच्यावर पुन्हा हे सगळं करायची वेळ आली असती, तरी तिनं पुन्हा तेच केलं असतं. ती पुन्हा तलावापलीकडच्या किनाऱ्यावर गेली असती, उपचारकर्ता, कॅरॅलिस, बिशप यांच्या जोडीनं तिनंही आपले हात झॅकरीच्या छातीवर फिरवले असते, पण आता मात्र ते सगळं पार पडलं होतं. आता फक्त अत्यंत थकवा तेवढा उरला होता. हा फक्त शारीरिक थकवा

नव्हता, त्यापलीकडचा थकवा होता तो.

बिशप पॉलीकडे बघत हसून म्हणाले, ''मला एक फारच मोठा प्रश्न पडलाय, अर्थात, त्याचं उत्तर मला कधीही मिळणार नाहीये. माझा प्रश्न आहे : ते काळाचं दार आधी माझ्यासाठी, आणि नंतर मग पॉलीसाठी, झॅकरीच्या समस्येमुळे उघडलं गेलं होतं का?''

बिशप बोलत असतानाच कॅरॅलिस आत आला. तो शांतपणे म्हणाला, ''काळाचं दार नक्की कुणासाठी खुलं झालं, कोणास ठाऊक. इथे, या काळात जे काही घडून गेलं, त्याचा माझ्या काळात किंवा कदाचित तुमच्या काळातही, काय परिणाम होऊ शकेल ते आपल्याला कळणारही नाही. आपल्याला तसा अंदाजही बांधता येणार नाही. आपण ते सगळं अगदी खोलात जाऊन समजावून घेण्याची गरज नाहीये. आता आपण फक्त त्या दैवी आकृतिबंधाच्या सौंदर्याचा आनंद लुटू या.''

'झॅकरी त्याच सौंदर्याचा हिस्सा होता का?' पॉलीला प्रश्न पडला, पण आता ती अतिशय थकलेली असल्यामुळे ती काहीच बोलली नाही.

कॅरॅलिस कबला म्हणाला, ''कब, प्लीज, तू झॅकरीजवळ जातोस का? आणि त्याच्यासोबतच राहशील का?''

मान डोलावून कब लगेच निघून गेला आणि त्याच वेळी टाव घाईघाईनं तंबूत शिरला.

''पॉल्ली!'' त्यानं तिच्याकडे धाव घेतली.

''टाव!''

टाव तिच्या बिछान्याशेजारी गुडघे टेकून बसला. त्यानं तिच्या ओठांना अलगद स्पर्श करून विचारलं, ''तू ठीक आहेस नं?''

''मी छान आहे रे.''

''खरंच नं?''

''खरंच रे टाव.'' मनातून तिला फार उदास वाटत होतं. आता ती पुन्हा टावला कधीच भेटू शकणार नव्हती, खरं दुःख तेच होतं.

''आणि तो झॅक?'' चिडक्या आवाजात टावनं विचारलं.

''तोसुद्धा ठीक आहे.''

आठ्या घालून रागीट आवाजात टाव म्हणाला, ''त्यानं तुझा बळी जाऊ दिला असता.''

''पण त्यानं तसं केलं नाही.''

''अगं पण तशी इच्छा तर होतीच नं त्याची.''

“मनापासून नव्हती रे टाव.”

“तुझ्या डोक्यावरच्या एका केसाइतकीही त्याची लायकी नाहीये.”

मान डोलावून अ‍ॅनारल म्हणाली, “मी तर त्याच्यावर अजूनही खूप चिडलेली आहे.”

बिशप अगदी सौम्य आवाजात तिला समज देत म्हणाले, “अ‍ॅनी, अग पॉलीनं हे सगळं, फक्त झॅकरीचं हृदय सुधारण्यासाठी सहन केलं, असा विचार अजिबात करू नकोस.”

आवाज खाली आणून अ‍ॅनारल म्हणाली, “मला फक्त पॉलीची काळजी आहे, त्या झॅकरीची मुळीच नाही.”

“काळजी नाही?”

तिनं आपल्या छातीवर हात ठेवत म्हटलं, “अहो बिशप, कदाचित त्याचं हृदय ठीक झालं असेलही, पण त्याच्या मनाचं काय? त्याचं मन तर स्वत:चा जीव वाचवण्यासाठी तिचा बळी जाऊ द्यायला तयार झालं होतं नं?”

“बदल नेहमीच शक्य असतो. लोक बदलू शकतात गं,” बिशप म्हणाले.

अ‍ॅनारल हटवादीपणा करत म्हणाली, “त्या झॅकमध्ये बदल होईल? ज्यानं पॉल्लीचं अपहरण करण्यास मदत केली तो? जो तिला बलिवेदीवर ठेवू देण्यास तयार झाला होता, तो? ज्यानं तिच्यावर उगारला गेलेला सुरा बाजूला सारला नसता, तो? तो बदलू शकेल? जमेल त्याला?”

“तो बदलूच शकणार नाही, असं तू ठामपणे सांगू शकतेस का? तू त्याला तशी संधीही नाकारणार आहेस का? त्याचं हृदय फक्त शारीरिकदृष्ट्या सुधारलंय, असं तुझं म्हणणं आहे का?”

टाव गुरकावत म्हणाला, “त्यानं माझ्या पॉल्लीला अपाय केला असता.”

बिशप म्हणाले, “झॅकरीनं नीचपणाच्या बाबतीत अगदीच खालची पातळी गाठली होती. अतिशय हिडीस होतं ते, अगदी खरंय. पण त्या पातळीला गेल्यावर त्याला स्वत:चं भयानक रूप लक्षात आलं.”

टावनं चिडून हातातला भाला दाणकन जमिनीवर आपटला.

बिशप बोलतच होते, “आता पुढचं त्यानंच ठरवायचं आहे.”

अ‍ॅनारल आठ्या घालून धुसफुस करू लागली.

बिशपना हसू आलं. ते म्हणाले, “अ‍ॅनी, तुझा राग जास्त टिकणार नाही. तुझं मन खूप प्रेमळ आहे.”

टावनं हात लांबवून पुन्हा तिला स्पर्श केला. “पॉल्ली सुखरूप परत आलीय. फक्त तेवढंच महत्त्वाचं आहे. मी त्या झॅकचा विचारही करत नाही. मी फक्त

पॉल्लीचा विचार करतो, आणि पाऊसही आलाय.''

''हो.''

'आणि आता तू जाशील गं' त्यानं उत्कटतेनं तिच्यापुढे हात पसरले.

एक खोल श्वास घेऊन ती म्हणाली, 'माझ्या स्वत:च्या काळात रे टाव. जर काळाची सीमा खुली झाली तरच.''

''आणि तो झॅकरी? त्याला तुझ्यासोबत घेऊन जावंच लागेल का?''

पॉलीला हसू फुटलं. तिनं विचारलं, ''का रे? तुला तो इथे राहायला हवाय का?''

कपाळाला आठ्या घालून टाव म्हणाला, ''त्याला फक्त स्वत:च्या स्वार्थासाठी माझी पॉल्ली हवी होती. दुसरं कुठलंही चांगलं कारण नव्हतं, अगदी मातेची आज्ञा पाळायची म्हणूनसुद्धा नाही.''

तंबूत इकडेतिकडे बघत बिशप म्हणाले, ''जेव्हा झॅकरीनं ॲनीला पाहिलं, तेव्हाच एकमेकांवर येणाऱ्या काल-वर्तुळांमध्ये त्याचा प्रवेश झाला होता. बघा, मी तुमच्यासमोर दार खुलं केलं आहे, आणि कोणीही मानव ते बंद करू शकणार नाही.''

''शक्तीचे शब्द,'' कॅरॅलिस म्हणाला.

बिशपना ते पटलं. ते म्हणाले, ''हो. धर्मगुरू जॉननं लिहिलेल्या 'जॉन्स रेव्हेलेशन' मधलं वाक्य आहे.''

''आणि ते दार खुलंच राहणार आहे का हो बिशप?'' ॲनारलनं विचारलं.

''नाही गं ॲनी, नाही. पण पॉलीनं जेव्हा झॅकरीसाठी पुन्हा एकदा तलाव पार करून जाण्याचा निर्णय घेतला नं, तेव्हा मात्र ते सताड उघडलं गेलं होतं. तिच्या त्या निर्णयाचा आपण मान राखायला हवा.'' मग ते पॉलीला म्हणाले, ''बाळा, तू खूप धैर्यानं वागलीस हं.''

''धैर्य वगैरे काही नाही हो, मी तर प्रचंड भेदरले होते.''

''पण तरीही तू पुढे होऊन जे करायला हवं होतं, ते सगळं केलंस.''

ओगनं पुढे होऊन तिच्या हाताची बोटं चाटली. कबनं तंबूच्या दारावरचा पडदा बाजूला सारला आणि तो झॅकरीला घेऊन आत आला. ''वेळ झाली का?''

पॉलीनं झॅकरीकडे नजर टाकली, तिच्या मनात कुठलीही भावना उमटली नाही. राग नाही, भीती नाही, प्रेमही नाही.

कॅरॅलिसनं उत्तर दिलं, ''हो. ती वेळ आली आहे.''

झॅकरी कॅरॅलिस आणि कबच्या मध्ये उभा होता, त्याचा चेहरा निस्तेजच दिसत होता, पण आता त्याचे ओठ निळे दिसत नव्हते. तो म्हणाला, ''काय बोलावं, मला

कळतच नाहीये.''

''मग बोलूच नकोस,'' कॅरॅलिस म्हणाला.

सगळ्यांकडे आळीपाळीनं बघत झॅकरी म्हणाला, ''मी केलेल्या चुका माफीच्या लायक नाहीत.''

कॅरॅलिस म्हणाला, ''स्वार्थापायी तू वेडा झाला होतास, त्यापुढे तुला काहीही सुचत नव्हतं. आता तुला हे समजायलाच हवं की तुझं आयुष्य जरी वाढलेलं असलं, तरी शेवटी कधी ना कधी तुझा मृत्यू होणारच आहे. मर्त्य जीवांचा नियमच आहे तो.''

''हो. मला कळलं आहे ते. आता समजलं,'' झॅकरी म्हणाला.

''आणि अजूनही तुझ्यात खूप सुधारणा व्हायची बाकी आहे.''

''हो, मला माहीत आहे. मी प्रयत्न करीन.'' एखाद्या छोट्या मुलाला मार मिळाल्यावर तो जसा दबकून वागतो, झॅकरीही तसाच वागत होता. पण तो काही लहान मूल नव्हता. मग पॉलीकडे वळून त्यानं विचारलं, ''मी तुला भेटायला येऊ शकतो का?''

तिनं ओगच्या डोक्यावरून हात फिरवत सांगितलं, ''नाही झॅकरी. माफ कर, पण मला आता पुन्हा तुला भेटायची इच्छा नाहीये. आपल्या दोघांसाठी ते योग्य होणार नाही.'' तिचा आवाज अगदी निर्विकार होता. तिला झॅकरीसाठी पुन्हा तो तलाव ओलांडून जावंच लागलं होतं. पण जे करणं भागच होतं, ते आता करून झालं होतं.

''पण...'' झॅकरीनं बोलायला सुरुवात केली, पण त्याला पुढे बोलू न देता कॅरॅलिस म्हणाला, ''काही गोष्टी तुला स्वत:लाच शिकाव्या लागणार आहेत; आणि स्वत:चीच सोबत करणं, स्वत:शीच मैत्री करून संवाद साधणं ही त्यातलीच एक गोष्ट आहे.''

झॅकरी म्हणाला, ''पण मला मीच आवडत नाही.''

''ते तुला शिकावंच लागेल,'' कडक आवाजात आदेश देऊन बिशप पुढे म्हणाले, 'अगदी आत्ता, या क्षणापासून. रात्री झोपायला गेल्यावर, दिवसभरात तू केलेल्या कामगिरीचा तुला आनंद होईल अशीच तुझी वागणूक असायला हवी.''

''असं होऊ शकेल का?'' पॉलीकडे बघत झॅकरीनं पुन्हा विचारलं, ''होऊ शकेल?''

''हो झॅकरी. जर तुझी मनापासून तशी इच्छा असेल, तर ते शक्य होईल.''

मोठी लुईस जमिनीवरून सरपटत तंबूच्या बाहेर गेली.

''तिच्या मागोमाग जा,'' कॅरॅलिसनं आदेश दिला.

टाव पॉलीजवळ गेला. त्यानं अगदी आर्त स्वरात विचारलं, "मी तुला जाऊ द्यायलाच हवं का?"

कॅरॅलिस म्हणाला, "तुझ्या वर्तमानातून जाऊ दे. तुझ्या हृदयातून नाही. तुझ्या मनात ती सदैव असणार आहे."

टाव हलकेच म्हणाला, "मला आता कळलं. माझा मातेबद्दल चुकीचा समज झाला होता. माता प्रेमाचं दान मागते. तू मला ते दाखवून दिलंस." त्यानं पॉलीच्या ओठांना बोटानं स्पर्श केला, आणि तो पट्कन मागे वळला.

ॲनारलनं आपले हात पॉलीपुढे पसरले, पण तिला स्पर्श केला नाही. ती म्हणाली, "आपण दोघी एकमेकींच्या सदैव मैत्रिणी राहू."

"अगदी सदैव."

"आणि क्लेप अन् मी, आम्ही दोघं नेहमीच तुला आमच्या मनात जपून ठेवू."

"हो, आणि तुम्ही दोघं माझ्या मनात राहाल."

"प्रेमाच्या रेषा काळ आणि अवकाश भेदून जोडल्या जातात." ॲनारल म्हणाली. तिच्या गालावरून एक अश्रू ओघळला.

पॉलीकडे वळून कॅरॅलिसनं तिचे दोन्ही हात हातात घेतले. तो म्हणाला, "आम्ही तुला कधीही विसरणार नाही."

"मीही तुम्हाला विसरणार नाही."

"आणि बिशप बगळा, तुम्ही जेव्हा काळाच्या दारातून आमच्याकडे आला होतात, तेव्हा तुम्हीच हे सगळं सुरू केलं होतं नं?"

हसून बिशप म्हणाले, "मी केलं कॅरॅलिस? ओह, पण मला नाही तसं वाटत."

ओग तंबूच्या दाराशी उभा राहून उतावीळपणे भुंकायला लागला.

कॅरॅलिसनं ओगच्या डोक्यावरून हात फिरवत म्हटलं, "पॉली, मी ओगला तुझ्यासोबत पाठवतो. तुला आणि तुझ्या आजी-आजोबांना एका राखण करणाऱ्या कुत्र्याची गरज आहे. ओग अगदी तसाच आहे."

ओग पुन्हा भुंकला, घाई करत असल्यागत.

"चला." बिशप पुढे होऊन तंबूबाहेर जात म्हणाले. पॉली त्यांच्या मागून गेली, ओगनं त्याचं नाक तिच्या हातात खुपसलं. त्यांच्या पाठीमागे असलेला तलाव चमचमत होता. डोंगरांची पांढरीशुभ उंच शिखरं आकाशात घुसल्यागत वाटत होती.

ते सगळे दगडी भिंतीपाशी येऊन पोचले होते. मोठी लुईस भिंतीवर उन्हाच्या उबदार तिरिपीमध्ये पहुडली होती. तिनं डोकं उंचावून त्यांच्याकडे पाहिलं आणि मग

ती सरपटत खालच्या दगडांमध्ये गेली.

पॉलीनं आजूबाजूला पाहिलं. तीच नेहमीची कोवळ्या वयाची झाडं दिसत होती. ओक आजोबा त्या सगळ्या झाडांवर छाया धरून उभे होते. दूरच्या प्राचीन टेकड्या क्षितिजावर शांतपणे उभ्या होत्या. ती तिच्या स्वत:च्या काळात परत आली होती.

त्यांच्यावर कुणीतरी नक्कीच लक्ष ठेवून होतं. ते सगळे तिथे पोचल्या पोचल्याच मरी आजी-आजोबा आणि डॉ. लुईस सफरचंदाच्या बागेतून, शेतातून धावत आले. मग एकमेकांना घट्ट मिठ्या मारणं सुरू झालं. सगळ्यांच्या डोळ्यांतून सुटकेचे, आनंदाचे अश्रू वाहत होते, ओग आनंदानं भुंकत सुटला होता.

झॅकरी मात्र एक शब्दही न बोलता बाजूला उभा राहिला होता.

पॉलीच्या आजी-आजोबांनी त्या सगळ्यांना घरात यायला सांगितलं. सगळे स्वयंपाकघरात आले. छान उबदार होतं ते. शेकोटीतलं सफरचंदाचं लाकूड जळण्याचा, जिरॅनियमच्या फुलांचा, ताज्या भाजलेल्या पावाचा सुवास दरवळत होता. पॉली आणि बिशप, दोघे एकाच वेळेस बोलू लागले. जे काही घडलं होतं, ते सगळं सांगू लागले. झॅकरी अगदी मूकपणे नुसताच बाजूला उभा राहिला होता.

मग डॉ. लुईसनं त्यांचा स्टेथोस्कोप बाहेर काढला आणि झॅकरीचं हृदय तपासलं. तपासणी पूर्ण झाल्यावर त्या म्हणाल्या, ''किंचितशी घरघर ऐकू येते आहे, पण तिला वैद्यकीय दृष्टिकोनातून कितपत महत्त्व द्यायचं, मला सांगता येत नाही. ते हृदय अगदी संपूर्णपणे बरं झालेलं नाहीये. झॅकरी, शक्य तितक्या लवकर तू तुझ्या नेहमीच्या डॉक्टरांकडे जाऊन तपासणी करून घे.''

''हो, मी नक्कीच जाईन, पण पूर्वीपेक्षा फरक पडला आहे हं. आता मला श्वास घेताना कष्ट होत नाहीत. आधी तर श्वास घेताना जणू वजन उचलल्यागत जड जायचं मला. धन्यवाद डॉक्टर. तुम्हा सगळ्यांनाच धन्यवाद.'' तो पॉलीजवळ गेला आणि त्यानं तिचे दोन्ही हात हातात घेतले. 'पॉली' एवढंच म्हणून तो एक शब्दही न बोलता नुसताच तिच्याकडे एकटक पाहत राहिला. तीही त्याच्या हातातून हात सोडवून न घेता, त्यानं बोलायची वाट पाहत उभी होती. त्यानं बोलायला तोंड उघडलं, बंद केलं आणि डोकं हलवलं.

''तू करशील नं...'' तिनं बोलायला सुरुवात केली, पण मग गप्प झाली.

''हो पॉली. नक्की करीन,'' असं म्हणून त्यानं तिचे हात सोडले, आणि म्हटलं, ''आता मला जायला हवं.''

पॉली म्हणाली, ''मी तुझ्यासोबत तुझ्या गाडीपर्यंत येते.''

बिशपनं झॅकरीच्या खांद्यावर हात ठेवत सांगितलं, "पुढचं सगळं कठीण असणार आहे हं."

"हो, माहीत आहे."

"प्रेमाच्या रेषा कायम सोबत असतात हे नेहमी लक्षात ठेव. तू त्यांचा आधार घेऊ शकतोस."

"हो. मी लक्षात ठेवीन. धन्यवाद."

"देव नेहमी तुझ्या सोबत राहो."

"माझा देवावर विश्वास नाहीये'

"नसू दे. माझा मात्र आहे."

"मला आनंदच आहे."

पॉली झॅकरीबरोबर गॅरेजमधून चालत बाहेर गेली. ज्या पायवाटेवर त्यानं गाडी उभी करून ठेवली होती, त्या वाटेवरून ते दोघे गाडीपर्यंत गेले. झॅकरी गाडीत बसला आणि त्यानं खिडकीची काच खाली केली.

"पॉली," त्याची हाक आल्यावर तिनं त्याच्याकडे पाहिलं. तो म्हणाला, "माफ कर, किंवा धन्यवाद, असले कुठलेही शब्द मला पुरेसे वाटत नाहीयेत गं."

"ठीक आहे. असू दे. फक्त आता यापुढे काळजी घे," असं म्हणून तिनं ॲनोरॅकच्या खिशात हात खुपसला. झॅकरीनं दिलेली देवदूताची प्रतिमा तिच्या हाताला लागली. तिनं ती बाहेर काढली.

"मी दिलेली प्रतिमा अजून तुझ्यापाशी आहे."

"हो. ती कायम माझ्याकडेच राहील."

ती प्रतिमा तिनं पुन्हा खिशात ठेवून दिली. बिशप आपल्या बगळ्यासारख्या बारक्याशा पायांनी हिरवळीवरून भराभरा चालत तिथे आले. ते पॉलीला म्हणाले, "चल बाळा. घरात जाऊ या."

"गुडबाय पॉली. अगं, तो मेंढीच्या कातड्याचा कोट अजून तुझ्या अंगावरच राहिला की," झॅकरी म्हणाला.

तिनं ॲनोरॅकच्या खालून बाहेर आलेल्या उबदार मऊ कोटावर हळूच हात फिरवला. ती म्हणाली, "ॲनारलचा कोट. आता मी तो परत देऊही शकणार नाही, हो नं?"

हसून बिशप म्हणाले, "तिची आणि क्लेपची आठवण म्हणून, शिवाय इतरही सगळ्या चांगल्या गोष्टींची आठवण म्हणून, तिलाही तो तुझ्याकडेच असावा असंच वाटत असेल."

झॅकरीनं पॉली आणि बिशपकडे नजर टाकली आणि गाडीची काच वर केली.

इंजिन सुरू करून त्यानं निरोपादाखल हात हलवला आणि तो निघून गेला.

बिशपनं पॉलीच्या खांद्याभोवती हात लपेटला आणि ते दोघे घराकडे जाऊ लागले, पॉलीची ज्यांच्यावर माया होती त्या लोकांकडे. इतर दुसऱ्या काही लोकांवरही तिचं प्रेम होतं, पण आता ती त्यांना कधीही भेटू शकणार नव्हती.

तिनं बिशपना विचारलं, "जे काही घडून गेलं आहे, त्याचं काय?"

"ते तिथेच आहे. वाट बघतंय."

"पण काळाचं दार तर बंद झालंय, हो ना?"

"हो. पण त्यामुळे आपण जे अनुभवलं ते तर नाहीसं होऊ शकत नाही नं. चांगलंही, आणि वाईटसुद्धा."

तिच्या खिशातल्या बोटांना पुन्हा देवदूताच्या प्रतिमेचा स्पर्श झाला. तिनं मळ्यापलीकडे असलेल्या त्या अतिप्राचीन, कमी उंचीच्या टेकड्यांकडे नजर टाकली. क्षणभर त्या टेकड्यांच्या मागे, उंच डोंगरांची बर्फाच्छादित शिखरं मंदपणे चमचमताना दिसल्यासारखं भासलं तिला.

ते दोघे घरात गेले.

◆

शब्दसूची

१ – न्यू इंग्लंड :- अमेरिकेचा उत्तर-पूर्व (ईशान्येकडील) भाग.

२ – स्पॅनिश मॉस :- दक्षिण अमेरिकेतील किंवा मध्य अमेरिकेतील जंगलात आढळणारी अत्यंत नाजूक वेलीसारखी वनस्पती. ओकसारख्या मोठमोठ्या झाडांच्या खोडांवर वाढते. त्या नाजूक वेलींचं मोठं जाळं तयार होतं, आणि फांद्यांवरून लोंबत असतं. खूप जास्त वाढल्यास मूळ झाडाच्या विकासात अडथळा येतो.

३ – बिशप :- ख्रिश्चन धर्मगुरू

४ – ओगम :- ब्रिटन आणि आयर्लंडमधल्या अतिप्राचीन काळच्या सेल्टिक लोकांची लिपी. या लिपीत सरळ रेषांचा समावेश असतो. एका सरळ रेषेवर अनेक लहानशा रेषा समांतर, लंब, किंवा वेगवेगळ्या कोनात जोडल्या गेलेल्या असतात. काही वेळा या रेषा मध्यवर्ती रेषेला छेदतात. ही लिपी प्रामुख्याने कोरलेल्या रूपात आढळलेली आहे.

५ – ड्रूइड्स :- ब्रिटनमधील सेल्टिक जमातीचे सर्वोच्च दर्जाचे पुरोहित. ते राजाचे राजकीय सल्लागार असायचे, तसेच शिक्षक, उपचारकर्तेदेखील असायचे.

६ – गॅस क्रोमॅटोग्राफी :- रसायनशास्त्राच्या अभ्यासात, वायुरूपात असलेल्या संयुगांचं पृथ:करण आणि विश्लेषण करण्यासाठी किंवा त्यांची मात्रा मोजण्यासाठी वापरली जाणारी एक प्रायोगिक पद्धत.

७ – कृष्ण विवर (Black Hole) :- आकाराने प्रचंड मोठ्या ताऱ्यांची ही अंतिम स्थिती असते. एका विशिष्ट वस्तुमानापेक्षा जास्त वस्तुमानाचे तारे त्यांच्या आयुष्याच्या शेवटी स्वत:तच कोसळून आकुंचन पावतात आणि त्यांचे कृष्ण विवरात रूपांतर होते. त्यांची गुरुत्वाकर्षण शक्ती इतकी प्रचंड असते की त्यातून प्रकाशकिरणसुद्धा बाहेर पडू शकत नाही.

८ – श्वेत विवर (White Hole) :- सापेक्षता सिद्धान्तानुसार गृहीत धरलेलं काळ-अवकाशातलं क्षेत्र. या क्षेत्रातून प्रकाश व भौतिक वस्तू बाहेर जाऊ शकतात. कृष्ण विवराच्या (Black Hole) अगदी विरुद्ध. कृष्ण विवरात फक्त बाहेरून आत प्रवेश शक्य असतो, भौतिक वस्तू किंवा प्रकाश बाहेर जाऊ शकत नाही.

९ – हॅड्रॉन्स (Hadrons) आणि पायॉन्स (Pions) :- कणभौतिकीच्या सिद्धान्तानुसार अतिसूक्ष्म कण. अणूपेक्षाही लहान.

१० – न्यूक्लिऑन्स (Nucleons) :- अणूच्या केंद्रकात असतात. प्रोटॉन्स आणि न्यूट्रॉन्स हे न्यूक्लिऑन्स असतात.

११ – क्वार्क्स (Quarks) :- कणभौतिकीच्या सिद्धान्तानुसार भौतिक वस्तूचा मूलभूत घटक. सूक्ष्म विद्युत-भार असलेला अतिसूक्ष्म कण. यांच्यापासूनच हॅड्रॉन्स तयार होतात असं गृहीतक आहे.

१२ – स्ट्रेंजनेस (Strangeness) :- कणभौतिकीच्या सिद्धान्तानुसार स्ट्रेंजनेस हा सूक्ष्म कणांचा गुणधर्म आहे. हा गुणधर्म क्वांटम नंबरच्या रूपात दर्शवला जातो. हा गुणधर्म कणांचा ऱ्हास सूचित करतो.

१३ – ऑल हॅलोज ईव्ह (All Hallows Eve) :- ३१ ऑक्टोबरला साजरा केला जाणारा ख्रिश्चन धर्मीयांचा खास दिवस. हॅलोवीन असंही म्हणतात. मूळ प्राचीन सेल्टिक लोकांच्या सॉवेनलाच नंतर ख्रिश्चनांनी हॅलोवीन नाव दिलं. भोपळ्यावर राक्षसाचे चेहरे कोरून त्याचे कंदील बनवतात. लहान मुलं भुताचे/चेटकिणीचे पोशाख घालून घरोघरी जातात. त्यांना खाऊ म्हणून चॉकलेट्स देतात.

१४ – हायवाथा (Hiawatha) :- एच. डब्ल्यू. लॉन्गफेलो यांनी लिहिलेल्या काव्याचा नायक. या नायकाचं नाव सोळाव्या शतकातल्या रेड इंडियन लोकांच्या मुख्य नेत्याच्या नावावरून ठेवलं होतं. तो युरोपियन वसाहतवाद्यांशी शांततेसाठी भांडला होता.

१५ – स्टार ट्रेक :- विज्ञानकथेवर आधारित असलेली अमेरिकेतील सुप्रसिद्ध दूरदर्शन मालिका.

१६ – मॅटरहॉर्न (Matterhorn) :- आल्प्स पर्वतराजीत असलेला डोंगर. याचं शिखर ४४७८ मीटर उंच आहे. स्वित्झर्लंड आणि इटलीच्या सीमेवर आहे. युरोप आणि आल्प्समधील सर्वांत उंच पर्वत.

१७ – गेया (Gaea) :- ग्रीक पुराणातील सर्वोच्च देवता. तिला विश्वमाता असं मानलं जात होतं. पृथ्वी हे तिचंच रूप मानलं जाई. ग्रीक पुराणानुसार तिनंच ब्रह्मांडाची निर्मिती केली होती. या पुस्तकात,

ओ'कीफ कुटुंबीयांचं वसतिस्थान म्हणून ज्या गेया बेटाचं वर्णन केलं आहे, त्या पोर्तुगालच्या किनाऱ्यालगतच्या काल्पनिक बेटाला याच ग्रीक देवतेचं नाव दिलं आहे.

१८ – आयरिश सोडाब्रेड :- यीस्ट ऐवजी खाण्याचा सोडा आणि ताक घालून बनवलेला मैद्याचा ब्रेड.

१९ – रोझ हिप जेली :- गुलाबाच्या फुलाच्या खाली त्याचं फळ असतं, त्याला रोझ हिप म्हणतात. त्याची जेली, जॅम बनवतात.

२० – ॲब्राहम आणि सारा :- बायबलमधली कथा. देव अब्राहमला त्याची मायभूमी सोडून, तो दाखवील त्या देशात, जाण्याचा आदेश देतो. देवाची आज्ञा पाळण्यासाठी ॲब्राहम आणि त्याची पत्नी सारा घर सोडून केननला जातात. तिथे भीषण दुष्काळ पडलेला असतो, म्हणून मग ते दक्षिणेकडे इजिप्तमध्ये जातात.

२१ – फॅरो (Pharaoh) :- प्राचीन इजिप्तचा एक सम्राट.

२२ – स्फिंक्स (Sphinx) :- ग्रीक पुराणातील मानवी डोकं आणि सिंहाचं शरीर असलेला एक पशू.

२३ – गिल्गमेश (Gilgamesh) :- इतिहासकालीन सुमेरियन राज्यातील उरूक या शहराचा राजा. प्राचीन मेसापोटेमियाच्या पुराणांचा प्रमुख नायक. साधारण इसवी सन पूर्व २८००-२५०० च्या सुमारास होऊन गेला. त्याला त्याच्या मृत्यूनंतर देवत्व बहाल केलं गेलं.

२४ – इनीनी (Innini) :- उरूक या प्राचीन सुमेरियन शहराची पुराणकालीन प्राचीन देवता. प्रेम आणि युद्धाची देवी.

२५ – स्टोनहेन्ज (Stonehenge) :- इंग्लंडमधील प्रागैतिहासिक स्मारक. साधारणपणे इ.स.पूर्व ३००० ते इ.स.पूर्व २००० या कालावधीत बांधलं गेलं. ते ब्रिटिशांचा सांस्कृतिक वारसा मानलं जातं. पुरातत्त्वशास्त्रज्ञ जॉन ऑब्रे (John Aubrey) यांच्या मतानुसार ते बहुतेक सेल्टिक ड्रूइड्सनी बांधलेलं असावं. अनेक भलेमोठे उभे दगड वर्तुळाकार रचनेत उभारलेले आहेत. या दगडांच्या अभ्यासाने अश्मयुगाच्या उत्तरार्धातील (निओलिथिक) आणि ताम्रयुगातील (Bronze Age) वेगवेगळ्या धार्मिक विधींविषयी, आणि अंतिम क्रियाकर्मांविषयी संशोधन करण्यास मदत होते.

२६ – सरसेन (sarsen) – वाळूच्या दगडाच्या भल्यामोठ्या शिळा. असेच दगड स्टोनहेन्ज येथील बांधकामासाठी आणि इतर काही प्रागैतिहासिक स्मारकांच्या बांधकामासाठी वापरलेले आहेत.

२७ – टॅलिस कॅनन :- चर्चमध्ये गायली जाणारी एक प्रार्थना.

२८ – ऑल सोल्स डे (All soul's day) :- हा दिवस कालवश झालेल्या सद्‌गुणी व्यक्तींच्या आत्म्यांच्या सन्मानार्थ साजरा केला जातो. या दिवशी प्रार्थना केली जाते.

२९ – ओटमील :- ओट्‌स दुधात किंवा पाण्यात शिजवून तयार केलेला दलियासारखा गोड पदार्थ.

३० – माउंट मोराया (Mount Moriah) :- या डोंगरी भूभागाचा बायबल मध्ये उल्लेख आहे. श्रद्धेचं महत्त्व समजावणाऱ्या कथांमधील अनेक गोष्टी इथे घडतात असं मानलं जातं. देवानं ॲब्राहमला त्याच्या मुलाला, म्हणजेच इसाकला, घेऊन मोरायाला जाण्याची, आणि तिथे त्याचा बळी देण्याची आज्ञा दिली. ॲब्राहमची देवावर आत्यंतिक श्रद्धा असल्यामुळे त्यानं जराही मागेपुढे न पाहता इसाकचा बळी देण्याची तयारी केली. तो बळी देणार, इतक्यात देव प्रकट झाला आणि त्याला थांबवलं. देवानं इसाकला जीवदान दिलं.

३१ – ग्लॅस्टनबरी ॲबे (Glastonbury Abbey) :- सातव्या शतकात स्थापन झालेला इंग्लंडमधील संन्यस्त ख्रिश्चन स्त्री-पुरुषांचा आश्रम.

३२ – बेथेल (Bethel) :- या शब्दाचा अर्थ आहे 'देवाचं घर.' हिब्रू बायबलमध्ये उल्लेख आहे. इस्त्राईलमध्ये आहे.

३३ – आर्क ऑफ द कॉव्हेनंट (Arc Of the Covenant) :- देवाच्या आज्ञेनुसार प्राचीन काळच्या इस्त्रायली लोकांनी तयार केलेला, सोन्यानं मढवलेला, पवित्र पेटारा. त्याच्या स्वरूपाबद्दलही देवानं सूचना दिली होती. त्या पेटाऱ्यात दोन दगडी पाट्या आहेत. त्या पाट्यांवर ख्रिश्चन धर्माचे दहा धर्मादेश (Ten Commandments) कोरलेले आहेत. तो पेटारा देवाच्या अस्तित्वाची निशाणी मानला जातो.

३४ – डायनिसियस द अरियापगाईट (Dionysius the Areopagite) :- पहिल्या शतकातला ग्रीक तत्त्वज्ञ. अथेन्सच्या अरियापगस कोर्टाचा जज. येशू ख्रिस्ताला मानणारा पहिला अथेन्सवासी. त्याला संतपद बहाल केलं गेलं होतं.

३५ – बॉटिचेली (Botticelli) :- 'ओळख पाहू' प्रकारचा बैठा खेळ. एखाद्या सुप्रसिद्ध व्यक्तीबद्दल आडवळणानं इशारे दिले जातात, आणि मग बाकीच्या लोकांनी ती व्यक्ती ओळखायची असते.

३६ – कीरी एलीझॉन (Kyrie eleison) :- ग्रीक प्रार्थना. 'देवा, आमच्यावर दया कर' असा त्याचा अर्थ आहे.

३७ – निॲन्दरथल (Neanderthal) :- मानवाच्या उत्क्रांतीच्या टप्प्यांमधला एक माकडसदृश आदिमानव.

३८ – पवित्र त्रिमूर्ती (Trinity) :- ख्रिश्चन धर्मानुसार देव एकच असतो, पण तो तीन रूपात असतो. पहिलं म्हणजे स्वत: देव. दुसरा म्हणजे येशू ख्रिस्त. तो देवाचा पुत्र आहे असं मानलं जातं. तिसरं म्हणजे पवित्र आत्मे. हे तिन्ही म्हणजे एक देव. ते समान दर्जाचे असतात.

३९ – अल्फा आणि ओमेगा (Alpha and Omega) :- सुरुवात आणि अंत. देव सगळ्या गोष्टींची सुरुवात असतो आणि अंतही तोच असतो. ग्रीक मुळाक्षरात अल्फा हे पहिले अक्षर आहे, आणि ओमेगा हे शेवटचे.

४० – पडवी (Lean to) :- कुठल्याही भिंतीला किंवा झाडाला टेकून उभारलेली झोपडी. या झोपडीला दार नसतं आणि छत व तीनच भिंती असतात.

४१ – भविष्यदर्शक दगड (Fortune Telling Stones) :- नदीतील चाळीस लहानलहान गोल दगडांचा संच. प्रत्येक दगडावर वेगवेगळी चिन्हं अंकित केलेली असतात. ते दगड जमिनीवर टाकून दगडांवर दिसणाऱ्या चिन्हांनुसार भविष्य सांगितले जाते.

४२ – समकेंद्री वर्तुळे (Concentric circles) :- एकाच केंद्राभोवती काढलेली वेगवेगळ्या त्रिज्येची वर्तुळे. त्रिज्येनुसार एकात एक काढली जातात.

४३ – इंडियन समर (Indian Summer) :- उत्तर अमेरिकेत कधीकधी शरद ऋतूत (ऑक्टोबर किंवा नोव्हेंबर) उष्ण आणि कोरडं हवामान असतं. असं हवामान साधारणपणे कडाक्याच्या हिमवर्षावानंतर येतं. असं हवामान सर्वांत आधी रेड इंडियन लोकांच्या भूभागात आढळून आलं, म्हणून त्याला इंडियन समर असं म्हणतात, असाही एक प्रवाद आहे. इथे 'इंडियन' या शब्दाचा भारताशी काही संबंध नाही, 'इंडियन' म्हणजे 'रेड इंडियन.'

४४ – हिवाळी गहू (Winter Wheat) :- गव्हाच्या पिकाच्या या जातीची पेरणी शरद ऋतूत केली जाते. संपूर्ण हिवाळा सहन करून मग ते पीक वसंत ऋतूत जोमाने वाढते आणि मग त्याची कापणी उन्हाळ्याच्या सुरुवातीला केली जाते.

४५ – जॉन्स रेव्हेलेशन (John's Revelation) :- ख्रिश्चन बायबलमधील नव्या कराराचे अखेरचे पुस्तक.

♦

लन्गल याच्या व्यक्तिरेखा

मरी कुटुंब आणि ओ'कीफ कुटुंब यांचा समावेश असलेली पुस्तकं

कालपटलावरील सुरकुती (WT)
ए विंड इन द डोअर (WD)
ए स्विफ्टली टिल्टिंग प्लॅनेट (STP)
मेनी वॉटर्स (MW)
द आर्म ऑफ द स्टारफिश (AS)
ड्रॅगन्स इन द वॉटर्स (DW)
ए हाउस लाइक ए लोटस (HL)
ॲन ॲक्सेप्टेबल टाइम (AT)

ऑस्टिन कुटुंबाचा समावेश असलेली पुस्तके आणि व्यक्तिरेखा पुस्तके

मीट द ऑस्टिन्स (MA)
द मून बाय नाइट (MN)
द ट्वेंटीफोर डेज बिफोर ख्रिसमस (TDC)
द यंग युनिकॉर्न्स (YU)
ए रिंग ऑफ एंडलेस लाइट (REL)
ट्रबलिंग ए स्टार (TS)

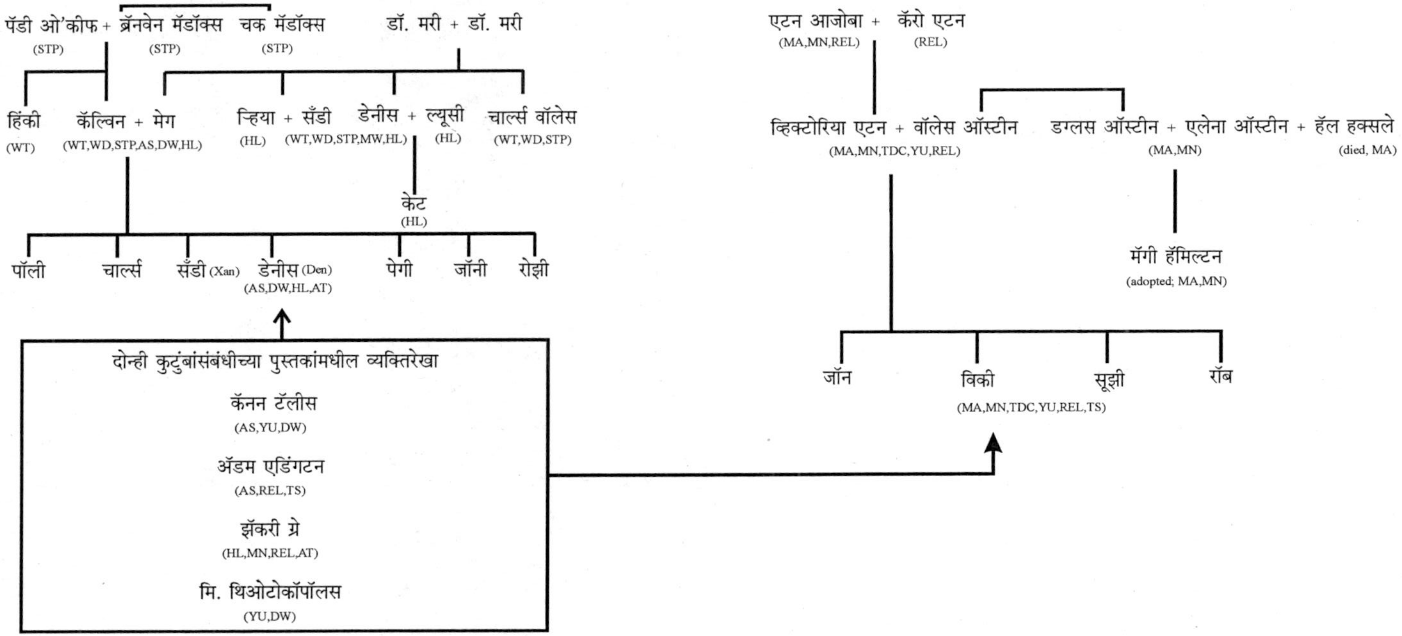

'THE TIME QUINTET' या पंचकडीतील दुसरे पुस्तक

'A WIND IN THE DOOR' या इंग्रजी पुस्तकाचा अनुवाद

दारातील वादळ

मॅडेलिन लेन्गल

अनुवाद

मुग्धा गोखले

प्राणघातक रोगानं आजारी पडायच्या अगदी थोडंसं आधी, मेग मरीच्या छोट्या भावाला, म्हणजेच चार्ल्स वॉलेसला, भाज्यांच्या बगिच्यात ड्रॅगन दिसतो. तो ड्रॅगन म्हणजे प्रोगिनॉस्कीस असतो. अनेक पंख, अनेक डोळे, हवा आणि आगीचा बनलेला प्रोगिनॉस्कीस देवदूत असतो.

मेग, प्रोगिनॉस्कीस, आणि तिचा मित्र कॅल्विन, यांच्यावर चार्ल्स वॉलेसचा जीव वाचवायची जबाबदारी येते. त्यासाठी त्यांना चार्ल्सच्या शरीरात खोल जाऊन सृष्टीचा तिरस्कार करणाऱ्या इक्थ्रॉयचा पराभव करणं भाग पडतं. शिवाय त्यांना निर्मितीची लय, अतीव सुंदर असा सुसंवाद, आनंद आणि विश्वाचं मधुर गीत हे सगळं पुन्हा प्रस्थापित करायचं असतं.